அச்சுப் பண்பாட்டில் ஆதி திராவிடர் அறிவு மரபு
(பூலோகவியாஸன் 1905-1906)

அச்சுப் பண்பாட்டில் ஆதி திராவிடர் அறிவு மரபு
(பூலோகவியாஸன் 1905–1906)
தொகுப்பும் பதிப்பும்
கோ. ரகுபதி (பி. 1975)

தூத்துக்குடி மாவட்டம் சாத்தான்குளம் வட்டம், பிடாநேரி கிராமத்தைச் சேர்ந்தவர். திருநெல்வேலி மனோன்மணியம் சுந்தரனார் பல்கலைக்கழகத்தில் முதுகலை, முனைவர் பட்டங்களைப் பெற்றார். தமிழ் நாளிதழ் ஒன்றில் செய்தியாளராக ஒரு ஆண்டு பணியாற்றினார். மனோன்மணியம் சுந்தரனார் பல்கலைக்கழகத்தில் சமூக விலக்கல் மற்றும் உட்கொணர்வுக் கொள்கை ஆய்வு மையத்தில் இணை ஆராய்ச்சியாளராகவும், சேலம் மாவட்டம் அறிஞர் அண்ணா அரசு கல்லூரியிலும், திண்டிவனம் திரு. ஆ. கோவிந்தசாமி அரசினர் கலைக் கல்லூரியிலும், சென்னை மாநிலக் கல்லூரியிலும் வரலாற்றுத் துறையில் உதவிப் பேராசிரியராகவும், தமிழ்நாடு ஆதி திராவிடர் மற்றும் பழங்குடியினர் மாநில ஆணையத்தில் உறுப்பினராக மாற்றுப் பணியிலும் பணியாற்றினார். தற்போது சென்னை மாநிலக் கல்லூரியில் இணைப் பேராசிரியராகப் பணியாற்றுகிறார்.

இந்து சாதியக் கட்டமைப்பின் பரிணாமத்தையும் பரிமாணத்தையும் ஆய்வுசெய்கிறார்.

மின்னஞ்சல்: ko.ragupathi@gmail.com

கோ. ரகுபதியின்
பிற காலச்சுவடு வெளியீடுகள்

- ❖ தலித்துகளும் தண்ணீரும் (2011)
- ❖ தலித் பொதுவுரிமைப் போராட்டம் (2014)
- ❖ காவேரிப் பெருவெள்ளம் (1924) (2019)
  (படிநிலைச் சாதிகளில் பேரழிவின் படிநிலை)
- ❖ போக்குவரத்து உருவாக்கமும் ஜாதிகளின் உருமாற்றமும் (2022)

Unauthorised use of the contents of this published book, whether in e-book or hardcopy format, for any type of Artificial Intelligence (AI) training - including but not limited to Machine Learning, Deep Learning, Natural Language Processing, Computer Vision, Chatbot Training, Image Recognition Systems, Recommendation Engines, and Language Models - is strictly prohibited without prior licensing from the publisher. Any such unauthorised use may result in legal action.

அச்சுப் பண்பாட்டில் ஆதி திராவிடர் அறிவு மரபு

(பூலோகவியாஸன் 1905–1906)

தொகுப்பும் பதிப்பும்
கோ. ரகுபதி

காலச்சுவடு பதிப்பகம்

அன்பார்ந்த வாசகருக்கு,

வணக்கம்.

காலச்சுவடு நூலை வாங்கியமைக்கு நன்றி.

நூலின் உள்ளடக்கம், உருவாக்கம், அட்டைப்படம் இன்ன பிற அம்சங்கள் பற்றிய உங்கள் கருத்துகளையும் ஆலோசனைகளையும் காலச்சுவடு வரவேற்கிறது. தகவல், எழுத்து, வாக்கியப் பிழைகள் தென்பட்டால் அவசியம் தெரிவித்து உதவுங்கள். நூல் தயாரிப்பில் கடும் குறைபாடு இருப்பின் மாற்றுப் பிரதி உங்களுக்குக் கிடைக்கக் காலச்சுவடு ஏற்பாடு செய்யும்.

மின்னஞ்சல்: publisher@kalachuvadu.com

காலச்சுவடு நாகர்கோவில் அலுவலகத்திற்குக் கடிதம் அனுப்பலாம்.

தங்கள்
எஸ்.ஆர். சுந்தரம் (கண்ணன்)
பதிப்பாளர் — நிர்வாக இயக்குநர்

அச்சுப் பண்பாட்டில் ஆதி திராவிடர் அறிவு மரபு (பூலோகவியாஸன் 1905–1906) ❖ தொகுப்பும் பதிப்பும்: கோ. ரகுபதி ❖ பதிப்பும் அமைப்பும் © கோ. ரகுபதி ❖ முதல் பதிப்பு: மே 2025 ❖ வெளியீடு: காலச்சுவடு பப்ளிகேஷன்ஸ் (பி) லிட்., 669 கே.பி. சாலை, நாகர்கோவில் 629001

காலச்சுவடு பதிப்பக வெளியீடு: 1334

accup paNpaaTTil aatitiraaviTar aRivu marapu (Boologaviyasan 1905-1906) ❖ Edited by: K. Ragupathi ❖ Introducation, compilation and editorial format © K. Ragupathi ❖ Language: Tamil ❖ First Edition: May 2025 ❖ Size: Demy 1 x 8 ❖ Paper :18.6 kg maplitho ❖ Page: 304

Published by Kalachuvadu Publications Pvt. Ltd., 669, K.P. Road, Nagercoil 629001, India ❖ Phone: 91-4652-278525 ❖ e-mail: publications @kalachuvadu.com ❖ Printed at Clicto Print, Jaleel Towers, 42 KB Dasan Road, Teynampet Chennai 600018

ISBN: 978-93-6110-343-8

05/2025/S.No. 1334, kcp 5742, 18.6 (1) rss

பொருளடக்கம்

முன்னுரை: பூலோகவியாஸன் 1905-06ஆம் ஆண்டு இதழ்கள்: சில குறிப்புகள்	9
திருக்குறள்	27
நீதிசாத்திரம்	56
களவழி நாற்பதுரை	61
கமலாவதி	74
திருவருட்சகாயம்	93
உ சிவமயம் சித்தாந்தப்பிரகாசம் முதல்வன் வணக்கம்	97
உலகர் புராண சாரசங்கிரகம் தேசாபிமான ஞானிக்கும் ஆத்மாபிமான ஞானிக்கும் சம்பாஷணை	116
றகர – ரகர பேதங்களை விளைக்கும் சிறுமொழிகள்	127
உலகில் மேம்பாடடைந்தார் யார்?	135
மரண அறிக்கை	142
சமாசாரக் கூற்று	146
மதுவிலக்கு	170
மஹா	175
இந்துதேயப் பெண்கள்	195
ஜாதிகள்	202
தேக அபிப்பியாசம்	212
தானம்	216

இலஞ்சம் வாங்குதல்	223
தர்பார்	226
தற்புகழ்ச்சி குறள்	235
இந்திய உழவர்களின் வறுமையும் பொறுமையும்	244
பிராணிகளும் சங்கீதமும்	247
மனோன்மணி முதல் அத்தியாயம் – காரிருட் கானம்	250
முகவுரை	267
சென்னைத் திருமயிலையீச்சுரர் சிங்காரக்கோவை	268
வாழ்த்து	300
முடிவுரை	301

முன்னுரை

பூலோகவியாஸன் 1905-06ஆம் ஆண்டு இதழ்கள்: சில குறிப்புகள்

ஆதி திராவிடர்களின் அச்சுப் பண்பாட்டை மீளப் பதிப்பிக்கும் செயல்பாட்டில் ஆதி திராவிடன், தமிழன், பூலோகவியாஸன் போன்ற பத்திரிகைகள் வெளியிடப்பட்டுள்ளன. பறையன், ஆதி திராவிடக் காவலன் போன்ற பத்திரிகைகள் கிடைக்கவில்லை. மீளப் பதிப்பிக்கப்பட்ட பத்திரிகைகளும் முழுமையாக வெளியிடப்படவில்லை; பூலோகவியாஸனும் இதில் அடங்கும். பூலோகவியாஸன் மாத இதழைத் தமிழாசிரியரான பூஞ்சோலை எம். முத்துவீரன் பிள்ளை 1903ஆம் ஆண்டு அக்டோபர் மாதம் சென்னையில் தொடங்கினார். இவருடைய மைத்துனர் ஏ.எஸ். வேதமாணிக்கம் பிள்ளைக்குச் சொந்தமான பூலோகவியாஸன் அச்சகத்தில் இவ்விதழ் அச்சிடப்பட்டது. பிரிட்டிஷ் ஆட்சிக் காலத்தில் ஆதி திராவிடர்கள் சுமார் 40க்கும் மேற்பட்ட பத்திரிகைகளை வெளியிட்டதாகக் குறிப்பிடும் ஜெ. பாலசுப்பிரமணியம், பூலோகவியாஸன் இதழின் 1909ஆம் ஆண்டுப் பிரதிகளில் வெளியான சில 'முக்கியமான கட்டுரை'களைத் தொகுத்துக் காலச்சுவடு பதிப்பகத்தில் 2017ஆம் ஆண்டு வெளியிட்டார். இந்நூலில், 1905, 1906ஆம் ஆண்டுகளில் வெளியான பூலோகவியாஸன் இதழ்ப் பிரதிகள் தொகுக்கப்பட்டுள்ளன.

இவ்விதழ், "முதல் வருடம் டிம்மி 2 பாரம், 16 பக்கங்கள் கொண்டதாயிருந்து இரண்டாவது வருடம் 3 பாரம் 24 பக்கங்களாக வெளிவந்தது. மூன்றாவது வருடம் ராயல் 3 பாரமாக வளர்ந்தது." இப்பத்திரிகையின் பொருளாதாரம் சந்தா மூலம் திரட்டப்பட்டது; வருடச் சந்தா ரூபாய் ஒன்று. சந்தா செலுத்தத் தொடர்ந்து வலியுறுத்தப்பட்டது. "முதல் வருட சந்தா செலுத்திய அன்பரிடம் இரண்டாவது வருட சந்தாவை வற்புறுத்தி வாங்காதிருந்தது உலோகோபகாரத்தையும் மனுஷத் தன்மையையும் முன்னிட்டே. இம்மாதமும் அவர்கள் அனுப்பிவிடுவார்கள் என்னும் நன்னம்பிக்கையாலேயே அனுப்பினோம். அவர்களவ்வித மனுப்பாதும், பத்திரிகை பெறவிரும்பாதும் போவார்களானால் எழுதி விடுவார்களல்லவா என்பது பெருநோக்கு. இவ்வாறு எழுதினோமென்று கடந்த வருட சந்தாதாரரில் கொடாத இரண்டொருவர் இப்போது பத்திரிகையை வேண்டாமென்றெழுதி விடுவது ஞாயமாகக் காணப்படாது. ஆகையால் பாக்கியைச் செலுத்திவிட்டு நிறுத்திவிடுவது தர்மசிந்தையாம். இரண்டு வருடம் நடந்தது இனியும் நடக்குமோ என்னமோ" என அப்பத்திராதிபர் குறிப்பிட்டதானது சந்தா பெறுவதில் தளர்வாகச் செயல்பட்டதை அறிய முடிகிறது. "இன்னமுமா நமது பத்திரிகாபிமானிகளிற் சிற்சிலர் இரண்டாவது வருட சந்தாவையுஞ் செலுத்தத் தாமதப்பட்டிருக்க வேண்டும்" என எஸ்.வி. மாணிக்கன் 'இன்னமுமா' எனத் தலைப்பிட்டு எழுதிய கட்டுரையில் குறிப்பிடுகிறார். "பிறப்பு, இறப்புச் செய்திகளைப் பெயர் உட்பட மூன்று வரியில் எழுதினால் அவைகளுக்குக் கட்டணம் வசூலிக்கவில்லை. இதற்கு மிகுந்தால் 4 அணாவும், பாட்டாக எழுதினால் 8 அணாவும்" நிர்ணயிக்கப்பட்டன. விளம்பரங்கள் வழி வருவாய் வரவில்லை.

இவ்விதழ் வெளியிடுவதற்காக இரங்கோன் ஆன்ரெரி மாஜிட்ரேய்ட் பெ–மொ–மதுரைப் பிள்ளை, ரங்கோன் செஷன்கோர்டு இன்டர்ப்ரட்டர் விச்சூர் – முத்துக்குமாரசாமி முதலியார், அச்சாபீஸ் அதிபர் ஸ்ரீமான் ஈ–இரத்தினவேலு முதலியார், பெங்களூர் சித்திரக்கவிநாவலர் A.V. ஜோசேப்பு பிள்ளை, இவரது மாணவர் C.S. ஞானப்பிரகாசம் உபாத்தியாயர், பெங்களூர் S.M. நாராயணசாமி பிள்ளை, மது விலக்குச் சங்கத்தைச் சேர்ந்த F.C. தம்புசாமிப் பிள்ளை, பெங்களூர் P– ஜான் அந்தோனிப் பிள்ளை, மாரிகுப்பம் ஸ்ரீசிவகேசவர்த்வைத சிற்சபையின் காரியதரிசி M.Y. முருகேசம் பிள்ளை, இச்சபையின் – அக்கிராசனாதிபதி M. சங்கரமீனோன், C. குருசாமி பிள்ளை, மாரிகுப்பம் D. அத்தோனிப்பிள்ளை, கோலார்கொரமாண்டல்வாசி P.A. சித்திரைப் பிள்ளை,

உரிகம்ஹால் M. கன்னியப்பன்பிள்ளை, உரிகம் சப்ளையர் ச.மு.ரா. ஆறுமுகப் பிள்ளை என ஆதி திராவிடரும் ஆதி திராவிடரல்லாதோரும் பூலோகவியாஸன் இதழ் வெளியிடு வதற்குப் பொருளுதவி செய்தனர். இப்பத்திரிகையில் எழுதிய சென்னை கிறிஸ்டியன் காலேஜ் தமிழ்ப் பண்டிதர் ஈக்காடு இரத்தினவேலு முதலியார், இந்து தியலாஜிகல் உயர்தரப் பாடசாலைத் தமிழ்ப் பண்டிதர் கோ–வடிவேலுச் செட்டியார், மதுரைத் தமிழ்ச்சங்கத்து ஆங்கிலத் தமிழ்வித்துவான் விச்சூர் முத்துக்குமாரஸ்வாமி முதலியார், முத்தமிழ்க் கவியரசு தஞ்சை – டாக்டர் ஸ்ரீமான் சண்முகம் பிள்ளை, இராயபுரம் வித்வான் – வே.கி. நாராயணஸ்வாமி பிள்ளை, வேப்பேரி S.P.G. உயர்தர கல்விச்சாலைத் தமிழ்ப் பண்டிதர் கா–ரா–நமச்சிவாய முதலியார், இராயப்பேட்டை பண்டிதர் சங்கை – க. அயாத்திசாசர், சர்வதேசாபிமான மதுவிலக்குச் சபாவைச் சேர்ந்த கோ. முனிசாமிப் பிள்ளை, சென்னை பௌத்த வாலிபச் சங்கத்துக் காரியதரிசி சி.ம.இ. மூர்த்தி, மெஸ்ஸர்ஸ் – பிரான்க் அன்டு கோடுபாஷ் M. இராஜி முதலியார் போன்றோர் எழுதினர். இவர்களில் சிலர் எழுதிய கட்டுரைகள் இங்கு தொகுக்கப்பட்டுள்ளன; சிலர் எழுதியவை கிடைக்கவில்லை குறிப்பாக, அயோத்திதாசரின் கட்டுரை இதில் இல்லை. இங்கு தொகுக்கப்பட்டுள்ள இதழ்களுக்கு முந்தைய இதழ்களில் எழுதினார் எனக் கருதலாம். பூலோகவியாஸனில் ஜாதி, மதம், பெண், பொருளாதாரம், இசை, ஆளுமைகள், இறப்பு, பிறப்பு நிகழ்வுகள் போன்றவை வெளியாயின. இத்தகைய ஆளுமைகள் எழுதிய காரணத்தால், “நமது பத்திரிகையை வாங்கவிரும்பும் அன்பர்கள் கல்வியில் சிறிது பயிற்சி யுள்ளவர்களாகவே யிருக்க வேண்டியது நலம்” என அறிவுறுத்தப்பட்டது.

பூலோகவியாஸன் இதழ் தொடங்கப்பட்ட 1903, 1904ஆம் ஆண்டுகளின் இதழ்கள் கிடைக்கவில்லை. 1904ஆம் ஆண்டு இதழில், ‘ஜன்மாந்திரமாவதியாது?’ என்ற தலைப்பில் தொடர் வெளியானதையும் அது வாசர்களுக்கு நன்மையை விளைவித்ததையும் அறிய முடிகிறது. அது 1905ஆம் ஆண்டில் தொடரவில்லை. இனியவை கூறல், செய்ந்நன்றியறிதல், நடுவுநிலைமை, அடக்கமுடைமை, பிறனில் விழையாமை ஆகிய தலைப்புகளில் திருக்குறள் குறித்துச் சென்னை கோ.மு. தொடர் கட்டுரை எழுதினார். திருக்குறள் அதிகாரங்களின் வரிசையில் ஒரு அதிகாரத்திற்கும் மற்றொரு அதிகாரத்திற்கும் தொடர்ச்சியும் காரண காரியமும் இருப்பதை கோ.மு. சுட்டிக்காட்டினார். பொய்கையார் இயற்றிய களவழி நாற்பது பாடல்களுக்குத் தமிழுழவன் எழுதிய பொழிப்புரை

தொடர்ந்து சில மாதங்கள் வெளியாயின; அது முற்றுப்பெற வில்லை. பா. முனிஸ்வாமி, கமலாவதி என்ற தலைப்பில் தொடர்ந்து எழுதினார். இது காதல், காமம், புணர்ச்சி, பிற மனைவியாருடனான உறவு, அதனால் அச்சம் குறித்துப் பேசுகிறது. மதுவிலக்குக் கட்டுரையில் மதுவினால் ஏற்படும் கேடுகள் பேசப்பட்டன. "கொலை, களவு, விபசாரம், காமம், வெகுளி யாவற்றிற்கும்" மதுவே நுழைவுவாயிலாக இருப்பதாகக் கூறும் அக்கட்டுரை, மது குடிக்கும்போது கொலை, கொள்ளை, கற்பழிப்பு போன்றவை குறித்து எண்ணி அதைச் செய்கின்றனர் எனக் கூறியது. மது கேடுகளையே தருவதால், மது அருந்தும் நபர்களைச் சிறியோரும் பெரியோரும் அவமதிக்கின்றனர் எனச் சுட்டியது அக்கட்டுரை. சுவர்ணம்பாள் என்ற தலைப்பில் ஒரு பெண்ணின் அழகை வர்ணித்து எழுதப்பட்டது. இயற்கையிலுள்ள ஒவ்வொரு பொருளுடன் ஒப்பிட்டும் அவளது அழகு வர்ணிக்கப்பட்டுள்ளது. இக்கட்டுரை முற்றுப்பெறவில்லை. 'ஓரற்புத சரித்திரம்' என்ற தலைப்பில் ஆண், பெண் திருமணப் பந்தத்தைப் பற்றிப் பேசுகிறது. இக்கட்டுரையும் முற்றுப்பெறவில்லை. கா.நா. முதலியார், நீதிசாத்திரம் குறித்துத் தொடர்ந்து எழுதினார்.

1905ஆம் ஆண்டு வேல்ஸ் இளவரசரும் இளவரசியும் இந்தியாவுக்கு வந்தபோது அவர்கள் சுற்றுப் பயணங்களையும் அவருக்குக் கொடுக்கப்பட்ட வரவேற்புகளையும் பூலோகவியாஸன் பதிவுசெய்தது. இவரது தந்தை 1875ஆம் ஆண்டு இங்கு வந்ததையும் நினைவுகூர்ந்தது. லார்ட்கர்சன், லேடிகர்சன், முக்கியப் பிரமுகர்கள், சில மன்னர்கள் படை வீரர்களைக் காட்சிப்படுத்தியும் பொய் யுத்தம் நடத்தியும் அவர்களை உற்சாகமாய் வரவேற்றனர். இளவரசரும் மகாராஜா ஒருவரும் இணைந்து வேட்டையாடினர்; இளவரசர் 207 பறவைகளையும் மகாராஜா 109 பறவைகளையும் வேட்டையாடியதையும் இக்கட்டுரை பதிவு செய்தது. ஜனவரி மாதம் 24, 25, 26, 27, 28ஆம் தேதிகளில் சென்னையிலிருப்பார்கள் எனக் கூறப்பட்டாலும் அவர்களுடைய வருகையைப் பற்றிய குறிப்புகள் பூலோகவியாஸனில் இல்லை. இவ்விவரணைகள் பிரிட்டிஷ் ஏகாதிபத்தியத்துடன் இந்திய மன்னர்கள் நட்புறவைப் பேணியதைக் காட்டுகிறது.

தமிழ் மொழி குறித்த கட்டுரைகள் தொடர்ந்து வெளியாயின. 'றகர–ரகர பேதவிளக்கம்' என்ற கட்டுரை தமிழ் மொழிச் சொற்களில் 'ற', 'ர' வேறுபாட்டில் இருக்கின்ற வேறுபட்ட பொருளை விளக்கின. அரம், அறம், விறல், விரல் என எண்ணற்ற சொற்களையும் அவற்றின் பொருளையும்

விளக்கின. படிப்பில் ஆர்வத்தால் உடலைக் கவனிக்காமல் இருப்பதாக 'தேக அப்பியாசம்' என்னும் கட்டுரையைப் பத்திராதிபர் எழுதினார். எப்போதும் படிப்பில் கவனம் செலுத்திக்கொண்டு உடலைப் பேணுவதில் பொறுப்பற்று இருப்பதாக இக்கட்டுரை சுட்டியது. உடல் வலுவாக இருந்தால்தான் புத்தியும் வலுவாக இருக்க இயலும் என வலியுறுத்தி, உடற்பயிற்சியினால் ஏற்படும் நலன்களையும் எடுத்துரைக்கிறது. இந்தியாவில் ஏற்பட்ட பெரும்பஞ்சத்தை யொட்டி உழவர்கள் வெளிநாடுகளுக்கு இடம்பெயர்ந்து சென்றதைப் பேசுகின்ற கட்டுரை, இத்தகையப் பஞ்சம் வெளிநாடுகளில் ஏற்பட்டால் அங்குள்ள பிரபுக்களின் சொத்துக்களை உழவர்கள் கொள்ளையடிப்பர். ஆனால் "நமதிந்திய உழவர்களோ தலைவிதியையே தம் விதியாகக் கொண்டவர்கள். ஆகையினால்தான் மானமிழந்து, நாணிழந்து இரக்கத் துணிந்துகொண்டனர்" எனத் தன் கருத்தை வெளிப்படுத்துகிறது. உழவர்கள் வறுமையிலிருந்து விடுபட பிரபுக்களும் அரசும் உதவ வேண்டுமென இக்கட்டுரையில் பத்திராதிபர் கோரினார்.

இசையையும் பாடலையும் மனிதனோடு தொடர்புடைய தாகப் பேசுகின்ற பொதுப்போக்குக்கு மாறாக, விலங்குகளும் இசைக்கும் பாடலுக்கும் மயங்குவதை ஒரு கட்டுரையாக வி.வே.கி. நாராயணசாமி பிள்ளை, 'பிராணிகளும் சங்கீதமும்' என்ற தலைப்பில் எழுதியுள்ளார். மிருகங்களில் உருவத்தில் பெரிதான யானை, மான், ஒட்டகம், கரடி, குரங்கு, குதிரை போன்றவை இசையைக் கேட்டு ஆடும். புலி போன்ற கொடூர விலங்குகள் இசைக்கு மயங்கி நாய்போலச் சாதுவாகும் என்றும் "குதிரைப் பட்டாளம் யுத்தத்துக்குச் செல்லுங்கால் எக்காள முதலிய யுத்த வாத்தியங்களின் கம்பீர ஓசையைக் கேட்டு உற்சாகமடைந்து வேகமாய்ச் செல்லுவதுமன்றி இரணகளங்களில் அவ்வாத்திய கோஷங்களைக் கேட்டு மனமகிழ்வதைப் பட்டாளங்களில் அநுபவமுள்ளவரெவரும் அறிவார்கள்" என அவர் குறிப்பிடுகிறார். பாரத்தை இழுத்துச் செல்லும் வண்டிமாடுகள் வண்டிக்காரனின் பாட்டைக் கேட்டு அசதியை மறந்தும், பாலைவனத்தில் நெடுநாள் உணவின்றிப் பயணிக்கும் ஒட்டகங்களும் அராபியரின் பாடல்களைக் கேட்டுக் களிப்புடனும் தங்கள் வேலையைச் செய்யுமென்றும் கரடிக்காரனின் உடுக்கையின் உருட்டுக்குக் கரடியும் ஆடுமென்றும் அவர் குறிப்பிட்டுள்ளார். பறவையினங்களோ பிறரின் பாட்டைக் கேட்டு மகிழ்வதல் லாமல் தாமும் பாடி மற்றைப் பிராணிகளுக்கும் பரமாநந்தத்தை யுண்டு பண்ணுகின்றன என்கிறார் அவர்.

ஜாதிகள் குறித்த கட்டுரையில் அது, "இந்துக்களுடைய கற்பனைகளின்படி பிராமணர், சத்திரியர், வைசியர், சூத்திரர் என நான்கு பிரிவினைகள் உடைத்தாயிருந்தன" எனக் கூறி அது "கற்பனையானது" என்றனர். இந்நான்கும் எண்ணற்ற பிரிவுகளாகப் பிரிந்ததாகக் கூறும் அக்கட்டுரை பிராமணர்களில் தோன்றிய பல பிரிவுகளில் 'பஞ்ச திராவிடர், திராவிடர், திராவிட வடமர், திராவிட சோளதேசர், திராவிட தேசர், திராவிட வைஷ்ணவாள், ஆந்திர திராவிட வைஷ்ணவாள்,' ஆகிய பெயர்களில் திராவிட என்ற பெயர் எந்த அடிப்படையில் தோன்றியது என்பது ஆய்வுக்குரியது. ஜாதியின் தோற்றம் தொடர்புடைய புராணங்களை வாசித்தால் அது பிராமணர்களின் தந்திரமென்பது விளங்கும் என்று கூறும் அக்கட்டுரை பிராமணருக்கும் சூத்திரருக்குமான சிக்கல்களைப் பேசுகிறது. அரசன் ஒருவன் பிராமணனாக வேண்டுமென பிரம்மாவிடம் கேட்க அதை அவர் மறுப்பது மான உரையாடலும் இக்கட்டுரையில் இடம்பெற்றது; இது முற்றுப்பெறவில்லை; பிற பகுதிகள் கிடைக்கவில்லை.

பௌத்தம் குறித்த கட்டுரை நிருவாணம் என்றால் என்ன என்பதை வரையறுக்கிறது. சகல உலகத்திலும் ஆசாபாசப் பின்னலெனுங் கயிற்றால் கட்டப்பட்ட நிலைக்கு வாணம் என்று பெயர். ஆசாபாசக் கயிற்றை முற்றிலும் அறுத்த நிலைக்கு நிருவாணமென்று பெயர். மாறி மாறிப் பிறக்கும் பிறப்பை அறுக்கும் தருமமே நிருவாணம். காம ஆசையின் உபத்திரவம் எந்தத் தர்மத்தால் விலகுகின்றதோ அந்தத் தருமமே நிருவாணம் என க.அ. பட்டாபிராமன் வரையறுத்தார். "அல்லாசாமி பண்டிகையும் அல்லாத துலுக்கரும்" கட்டுரை ஒரே பண்டிகையை இவ்விரு மதத்தினரும் வேடம் தரித்துக் கொண்டாடியதைப் புலப்படுத்துகிறது; அதேசமயம் சில குழப்பத்தையும் ஏற்படுத்துகிறது.

கிறிஸ்துவ ஜெபக்கூட்டத்தில் போதகர், பெண்ணை யுடைய சிவனை வணங்குவது தகுமோ? அவர், "மாயையை அகற்ற வேண்டுமென்ற மாணிக்கவாசகர் முதலியோர் பெண்ணையுடைய சிவனை வணங்குவதால் என்ன பயன்? கிறிஸ்துபோன்ற பெண்ணில்லாதவரையல்லோ வணங்க வேண்டுமென்றார்." இதைக் கவனித்த இந்து ஒருவர் அதை விமர்சித்துப் பூலோகவியாஸனில் கட்டுரை எழுதினார். இவ்விவாதம், கடவுளுக்குப் பெண் துணை வேண்டுமா வேண்டாமா என்பதை மையமிட்டு இருந்தது. "சைவ வைணவ மதங்களில் பெண்ணை எங்கே வைத்திருக்கிறதாகச் சொல்லப்பட்டிருக்கிறது? பாதி சரீரமாகவல்லோ பெண்

அமைந்திருக்கிறது. பெண்ணைவிட்டு சுவாமி வேறோ? அப்படி யெங்கும் சொல்லவில்லையே. விரிந்த மனமானது குவிதற் கேதுவாகத்தான் பெரியோர்கள் சுவாமியின் சத்தியையே ஓர்பெண்ணாகக் கற்பித்து நாமரூபங்கள் ஏற்படுத்தினர்" எனப் பதிலளித்தார். இந்துமதம் கூறும் பிறப்பு, மறுபிறப்பை விவாதித்தார். கிறிஸ்துவத்தின் மோட்சம் நரகத்தைக் கேள்விக்குட்படுத்தினார். பிற மதங்களை இழிவுபடுத்த வேண்டாம் என்னும் கருத்தை முன்வைத்தார். இதை எழுதியவர் பெயர் இந்து எனக் குறிப்பிடப்பட்டுள்ளது. கிறிஸ்துவக் கோட்பாட்டிலிருந்து பாதிரியார்கள் இந்து ஸநாதநக் கருத்தியல்களை விமர்சித்தபோதிலும் ஜாதி மதத்துக்கு அப்பாற்பட்டு அனைவரின் வளர்ச்சிக்காக உழைத்ததை இக்கட்டுரையாளர் கணக்கில் கொள்ளவில்லை. மேலும், இந்து மதம் வலியுறுத்திப் பின்பற்றும் தீண்டாமையையும் சுய விமர்சனம் செய்யவில்லை.

தானம் கொடுப்பதைப் பற்றி உபகாரப்பிரியன் இரு கட்டுரைகள் எழுதினார். தானங்களின் வகைகளையும் தானத்தால் விளையும் உயர்வு தாழ்வையும் குறிப்பிடும் இக்கட்டுரைகள் எந்தெந்த தானங்கள் என்னென்ன பலன்களைத் தரும் என தானத்தின் பலனையும் பலனின்மையையும் பேசுகின்றன. இவை, சாஸ்திரத்தாலும் பகவத் கீதையாலும் நியாயம் கற்பிக்கப்படுகின்றன. காலத்துக்கேற்றவாறும் சாஸ்திரத்துக்கு விரோதமில்லாதவாறும் ஆரியர்கள் தானங்கள் செய்துவந்தால் அவர்கள் சுகபோகமாய் வாழ்வார்கள் என்று ஒரு கட்டுரை குறிப்பிடுகிறது. தருமத்தைப் பொருளாக மட்டும் குறிப்பிடாமல் சொல்லாகவும் செயலாக வும் குறிப்பிட்டது. உண்மை பேசுதல், இனியவை கூறல், புறங்கூறாமை, கோட்சொல்லாமை, கடவுளைத் தோத்திரஞ் செய்தல், மந்திரங்களைச் செபித்தல், பெரியோரை மதித்தல் முதலியவற்றையும் தருமமெனக் கூறுகிறது. மேலும் தேச விடுதலை, ஏழைகளின் சுகம் போன்றவற்றுக்காகவும் "மதாபிமானத்தால் ஆரியமதத்தை அபிவிருத்திசெய்து ஆரிய மதத்தைத் தாக்கவரும் கிறிஸ்து முதலிய பாஹிபமதங்களை நியாயநெறியே நின்று கண்டனை செய்தலும், நிலையில்லாச் சிற்றின்பத்தி னிமித்தம் புறமதங்களுக்கு விவேகமின்றிச் சென்று பதிதராவோர்க்குப் புறமதங்களின் குற்றங்களை யெடுத்துக் கூறிச் சற்புத்தி புகன்று தடுத்தலும், அதனிமித்தம் தமக்கு மிகுதியுள்ள பொருள் காலம் புத்தி யிவற்றைத் தருமமாகச் செலவிடுதலும்" தானம் என்று கூறுவதோடு இந்து மதத்தைப் பாதுகாப்பதும் தானம் என்று அழுத்தமாகக் கூறுகிறது. மதங்கள்,

தானம் குறித்த கட்டுரைகள் இந்து ஆதரவு நிலைப்பாட்டைப் பூலோகவியாஸன் கொண்டிருந்ததைக் காட்டுகிறது. இது இசுலாமியர், ஆங்கிலேயர் ஆகியோரின் ஆட்சியால் ஏற்பட்ட நிலைப்பாடு என ஊகிக்கலாம்.

'இந்துதேயப் பெண்கள்' கட்டுரையில், "இத்தேயம் இமயமலையை வடஎல்லையாகவும் மற்ற மூன்று பக்கங்களும் ஜலத்தால் சூழப்பட்டதாகவுமுளது. இந்நாடு செழுமையுள்ள நாடென்பதற் கையமில்ல. ஆகையால்தான் பலதேயத்தரசர்கள் இதன்மீது கண்ணோக்கமா யிருக்கிறார்கள். இத்தகைய சுவர்னமான நமது தேயத்தில் ஜாதிபேத மொன்றுதான் தளர்ச்சியுண்டாக்குகிறது. அற்றேல் இந்நாடு இப்போதும் தமிழரசாட்சியின் கீழிருக்குமென்ப தற்கையமில்லை" என்று பூலோகவியாஸன் பத்திராதிபர் கூறியதானது ஜாதியை ஒரு சிக்கலாக உணர்ந்திருந்தபோதிலும் அதற்கு இந்து மதம் காரணமென்பதை உணர்ந்ததாகத் தெரியவில்லை. 'உலகர் புராண சாரசங்கிரகம்' என்ற தலைப்பில் தொடர் கட்டுரை தேகஞானிக்கும் ஆத்மஞானிக்கும் இடையே நடைபெறும் விவாதம் இந்து மதம் சார்ந்ததாக இருக்கின்றது. இவை முதலில் டி.வி.கே. என்ற பெயரிலும் பின்னர் பு. ஐயராம் பிள்ளை, ஆத்மநேசன் என்ற பெயர்களிலும் வெளியாயின. இதற்கான காரணத்தை அறிய இயலவில்லை. இங்கு கொடுக்கப் பட்டுள்ள 1905, 1906ஆம் ஆண்டு இதழ்களில் பௌத்தம் தொடர்பான செய்திகள் குறைவாகவே இருக்கின்றன; இந்து மதம் தொடர்பானவை கூடுதலாக இருக்கின்றன. பூலோகவியாஸன் இதழின் 1909ஆம் ஆண்டுப் பிரதிகளைப் பதிப்பித்த ஜெ. பாலசுப்பிரமணியம் அதைப் பௌத்த இதழ் என்று குறிப்பிடுகிறார். இது, பிற்காலத்தில் நிகழ்ந்த மாற்றம் எனலாம்.

'இந்துதேயப் பெண்கள்' என்ற தலைப்பில் பூலோகவியாஸன் பத்திராதிபர் எழுதிய கட்டுரை, நால்வர்ண ஜாதியருள் ஒவ்வொரு ஜாதிப் பெண்களும் தத்தம் ஜாதிப் புருடர் களுக்குப் பெரும்பாலும் அடிமைகளாக இருக்கின்றனர் எனக் கூறுகிறது. "துலுக்கர் அரசாட்சியில் தங்கள் பெண்டுகளை அந்தப் புரப்படுத்தி யேனைய பெண்டுகளை அக்கிரமஞ்செய்து வந்தமையால் மராட்டி யரசு புத்திரஜாதியார் தங்கள் பெண்டுகளையும் அந்தப்புரப் படுத்தினார்கள். இவ் வழக்கத்தை மற்றஜாதியாரும் கையாடத் தலைப்பட்டார்கள். தலைப்படவே பெண்டுகளுடைய சுதந்தரம் நாளாவர்த்தியில் அடங்கிப் பெண்கள் கூட்டிலிட்ட புலியைப் போலானார்கள்" என்று அவர் கூறியது ஏற்புடையது அல்ல. ஏனென்றால்,

இசுலாமியரின் வருகைக்கு முன் நால்வர்ண ஜாதியக் கட்டுமானமும் அகமணமுறையும் ஏற்பட்டன. இது பெண் சுதந்திரத்தைப் பறித்தது. அவ்வாறிருக்கிறபோது, பெண் அடிமைத்தனத்துக்கு இசுலாமிய ஆட்சியைக் காரணமாகக் கூற இயலாது. அதேசமயம், இக்கட்டுரை குறிப்பிடும் ஓர் ஊரிலிருந்து மற்றோரூருக்குப் போதல் அரிது. அப்படிப்போவதாயின் வண்டிக்கு நாலு பக்கத்திலுந் திரைகள் போட்டுப் பெண்டுகளைக் கொண்டுபோவார்கள். இப்பெண்கள் நினைத்துக் கொள்வது "ஐயோ, நாம் என்ன பாவம்செய்தோமோ, புருஷர்களைப்போல் பல ஊர்களையும் தேசங்களையும் அவற்றிலுள்ள பல காட்சிகளையும் பார்க்கக் கொடுத்து வைக்கவில்லையே, நமக்கு என்ன ஆஸ்திபாஸ்தி நிலநீர் ஆடையாபரணமிருந்தும் இன்னும் பலவித சம்பத்துகளிருந்தும் இப்பேர்ப்பட்ட நிர்ப்பாக்கியமான நிலையிலிருக்கின்றோமே என்று பலவாறு பிரலாபிப்பார்கள்" என்ற கூற்றும், கைம்பெண் மணம், விதவைக்கோலம், சதி ஆகிய வழக்கங்களும் ஆர்ய ஸநாதந ஜாதியைச் சேர்ந்த பெண்கள் அனுபவித்தனர். ஆதி திராவிடர்களுக்கும் உழைப்பில் ஈடுபட்ட திராவிடப் பெண்களுக்கும் இச்சிக்கல் இல்லை. இருப்பினும், "இவ்வழக்கம் நெடுநாளாய் நடந்தேறிவர கடைசியாக வெள்ளைக்கார அரசாட்சி வந்த பின்னிட்டு அவர்கள் பெண்கள் புருஷருடன் பகிரங்கமாய் வண்டியில் உல்லாசமாய்ச் சவாரிசெய்து உலாவுவதைக் கண்டும் இன்னும் புருஷருக்கு மேம்பாடான சுதந்தரம் வெள்ளைக்கார ஸ்திரீகள் அனுபவிப்பதைக் கண்ணாரக் கண்ட இந்துக்கள் கொஞ்சங் கொஞ்சமாய் முன்வழக்கத்தைக் கழித்து இப்போது தங்கள் பெண்களைப் பாடசாலைக்கு அனுப்பிக் கல்விகற்பிக்கத் துணிந்தார்கள். இத்துணிவு சுமார் முப்பது வருஷகாலமாய் நடந்தேறி வருகின்றது. இப்போது இருப்புப் பாதைகளில் பிரயாணமும் செய்கின்றார்கள். ஆகிலும் வெள்ளைக்கார ஸ்திரீகளுக்கு இருக்கும் சுதந்தரமில்லை. இதுவும் நாளாவர்த்தியில் கைவல்லியப் படுமென்று நினைக்கிறோம்" எனக் கூறுவது ஏற்புடையதே. பெண்ணடிமைத்தனம் ஒழிவதற்கு ஐரோப்பியப் பெண்கள் முக்கியக் காரணமாக இருந்ததை மறுக்க இயலாது. மேலும் சதி, சிசுக் கொலை போன்ற வகைகளில் பெண்கள் குரூரமாகக் கொல்லப்படுவதைத் தடுத்து நிறுத்தியதில், 'இங்லீஷ் துரைத்தனத்தார்' இத்தீமைகளை நிறுத்தி ஒழித்தனர் எனக் கூறியதை மறுப்பதற்கில்லை. விதவைகள் அனுபவிக்கும் இன்னல்களை எடுத்துரைத்து நாகரீக மக்களைப்போல மறுமணத்தைச் செய்வதை ஆதரித்ததோடு அதற்கு அங்கீகாரம் இல்லாததையும் சுட்டியது.

குழந்தைத் திருமணமும் இதனால் ஏற்பட்ட விதவை நிலை, "விபச்சாரத்தையும் உண்டாக்குகிறது" எனக் குறிப்பிடுகிறது அக்கட்டுரை. "இதர தேசத்து ஸ்திரீகளைப்போல் நம்நாட்டு ஸ்திரீகளையும் கல்வியிலும் மற்றும் கைத்தொழிலிலும் முன்னுக்குக் கொண்டுவருவது கடனேயாம்" என அக்கட்டுரை வலியுறுத்துகிறது. 'பெண்களுக்குக் கல்வி' என்ற தலைப்பில் வி.வே.கி. நாராயணசாமி பிள்ளை எழுதினார். பெண்கள் கல்வி கற்பது "சம்பிரதாய விரோதமென்றும்; இரண்டாவது, அது அனாவசியக மென்றும்; மூன்றாவது, அது சாத்திர விரோதமென்றும், நான்காவது, அதனால் பெண்களின் ஒழுக்கம் கோணிப்போ மென்றும்; இன்னும் பல பழுதான ஆக்ஷேபங்களைச் செய்வார்களென்பதை எல்லோரு மறிவோம்" எனக் கூறும் அக்கட்டுரை பெண்களே சுக துக்கங்களுக்குக் காரணம் எனக்கூறுகிறது. பெண்களுக்குக் கல்வி கற்பிப்பதை வலியுறுத்திய அக்கட்டுரை பெண்களின் கல்விக்காக, *"சென்னை பெண்மதிபோதினி, சென்னை விவேக சிந்தாமணி, மாதர் போதினி, மாதர் மித்திரி, சுகுணபோதினி, மாதர் நீதி, பெண்மதிமாலை, பெண்கல்வி, நல்லதாய், நல்லதங்கை"* போன்றவை உட்பட பல பத்திரிகைகள் அக்காலத்தில் வெளி யானதைக் குறிப்பிடுகிறது. 'இன்னமுமா' எனத் தலைப்பிட்டு எஸ்.வி. மாணிக்கன் எழுதிய கட்டுரை, சமூகச் சீர்திருத்தத்தை வலியுறுத்துகிறது. பெற்றோரைப் பிள்ளைகள் கைவிடுவதை எதிர்க்கிறார். ஜாதி உயர்வு தாழ்வைக் கண்டிக்கிற இக்கட்டுரை, பெண்கள் அடுப்பூதுவதிலிருந்து விடுபட்டுத் தாம் கற்ற கல்வியைப் பொதுவுலகில் பயன்படுத்த வேண்டுமென வலியுறுத்துகிறது.

பூலோகவியாஸன், பத்திரிகையை நடத்தியவர் ஆதி திராவிடர் சமூகத்தைச் சேர்ந்தவர் என்றபோதிலும் இங்குத் தொகுக்கப்பட்ட ஆண்டுகளைச் சேர்ந்த இதழ்களில் ஆதி திராவிடர்களின் சிக்கல்களைக் கவனப்படுத்தவில்லை. அதேசமயம், அவை இச்சமூகத்தின் சிக்கலாக இருக்கும் ஜாதி முறையை எதிர்த்தன; சமூகச் சீர்திருத்தத்தைப் பேசின; பெண் முன்னேற்றத்தைப் பேசின. அவ்விதழை ஒரு பொது இதழாக நடத்தியதை அதில் வெளியான கட்டுரைகள் தெரிவிக்கின்றன. இவ்விதழ் வெளிவந்ததில் ஆதி திராவிடர்களும் பிறரும் முக்கியப் பங்காற்றினர் என்பது தெளிவு. பத்திரிகைகளின் குறிப்பு என்ற தலைப்பில் நல்லாசிரியர் எழுதிய குறிப்பில் பூலோகவியாஸன் இடம்பெற்றிருந்தது. "பூலோகவியாசன் – என்னும் மாதாந்தத் தமிழ்ப் பத்திரிகை முறையே வரப்பெறுகின்றோம். இதனுள் பல மேதாவிகளால் பல்வேறு விஷயங்கள் இனிய செந்தமிழ்

நடையில் எழுதப்பட்டு விளங்குகின்றன. சைவசித்தாந்தம், வைத்தியம், கல்வி, அறநெறி முதலிய விஷயங்கள் படிப்போர்க்கு இன்னயம்பயக்குமாறு செவ்வனே எழுதப்படுகின்றன. இதுகாறும் வெளிவராத சில அரிய செந்தமிழ் நூல்களும் இப்பத்திரிகையின் மூலமாய் வெளிப்படுதல் கற்றோர்க்கும் பயன்படற் பாலதே. தமிழ்மக்கள் பலரும் இதனை ஆதரிப்பர் என்று நம்புகிறோம். இதன் வருடச் சந்தா ஒன்றே. பத்திராதிபர் ஸ்ரீ பூஞ்சோலை முத்துவீர உபாத்தியாயர் என்பார்."[1] *நல்லாசிரியன்* இதழின் மற்றொரு பிரதியில், 'மாற்றுப் பத்திரிகை' என்ற தலைப்பில் *பூலோகவியாஸன்* பத்திரிகையும் இடம்பெற்றிருந்தது.[2] இவை, அவ்விதழ் வெளியான காலத்தில் பிறரின் கவனத்தை ஈர்த்ததைத் தெளிவாகக் காட்டுகின்றன.

கோ. ரகுபதி

1. *நல்லாசிரியன்*, 1905, நவம்பர், ப. 140
2. *நல்லாசிரியன்*, 1906, ஜூன், ப. 138

“எப்பொருள் யார் யார்வாய்க் கேட்பினு மப்பொருள்
மெய்ப்பொருள் காண்ப தறிவு”

பூலோகவியாஸன்.

பிரதி மாதமும் பிரசுரஞ் செய்யப்படும்.

தொகுதி 3. சென்னை 1905ஸ்ரீ அக்டோபர்மீ 15உ [பகுதி]

“வேண்டுதல்வேண் டாமை யிலானடி சேர்ந்தார்க்
கியாண்டு மிடும்பை யில”

நமது பத்திரிகையின் மேம்பாடு

உலக சிருஷ்டிப்பு பலவற்றுள் மானிடப் பிறவியே அரிதென்பார் அறிஞர். அப்பிறவியிலும் கல்வியுணர்ந்தவர்களாயிருத்தலதியவசியமாம். அக்கல்வியினால் நற்பொருளை யடையக்கூடும். அக்கல்வியையே விருத்தி செய்தற் பொருட்டு ஜனோபகாரமாய் சுலபசந்தாவுக்கு நமது பத்திரிகை உலவி வருகின்றது. அவ்வாறு உலவும் பத்திரிகைக்கு வயதோ இரண்டும் முடிந்தது. இம் மாதப்பத்திரிகையான இது மூன்றாவது வருடத்தின் முதல் பத்திரிகையாம். சிறு குழவியாயிருந்ததால் சில சந்தாதாரர்களால் போஷிக்கப்பட்டு வந்தது. வருட மூன்றாகவும் அதிகமாக விருத்தியை நாடி இன்னும் பல சந்தாதாரர்களின் உபகாரத்தை நாடுகிறது. இதற்கு முன்னிருந்த சந்தாதாரர் களோடு இவ்வருடம் இன்னும் பலரும் சேர்ந்து வளர்ப்பார்களென பிரார்த்திக்கின்றோம். முதல் வருடம் டிம்மி 2 பாரம், 16 பக்கங்கள் கொண்டதாயிருந்து இரண்டாவது வருடம் 3 பாரம் 24 பக்கங்களாக வெளிவந்தது. மூன்றாவது

வருடம் ராயல் 3 பாரமாக வளர்ந்து வந்ததை கையொப்ப நேயர்கள் கவனிப்பார்கள். இதுபற்றி கடந்த வருட சந்தா செலுத்தாத இரண்டொருவரும் இவ்வருட சந்தாவையும் சேர்த்து அனுப்பிவிடுவார்களாக. முதல்வருடச் சந்தா செலுத்திய அன்பரிடம் இரண்டாவது வருடச் சந்தாவை வற்புறுத்தி வாங்காதிருந்தது உலோகோபகாரத்தையும் மனுஷத் தன்மையையும் முன்னிட்டே. இம்மாதமும் அவர்கள் அனுப்பிவிடுவார்கள் என்னும் நன்னம்பிக்கையாலேயே அனுப்பினோம். அவர்களவ்வித மனுப்பாதும், பத்திரிகை பெற விரும்பாதும் போவார்களானால் எழுதிவிடுவார்களல்லவா என்பது பெருநோக்கு. இவ்வாறு எழுதினோமென்று கடந்த வருடச் சந்தாதாரரில் கொடாத இரண்டொருவர் இப்போது பத்திரிகையை வேண்டாமென்றெழுதி விடுவது ஞாயமாகக் காணப்படாது. ஆகையால் பாக்கியைச் செலுத்திவிட்டு நிறுத்திவிடுவது தர்மசிந்தையாம். இரண்டு வருடம் நடந்தது இனியும் நடக்குமோ என்னமோ. முந்திய ரூபாயை அனுப்பி னால் வீணாகுமே என்று ஒருவரும் நினைக்கவே படாது. ஏனெனில்

இப்பத்திரிகைக்கு, எமது வழிபடுங்கடவுளின் திருவருட் செயலென்ன! சித்தராதீன் ககர்த்தர் திருக்குருகூர், ஸ்ரீமத் – ஞானசித்தசுவாமிகளின் ஆசீர்வாதமான அன்பென்ன! இரங்கோன் ஆன்ரெரி மாஜிட்ரேயட் ராய்பாஹதூர் ஸ்ரீமான். பெ–மொ–மதுரைப் பிள்ளை யவர்களின் உதவி யென்ன! ரங்கோன் செஷன்கோர்டு இன்டர்ப்ரட்டர் ஸ்ரீமான் விச்சூர் – முத்துக்குமாரசாமி முதலியார் B.A. அவர்கள் உபகாரமென்ன! எமது அச்சாபீஸ் அதிபர் ஸ்ரீமான் ஈ – இரத்தினவேலு முதலியாரவர்களுதவியென்ன, பெங்களூர் – சித்திரக்கவிநாவலர் ஸ்ரீமான் A.V. ஜோசேப்பு பிள்ளையவர்களுதவியென்ன! இவரது மாணாக்கர் ஸ்ரீமான் C.S. ஞானப்பிரகாசம் உபாத்தியாயரவர்கள் பெரும்பிரயாசை யான உபகாரமென்ன! பெங்களூர் ஸ்ரீமான் S.M. நாராயணசாமி பிள்ளையவர்களுதவியென்ன! (கோலார் கோல்ட்பீல்ட் சாம்பியன் ரீவ்ஸ்) மது விலக்கு சங்கத்தினங்கத்து ளொருவராகிய ஸ்ரீமான் F.C. தம்புசாமிப் பிள்ளையவர்களின் ஊக்கமான உபகாரமென்ன! பெங்களூர்தண்டு மிறைக்கவி கோளரி ஸ்ரீமான் – P – ஜான் அந்தோனிப் பிள்ளை யவர்கள் சன்மான மென்ன! மாரிகுப்பம் ஸ்ரீசிவகேசவர்த்வைத சிற்சபையின் காரியதரிசி ஸ்ரீமான் – M.Y. முருகேசம் பிள்ளையவர்களின் உபகாரமென்ன! ஷை சபையின் – அக்கிராசனாதிபதி ஸ்ரீமான் M. சங்கரமீனோன், ஸ்ரீமான் M. பாபு பிள்ளை,

இவர்கள் உபகாரமென்ன! காரியதரிசி ஸ்ரீமான் C. குருசாமி பிள்ளையவர்களுபகாரமென்ன! மாரிகுப்பம் ஸ்ரீமான் D. அத்தோனிப் பிள்ளையவர்களின் சன்மானமென்ன! கோலார்கொரமாண்டல்வாசி ஸ்ரீமான் P.A. சித்திரைப் பிள்ளையவர்கள் பெரிய உபகாரமென்ன, உரிகம்ஹால் ஸ்ரீமான் M. கன்னியப்பன் பிள்ளையவர்கள் அன்பென்ன! உரிகம் சப்ளையர் ஸ்ரீமான் ச.மு.ரா. ஆறுமுகப் பிள்ளையவர்கள் தற்போது எடுக்காதெடுத்த முயற்சியென்ன! மற்றும் நன்கொடை யாளரின் உபகாரமென்ன! அரிய கையொப்பக்காரர்களின் ஆதரணையென்ன! இனி [1]இவ்வருடத்தில் ஆதரணைக் கர்த்தராகும் ஸ்ரீமான்கள் என்ன! இனி கையொப்பம் செய்யும் அன்பாளரின் உதவி யென்ன! பொருட்சகாயமும் வளர்ச்சியின் சகாயமும் இவ்வாறிருந்தாலும், கடந்த வருடம் நமது பத்திரிகையின் விருத்தியை நாடி பல அரும்பெரும் விஷயங்களை எழுதியுதவிய – சென்னை கிறிஸ்டியன் காலேஜ் தமிழ்ப்பண்டிதர் – ஸ்ரீமான் – ஈக்காடு இரத்தினவேலு முதலியா ரவர்களென்ன! இந்து தியலாஜிகல் உயர்தரப்பாடசாலைத் தமிழ்ப்பண்டிதர் ஸ்ரீமான் – கோ – வடிவேலுச் செட்டியா ரவர்களென்ன; மதுரைத் தமிழ்ச்சங்கத்து ஆங்கிலத் தமிழ்வித்துவான் – ஸ்ரீமான், விச்சூர் முத்துக்குமாரஸ்வாமி முதலியார் B.A. அவர்களென்ன! முத்தமிழ்க் கவியரசு தஞ்சை – டாக்டர், ஸ்ரீமான் சண்முகம் பிள்ளை என்பாரென்ன! இராயபுரம் வித்வான் – வே.கி. நாராயணஸ்வாமி பிள்ளை யவர்களென்ன! வேப்பேரி S.P.G. உயர்தர கல்விச்சாலைத் தமிழ்ப்பண்டிதர் ஸ்ரீமான், கா – ரா – நமச்சிவாய முதலியா ரவர்களென்ன! இராயப்பேட்டை பண்டிதர் சங்கை – க. அயாத்திசாசரவர்களென்ன! சர்வதேசாபிமான மதுவிலக்குச் சபாங்கத்து ளொருவராகிய ஸ்ரீமான் கோ. முனிசாமிப் பிள்ளையவர்களென்ன! சென்னை பௌத்த வாலிப சங்கத்து காரியதரிசி சி.ம.இ. மூர்த்தி T.S. அவர்களென்ன! மெஸ்ஸர்ஸ் – பிரான்க் அன்டு கோடுபாஷ் M. இராஜி முதலியார் என்ன! இனிமேல் பலவிதமான சாராம்ஸ சங்களை யெழுதியுதவும்படியாக முன்வந்துள்ளவர்களோடு இனியும் வரும். பிரபல வித்வமணிகளென்ன! கடிதவாயிலாக பல பொது நலவிஷயங்களையெழுதா நின்ற கல்வியாளரென்ன![2] இன்னும் பல சந்தாதாரர்களைச் சேர்த்தனுப்புவதாக

1. சில அன்பர்களை ஆதரணை கேட்டிருக்கிறோம். அவர்கள் செய்ததும் அவர்கள் பெயரை இரண்டாவது பத்திரிகையில் வெளியிடுவோம்.

2. இவர்கள் சேர்த்தனுப்பியதும் பத்திரிகைவாயிலாக இவர்கள் பெயரை வெளிடப்படும்.

வாக்களித்து முன்வந்துள்ள உத்தமோப காரர்களென்ன! கடந்த வருடமும், இவ்வருடமும் நன்கொடையாக அதிக சந்தாவை யனுப்பிய தகமையாளரென்ன! இவ்வாறு பற்பல உபகாரங்க ளிருக்க நமது பத்திரிகைக்கு இடையூறு வராதென்பது சொல்ல வேண்டுமா?

அன்பர்களே! வெகு குறைந்த சந்தாவாகிய ரூபா ஒன்றை யனுப்பி நமது பத்திரிகையை முன்னுக்குக் கொண்டு வருவீர்களெனப் பிரார்த்திக்கின்றனம்.

P.M.V. *(பத்திராதிபர்)*

S.V.M *(உபபத்திராதிபர்)*

பத்திராதிபர் குறிப்புகள்

கடிதமெழுதுகிறவர்கள், சுருக்கமாகவும், வீண்விவகார மின்றியும் சுத்தமாக ஒரேபக்கத்திலும் எழுதியனுப்ப வேண்டியது. ஜனன, மரண அறிக்கைகளை எழுதவிரும்புவோர்கள் தம்பெயருட்பட மூன்று வரியிலேயே அடங்கும்படி எழுதினால், அவைகளுக்கு சார்ஜிவாங்கப்பட மாட்டாது. அதற்கதிக மாகும் பட்சத்தில் 4 அணா வாங்கப்படும். பாட்டாக எழுதிப் போட்டால் 8 அணா வாங்கப்படும். நமது பத்திரிகையை வாங்கவிரும்பும் அன்பர்கள் கல்வியில் சிறிது பயிற்சி யுள்ளவர்களாகவே யிருக்க வேண்டியது நலம்.

நமது பத்திரிகை குறைந்த சந்தாவுக்கு அனுப்பப்படுவ தால், ஏதாவது பதில் பெற விரும்புவோர் ரிப்ளை கார்டாவது தபால் தலையாவது அனுப்ப வேண்டியது. ஆதரணைக் கர்த்தர்களும் நன்கொடையாளரும் ஸ்டாம்புக ளனுப்ப வேண்டியதில்லை. நட்பெயிட் கடிதங்களைத் திருப்பி விடப்படும். கடிதமெழுதுகிறவர்கள் தத்தம் உண்மையான பெயருடனும் எழுதி யனுப்ப வேண்டியது. அன்பர்களெழுதும் கடிதங்கள் குறைக்கவும் கூட்டவும் திருத்தவும் பத்திராதிபருக்கு அதிகாரமுண்டு. பிரசுரிக்கப்படாத கடிதங்கள் திரும்ப அனுப்பப்பட மாட்டாது. பத்து கையொப்பங்களைச் சேர்த்து வசூலித்தனுப்பும் அன்பர்களுக்கு உத்தரவாதமான (டைம்பீஸ்) கடியாரம் ஒன்று இனாமாக அளிக்கப்படும்.

கடிதம்

“ஜன்மாந்திரமாவதியாது?” எனத் தலைப்பு வைத்தெழுதிய வருக்கு; ஐயா! கடந்த வருடப் பத்திரிகையில் தாங்களெழுதிவந்த ஷை விஷயம் நமது சந்தாதாரர்களி லநேகருக்குப் பெரும்

நன்மையை யுண்டாக்கியிருக்குமென்பதற் காக்ஷேபமின்று. என்றாலும் இது மூன்றாவது வருட முதல் பத்திரிகை யாகையால் அநேக புதிய நபர்களுக்கு மாதிரி காப்பிகள் அனுப்ப வேண்டியிருக்கிறது. அவர்களுக்கு முன்தொடர்ச்சி தெரியாமையால் கஷ்டத்தையுண்டு பண்ணுமாகலின் தாங்கள் இதுவரையும் எழுதிவந்ததோடு இனியுள்ளதை யுஞ்சேர்த்து 1000 காப்பிகள் அச்சிட்டுக் கொடுத்தால் தபாற்செலவின்றி நமது பத்திரிகையிலேயே அநுபந்தமாகச் சேர்த்தனுப்பலாம். இது தாங்களெடுத்துக் கொண்ட பிரயாசைக்குப் பெரும் பேற்றைத் தரும். இதைப் பற்றிக் கவனிப்பீர்.

"ஏகாந்த சேவை" எனத் தலைப்பு வைத்து எழுதியவருக்குச் சொல்ல வேண்டியது மிதுவே. இவர்களெம்மை மன்னிக்க வேண்டியது கடமை. இதன்றி வேறெந்த விஷயங்களையாவது பொதுநலங்கருதி யெழுதுவார்களானால் மிகவு நன்மையா யிருக்குமென வேண்டுகின்றனம்.

பத்திராதிபர்

ஒருமுறை படித்தால் போதும்

நமது பத்திரிகையைப் பெறுமன்பர்கள் நம்மை மற்றகாலத்தில் மறந்திருந்தாலும் வியாசனைக்கண்ட அன்றாவது கியாபகமடைய மாட்டார்களா என்றால் சந்தா செலுத்தாமல் பத்திரிகை படிக்கிறோமே எங்ஙனம் இது கைக்குவரும். எப்படி நடத்துவார் என்னும் மேம்பாடான குணத்தால் எண்ணிய நல்லோர்கள் இவ்விதம் செய்யார்கள். மூன்றாவது வருடத்தில் இது ஐந்தாவது மாதமானதே. இன்னும் தயவு வரவில்லைபோலும், அன்பர்களே! கவனியுங்கள். கவனியுங்கள். ஏதாவது கட்டாயப்படுத்தினால் நிறுத்திவிட எழுதத்தான் தெரியும்.

அன்பாளராகிய கையொப்ப நேயர்களின் சகாயத்தாலும் ஆதரணைக்கர்த்தர்களின் அநுக்கிரஹத்தாலும். 3—வருடமாக நடக்கும் இப் பத்திரிகை விருத்தியாக்க எண்ணுகிறோம். இன்னும் சில கையொப்பம் சேர்ந்தால் இன்னும் 8—பக்கம் அதிகமாக்க உத்தேசம். கவனித்து வெவ்வேறு சில கையொப்ப நேயர்களைச் சேர்மின் அன்பர்களே!

பெப்ரவரி, 1906, பக். 119.

எத்தனைபேர்?

கடவுளைத் துதிக்கிறவர்க ளெத்தனைபேர் தூஷிக்கிறவர்க ளெத்தனைபேர் இனிமையாகிய முத்தமிழை விரும்புகிறவர்கள்

எத்தனைபேர் அதை புறக்கணிக்கிறவர்க ளெத்தனைபேர். கல்வி வந்தர்களைப் புகழ்ந்து உபசாரஞ்செய்கிற அன்பர்க ளெத்தனை பேர் அவர்களுடைய விஷயமுணராது புறங்கூறுகிறவர்க ளெத்தனைபேர்? உலகம் நிலையற்ற வாழ்வென்றெண்ணி தம்மை யடுத்தர்க்கு உபகாரம் செய்கிறவர்கள் எத்தனைபேர். அபசாரம் செய்கிறவர்க ளெத்தனைபேர்? சொன்ன வார்த்தை நிறைவேற்று கிறவர்க ளெத்தனைபேர், தவறி நடக்கிறவர்கள் எத்தனைபேர்? நந்தமிழ்நாட்டில் தமிழ்ப்பத்திரிகைகளை ஆதரிக்க விரும்பும் அன்பர்க ளெத்தனைபேர் அலட்சியம் செய்கிறவர்களெத்தனைபேர்? பத்திரிகைகளை வாங்க பிறரைத் தூண்டுகிறவர்க ளெத்தனைபேர் வாங்குகிற அன்பர்களை யும் தடுக்கின்றவர்கள் எத்தனைபேர்? பத்திரிகைகளை வாசிப்பதினால் பிரயோஜனமுண்டென உணர்ந்து வாங்கி வாசிப்பவர்க ளெத்தனைபேர் பிரயோஜனமில்லையென மந்தமதியால் விருப்பவர்கள் எத்தனைபேர்? நமது பத்திரிகை யின் வளர்ச்சியைக் கருதி சந்தாவை நிறுத்தாமல் அனுப்பி விடுகிற அன்பர்க ளெத்தனைபேர், எவ்வளவு காலமனுப்பி னாலும் காசுகொடாம லிருப்பவர் எத்தனைபேர்? நம்மையும் நந்தமிழ்ப்பத்திரிகையையும் மேம்பாடாக்க எண்ணி ஆதரணைச் செய்யும் ஸ்ரீமான்கள் எத்தனைபேர். ஆதரணை செய்வதாக வாக்குமாத்திரம் அளித்து மௌனஞ்சாதிப்பவர் களும், கேட்டும் பதில்வார்த்தை யெனுமில்லாதவர்களும் எத்தனைபேர்? நமது பத்திரிகையைப் பெருக்கமாக்க நன்கொடை யளிப்பவர்களும் இதை மாத இருமுறை பத்திரிகையாகவாவது வாரப்பத்திரிகை யாகவாவது வளர்த்து நடத்த வேண்டுமென எண்ணி நம்மையும் அவ்வாறு செய்ய கோருகிற அன்பர்கள் எத்தனைபேர். அழுக்காற்றால் இப்பத்திரிகை நின்று விடவேண்டுமென எண்ணுகிறவர்களும், நின்று விடுமெனத் தீர்மானிக்கிறவர்களு மெத்தனைபேர்? இப்பத்திரிகையின் சந்தா வெகுகுறைந்தது வருடத்திற்கு ரூபா ஒன்றுதானே இதைக்காலந் தவறாமல் கொடுத்து பத்திரிகை நடத்துவதுத்தமமென எண்ணிப் பாக்கியில்லாதிருக்கும் அன்பர்க ளெத்தனைபேர், எவ்வளவு எழுதினாலும் படித்துப் படித்துச் சந்தாவை அனுப்பாதிருப்பவர்கள் எத்தனைபேர்? இவ்வாறு எழுதிய இவ்விண்ணப்பத்தின் தாத்பரியத்தைக் கண்டு தாங்கள் பாக்கியாகிய சந்தாவை உடனே அனுப்பி வைக்கிறவர்க ளெத்தனைபேர், இதையும் படித்துச் சந்தாவை அனுப்ப காலதாமதம் செய்கிறவர்க ளெத்தனைபேர்? இவ்வளவெழுதிச் சந்தா சேகரிக்காமல்விட்டால் பத்திரிகை நடப்பது எப்படி இவ்வாறெழுதுவது நல்லதே யென்பவர்கள்

எத்தனைபேர், சந்தா நாம் கொடுக்கவில்லை யென்று இம்மாதிரி யெழுதினார் ஆகையினால் பாக்கிச்சந்தாவையும் அனுப்பாமல் அமுக்கிக்கொண்டு பத்திரிகை வேண்டாம் என எழுதிவிடலாமென்றெண்ணுகிறவர்கள் எத்தனைபேர்? இத்தனைபேருக்கு மித்திரராகவே சித்தமுற வேண்டியவர் பத்திராதிபராகையால் நித்தமும் உத்தமத்தையே விரும்புகிறோம்.

மே, 1906, ப.177 *(பத்–ர்.)*

புதுவருடவாழ்த்து

பண்டிதாசிரோமணி

மாதுஸ்ரீ – மனோன்மணியம்மாளியற்றிய

சால்புமுல்லை

மாதமொரு முறைதமிழ்நா டெங்கணுஞ்சென் றேயுலவி
மதித்தற் கேற்ற
சாதகமா யுற்றவை தீகலௌ கீகநெறி சதுராச் சாற்றித்
தீதகல வெவரையுநல் லொழுக்கத்தி லேவைக்குந் திறமை
வாய்ந்த
வோதரிய பூலோக வியாஸனற் புகழெங்கு மோங்கி வாழ்க.

மே, 1906, பக்.148.

ooo

திருக்குறள்

இனியவை கூறல்

இவ்வதிகாரத்துத் தலைப்பின் கருத்தாவது மனத்திலே உண்டாகும் மகிழ்ச்சியை வெளிப்படுத்து வதற்குச் சாதனமாயுள்ள இனியசொற்களைச் சொல்லுதல் என்பதாம். மனத்திலே உண்டாகும் மகிழ்ச்சிக்குச் சாதனமாயுள்ளவைதான் இனிய சொற்கள் என்னும் இலக்கணத்திற்குரியனவே யன்றி மற்றபடி உட்பகைகொண்டு மேலுக்குத் தேனொழுகப் பேசும் சொற்கள் கடுஞ்சொற்களே எனக் கொள்ளல் வேண்டும். புறச்சிநேசமும் உட்பகையும் மகாவிஷத் தன்மையுடையன வென்பதை "புறநட்டகம் வேர்ப்பார் நச்சுப் பகைமை வெளியிட்டு வேறாதல் வேண்டும்..." என்னும் பெரியோர்வாக்கால் காண்க. இவ்வதிகாரம் விருந்தோம்பற்குப் பின் வைக்கப் பட்ட தென்னையோவெனில் கண்டவிடத்து முகமலர்ச்சியும் ஓம்பும்போது உபசரணையு மாகிய இரண்டினையும் மனமலர்ச்சியா லுண்டாகும்இன்சொலால்தான் அறியக்கூடுமாகை யால் விருந்தோம்பலில் முக்கிய பாகத்திற்குரிய இனியவை கூறல் அடுத்துவைக்கப்பட்டது. இன்சொல்லுக்கு இலக்கணங் கூறவேண்டி நாயனார்

"இன்சொலா லீர மளையிப் படிரிலவாஞ்
செம்பொருள் கண்டார்வாய்ச் சொல்"

என்றார்.

இன்சொல்லுக்கிலக்கண மென்னவெனில்? ஜாதி ஆசார முதலியவைகளாற் பேதிக்கப்படாதிருக்கும் தர்மத்தின் நெறியைக் கண்டவர்கள் அன்போடும் பேசுகின்ற சொற்களாம். மேற்கூறியபடி அறமின்ன தென்றறியாதுழலும் மாக்கள் பிறரைவஞ்சிக்கச் சிறிதும் அன்பில்லாதவர்களாய் உலகத்திற்கு இதம் சொல்பவர்களைப் போல் நடித்துக் கூறுவனவெல்லாம் தோற்றமினிமையாகக் காணப்படினும் உண்மையில் இன்சொலாகாவெனக் குறிப்பிட்டனர். உள்ளடங்கியிருக்கும் மற்ற விஷயங்களை நண்பர் அறிந்துகொள்வார்களாக,

ஈகையினுமின்சொலே மிகச் சிறப்புடைத் தென்பதைக் காட்ட

> "அகனமர்ந் தீதலி னன்றே மிகனமர்ந்
> தின்சொல னாகப் பெறின்"

என்றார்.

தனிகர் செல்வமிகுதியால் விருந்தோம்பிப் புகழெய்வ ரென்று வறியர் தங்களைத் தாங்களே நிந்தித்துக்கொள்ளாதிருக்க அவ்வறியரும் விருந்தோம்பலின் பயனினும் மேலாம் புகழடையக் கூடுமென்றும் அடையக்கூடும்வழி முகமலர்ந்து பிரயோசனப்படக்கூடிய இனியசொற்களைச் சொல்லுதலே எனக் கூறினர். ஆகவே உள்ளன்போடும் இன்சொற்களைச் சொல்லும் வறியரே கட்டாயத்திற்காக விருந்தோம்பும் செல்வரினும் செல்வரெனக் கொள்ளப்பட்டனர். இன்சொல்லின்றி தர்மமில்லை யெனக்காட்ட "முகத்தா னமாந்தினிது நோக்கி யகத்தானா மின்சொ லினதே யறம்" என்றார். இதில் முதலில் மனத்துண்டாகும் மகிழ்ச்சியைக் கொண்டு முகத்தான் விரும்பி பிறகு கண்களாலினிது நோக்கிக் கடைசியாக வாயால் இன் சொற்களைச் சொல்லு மிடத்தில் அதாவது முறையே மனம் காயம் வாக்கினால் நேசிக்குமிடத்தில்தான் தர்மம் எனக்காட்டப்பட்டது. முதலிரண்டிருந்தும் கடைசியான இன்சொல்லில்லையேல் அறம் கெடும் என்றுங்கொள்க. அப்பொழுதுதான் உலகமும் விரும்பும் என்பதை "மென்மதுர வாக்கால் விரும்புஞ் சகங்கடின, வன்மொழியி னாலிகழு மண்ணுலகம்" என்னும் பெரியோர் வாக்காலறிக, பின்னும் இன்சொல் கூறுபவர் அடையும் இம்மைப்பயனை "துன்புறூஉந் துவ்வாமை யில்லாகும் யார்மாட்டு, மின்புறூஉ மின்சொ லவர்க்கு" என்பதால் விளக்கினர். பயனென்னவெனில் இவ்வுலகத்தில் எல்லாராலும் வெறுக்கப்படுவதும் அஞ்சப்படுவதுமாகிய வறுமை இன்சொல்லுடையவர்களை அணுகாது என்றார்.

அஃதெப்படியெனின் இன்சொற் கூறுவதினால் எவரும் நஷ்டத்தை யடையாதபடியால் வெறுக்கக்காரணமின்றி அவரை நேசிப்பார்கள். ஆகவே பகையில்லாது அதன்மூலமாய் வரக்கூடிய கஷ்டங்களை அடையமாட்டார். பின்னும் அப்பயனை விவரிக்க "பணிவுடைய னின்சொலனாத லொருவற், கணியல்ல மற்றுப்பிற" என்றார். உலகத்தின் ஆபரணங்க ளெல்லாம் புகழுக்கு முக்கிய சாதனங்களல்லவென்றும் ஆகவே பிரயோஜனமற்றனவென்றும் அழியாப் புகழிற்கேதுவாகிய தாழ்மையும் இன்சொல்லும் மற்ற ஆபரணங்களைவிட மேலானதென்றும் காட்டினர். தாழ்மையும் இன்சொல்லும் ஆகிய இவ்விரண்டில் ஒன்றில்லாதிருந்தும் மற்றதுள்ளதால் பயனில்லை யெனக்காட்ட "பணிவுடைய னின்சொலன்" என்றார். பிறகு இன்சொற்கூறுபவர் அடையும் மறுமைப் பயனை விவரிக்க "அல்லவை தேய வறம்பெருகு நல்லவை, நாடி யினிய சொலின்" என்றார். நன்மை பயக்கும் சொற்களை ஆராய்ந்து இனிய சொற்களைச் சொல்பவனது பாவந்தேய புண்ணியம் வளரும் என்பது இதன் கருத்து. இதில் "நல்லவை நாடி" என்பது கவனிக்கத்தக்கது. ஒருவன் பிறனுக்கு நன்மை செய்ய வேண்டுமென மனப்பூர்வமாய்க் கருதி அப்பிறன் தீயவழியில் நடப்பதைக் கண்டு தடுக்க அவனுக்கு விரோதமாகச் செய்தாலும் அப்பிறனடையும் நன்மையைக் கருதும்போது இவன் செய்த தீமையும் நன்மையாகக் கொள்வர் மேலோர். ஏனெனில் நாடியது நன்மையாகையால் நன்மையை நாடிக் கடுஞ்சொல்லா லன்றி இன்சொலாற் சொல்லுதல் மேற்சொன்னதினு மினிதெனக் காட்டினர். அப்படிக்கில்லாமல் தீமையை நாடி இன்சொல் பேசுபவர்க்குப் புண்ணியந்தேயபாவம் பெருகும் என்றறிக. பிறகு "நயனீன்று நன்றிபயக்கும் பயனீன்று, பண்பிற் றலைப்பிரியாச் சொல்" என்பதால் மேற்சொல்லிய இம்மை மறுமைக்கு வேண்டியவைகளை அளிக்கும் எனத் தொகுத்துக் காட்டினர். அதாவது இம்மைக்கு நீதியையும் மறுமைக்கு அறத்தையு முண்டாக்கு மென்றார். "பண்பின் றலைப்பிரியா" என்றது மேற்குறளில் "நல்லவை நாடி" என்பதை ஆமோதித்து நிற்கின்றது. பின்னும் இருமைப் பயனை வற்புறுத்திக் காட்ட சிறுமையு ணீங்கிய வின்சொன் மறுமையு, மிம்மையு மின்பந் தரும்" என்றார். இருமையிலும் இன்பத்தை யளிக்குமென்பதிதன் கருத்து. இங்கு இன்சொல்லுக்குச் சிறுமையாவதென்னையெனில் பிறரை வருத்தப்படச் செய்வதே, இன்சொல் வன் சொல் இவைகளின் பயனை ஒத்திட்டுப் பின்னைய துடையவர்களை இகழுவான் "இன்சொ லினிதீன்றல் காண்பா னெவன்கொலோ வன்சொல் வழங்குவது" என்றார். ஆகவே இன்சொல்லிற்றான் இன்பமுளதென்றும்

வன்சொல்லாற் றுன்பம் நேரும் என்றுங்காட்டித் துன்பத்தை வருவித்துக்கொள்ளல் எவ்வளவு மதியீனமென்று இக்குறளால் வினவுகிறார். இதனால் வன்சொல்லின் குற்றங்கூறப்பட்டது. பின்னும் வன்சொல்லின் இழிவை விளக்க "இனிய வுளவாக வின்னாத கூறல், கனியிருப்பக் காய்கவர்ந் தற்று" என்றார். நன்மையைக் கொடுக்கும் இனிய சொற்களிருக்க அவைகளைக் கையாடாது தீமையைப் பயக்கக்கூடிய வன்சொற்களையே மிகுதியாகக் கொள்ளல்; அருமையான இனிய பழமிருக்க அதனைவிட்டுக் கசக்கக்கூடியதும் நோய்க்கிடமானதுமான காய்களைத் தின்று கஷ்டம் அனுபவிப்பது எவ்வளவு மதியீனமென்று இகழ்ந்தனர். ஆகவே அன்பர்கள் தாழ்மை பாராட்டி இன்சொற்களையே கையாடி வன் சொல்லை நீக்கிச் சகோதரத்துவம் பாராட்டி நடப்பதே மேன்மை. அப்படிக்கின்றி வாசித்த நண்பர்களும் வன் சொல்லையே மிகுதியாக உபயோகித்துப் பத்திரிகைகள் வெளியிட்டு ஒருவர் இழிவை மற்றொருவர் எடுத்துக்காட்டி, வாசிப்பில்லா நண்பரும் பார்த்துக் கேவலமாகப் பேச வைத்துக்கொள்வதை என்னென் றழைக்கலாம்? இனியேனும் எம் சகோதரர்கள் பட்டினத்தடிகள் பாடல்களிலொன்றாகிய,

"பேய்போற் றிரிந்து பிணம்போற் கிடந்திட்ட பிச்சையெல்லாம்
நாய்போலருந்தி நரிபோலுழன்று நன்மங்கையரைத்
தாய்போற் கருதி தமர்போ லனைவர்க்குந் தாழ்மைசொல்லி
சேய்போ லிருப்பர் கண் டீருண்மை ஞானந் தெளிந்தவரே"

என்பதில் தடித்த எழுத்தாலிருப்பவைகளை முற்றும் கவனிக்க தாழ்மையாய் வேண்டுகின்றோம்.

அக்டோபர் 1905, பக். 3–5. கோ – மு – சென்னை.

திருக்குறள். செய்ந்நன்றியறிதல்

பிறர் தனக்குச் செய்த உபகாரத்தை மறவாதித்தல் என்பது இத்தலைப்பின் பொருளாகும். இவ்வதிகாரம் இனியவை கூறலுக்குப்பின் அமைக்கப்பட்ட தென்னையோவெனில் இல்லறத்தின்கண்ணே நின்று விதியாம் விருந்தோம்பலுக்கு இன்றியமையாதுள்ள இன்சொற்களைச் சொல்பவரேனும் நன்றிமறப்பரேல் குற்றம்செய்தவர்களாய் இன்சொல் கூறலும் பயனற்றதாகப் போய்விடுமாகலின் அத்தகைய இன்சொல் சொல்பவர்களுங்கூட ஜாக்கிரதையாய் நடக்க வேண்டி இவ்வதிகாரம் இங்கமைக்கப்பட்டது. ஒருவர் காரணமில்லாது செய்யும் நன்றியின் அருமையை விளக்க நாயனார் தமது முதற்குறளில்,

> "செய்யாமற் செய்த வுதவிக்கு வையகமும்
> வானகமு மாற்ற லரிது"

என்றார்.

இங்கு "செய்யாமற் செய்த உதவி" என்பது இதற்கு முன்னர் தனக்கு மற்றொருவர் யாதொரு உதவியும் செய்யாதிருக்க (ஆகவே காரணமில்லாமல்) தான் அவர்க்குச் செய்யும் உதவியைக் குறிக்கும் – அப்படி யாதொரு காரணமுமில்லாமல் அதாவது பிரதியுபகாரமாகச் செய்யப்படாத நன்றிக்கு விண்ணுலகத்தையும் மண்ணுலகத்தையும் ஈடாகக் கொடுத்தாலும் போதாதென்பது இக்குறளின் கருத்தாம். இதனைச் செய்யாமை செய்தவுதவி எனப் பாடங்கொள்ளுதலுமுண்டு. அப்போது பிரதியுபகாரஞ் செய்யாகூடாமையை அறிந்து செய்த உதவி என்றாகும். பிறகு காலத்திற்செய்யும் உதவியின் மேன்மையைக்காட்ட.

> "காலத்தி னாற்செய்த நன்றி சிறிதெனினு
> ஞாலத்தின் மாணப் பெரிது"

என்றார். இங்கு உதவி சிறிதாயினும் ஆபத்துக்காலத்திலோ அல்லது முக்கியமாக உதவி வேண்டிய காலத்திலோ அவ்வுதவி செய்யப்பட்டமையால் அது பூமியினும் பெரிது என்றார். இதற்கு உதாரணம் வலையிலகப்பட்ட சிங்கத்தை மீட்க சுண்டெலி அவ்வலையைக் கடித்ததே இதைப்போந்த தாகும் புராணவுதாரணங்களுமநேகமுள. சரித்திரப்பூர்வமாக வேண்டில் உலாந்துதேசம் தண்ணீரால் மூடப்படாதபடி அவ்வூர் அணையினுள்ள ஒரு சிறுதுவாரத்தைத் தன் சிறுவிரலால் இரவெல்லாம் அடைத்துக்கொண்டிருந்த ஓர் சிறிய உலாந்திய பிள்ளையின் சரித்திரமும் ஏற்றதே, பின்னும் பயன்கருதாது நோக்கும் உதவியின் மகிமையை யுணர்த்த,

> "பயன் றூக்கார் செய்த வுதவி நயன் றூக்கி
> னன்மை கடலிற் பெரிது"

என்றார்.

பயனைக் கருதாது தான் உதவி செய்ய வேண்டுமென்றும், அவ்வுதவி எப்படியாவது பயனையளித்தேவிடும் என்பதை,

> "நன்றி யொருவர்க்குச் செய்தக்கா லந்நன்றி
> யென்று தருங்கொ லெனவேண்டா – நின்று
> தளரா வளர்தெங்கு தாளுண்ட நீரைத்
> தலையாலே தான்தருத லால்"

என்பதனால்

நன்கறியலாம். பின்னும் பிரதியுபகாரம் செய்யக் கூடியவர்கட்குச் செய்வதெல்லாம் நன்றியாகாது கடன்போலாகுமென்பதை; நாலடியார் "ஏற்றகை மாற்றாமை யென்னானுந் தாம்வரையா, தாற்றாதார்க்கீவதாமாண்கட– னாற்றின், மலிகடற் றண்சேர்ப்ப! மாறீவார்க் கீதல், பொலிகட னென்னும் பெயர்த்து" என்பதனாற் காண்க. பின்னும் உபகாரத்தை யடையும் பெரியோர் செய்கின்றது யாதெனின் "தினைத்துணை நன்றிசெயினும் பனைத்துணையாக் கொள்வர் பயன்றெரி வார்." அதாவது செய்யப்பட்ட வுதவி சிறிய அளவினதேயாயினும், அதனால் வரும்பயன் பெரிதாகையால் அவ்வுபகாரத்தைச் செய்த அளவே கருதாது பயனளவைக் கொண்டு கணிப்பர் பெரியோர் என்பது இக்குறளின் தாற்பரியமாகும். முதன் மூன்று குறளாற் கூறிய மூன்றுவித உபகாரமாகிய செய்யாமல் செய்வது, காலத்திற் செய்வது, பயன் கருதாது செய்வது ஆகிய இம்மூன்றினையும் தொடுத்து நான்காவது மொன்றுளதெனக் காட்ட "உதவி வரைத்தன் றுதவி யுதவி, செய்யப்பட்டார் சால்பின் வரைத்து" இந்நான்காவதுதவி யென்னையெனில் உதவியைப் பெற்றுக்கொள்பவரின் தகுதிகேற்கச் செய்யும் உதவி. செய்யும் உதவிக்கு எல்லை இல்லையென்றும், அஃதுபெற்றுக் கொள்பவரின் தகுதியின் எல்லையே எல்லையென்றும் இதனால் காட்டினர். "பாத்திரமறிந்து பிச்சையிடு" என்னும் பழமொழி இக்குறளுக்கு ஒருவாறு ஒக்குமெனக் கொள்ளலாம். இன்னும் இம்மை மறுமை உறுதிகளைக் காட்ட "மறவற்க மாசற்றார் கேண்மை துறவற்க. துன்பத்துட் குப்பாயார் நட்பு" இதில் இம்மை யுறுதியாவது "துறவற்க துன்பத்துட் டுப்பாயார் நட்பு." என்பது மறுமை யுறுதியாவது "மறவற்க மாசற்றார் கேண்மை" என்பதே. மாசற்றார் கேண்மை மறுமைக் குறுதி யோவெனின் ஆம் என்றே அறநெறிச்சாரம் "இம்மை யடக்கத்தைச் செய்து புகழாக்கி, யும்மை யுயர்கதிக்குய்த்தலான் – மெய்ம்மையே, பட்டாங் கறமுறைக்கும் பண்புடை யாளரே, நட்டா ரெனப்படுவார்" எனக் கூறுகிறது. இன்னும் நன்றி செய்தவரின் நட்பு மறக்கற்பாலதன்று என்பதை "எழுமையெழுபிறப்பு முள்ளுவர், தங்கண் விழுமந்துடைத்தவர் நட்பு" என்பதனால் வற்புறுத்தினர். ஏனெனில் துன்பந்தான் சிநேக சோதனைக்குச் சரியான கருவியாகையால் அச்சோதனைக்கு நின்றவர்களே நண்பர் எனக் கொள்ளப்படல் வேண்டும். இதைப்பற்றிதான் "A friend in need is a friend indeed" என்னும் ஆங்கிலேய முதுமொழி. எழுபிறப்பாவது "ஊர்வ பதினொன்றாம் ஒன்பது மானுட நீர்ப்பறவை, நாற்காலோர் பப்பத்தாஞ், சீறிய பந்தமாந்தேவர்

பதினாலயன் படைத்த, வந்தமில்சீர்த் தாவரநா லைந்து" ஒவ்வொருவரும் செய்யும் கருமங்களில் மறத்தற்கும் மறவாதிருப்பதற்கு முரியன விவையெனக்காட்ட "நன்றி மறப்பது நன்றன்று நன்றல்ல, தன்றே மறப்பது நன்று" என்றார். ஒருவர் செய்த வுபகாரத்தை மறவாதிருப்பதும் அவர் செய்த தீமையை மறந்துவிடுவதுமே பெரியோர் செய்யும் கருமங்களென்பது இக்குறளின் கருத்தாகும். ஆகவே பிறர் செய்ததீமை அல்லது குற்றத்திற்காக ஒருவரை மன்னித்து விடுதல் பெரிதல்லவென்றும், அவர் செய்த தீமை அல்லது குற்றத்தை முற்றும் மறந்துவிடுவதே மேலானதென இக்குறளால் குறிப்பாக அறியலாம். நன்றியை மறப்பதின் பயனை இவ்வதிகாரத்துக் கடைசிக் குறளாலறிக. பின்னும் நன்றல்லாதவைகளை மறக்கும் வழிகளில் ஒன்றைக் காட்ட "கொன்றன்ன வின்னா செயினு மவர் செய்த வொன்று நன்றுள்ளக் கெடும்" என்றார். அதாவது தமக்கு மன்னரொரு நன்மை செய்தவர் தனக்கு விரோதமாகிக் கொலைக்குச் சமானமாகிய தீங்கு செய்தபோதிலும், அவர்கள் முன்னர் செய்த நன்றியின் உணர்ச்சியால் இத்தீங்கு தீங்காகக் காணப் படாமல் மறக்கப்படுகின்றது. தீயவைகளை மறப்பதற்கு ஒருவர் செய்த உபகாரத்தை மறவாதிருப்பது ஓர்வழி. கடைசியாகச் செய்த நன்றியைக் கெடுத்தலின் கொடுமையைக் காட்ட "எந்நன்றி கொன்றார்க்கு முய்வுண்டா முய்வில்லை செய்ந்நன்றி கொன்ற மகற்கு" என்றார். மிகவும் அருமையான அறங்களைக் கெடுப்பவர்களும் ஒருக்கால் ஈடேற வழியுண்டு. ஆனால் ஒருவர் செய்த நன்றியை உணராது கெடுப்பவர்கள் ஈடேற மாட்டார்களென்பது பெற்றாம். மிகவும் அருமையான அறங்களைக் கெடுப்பவர்களுக்கே ஈடேற வழியில்லை. இதனைப் புறநானூறு "ஆன்மூலை யருத்த வறனிலோர்க்கு, மாணிழை மகளிர் கருசிதைத் தோர்க்கும், பார்ப்பார்த் தப்பிய கொடுமை யோர்க்கும், வழுவாய் மருங்கிற் கழுவாயுமுளவென நிலம்புடை பெயர்வ தாயினு மொருவன், செய்தி கொன்றோர்ங் குய்தியில்லென, வறம்பா டிற்றே யாயிழை கணவ" என்பதிற் காணலாம். இப்பேர்ப்பட்டவர்களுக்கும் உய்வு உண்டென்று சொல்லி, செய்ந்நன்றி கொன்றவனுக்கு உய்வு இல்லை என்றதால் இவர் மேற்சொல்லிய பாதகரினும் பாதகராவர் என்பது குறிப்பாகும். வியாசன் கையொப்ப நேயரில் சிலர் கேட்டுக் கொண்டபடி இவ்வதிகாரத்துப் பத்துக் குறளையும் வரிசையா யெழுதுவாம்.

1. செய்யாமற் செய்த உதவிக்கு வையகமும்
வானகமு மாற்ற லரிது

2. காலத்தினாற் செய்த நன்றி சிறிதெனினு
ஞாலத்தின் மாணப் பெரிது

3. பயன்றூக்கார் செய்த வுதவி நயன் றூக்கி
னன்மை கடலிற் பெரிது

4. தினைத்துணை நன்றி செயினும் பனைத்துணையாக்
கொள்வர் பயன்றெரி வார்

5. உதவி வரைத்தன் றுதவி யுதவி
செயப்பட்டார் சால்பின் வரைத்து

6. மறவற்க மாசற்றார் கேண்மை துறவற்க
துன்பத்துட் டுப்பாயார் நட்பு

7. எழுமை யெழுபிறப்பு முள்ளுவர் தங்கண்
விழுமந் துடைத்தவர் நட்பு

8. நன்றி மறப்பது நன்றன்று நன்றல்ல
தன்றே மறப்பது நன்று

9. கொன்றன்ன வின்னா செயினு மவர்செய்த
வொன்றுநன் றுள்ளக் கெடும்

10. எந்நன்றி கொன்றார்க்கு முய்வுண்டா முய்வில்லை
செய்ந்நன்றி கொன்ற மகற்கு

நவம்பர், 1905, பக். 31 – 34. கோ.மு. சென்னை

திருக்குறள் நடுவுநிலைமை

பகைவர், அந்நியர், சினேகிதராகிய ரிடத்து, அறத்தினின்றும் வழுவாமல் அன்னோரிடத்துச் சமமாய் நிற்கும் நிலைமை இது செய்ந்நன்றி யறிதலென்னு மதிகாரத்திற் கடுத்த அதிகாரமாக அமைக்கப்பட்டதற்குக் காரணம் சற்று நிதானித்தால் தெளிவாய் விளங்கும் – தனக்கு நன்றிசெய்த மேற் சொல்லிய மூவரும் ஓர் கால் விலக்குகளிலேதேனும் செய்ய நேரிட்டு; தான் அவர்களைக் கண்டிக்க நேர்ந்தவிடத்து அவர்கள் செய்துள்ள நன்றி அச்சமயத்து, தான் உணர்ந்தால்தான் அறத்தினின்று வழுவி நடுநிலைமை தவறுவன். ஆகையால் இம்மாதிரியான சமயங்களிலுங்கூட நடுநிலைமை தவறாப்படாதென்பதை நமக்கு எச்சரிக்க இவ்வதிகாரம் செய்ந் நன்றியின் பின் அமைக்கப்பட்டது. நடுவுநிலைமையின் சிறப்பு இத்தன்மைத் தெனக் காட்ட “தகுதியென வொன்று நன்றே பகுதியாற், பாற்பட் டொழுகப் பெறின்” என்றார். இங்கு தகுதியென்பது நடுவுநிலைமை எனக் காட்டி அஃது ஒன்று (ஒரு தர்மம்) எனக் காட்டினர். எல்லா இதர தர்மங்களும் உள்ளவனேனும் நடுவுநிலைமை யில்லா தவனாயிருந்தால் அத்தர்மங்களெல்லாம் அபலமாகுமென்பதைக் குறிப்பாகக் காட்ட இங்கு தகுதி

(தகுந்தது) என்றும் ஒன்று (சிறப்புற்றது) என்றுங் கூறினர். இத்தகைய சிறப்புவாய்ந்த தர்மம் மற்ற நற்குணங்களால் சிறப்பாகக் கொள்ளப்படுவரிடத்தும் சிற்சிலவிடத்து இல்லாம லிருக்கும் என்பதைக் காட்ட "பெறின்" என்று முடித்தார். அவ்வளவு அரியதர்மத்தைப் பெற்றுக்கொள்வதுதான் ஒருவரைப் பெரியவராக்கும் என்பதை "செயற்கரிய செய்வர் பெரியர் சிறியர், செயற்கரிய செய்கலாதார்" என முன்னமே நாயனார் கூறியிருக்கின்றார். இதனைப் பெற முயல வேண்டும் என்பதும் இக்குறளின் குறிப்பாகவுமிருக்கும். நடுவுநிலைமை யுடையவனாயிருந்தால் இவ்வுலகத்தில் செல்வந்தனாவது அசாத்தியமென்னும் தப்புகொள்கையை மறுக்க "செப்ப முடையள னாக்கஞ் சிதைவின்றி, யெச்சத்திற் கேமாப் புடைத்து" என்றார். நடுநிலைமையை யுடையவன் சம்பாதித்த பொருள்கெடாது அவன் சந்ததிக்கும் உதவுமென்பது இக்குறளின் கருத்தாம். செல்வமானது "எல்லில் கருங்கொண்மூ வாய்திறந்த மன்னுபோற், றோன்றி மருங்கறக் கெட்டுவிடும்" என்பது துணிபாயினும் நடுவுநிலைமையாற் சம்பாதித்தன அழியாததாய்த் தானிறக்குந் துணையுமிருந்து பிறகு தன் சந்ததிக்கு முதவுமாகையால் இவ்வற நெறியால் பொருள் சம்பாதிக்க வேண்டும். இதனை நாயனார், "அருளோடு மன்போடும் வாராப் பொருளாக்கம், புல்லார் புரளவிடல்" என்பதாலும், சீவகசிந்தாமணி, "செய்த பொருள் யாருஞ் செறுவாரை செறுகிற்கு மெஃகு பிறிதில்லை யிருந்தேயுயிரை யுண்ணு, மையமிலை யின்பமறனோடெவையுமாக்கும், பொய்யில் பொருளேபொருள் மற்றல்ல பிறபொருளே" என்பதனில் பொய்யில் பொருள் என்னும் விசேடத்தானும் மற்ற கூற்றாலும் நன்கறியலாம். நடுவுநிலைமை யுள்ளவன் செல்வம் அழியாதென்பதைக் காட்டி அஃதில்லாதவன் அழியுமென்பதை விரிக்க "நன்றே தரினு நடுவிகந்தா மாக்கத்தை, யன்றேயொழிய விடல்" என்றார். அதாவது நடுவுநிலைமை யில்லாமையால் வந்தசெல்வம் நன்மைதராது. அப்படி ஓர்கால் அப்போதைக்கு மாத்திரம் நன்மைபயப்பது போலிருந்தாலும் அதை விட்டுவிடல் வேண்டுமென்பது இக்குறளின் பொருளாகும். இதிலுள்ள உம் எதிர்மறைப் பொருளதாய் நன்மை பயக்காது எனக் காட்டும் ஒருவர் நடுவுநிலைமை யுடையவர், அல்லது இல்லாதவர் என்பதை அவர்களது பிள்ளைகளால் தெரிந்துகொள்ளலாமென்பதைக் காட்ட, "தக்கார் தகவில ரென்ப தவரவ ரெச்சத்தாற் காணப்படும்" என்றார். நல்லபிள்ளையை யுடையவர் நடுவு நிலைமையையுடையவர் என்றும் கெட்ட பிள்ளைகளைப் பெற்றோர் நடுவுநிலைமை யில்லாதவர்க ளென்றும்

காட்டப்பட்டது – இதனை மனுதர்ம சாத்திரம் மூன்றாம் அத்தியாயத்தில் சொல்லியதாலும், “மகனுரைக்குந் தந்தை நலத்தை” என்னும் காகனார் கூற்றானும், “செந்நெல்லாய செழுமுளை மற்றுமச், செந்நெல்லே யாகி விளைதலா–லந்நெல் வயனிறைய காய்க்கும் வளவயலூர மகனறிவு தந்தையறிவு” என்னும் நாலடியாலும் நன்கறியலாம். பின்னும் வினைக்குத் தக்கபடி கேடும் பெருக்கமும் உண்டாதலாலும் தாம் என்ன செய்யினும் இதை மாற்ற முடியாதாகையாலும் ஆகவே தாம் ஒருவர்க்காவது தனக்காவது அப்போதைய நன்மையை வேண்டி நடுவுநிலைமை தவறினாலும் தம் எண்ணப்படி ஆகாது என்பதை அறிந்த பெரியோர் நடுவுநிலைமை தவற மாட்டார் என்பதைக் காட்ட “கேடும் பெருக்கமு மில்லல்ல நெஞ்சத்து, கோடாமை சான்றோர்க் கணி” என்றார். வினை, கேடுபெருக்க மிவற்றிற்குக் காரணமென்றுணராத சிறியோர் நடுவுநிலைமை தவறி வீண்பெருமையையும் கெட்டவழியால் வந்த பொருளையுமே ஆபரணமாகக் கொள்வர் என்பது இதன் குறிப்பாகும். கெடுவான் கேடு நினைப்பான் என்பதையொக்க, கெடுவான் நடுநிலைமை தவறுகிறான் என்று காட்ட “கெடுவல் யானென்ப தறிக தன்னெஞ்ச, நடுவொரீ இயல்ல செயின்” என்றார். ஒருவன் நடுநிலை தவற நினைக்கும்போதே அவனது நெஞ்சம் அவனுக்குக் கேடுவரும் என்று முன்னதாக அறிவிக்கின்றது. அப்படியும் தள்ளி செய்வானேயானால் கெடுவான் என்பது நிச்சயம். இஃதுதான் கெட்டுப்போக “பந்தயம்போட்டுக் கெட்டுபோகிறான்” என்பதை யொக்கும். “யதார்த்தவாதி வெகுஜன விரோதி” என்னும் பழமொழிக்கிணங்க நடுவுநிலைமையுடைய ஒருவன் மற்றவர்களால் விரோதிக்கப்பட்டு வறுமையடைந்த நாலும் அதை வறுமையாகப் பெரியோர் கவனிக்கமாட்டாரென்று “கெடுவாக வையா துலக நடுவாக, நன்றிக்கட்டங்கியான் றாழ்வு” என்பதால் கூறியிருக்கின்றார். அவ்வளவு தாழ்வையும் பெரியோர் செல்வமாகக் கொள்ளுகின்றார்கள். ஏனெனில் அவ்வறுமை வெகு சீக்கிரம் நீங்கிப் பிறகு நீடித்த செல்வராயிருப்பர். இதனை “சீருடைச் செல்வர் சிறுதுனி மாரி, வறங்கூர்ந் தனைய துடைத்து” என்னுங் குறளாலறியலாம். பெரியோர்கள் என்னவறுமையடைந்த காலத்தும் பட்சபாதமாக ஒன்றும் செய்யார் என்பது இதன் குறிப்பர்த்தமாகும். இதனைத் திரிகடுகம் “. . . . . . பால்பற்றி சொல்லவிடுதலும். . . . . . தூஉய மென்பார் தொழில்” என்பதனாலறியலாம்.

பின்னும் நடுநிலைமை யுடையோரை உபமானத்தால் சிறப்பிக்க “சமன் செய்து சீர்தூக்குங் கோல்போலமைந்தொருபாற், கோடாமை சான்றோர்க்கணி” என்றார்.

இங்கு எப்படி தராசுகோல் பொருளுக்கேற்றகுறைவு அதிகம் சமமிவைகளைத் தாரதம்மியமின்றிக் காட்டி விடுகின்றதோ அப்படியே பெரியோரும் பட்சபாதமில்லாமல் பகைவர் அந்நியர் சிநேகர் என்றுங் கருதாது ஆட்சேப சமாதானங்களாற் கேட்டு ஊழான் உள்ளவாறுணர்ந்தவற்றை மறையாது ஒப்பக் கூறி அவ்வாறுணர்ந்தறிவர். இதனையே பெரியோர் ஆபரணமாகக் கொள்வர். இதைப்போலவே இவ்வதிகாரம் 5–வது குறள் கூறுகின்றது. சிலர் சொல்லால் மாத்திரம் பட்சபாத மற்றவராகக் காட்டிக்கொண்டாலும் மனத்தில் நடுவுநிலைமை யற்றவராயிருந்தால் பயனில்லையெனக் காட்ட "சொற்கோட்ட மில்லது செப்ப மொருதலையா, புட்கோட்ட மின்மை பெறின்" என்றார். ஏனெனில் அநேகர் மேலுக்கு நீதியுள்ளவர்களாகக் காண்பித்து உள்ளுக்கு ஒரு பட்சமுள்ளவர்களாக இருக்கின்றார்கள். இவர் உலகத்தை மயக்கும் வஞ்சகர் என அறிக இவ்வித நடக்கையே தொழிலாகக் கொண்டு அநேகர் ஜீவனஞ் செய்கின்றனர். இவர்கள் தெரிந்தும் குற்றம் செய்கிறவர்களானபடியால் தண்டனை அதிகமென்றறிந்து பிழைக்கும் வழிதேடிக்கொள்ளக் கடவர். கடைசியாக, பெரும் லாபத்தையே கருதி அதிகமாகப் பெற்றுக் குறைவாகக் கொடுப்பதே வர்த்தகத்திற்கு அழகும் லாபத்தைத் தரக்கூடியதென்றும் நம்பும் போலிவர்த்தகரை எச்சரித்துப் புத்திமதி கூறுவான் பொருட்டு "வாணிகஞ் செய்வார்க்கு வாணிகம் பேணிப் பிறவுந் தமபோற் செயின்" என்றார். வர்த்தகத்திலேயே இப்படி செய்யப்படாதென்றால் மற்ற காரியங்களிற் செய்வது மகாகேவலத்தையும் இழிவையும் உண்டாக்குமென்று எச்சரிக்கின்றார்.

1. தகுதியெனவொன்று நன்றே பகுதியாற்
   பாற்பட் டொழுகப் பெறின்.
2. செப்பமுடையவ னாக்கஞ் சிதைவின்றி
   யெச்சத்திற் கேமாப் புடைத்து.
3. நன்றே தரினு நடுவிகந்தா மாக்கத்தை
   யன்றே யொழிய விடல்.
4. தக்கார் தகவில ரென்ப தவரவ
   ரெச்சத்தாற் காணப் படும்.
5. தேடும் பெருக்கமு மில்லல்ல நெஞ்சத்துக்
   கோடாமை சான்றோர்க் கணி.
6. கெடுவல்யா னென்ப தறிகதன் னெஞ்ச
   நடுவொரீஇ யல்ல செயின்.
7. கெடுவாக வையா துலக நடுவாக
   நன்றிக்கட் டங்கியான் றாழ்வு.

8. சமன்செய்து சீர்தூக்குங் கோல்போ லமைந்தொருபாற்
கோடாமை சான்றோர்க் கணி.

9. சொற்கோட்ட மில்லது செப்ப மொருதலையா
வுட்கோட்ட மின்மை பெறின்.

10. வாணிகஞ் செய்வார்க்கு வாணிகம் பேணிப்
பிறவுந் தமபோற் செயின்.

டிசம்பர் 1905, பக். 56–59. *கோ.மு. சென்னை.*

திருக்குறள் அடக்கமுடைமை

மனம் வாக்கு காயமிவைகள் கெட்டவழிகளிற் செல்லாது அடங்குதல் என்பது இவ்வதிகாரத்தின் பொருளாகும் – இஃது நடுவு நிலைமையின் பின் அமைக்கப்பட்டதற்குக் காரணமென்னயோவெனில் நடுவுநிலைமையுடையோன் அந்நியர் குற்றத்தைப் பார்ப்பதுபோல் தன் குற்றத்தையும் பார்ப்பவனாகையால், அவ்வாறு பார்ப்பதற்கு, அடக்கம் அவசியமாகையால் இஃது இங்கமைக்கப்பட்டது. அடக்கத்தின் சிறப்பையுணர்த்த நாயனார்,

"அடக்க மமரரு ளுய்க்கு மடங்காமை
யாரிரு ளுய்த்து விடும்."

என்றார்.

மோட்சம் நரக மென்பதைப்பற்றிச் சமயவாதிகள் வெவ்வேறு பொருள் கொள்கின்றபடியால், அதனை நீக்கிச் சொல்லும்பட்சத்தில், அடக்கமுடையவர்க ளெல்லாம் சதா இன்பமனுபவிப்பார்க ளென்றும் அஃதில்லார் துன்பமனுபவிப்பார்க ளென்பதும் இக்குறளின் பொருளாகும். அடக்கமுடையாரைத் துன்ப மணுகா தென்பதனை நாலடியார்,

"அறிவ தறிந்தடங்கி யஞ்சுவ தஞ்சி
யுறுவ துலகுவப்பச் செய்து – பெறுவதனா
லின்புற்று வாகு மியல்பினா ரெஞ்ஞான்றும்
துன்புற்று வாழ்த லரிது"

என்பதனால் நன்கறியலாம்.

இக்குறளில் உய்த்துவிடும் என்று மிகவும் துணிபாய்க் கூறியிருக்கின்றார். ஆகவே அடக்கமுடையார் இன்புறுவதும் மற்றோர் துன்புறுவதும் துணிபாகும். இன்னும் அடக்கமுடைமை யின் சிறப்பைக்காட்ட

"காக்க பொருளா வடக்கத்தை யாக்க
மதனி னூஉங் கில்லை யுயிர்க்கு"

என்றார்.

இதில் மக்கட்குச் செல்வம் அடக்கமுடைமையே, அதைவிட உயர்ந்த செல்வம் வேறில்லை. ஏனெனில் இதர செல்வங்களாற் றுன்பம் நேரும். இதனை "ஈட்டலுந் துன்பமற் றீட்டிய வொண்பொருளை, காத்தலு மாங்கே கடுந்துன்பம், – காத்தல், குறைபடிற் றுன்பம் கெடிற்றுன்பந் துன்பக், குறைபதி மற்றைப் பொருள்" என்னும் நாலடியால் அறியலாம். ஆனால் பெருஞ் செல்வமாகிய அடக்கமுடைமையினால் துன்பம் ஒன்றும் அணுகாது. இதனை இவ்வதிகார முதற் குறள் குறிப்புகையால் அறியலாம். ஆதலால் இன்பத்தையே தரும் அடக்கமுடைத்தாயிருத்தலை மக்கட் செல்வமாகக் காக்கக் கடவர் என்றார். அடக்கமாயுள்ளவர்களை உலகத்தார் மதிக்கிறதில்லை என்னும் தப்புக் கொள்கையை மறுப்பான் வேண்டி நாயனார்,

"செறிவறிந்து சீர்மை பயக்கு மறிவறிந்
தரற்றி னடங்கப் பெறின்."

என்றார்.

நமக்கு அடக்கமே அறிவாகுமென்பதனைக் கண்டு நல்லவழியில் ஒருவன் நடப்பானேல் அவனது அடக்கத்திற்காகப் பெரியோர் அவனை மெச்சுவார்களென்பது இக்குறளின் தாற்பரியம். ஆகவே கீழ்மக்கள் ஓர்கால் அடக்கமுள்ளோனை அவமதித்தாலும் பெரியோர்கள் அவனை மேலாகக் கொள்ளுகின்றனர். பெரியோர்களால் மேலானவ னெனப் பெயரெடுப்பது கீழ்மக்களால் மெச்சப்படா திருத்தலைப் பார்க்கினும் எவ்வளவோ மேன்மையென அறிக. இதனை மற்றவர்கள் கூற்றான் நன்கறியலாம். இங்கு அறிவறிந்து என்பது கவனிக்கத்தக்கது. ஏனெனில் கற்றவர்களெல்லாம் அறிந்தது என்னவென்றால் அடக்கமே யன்றிவே றல்ல. இதனை "கல்விக் கழகு கற்றுணர்ந் தடங்கல்" என்பதாலும் "கற்றறிவார்கண்ட தடக்க மடங்காதார் பொச்சாந்தும் தம்மைப் புகழ்ந்துரைப்பர் தெற்ற .... நிறை குளம் நீர்தளும்பலில்" என்பதாலும் நன்கறியலாம். பின்னும் அடக்கத்தின் சிறப்பையே வற்புறுத்த

"நிலையிற் றிரியா தடங்கியான் றோற்ற
மலையினு மாணப் பெரிது"

என்றார்.

இவ்வாழ்வான் தன்நிலையிலேயே நின்று அடங்கி யிருப்பானேல் அவன் வரையில்லா மேன்மையை யடைவா னென்பது பொருள். இக்குறளில் நிலையிற்றிரியாது அடங்குதல் என்பது இவ்வாழ்வான் என்பான் தன்னைம் பொறிகளாலும் சுவை முதலாகிய ஐம்புலன்களையும் கிரகஸ்தா சீர்மத்திருந்தே

நுகர்ந்தும் மனம் வாக்கு காயமிவைகளைத் தன்வயப்படுத்தி அடங்குதல் என்பதே, "பொரு ளில்லார்க் கிவ்வுலகமில்" என்னும் வாக்யப்படி பொருளில்லாதவர்க்குத் தான் சிறப்பில்லை. ஆகையால் பொருளுள்ளவர்கட்கு அடக்க மவசியமில்லை யென்னும் கீழ் மக்களாம் செல்வரின் பொருளிலாக் கொள்கையை மறுக்க நாயனார், "எல்லார்க்கு நன்றாம் பணித லவருள்ளும் செல்வர்க்கே செல்வந் தகைத்து" என்றார். அடக்கம் எல்லார்க்கும் பொதுவாக மேன்மையைக் கொடுப்பதென்றா லும் செல்வர்க்கு அஃதுளதேல் இரண்டாவது குறளில் கூறியபடி அச்செல்வர்க்கு இருக்கும் செல்வத்தோடு இஃதும் ஓர் செல்வமாகக் கருதப்படும் என்பதாம். ஏனெனில் செல்வரில் அநேகரிடத்துச் செருக்குள தாகையாலும் அச்செருக்கை யறுத்து அடக்கங் கொண்டிருத்தல் செருக்குக்குக் காரணமாயுள்ள செல்வ முதலியன இல்லாதவரது அடக்கத்தினும் மேலானது எனக் காட்டினர். இதுவரையில் அடக்கத்தின் சிறப்பைக் காட்டிப் பிறகு காயத்தினடக்கம் சொல்ல

"ஒருமையு ளாமைபோ லைந்தடக்க லாற்றி
னெழுமையு மேமாப் புடைத்து"

என்றார்.

ஆமையானது தன் கால்கள் நான்கையும் தலையையும் உள்ளிழுத்து அபாயத்திற்குக் காத்துக்கொள்வதுபோல் ஒவ்வொருவரும் பஞ்சேந்திரியங்களையும் தீயவழியிற் போகாது அடக்கிக்கொள்ளுவரேல் அவர்க்கு எழுபிறப்பினும் நன்மை உண்டாகும் என்பதே இக்குறளி னர்த்தமாகும். இக்கருத்தையே ஸ்ரீ. கிருஷ்ண பகவானும் அர்ச்சுனனுக்குப் போதித்திருக்கிறார். பகவத்கீதை, "யதா ஸம்ஹரதேசாயம் கூர்மோங்கானீவ ஸர்வச:, இந்திரி யாணிந்த்ரியார். தேப்ய, ஸ்தஸ்ய ப்ரக்ஞா ப்ரதிஷ்டிதா" என்கிறது. இப்படிக் கில்லாத எவன் ஐம்பொறிகளையும் தீயவழிகளிற் செலுத்தித் தன் ஆயுளைவீணிற் கழிக்கின்றானோ அவன் சுழன்றுவரும் ஜனனமரணத் திடைபட்டு ஆயுள்நாள் பரியந்தம் துன்பம் அனுபவிப்பதோடு தக்கவராலும் கொண்டாடப்பட மாட்டானென்பது திண்ணம். இஃதறியா சில ஆண்களும் பெண்களும் தங்கள் சுகத்தைப் பிறர்க்கு விற்று அதனால் க்ஷணமும் நில்லா சுகத்தை அனுபவிக்கிறதாக நினைக்கிறார்கள். ஆண்கள் கொலை, களவு, பொய், சூது ஆகிய இவைகளோடு தன் நாயகி இலக்குமியைப்போ லிருக்க அவளோடு இல்லறம் நடத்தாது பரஸ்திரிக மனமே பெரிதாகக் கொண்டு பலத்தையும் சுகத்தையும் ஆயுளையும் மோட்ச சாம்பிராச்சியத்தையு மிழந்து விடுகிறார்கள். பெண்களோ வென்றால் நாணம் அச்சம் மடம் பயிர்ப்பு முதலிய விட்டு,

சுவாதீனந் தேடியலைகின்றனர். பெண்களுக்கு சுவாதீன மிருக்கப்படாது என்பது நமது கருத்தல்ல. சுவாதீனம் என்றால் சில பெண்கள் என்ன நினைக்கிறார்க ளென்றால் மடம், நாணம், அச்சம், பயிர்ப்பு இவைகளை விட்டுவிடுத லென்றும், தன் நாயகனல்லாத மற்றோர் மெய் தம்மேற்பட கூசாமல் அங்கீகரிப்பதோடு அதில் சந்தோஷம் கொண்டாடுவதும், ஆண்களைவிடத் தாம் உயர்ந்திருக்க வேண்டுமெண்ணத் தோடு ஆண்களெல்லாம் தங்கட்கு கீழ்பட்டவர்க ளென்னும் அகங்காரம் கொண்டிருப்பதுமே சுவாதீனம் என நினைக்கின்றார்கள். இதுதானோ சுவாதீனம் இதை எம்நேயர் விளக்குவார்களாக. – மனம், நாணம், அச்சம், பயிர்ப்பு என்னுமிவைகளின் உண்மை யாம் பொருள் தெரியாது பெண் களுக்கு இக்குணங்க ளமைத்த பெரியவர்களை இகழ்வார் எத்தனையோ பெண்கள்! அந்தோ! பரிதாபம் – இன்னும் சில ஸ்திரீ மணிகள் ஆண்கள் அந்நிய ஸ்திரீகளைத் தேடிச் செல்வதால் பெண்களாகிய நாங்கள் ஏன் பரபுருஷரைத் தேடப்படாது என்று நியாயங் காட்டுகின்றனர். இஃது என்ன நியாயமோ? குரு திருடிப் பொய் சொல்லி இழிவாக ஜீவித்தா னென்றால் சீஷனாகிய நானும் ஏன் அப்படி ஜீவிக்கப்படாது என்பதைப் போலிருக்கிறது. குருவுக்குவரும் மானக்கேடு தனக்கும் வர இஷ்டப்படும் சீஷன் எவன்? பரஸ்திரீ கமனஞ் செய்யும் ஆண்கள் அனுபவிக்கும் துக்கம் தங்களுக்கும் நேர இஷ்டப்படும் பெண்மணியு முளரோ? உய்த்துணர்க – விரியுமென நிறுத்தினோம். இன்னும் அடக்கமுடைமை யற்றவனெனக் காட்டுவதில் நா முதன்மை யாகையால் அஃதினடக்கம் மேலானதென்றும் அதனை யடக்காதவர்கள் துன்பத்துட்படுவார்களென்பதையும் வற்புறுத்த

“யாகாவா ராயினு நாகாக்க காவாக்காற்
சோகாப்பர் சொல்லிழுக்குப் பட்டு”

என்றார்.

தன்நாவைக் காக்காது பெருமை பேசியவர்கள் துன்ப மனுபவித்தார்களென்பதற்கு அநேக திருஷ்டாந்தங்கள் சரித்திர பூர்வமாகவும் உண்டு. நேயர் தெரிந்துகொள்வர். “ஔவியம் பேசேல்” என்னும் நமது கிழவியின் வாசகத்திற் பேசேல் என்பது தகுந்ததும் மெச்சற்பா லதுமன்றோ! தன் நாவை யடக்காது பிறர்க்குக் கெடுதி விளைக்க வேண்டுமென்னும் எண்ணத்தோடு தீயசொல் முதலியன சொல்வோர் அத்தீயசொல்லால் தங்கள் நன்மையையும் கெடுத்துக்கொள்ளுகிறார்கள். ஆகலின் எச்சரிக்கை என்று

"ஒன்றானுந் தீச்சொற் பொருட்பயனுண் டாயி
னன்றாகா தாகி விடும்"

என்பதால் அறிவிக்கின்றார்.

ஒருவர்க்கு நல்லதோர் கருமங் கைகூட, தான் தீயசொற்களைச் சொன்னாலும் அஃது சொன்னவனுக்குத் தீங்கையே யுண்டாக்கும் என்று இக்குறளுக்கு வேறொரு பொருள் சொல்வாருமுளர். எது எப்படியாயினு மாகுக – தீய சொல்லின் பயன்சொன்னவனுக்குத் தீமையே கொடுக்கும் என்பது மறுக்கக் கூடாத தாகையால் எத்தகையதாயினும் தீச்சொல் ஒழிக்கவேண்டு மென்பதே – இன்னும் வாக்கடக்க மவசியமென

"தீயினாற் சுட்டபுண் ணுள்ளாறு மாறாதே
நாவினாற் சுட்ட வடு"

என்றார்.

மேற்சொல்லிய தீச்சொல் நெருப்பினும் கொடிதாகை யால் ஓம்பற்க என்றார். சுடுந்தன்மையில் இரண்டு மொக்குமென்றாலும் தீயினாலுண்டானது ஆறிப்போகக் கூடியதென்றும் தீச் சொல்லாலுண்டானது ஆறக்கூடியதல்ல வென்றும் காட்ட புண் என்றும் வடு என்றும் சொன்னார் போலும். கடைசியாக மனவடக்க மவசிய மென்பதையும் அஃதின் பெருமையு முணர்த்துவான் வேண்டி

"கதங்காத்து கற்றடங்க லாற்றுவான் செவ்வி
யறம்பார்க்கு மாற்றி னுழைந்து"

என்றார்.

இக்குறளைச் சற்று ஊன்றிப் பார்த்தால் கோபமுள்ள போது கல்வியழியுமென்பதும், கல்வியழிந்தால் அடக்கமழியு மென்பதை அடக்கமழியின் தர்மம் அழியுமென்பதும் விளங்குகின்றது. ஒருவன் வெளிக்கு அடக்கமுடையவனாகக் காணப்பட்ட போதிலும் மனதில் அடக்கமற்றவனா யிருக்கக்கூடும். ஆனால் மனத்தில் அடக்க முள்ளவன் வெளிக்கு அடக்கமற்றவனாயிருப்ப னென்பது கூடாமை. ஏனெனில் மனதே எல்லாவற்றிற்கும் காரணமாகலின், ஆகவே மனவடக்கமே மற்ற அடக்கங்களைவிட மேலானதென அறிந்து அடங்குவர் பெரியோர். மற்றவர் தம்மை மதிக்க வேண்டுமென்னும் எண்ணத்தோடு அடங்கி யிருப்பதாகப் பாவிப்பாரும் சிலர். இதனைக் கூட்டங்களில் அவையடக்கமாகச் சொல்லும் வித்வான்களில் சிலரிடத்தில் காணலாம்.

இது விஷயமாக எமது அனுபவமொன் றுளது. ஒரு தமிழ் வித்வான் ஓர் சத்கால க்ஷேபத்திற்குப்போய்ப் பேசநேர்ந்த போது வழக்கமாக அவை யடக்கஞ் சொன்னார். சொல்லும் போது தன்னைப் பேசத் தெரியாத சிறுபிள்ளையென்றும், மூட சிகாமணியென்றும் தன்னை மிகவுந் தாழ்த்தியும், வந்திருந்தவர்களைக் கல்விக் களஞ்சியங்க ளென்றும் மேன்மக்க ளென்றும் அவர்களை மிகவும் உயர்த்தியும் ஏறக்குறைய 3/4 மணிநேரம் அவையடக்கம் பேசினார். எல்லாம் முடிந்த பிறகு அவரிடம் தனியே பேசிக்கொண்டிருக்க நேர்ந்தபோது அவர், வந்தவர்களெல்லாம் மூவனா (மூடர் என்பது பொருள்) என்று, ஆகவே அரிய விஷயங்களைச் சொல்ல இஷ்டமில்லா திருந்த தென்றும் சொன்னார். அன்பரே இதுதானா அடக்கம்? அந்தோ பரிதாபம் – இவர் அவையடக்கத்தின் நோக்கமென்ன? இவர்களிடத்தில் தன்னைத் தாழ்த்திக்கொண்டால், இவ்வளவு வாசித்த இவரும் இப்படி தாழ்த்திக்கொண்டு பேசுகிறாரே இவரது அடக்கமே அடக்கம் என்று பிறர் சொல்லித் தன்னைப் புகழ் வார்களென்பதே இவரது அவையடக்கத்தின் நோக்க மாக்கும்.

ஆகவே இவர்க்கு உள்ளது மெய் மன அடக்கமா? இதனைத்தான் ஆங்கிலேயத்தில் "humility with a hook" என்கிறார்கள். ஆகவே இப்படிக் கில்லாது உண்மையாம் மன அடக்க முடையவராய்த் தர்ம வழியில் நடக்க வேண்டுகின்றோம்.

1. அடக்க மமரரு ளுய்க்கு மடங்காமை
   யாரிரு ளுய்த்து விடும்.

2. காக்க பொருளா வடக்கத்த யாக்க
   மதனினூஉங் கில்லை யுயிர்க்கு.

3. செறிவறிந்து சீர்மை பயக்கு மறிவறிந்
   தாற்றி னடங்கப் பெறின்.

4. நிலையிற் றிரியா தடங்கியான் றோற்ற
   மலையினு மாணப் பெரிது.

5. எல்லார்க்கும் ஈன்றாம் பணித லவருள்ளுஞ்
   செல்வர்க்கே செல்வந் தகைத்து.

6. ஒருமையு ளாமைபோ லைந்தடக்க லாற்றி
   னெழுமையு மேமாப் புடைத்து.

7. யாகாவா ராயினு நாகாக்க காவாக்காற்
   சோகாப்பர் சொல்லிழுக்குப் பட்டு.

8. ஒன்றானுந் தீச்சொற் பொருட்பய னுண்டாயி
   னன்றாகா தாகி விடும்.

9. தீயினாற் சுட்டபு ணுள்ளாறு மாறாதே
   நாவினாற் சுட்ட வடு.
10. கதங்காத்து கற்றடங்க லாற்றுவான் செவ்வி
    யறம்பார்க்கு மாற்றி னுழைந்து.

ஜனவரி, 1906, பக். 77–81.   கோ.மு. சென்னை

திருக்குறள் பிறனில் விழையாமை.

காம மயக்கத்தால் அந்நியனுடைய மனைவியை இச்சியாதிருத்தல் என்பது பொருள். இஃது ஒழுக்கமுடைமை யின் பின் அமைக்கப்பட்ட தென்னையோ வெனில் ஒழுக்கமுள்ளவர்கள்தான் அந்நியனுடைய மனைவியை இச்சிக்கமாட்டா ரென்னுந்துணிபு பற்றியென அறிக. பிறர்பொருளை யிச்சித்தலே பெருங்குற்றமாகக் கொள்ளப்படு கின்றதாகலின் அதினும் பிறனுக்கருமையாகி உலகவியல் நடத்துவதற்கேதுவாயுள்ள கருவியாகிய அவனது மனைவியை விரும்புதல் சொல்லுதற்கொண்ணா பெருங்குற்றமென்பது சொல்லாமலே விளங்குமன்றோ? இத்தகைய பெருங்குற்றத் திற்குச் சமயங்களில் அவ்விருவரும் (ஆணும் பெண்ணும்) உட்படுகின்றனர். ஏனெனில் சமயங்களில் பெண் சம்மதமின்றேல் அயலான் விரும்புதற்கிடமிராது. பெண்களுக்கு இவ்விஷய மிருக்கப்படாதென்பதைப்பற்றி முன்னமே வாழ்க்கைத்துணை நலம் என்னும் அதிகாரத்தில் கற்பு என்னும் பகுதியின் கீழ் விவரிக்கப்பட்டுள்ளது. ஆகவே இப்போது பேசப்புகுவது ஆண்களைப்பற்றியே யெனக்கொள்க. பிறர் மனையாளைவிரும்புபவன் பேதையென்றும் அவனிடத்து அறம்பொருள் இல்லையென்றுங் குறிப்பாயுணர்த்த நாயனார்,

"பிறன்பொருளாட் பெட்டொழுகும் பேதைமை ஞாலத்
தறம்பொருள் கண்டார்க ணில்."

என்றார்.

பிறன் பொருளாள் என்பது கவனிக்கத்தக்கது ஒருவனுக்கு அவனுடைய மனைவி உடைமையாகின்றாள். ஒருவனுக்கு உடைமையாகக் கொடுக்கப்பட்டிருக்கிறாள் என்பது எல்லா மதங்களிலும் அங்கீகரிக்கப்பட்டுள்ளது. இந்துமதத்தில் பிராமணர் விவாகக் காலத்தில் தெய்வவாணியில் சொல்லும் மந்திரங்களைச் சிறிது கவனித்தால் உண்மை விளங்கும். கிறிஸ்தவ மதத்திலும் அப்படியே உண்டு. "தேவனால் சேர்க்கப்பட்டவர்களை மனதின் பிரிக்காதிருக்கக் கடவன்" என்றும் கிறிஸ்தவ போதகர் விவாகக் காலத்திலே வாசிக்கக்

கேட்டிருக்கின்றோம். இன்னும் அக்னிமுன்பாகவும் பெரியோர் சுற்றத்தார் முன்பாகவும் பெண்ணின் தாய் தந்தையரால் அப்பெண் மணமகனுக்குத் தத்தஞ் செய்யப்படுகிறாள். விரிக்கில் பெருகும் ஆகவே எல்லாவிஷயத்திலும் கணவனுக்கு உடைமையாக வுள்ளமனைவியை மற்றொருவனிச்சித்தால் அறம் பொருள் அவனிடத்து நில்லா எனக்காட்டினர். இங்கு பேதை என்பதை இன்னும் வற்புறுத்த நாயனார்,

"அறன்கடை நின்றாரு ளெல்லாம் பிறன்கடை
நின்றாரில் பேதையா ரில்"

என்றார்.

பிறனுடைய மனைவியை இச்சித்து நடப்பவனைப்போன்ற பாவி இல்லை யென்பது இக்குறளின் பொருளாகும். முன் குறளால் அறம் பொருளிவ்விரண்டும் பிறன்மனையை இச்சிப்பவனிடத் தில்லையெனக் காட்டிப் பின்னும் அப்பேதை அனுபவிப்பதாகக் கருதிப்போகும் இன்பமும் அச்சத்தால் அவனுக்கில்லை யென்பதாகக் காட்ட "பேதையாரில்" என்றார். அவ்வாறு இச்சிக்கும் கீழ்மகனிடத்து அச்சமேயன்றி இன்பமே இல்லை என்பதை நாலடியார்,

"புக்க விடத் தச்சம் போதரும் போதச்சம்
துய்க்குமிடத் தச்சம் தோன்றாமற் காப்பச்சம்
எக்காலு மச்சம் தருமா லெவன் கொலோ
வுட்கான் பிறனில் புகல்"

என்பதால் அறிக. நாயனார் பேதை எனக்கூறிய கீழ் மகனை நாலடியார்,

அச்சம் பெரிதாலதற் கின்பஞ் சிற்றளவால்
நிச்ச நினையுங்காற் கோக்கொலையால் – நிச்சலும்
கும்பிக்கே கூர்த்த வினையாற் பிறன் றாரம்
நம்பற்க நாணுடை யார்

என்பதால் நாணமற்றவரென்று குறிப்பாகவும் முன்கூறிய செய்யுளால் உட்கானென்று இகழ்ந்துகூறியு மிருக்கின்றனர். இந்நாலடி செய்யுளில் நம்பற்க என்னுஞ் சொல் கவனிக்கத்தக்கதே. விரும்பாதிருக்கக்கடவர் என்றும் பொருள்தர நம்பற்க என்னும்சொல் அமைக்கப்பட்டதெனினும் அதில் இன்னொரு கருத்து மடங்கியிருக்கிறது. தங்கள் தங்கள் இஷ்ட தெய்வங்கள் முன்பாகவும் பெரியோர் முன்பாகவும் சுற்றத்தார் முன்பாகவும் தாய் தந்தையர் உத்தரவின் பேரிலும் தனக்கு வாய்த்த புருஷனைச் சுகத்திலும் துக்கத்திலும் நேசித்து, அவன் கருத்துக்கேற்க நன்னடக்கையைப்பற்றி இல்லறம் நன்கு முடிவுபெறத்

துணையாய் தன் மரணபரியந்தம் அவனுக்கே உரிமையா யிருப்பேன் என்று சத்தியவாக்கு கொடுத்த ஓர் பெண் அத்தகைய கணவனை மோசஞ்செய்து தன்வாக்கை நிறைவேற்றாமல் இன்னொருவனை இச்சித்து வருவாளேயானால் அவ்வாறு இச்சிக்கப் பட்டவனுக்கே அவள் உரிமையா யிருப்பன் என்று நம்ப இடமுண்டா? இல்லை இல்லை. தன் சொந்தக்கணவனை மோசஞ்செய்து அந்நியனை விரும்பினது போலவே, அவள் இவனையும் மோசஞ்செய்து இன்னொருவனைத் தேடுவள். ஆகையால் அறிவுள்ளோர் பிறன் மனையாளைத் தன்னுடையவளாக நம்பவே மாட்டார்கள் என்று காட்டவும் "நம்பற்க" என்றும் பதம் அமைக்கப்பட்டது போலும். இதனை அறியாது பிறன் மனைவியை இச்சிப்பவர்க ளெல்லாம் மோசஞ் செய்யப்பட்டு அதனால் பைத்தியம் பிடித்து வாழ் நாளைப் போக்கிக்கொண் டிருப்பதாக நாம் கேள்விப்பட் டிருக்கிறோமல்லவா? இன்னும் பிறன் மனையாளை இச்சிப்பவர், நடக்கும் பிணமாவர் என்று காட்ட,

"விளிந்தாரின் வேறல்லர் மன்ற தெளிந்தாரின்
றீமை புரிந்தொழுகு வார்"

என்றார்.

இத்தீச்செயல்செய்வோர் தான் எடுத்த பிறவியின் பயனாகிய அறம் பொருளின்பம் வீடாகிய புருஷார்த்தங்களை இப்பிறவியில் அடைவதை இத்தீச்செயல் தடுக்கின்றதாகலின் அவர்கள் பயனற்றவர்களாயிருக்கின்ற படியால் உயிரோடு கூடினும் இறந்தவர்களாகவே கொள்ளப்படுகின்றனர் நண்பர் கவனிக்க. செல்வமிகுதியாலும் உலக வீண்புகழாலும் நிறைந்தவர்கள் தாங்கள் இத்தீமைசெய்தால் யாரும் கேட்க மாட்டார்க ளென்றும் தமது அபரிதமான செல்வம் இதனாலழியாது என்றும் கெர்வங்கொண்டு காமத்திற்கே அடிமைகளாய்ப் பிறன் மனையாளைப் பலாத்காரமாகவாவது நயவஞ்சகமாகவாவது மற்றெவ்விதமாகவாவது சேரும் கீழ்மக்களின் செருக்கை யடக்க நாயனார்,

"எனைத்துணைய ராயினு மென்னாந் தினைத்துணையுந்
தேரான் பிறனில் புகல்"

என்றார்.

எவ்வளவு பெருமையுடைய ரேனும் பிறன் மனைவியை யிச்சித்தால் பெருமையிழந்து சிறுமையடைவர் என்பது பொருளாகும். இதற்கு இந்திரன் அகலிகையை விரும்பிச் சிறுமை அடைந்ததே போந்த சாட்சியாகும். செல்வங் கல்வி முதலியனவும் இத்தீச் செயலாலழியு மென்பதை நல்வழி,

"நண்டு சிப்பி வேய்கதலி நாசமுறுங் காலத்தில்
கொண்ட கருவழிக்குங் கொள்கைபோல் – ஒண்டொடீ
போதந் தனங்கல்வி பொன்றவருங் காலம் அயல்
மாதர்மேல் வைப்பார் மனம்"

என்பது நன்குணர்த்துகின்றது. பின்னும் தான்செய்வது அவ்வளவு தீமைதருவதல்லவென பின்வருவதை யறியாது பிறன் மனையாளை இச்சிப்பவன் தனக்கும் தன் குடிக்கும் அழியாப்பழியைத் தேடிக் கொள்ளுகிறான் என்றுணர்த்த,

"எளிதென வில்லிறப்பா னெய்துமெஞ் ஞான்றும்
விளியாது நிற்கும் பழி"

என்றார்.

இல்லிறப்பா னென்பது பிறன் மனையாளிடத்து வரம்புகடந்து நடப்பான் எனப்பொருள் தரும். இன்னும் இதனை விவரிக்க

"பகைபாவ மச்சம் பழியென நான்கு
மிகவாவா மில்லிறப்பான் கண்"

என்றார்.

பிறன் மனைவியை இச்சிப்பவன் தனது இருமைப் பயன்களையும் இழந்து விடுகிறானென இவ்விரண்டு குறளாலுங் காட்டினர். இதனை நாலடியார் "காணிற் குடிப்பழியாம்" என்பதாலும்,

"அறம்பொருள் கேண்மை பெருமையிந் நான்கும்
பிறன்றார நச்சுவார்ச் சேரா – பிறன்றார
நச்சுவார்ச் சேரும் பகைபழி பாவமென்
றச்சத்தோ டிந்நாற் பொருள்"

என்பதாலும் நன்கறியலாம்.

எப்பொருளும் உண்மையி லழிகிறதில்லை, அறிவதாகக் காணப்பட்டாலும் அழியாமல் வேறொன்றாக மாறுகிற தென்னும் சாத்திரசித்தாந்தத்திற்கேற்க இங்கேயும் பிறன்மனையாளை விரும்பும் மிருகங்களாகிய கீழ்மக்கள் நாலடியார் கூறியபடி அறம்பொருள் முதலிய நான்கும் தங்களிடத்து அழியப்பெற்றாலும் அவை அழிகிறதில்லை. அவை தங்களிடத்துப் பகை பழி பாவம் அச்சமாக மாறுகின்றன. ஆகவே தங்களிடத்தும் அறம்பொருள் முதலியவும் இருக்கின்றன. ஆனால் மாறுபட்டிருக்கின்றன எனத் தங்கள் மனத்தைத் தாங்களே திடஞ்செய்து கொண்டு அக்கேவலச்செய்கையையே புரிந்து அதிலே மெய்ம்மறந்து மிருகங்கட்கும் கேவலமாய் நடக்கின்றனர்போலும். அந்தோ என்ன பரிதாபம்! படிப்பிற்

பாண்டித்ய முடையவர்களாக மேலுக்குக் கொள்ளப்படுவோரும் உருத்ராக்கம் துளசிமாலை முதலியன பூணும் வைராக்ய சைவ வைஷ்ணவ வேஷதாரிகளும், மற்றும் மதத்தில் வைராக்ய முடையவர்களாகக் காட்டிக்கொண்டு, ஆட்டுத்தோல் போர்த்த ஓநாய் போன்றவரும், ஜீவகாருண்யமில்லா மிலேச்சரும் தங்கள் மனைவியர் அழகில் இலக்குமிபோலவும், கற்பில் அருந்ததிபோலவுமிருந்தும் அவர்களோடிருந்து இல்லறம் நன்கு நடத்தாது மிருகங்களைப் போல் தாரதம்மியமில்லாதும், மனவுறுதியில்லாதும் அந்நியர் மனைவியரை இச்சித்து அடைந்த இழிவும் பெற்ற கேடு கெட்ட கதியும் நாம் பார்த்தும் கேட்டும், வாசித்துமில்லையா? இருந்தும் அவைகளை உணராது கேவலமாம் இச்சையைப் பூர்த்திசெய்துகொள்ள பிறன்மனைவியைத் தேடித்திரிவது ஏனோ? இதைப் பற்றியன்றோ நாலடியார் அவர்களைப் பார்த்துப் பின் வருங் கேள்வி கேட்கின்றார்

"காணிற் குடிப்பழியாங் கையுறிற் கால்குறையு
மாணின்மை செய்யுங்கா லச்சமாம் – நீணிரயத்
துன்பம் பயக்குமாற் றுச்சாரி நீகண்ட
வின்ப மெனக்கெனைத்தாற் கூறு."

இதற்கு அக்கீழ்மக்களின் விடை என்னமோ? இதுவரை நாயனார் பிறன்மனையாளை விரும்புவோ ரிடத்துண்டாகும் இழிவுகளைக் காட்டி, அப்படி இச்சிக்காது ஒழுக்கத்தைக் கடைப்பிடித்தொழுகும் மேன்மக்களது குணத்தை உணர்த்துவான் வேண்டி

"அறனியலா னில்வாழ்வா னென்பான் பிறனியலாள்
பெண்மை நயவா தவன்"

என்றார்.

பிறன்மனைவியை இச்சியாது நடப்பவனே இல்வாழ்வா னென்னும் பெயர்க்குரியவன் என்பது இதன் பொருளாம். ஆகவே பிறன்மனைவியை இச்சித்தொழுகும் பேதை உலகத் தோற்றத்திற்கு இல்வாழ்வானாகக் காணப்பட்டபோதிலும், இல்வாழ்வானென்னும் பெயர்க்குரியவனல்லன். நாயனார் இல்வாழ்க்கை என்னுமதிகாரத்திற் கூறிய இலட்சணங்க ளொன்று மிவனிடத்துப் பொருந்தியிராவென்பது துணிபு. காமத்திற்கே அடிமையாகித் தன் சுகத்தையும் தனத்தையும் தேகத்தையும் பிறர்மனையாரிடத்தும் வேசிகளிடத்தும் தத்தஞ்செய்து தனது சொந்த நாயகி தன்னிடத்து அதிருப்தியை யும் வெறுப்பையுங் கொள்ள இவனே செய்துகொள்ளுகின்றபடி யால், ஷெ நாயகியும் இயல்பாயுண்டாகும் வெறுப்பினால்,

கூடுமான காலம் சகித்து கணவனுக்கு நன்மதிபுகட்டியும் அவன் கேளாதிருக்கக்கண்டு தனக்குரிய நாணமுதலியவை களை யிழந்து பரபுருஷகமனஞ் செய்ய நேரிடுகின்றது. இக்குற்றத்திற்கு மனைவியும் குற்றவாளியேயெனினும் குற்றஞ் செய்வதற்கு நாயகன் முழுக்காரணமாயிருந்தபடியால் இந்தச் சந்தர்ப்பத்தில் நாயகனே முழுக்குற்றவாளி யாகின்றான். எல்லா குற்றவாளியிடத்தும் கம்பீரநடை முதலியன இல்லாததைக் கண்டிருக்கிறோம். அப்படியே இக்குற்றவாளியிடத்தும் கம்பீரநடை இல்லையென உறுதியாகச் சொல்லலாம். இதைப்பற்றியன்றோ நாயனார்,

"புகழ்புரிந் தில்லிலோர்க் கில்லை யிகழ்வார்முன்
னேறுபோற் பீடு நடை"

என்று முன்னமே தெரிவித்திருக்கிறார்.

ஆகவே பிறன்மனையாளை இச்சிக்கும் ஒவ்வொருவனும் தன் நாயகிக்கும் பரபுருஷ கமனஞ் செய்ய அதிகாரம் கொடுப்பவனாகின்றான். அப்படியானால் தன் நாயகியை மற்றொருவன் கைப்பற்ற விட்டிருக்கும் இவனும் ஓர் ஆண்மகனா? பேடியிலும் பேடியல்லோ! ஒருவன் பேடியா யில்லாது ஆண்மகனா யிருக்க விரும்பினால் அவன் பிறன்மனையாளை இச்சியாதிருக்கக்கடவன். இன்னும் பிறன்தாரம் இச்சியா மேன்மகனது குணத்தை விவரிக்க,

"பிறன்மனை நோக்காத பேராண்மை சான்றோர்க்
கறனொன்றோ வான்ற வொழுக்கு"

என்றார்.

பிறன்மனையாளை நோக்காதிருப்பதே மனிதர்க்குச் சிறந்த ஒழுக்கமும் தருமமுமாகும். நோக்காத என்னும் பதம் ஓர்கால் மாம்ச இயல்பினால் காமந் தோன்றினும், பெரியோர்கள் அதை வெளிக்காட்டாது அடக்கித் தங்களை ஆண்டுகொள்வர் என்னும் கருத்தை யுள்ளடக்கி யிருக்கிறது போலும். இதனை நாலடியார்,

"பரவா வெளிப்படா பல்லோர்கட் டங்கா
புரவோர்கட் காமநோ யோஒ கொடிதே
விரவாரு னாணுப் படலஞ்சி யாது
முரையாதுள் ளாறி விடும்."

என்பதால் அறிகின்றோம். காமம் ஓர்கால் தோன்றினும் பெரியோர் வெளியே (பிறர்மனைவியரிடத்து வரம்புகடந்த நடத்தை வழியாய் காட்டார்; பெருக்கார். தமக்குள்ளேயே விசாரணையின் பலத்தாலும் சற்சகவாச நேர்மையானும்

அடக்குவர் என்பது இச்செய்யுளின் பொருளாகும். ஆகவே வெளிக்குக்காட்டித் திரியும் மாக்கள் சிறியரென்பது பெறப்பெற்றாம். இக்குறளில் பேராண்மை என்று சொல்லியது எதற்கோவென்னில் வெளிப்பகைவரை அடக்குவதிலும் உட்பகையாம் ஆறில் மூலமாயுள்ள காமத்தை அடக்குதலே பெருமை எனக் காட்டுதற்கே. காமம்அடக்கற்கரிது என்பதை,

"ஊரு ளெழுந்த வுருகெழு செந்தீக்கு
நீருட் குளித்து முயலாகு - நீருட்
குளிப்பினுங் காமஞ் சுடுமே குன்றேறி
யொளிப்பினுங் காமஞ் சுடும்"

என்பதாலும் மற்றவை யானுமறிக.

உலகத்துள்ள எல்லா நன்மைகளையு மடைதற்குரியவர்கள் யாரெனின் பிறர் மனைவியரை யிச்சியாதவரே; இக்கருத்தடக்கி நாயனார்,

"நலக்குரியா யாரெனி னாமநீர் வைப்பிற்
பிறர்க்குரியார் டோடோயா தார்"

என்றார்.

உலகத்தில் மனிதனடைய வேண்டியவற்றுள் சிரேஷ்ட மானது பிறப்பறுக்கும் ஞானமே ஆகலின் அத்தகைய ஞானத்தையும் அடையும் வழிகளில் ஒன்று பிறர்மனை நயவாமையாகும். இதனைப் பட்டணத்தார், "பேய்போற்றிரிந்து... உண்மை ஞானங் கண்டவரே" என்னுஞ் செய்யுளில் "நன்மங்கையரைத் தாய்போற் கருதி" என்று சொல்லி யிருப்பதால் உணரலாம். கடைசியாக, பிறர்மனை நயத்தலின் கேவலத்தை யுணர்த்த,

"அறன் வரையானல்ல செயினும் பிறன் வரையாள்
பெண்மை நயவாமை நன்று"

என்றார்.

தர்மத்தைவிட்டுப் பாவத்தையே செய்பவனா யிருந்தாலுங்கூடப் பிறர்மனை யிச்சிக்கும் இப்பாவத்தை ஒருவன் செய்யாதிருக்கக் கடவன் என்பது பொருள். ஐயோ இது பாவத்திலும் கேடு கெட்டதா யிருக்கின்றதே இதைக் கையாடுபவனும் பாவியிலும் பாவியாகவல்லோ ஆகிறான். மானிட ஜனனம் எடுத்தது இவ்வரிய பட்டத்தைச் சம்பாதித்துக்கொள்ளத்தானோ? அல்லது இப்பிறப்பில் மிருகத்தைப்போல் இதனைக் கையாடி மறுபிறப்பில்

பல்லோரும் பழிக்க அலியாகப் பிறத்தற்குத்தானோ இவ்வரிய ஜனனம் எடுத்தது? இவர்கள் தங்களைச் சுத்த ஞானிகளாகப் பாவித்துக்கொள்ளுகிறார்கள் போலும். எப்படியெனில் சுத்த ஞானிக்கு உலகத்துள்ள பொருட்களுக்குள் பேத மில்லாததுபோல் இக்கீழ்மகனிடத்தும் தன்தாரம், பிறன்தாரம் என்னும் பேதம் இல்லைபோலும். ஞானிக்கு அசத்தில் விருப்பும் சத்தில் வெறுப்பும் இல்லையென்றால் இக்கீழ்மனாகிய காமஞானிக்கு அழிவில் விருப்புமாத்திர மிருப்பது என்ன ஞாயமோ? அதிலும் பிறன் மனையாளிடத்து மாத்திரம் விருப்பிருப்பது என்ன? அதீதபக்குவமோ நண்பர் தெரிந்துகொள்வார்கள். விரிக்கிற் பெருகும்.

1. பிறன் பொருளாட் பெட்டொழுகும் பேதைமை ஞாலத்
தறம்பொருள் கண்டார்க ணில்!

2. அறன்கடை நின்றாரு ளெல்லாம் பிறன்கடை
நின்றாரிற் பேதையா ரில்

3. விளிந்தாரின் வேறல்லர் மன்ற தெளிந்தாரிற்
றீமை புரிந்தொழுகு வார்

4. எனைத்துணைய ராயினு மென்னாந் தினைத்துணையுந்
தேரான் பிறனில் புகல்

5. எளிதென வில்லிறப்பா னெய்துமெஞ் ஞான்றும்
விளியாது நிற்கும் பழி

6. பகைபாவ மச்சம் பழியென நான்கு
மிகவாவா மில்லிறப்பான் கண்

7. அறனியலா னில்வாழ்வா னென்பான் பிறனியலாள்
பெண்மை நயவா தவன்

8. பிறன்மனை நோக்காத பேராண்மை சான்றோர்க்
கறனொன்றோ வான்ற வொழுக்கு

9. நலக்குரியார் யாரெனி னாமநீர் வைப்பிற்
பிறற்குரியா டோடோ யார்

10. அறன்வரையா னல்ல செயினும் பிறன்வரையாள்
பெண்மை நயவாமை நன்று.

மே, 1906, பக். 158–163. கோ.மு. சென்னை

கேள்வி குறள்

செல்வத்துட் செல்வஞ் செவிச்செல்வ மச்செல்வஞ்
செல்வத்து ளெல்லாந் தலை.

சீர்வாய்ந்த சப்த சமுத்திரங்களாலும் குளிர்ச்சிபொருந்திய நவதானிய பண்ணைகளாலும், முத்தருக்கள் நிறைந்த சோலை களாலும் வானளாவிய சிகரிகளாலுஞ் சூழப்பட்டிரானின்ற இம்மேதினியின் கண் சர்வகலைவாரிதியாகிய பரமபிதாவின் கிருபா நோக்கத்தால் ஜனித்த ஜீவராசிகட்குள் மேம்பட்டது மானிடப்பிறவியே. இம்மானிடப் பிறவிக்குத் தக்கவாறு சன்மார்க்கத்தை யனுசரித்து அதன்வாயிலாக மேலோர்தம் மாட்சிமைக்குப் பங்காளிகளாவதற்குச் சிறந்தகருவி கல்வியே யன்றி வேறல்ல. இக்கல்வியை யாமெவ்வளவு தான் வாய்க்கப்பெறினும் 'கேள்விமுயல்' என்னும்நீதிமொழிக்குத் தக்கவாறு நல்லாசிரியரை யடுத்து அவர்களால் கற்பிக்கப்படும் சிறந்த சொற்பயன்களை நன்குணர்தலேயக் கல்விக்கழகு.

எத்துணைய வாயினுங் கல்வி யிடமறிந்
துய்த்துணா் வில்லெனி னில்லாகும் – உய்த்துணா்ந்தும்
சொல்வன்மை யின்றெனி னென்னா மஃதுண்டேல்
பொன்மலர் நாற்ற முடைத்து.

இக்கேள்வி யென்பதை முன்னிட்டன்றோ சாத்திர விற்பன்னர் களாகிய வித்வமணிகள் ஆங்காங்கு பிரசங்கமாரி பொழிந்து கல்விபயிலும் இளைஞர்கட்கு, ஈன்ற தாய் தன்மகவுக்கு முலையமுதூட்டி வளர்க்கும் பான்மையைப் போல் நீதிசாரமாகிய அமுதை யூட்டுகின்றனர்? ஆ! ஆ! இவ்வளவு சீர்த்திவாய்ந்த சாரத்தையன்றோ பருகி நம்மின் கல்வியென்னும் தேகத்தை வளர்க்க வேண்டும்? இங்ஙனமின்றி வீணேசகல கலைகளையுங் கற்கலாமென முயன்று ஒவ்வொரு நூலிலும் கால், அரைக்கால் வீசம் படித்து யாதொன்றிலும் தேர்ச்சி யடையா திருத்தல் விவேகமன்று. ஒரு நூலையேனும் முற்றுமுணர்தலே கல்விக்கழகு. அற்றேல்கிஞ்சித்துக் கற்றவித்தை யும் பலனற்றுப்போம்.

வருந்தித்தாங் கற்றன வோம்பாது மற்றும்
பரிந்துசில கற்பான் றொடங்கல் – கருந்தனம்
கைத்தலத்து வுய்த்துச் சொரிந்திட் டரிப்பரித்தாங்
கெய்த்துப் பொருள்செய் திடல்.

ஐம்பொறிகளி லொன்றாகிய செவிக்கு இன்பத்தை யூட்டுமாறு, சப்த சுரங்கட்கூடிய கீதங்களையும், நவீனவாத்திய கருவிகளின் ஓசைகளையும், அன்பர்களின் இன்சொற்களையும் கேட்க எவ்வளவு ஆர்வமுற்றவரா யிருக்கின்றனமோ? அதற்கு மேலாக மேதாவியர்களின் போதனைகளையும், ஆசிரியரின் சிறந்த கற்பனைகளையும் நாடோறுங் கேட்க நனி ஆசையுடைத்தா யிருத்தலே கல்வி விர்த்தியின் முதற்குறியாம். இப்படிக்கின்றி

“அரைக்கல்வி முழுமொட்டை” யென்பதைப்போல் சிறிது கற்றுக்கொண்ட மாத்திரத்தில்,

கற்றறிந்தார் கண்ட தடக்க மறியாதார்
பொச்சாந்துத் தம்மைப் புகழ்ந்துரைப்பார் - தெற்ற
அறைகல் லருவி யணிமலை நாட
நிறைகுட நீர்தளும்ப லில்.

என்பதை மறந்து தங்களைத் தாமே புகழ்ந்து திரிதல் கல்விக்கும் கற்றவர்க்கும் அழகன்று. மீண்டும் தங்களை வெல்லவல்லவர் இவணில்லையென வீணே களித்தலும் அசேதனமே.

பலகற்றோம் யாமென்று தற்புகழ வேண்டாம்
அலர்கதிர் ஞாயிற்றைக் கைக்குடையுங் - காக்கும்
சிலகற்றார் கண்ணு முளலாம் பலகற்றார்க்
கச்சாணி யன்னதோர் சொல்.

ஈண்டு மேற்கூறியவண்ணம் மாணவர்கள் நல்லாசிரியரை யடுத்துத் தங்கட் கல்வியை மேன்மேலும் வளரச்செய்வா ரென்பது எமது துணிபு. அங்ஙனமின்றி,

கற்பூரப்பாத்தி கட்டிக் கஸ்தூரி யெருப்போட்டுக்
கமழ்நீர்பாய்ச்சிப்
பொற்பூர வுள்ளியினை விதைத்தாலு மதன்குணத்தைப்
பொருந்தக் காட்டுஞ்
சொற்பேதை யருக்கறிவிங்கினிதாக வருமெனவே சொல்லி னாலு
கற்போதம் வாராதாங் கவர்குணமே மேலாக நடக்குந் தானே

என்னும் நீதிமொழிக்குப் பலியாகி “இல்லிக்குடமா டெருமை நெய்யரி யன்னர் கடை மாணாக்கர்” என்னும் நன்னூலார் மொழியை மாலையாக அணியாது, “அன்னம் மாவே யனைவர் தலைமாணாக்கர்” என்னும் மகுடத்தைப்பூண்டு நீடுழி வாழ விரும்பிய தன்வழிச் செல்வதே கற்பின் பொற்பாம்.

சுபம்!

மே, 1906, பக். 164–166. *த. தாமஸ்*

சுற்றந்தழால் குறள்

பற்றற்ற கண்ணும் பழமை பாராட்டுதல்
சுற்றத்தார் கண்ணே யுள

நம் முள்ளத் துறைவோனாகிய பரஞ்சோதியின் திருவரு ளென்னுங் குடையினிழலி லிராநின்ற விம்மேதினியின் கண் விளங்கும் சர்வஜீவ கோடிகளிற் சிறந்தது மானிடப்பிறவி

யென்பது வெளிச்சமே. ஆனமையால் இச்சிறந்த பிறவிக்குத் தக்கவாறு அவ்வம் முறைகளைச் சரிவரநடத்தித் தழுவ வேண்டியவைகளைத் தழுவிக்கொண் டிருத்தலே பேரறிவாம்.

இவ்வுலக வாழ்க்கைக்கு முக்கிய துணையானது நேசமே. இந்நேசத்தினளவாகப் பாசமும், அதன்வழியே யுறவினரென்றும் சுற்றத்தவரென்றும் உபசரித்த லவசியமே. “குற்றம்பார்க்கிற் சுற்றமில்லை” யென்பதை மறவாது நம் சுற்றத்தவர் செய்யும் சொற்ப குற்றங்களைக் குரோதமாக வெண்ணாது குணமாகக் கொண்டு பெருமிதமாக நடந்துகொள்ளுதலே மூதறிவு. மீண்டும்

உடன்பிறந்தார் சுற்றத்தா ரென்றிருக்க வேண்டாம்

உடன்பிறந்தே கொல்லும் வியாதி என்பதி னாதாரமாகச் சுற்றத்தவரையும் உடன்பிறந்தாரையும் பிரிந்திருத்தல் அறிவோர் செயலன்று. “தமரிலார்க்கு நகரமுங் காடுபோன் றாங்கு” என்னும் ஆன்றோர் வாக்கின்வண்ணம், தமர்களுளாரென்று சொல்லி யகமகிழ்வதினால் யாது பயன்? ஆனாலன் னோரைத் தக்கவிதமாய் நேசித்து அவர்களால் வரும் இதாகிதங்களைச் சந்தோடத்துடன் அங்கீகாரஞ் செய்தலே சுற்றந்தழா லென்பதினிலக்கணமாம்.

அழன்மண்டு போழ்தி னடைந்தவர்கட் கெல்லா
நிழன்மரம்போ னேரொப்பத் தாங்கி – பழுமரம்போற்
பல்லார் பயன்றுய்ப்பத் தான்வருந்தி வாழ்வதே
நல்லாண் மகற்குக் கடன்.

பொருளுள்ளாரென்றும் இல்லாரென்றும் பேதம் பாராட்டாது அனைவரையும் சமமாகக்கொண்டு உபசரித்தலே யறிவு. மீண்டும் சுற்றத்தா ரென்னும் பதத்துக்குப் பிரதிபதமாய்க் கூறப்படும் ‘கிளைஞர்’ என்னும் பதத்தைச் சற்றாய்ந்து பார்ப்போம். மரங்களுக்கு அவைகளின் கிளைகளால் உண்டாகும் பிரயோசனங்களையும் அலங்காரங்களையும் கூறப்புகின் பெருகும். எனினும் அம்மரங்கள் அவைகளின் கிளைகளுடன் செழித்து வளரும் காலத்து முடிமன்னரின் சதுர்வித சேனைகளும் அவைகளின் நிழலைநாடிச் செல்லுமன்றோ? இனிய குரலுடன் பாடும் புள்ளினங்களும் அம்மரத்தின் கிளைகளைத் தம்மின் வாசஸ்தலமாகக்கொண் டுய்யுமன்றோ? வெயிலில் சோர்ந்தவர்கட்குக் குளிர்ந்த காற்றை யீட்டுமன்றோ? காய்கனி வர்க்கங்களைத் தாராளமாய்த் தருமன்றோ? ஆ! இவையெல்லாம் அக்கிளைகளினாதாரமாகவன்றோ நிகழ்கின்றன? ஆனமையால் நாமும் நம்மின் கிளைகளாகிய கிளைஞருடன் ஒருமனப்பட்டு வாழ்வோமாகில் நம்மின் உபசாரமென்னும் நன்னிழலை

நாடி வருபவர்கட்களவுண்டோ? மீண்டும் அவ்விதமான உபசாரங்களைக் கடைப்பிடித்து வருவோமாகில் நாமடையும் பீடுக்கு நிறையுண்டோ? இல்லையென்பது திண்ணம்.

கிளைகளில்லாது வாடியுலர்ந்து கிடக்கும் மரங்களை யெங்ஙனம் வெட்டி முறித்து அக்கினிக்கு இரையாக்கி விடுகின்றனரோ அங்ஙனே சுற்றத்தவரென்னும் கிளைகளை நாடாத மானிடர்கள் சீக்கிரத்தில் நரகாக்கினைக் கிரையாவா ரென்பது மாறாத சத்தியம். சுபம்! சுபம்!

ஜூன், 1906, பக். 185–186. த. தாமஸ்,

நீதிசாத்திரம்

நூன்முகம்

அளப்பரு நீதிநூல்கள் நந் தமிழ் நாடியற்றிய தவமென விளங்கா நிற்கின்றன. அவை, செந்தமிழ்க் கடலைத் தம்மறிவாம் புணைகொடு கடந்த செந்நாப் புலவோரா னருளப்பெற்று எந்நாட்டவருந் தம் முடிசூட்டிக் கொள்ளுமாறு பொலிவெய்தி நின்றன.

அஃதங்ஙனமாக, வடநூல் நல்லார் தந்நூல்களி னாங்காங்கு கண்டனசில்ல திரட்டி 'நீதிசாத்திர'ப் பெயராற் காட்டினர். அக் கருத்துக்களும் நந்தமிழ்வல்லோர் பாற்பட்டுத் தத்தம் நூல்களுட் பல்வேறிடங்களிற் கூறியிருப்பினும், யாம் அவையிற்றை யொருங்கே மொழிபெயர்ப்பா னார்வமுற்று ஓராற்றான் நீதிசாத்திரப் பெயரானே இயற்றுவா னாயினேம்.

தமிழ்வல்லோர் இவையிற்றை இலக்கண வழுஉக்களுக்குக் காட்டாக வெனினுங் கைக்கொண்டு எம்மை மருட்டாவழித் தெருட்டுவா ராக.

மண்முகத் தெனாது மயறெறப் போந்த
சண்முக னருளுளந் தழீஇ
உண்மைநூ லுரைப்பனுலகி னோர்க்கே.

காப்பு

ஆதிநூல் கூற்றுக் கமையைங் காற்றெழுதும்
நீதிநூல் கூற நெடிது.

அவையடக்கம்

வேதச் சினையா விரிசாத் திரமலராப்
போதப் புலவோர் புகழளியாச் – சீதந்
தருசோலை யாமவையைச் சார்தும் பிழையா
வருமூல வெப்பகற்று மாறு.

நூல்

(உறவோர் இவர் எனல்)

வாய்மையே மெய்த்தாய் வயங்கறிவே மேதாதை
தூய்மைசெய் நல்லறமே சோதரமாம் – ஏய்ந்ததயை
நட்பாகுஞ் சாந்த மனைநற்புத் திரன்பொறையா
முட்கொள் ளிவையா றுறவு.

(மானத்தின் சிறப்பு)

மானம் படவரின் வாழா துயிர்நீத்திங்
னேம் படா துயர்வை யெய்துகவே – மானமது
பட்டால் வசைமதியம் பாநுவுள ஞான்றுமுயிர்
விட்டாலுஞ் சீர்த்தி விடா.

(இவர்க்கிது விருப்பெனல்)

அந்தணருக் காமடிசி லாவினுக்கிங் கெய்தும்புல்
சிந்தைவலி மிக்க திறல்வீரற் – குந்தமரில்
ஒன்னார் தமைச்செறுத லுற்றகொழு நற்பெறுதன்
மின்னாருக் கெய்தும் விருப்பு.

(இவர் ஞானி எனல்)

பிறர்தாரந் தன்னையே பெற்றதா யாகப்
பிறர்பொருளை யோடாகப் பேணிப் – பொறைமேவும்
வையிலுயிர் யாவுந்தன் மன்னுயிரா வுற்றோனே
யொப்பிலுயர் ஞானி யுணர்.

(இவை யநித்தியம் எனல்)

யாக்கை யிளமை யநித்தியமே யஃதுறூஉம்
வாழ்க்கை யொடுவளனு மாறுமே – நீக்கமறுஞ்
சாவோ தலைநிற்குந் தன்மைத் துயிர்வாழ்வீர்
ஆவோ புரிவீ ரறம்.

(மங்கையர் மனம் இத்தகையது எனல்)

தந்தை யொடுதன் தனித்துணைவன் றானீன்ற
மைந்த னெனினும் வனப்பினரேல் – பைந்தொடியார்

சிந்தையன் னார்வயமாச் செல்லுமாற் காளையீர்
நிந்தை யகன்மி னினைந்து.

நவம்பர், 1905, பக். 48–49. *கா.ந. முதலியார்*

நீதிசாத்திரம்
(49–ம் பக்கத் தொடர்ச்சி)

உடலிற் றலைதலையா மோங்குறுப்பிற் கண்ணாம்
விடலில் சுவையிலுவர் மேவுங் – கடலிற்
பெரிதாகுங் கண்ணாய்ப் பெருகுநன் னீரே
யரிதாமோ ராற்றுக் கறி.

குடம்பல மண்ணொன்றாங் கோப்பலபா லொன்றா
முடன்மே லணிபல வொன்றா – மிடும்பொன்
னமையும்பன் னூல்க ளறையுமிறை யொன்றே
சமயம் பலவினுக்குந் தான்.

வள்ளல்வறி யோனா வழங்கான் வளவனா
எள்ளும் பதகனாண் டேய்சதமாக் – கொள்கலீயி
னல்லோனாள் சின்னாளா நாயகனோ ரூழியனாப்
புல்லோ னாசாகிப் போம்.

கோளரி மூன்றாக் கொடுவரியைந் தாம்பரழா
நீளூற வீன்று நிலவா மறத்தால்
அறத்தாலொன் றீன்றுமிங் காவோ பலவால்
திறத்த தறமே தெளி.

பொருணசை யோர்க்குற்றார் போதகுரு வில்லை
வருகாமிக் கில்வெட்க மானந் – தருகல்வி
தோய்வோர்க் கிலைசுகமுந் துஞ்சல் பசித்தோர்க்
கேய்சுகமும் பக்குவமு மில்.

காதன் மனையாளைக் கையகற னல்லோர்நெஞ்
சேதம் படநிற்ற லெய்துகடன் – கோதார்
குலத்தானைக் காண்டல் கொடுவறுமை யிற்சார்
நலத்தானுங் கொல்லா நமன்.

பொத்தகமுங் கன்னி பொருளும் பிறர்தம்மா
லுற்றிடிற் போயினவென் றுன்னுகவே – பெற்றாற்
கிழிந்து நலனற்றுங் கேடுற் றரிதிற்
கழிந்தும் பெறவருமாங் காண்.

ஐயாண்டு காறு மரையனா வாண்டுகள்
ஐம்மூன்று காறு மடியனா – வெய்த தன்மேன்
மித்திர னாக்கொண்டு மேவுக தாமீன்ற
புத்திரனை யன்பு புரிந்து.

காலைவெயி னிற்றற் கடும்பிணத்தின் றூமமுறல்
சாலப் பெரியாளைச் சார்தல் – ஆலமதை

யாக்குநீ ருண்ணலிவை யாங்கொடுநோ யானாளு
நீக்குமா லாயு ணிலை.

மாலைவெயி னிற்றல் வளரிட்டித் தூமறல்
வாலைச் சிறுவியை மன்னுதல் - சீலத்
துறுநீர் பருகலிவை யோங்குபிணி நீக்கி
நிறுவுமா லாயு ணிலை.

டிசம்பர் 1905, பக். 69–70. *கா.ந. முதலியார்*

நீதிசாத்திரம்
(70ஆம் பக்கத்தொடர்ச்சி)

தன்னாக்கஞ் சீரியதாந் தந்தையாக் கம்மிடையா
மன்ன துணைவனாக் கங்கடையா - மன்னு
மிடையிற் றுடியா ளெழிலாக்க மெய்திற்
கடையிற் கடையாக் கருது.

உத்தமற் குச்சீற்ற மோர்கணமா நாழிகைகண்
மத்திமற் கோவிரண்டா மன்னுமே - சித்தத்
திரவொன் றதமற் கிறுதிநாள் காறு
மருவும்பா பிக்கு வரின்.

அதிதிபுற நிற்ப வருந்துநீர் கள்ளா
மதியின்று போனகமும் வைப்பின் - விதியின்று
கொள்ளுங்கோ வன்றசையாங் கோதில் குவலயத்தீர்
உள்ளும் விருந்தி னுயர்வு.

துற்சனரைப் பொன்னைத் தோற்கருவி வாச்சியத்தைத்
துற்பெண்டி ரன்ன துரகத்தை - முற்ற
நிறுத்துங் கழைதிலத்தை நேர்வினை யாளை
ஒறுத்தாற் குணமிக் குறும்.

அம்புலிகால் சீய்த்திருளை யார்வ முறவிளக்கும்
வெம்பரிதி நாளை விளக்குமே - செம்மையற
முப்புவனத் தும்விளக்கும் மூதறிஞன் றன்குலத்தை
எப்புவனத் தும்விளக்கு மே.

ஈந்தது கொண்டுமகிழ் வெய்தா மறையோனும்
வாய்ந்தது கொண்டுமகிழ் மன்னவனும் - ஆய்ந்துமன
நாணில் குலமகளும் நாணும் விலைமகளும்
வீணி லழிந்து விடும்.

மறையவர்க்கு மூல மறையேயில் லத்தின்
குறையகற்று மூலங் குலக்கொடியே - நிறையும்பல்
வித்துக்கு மூலமோ வேளாண்மை பாரினிலி
தத்துக்கு மூலந் தனம்.

ஆட்டுத் துகளும் அலகி னிடைத்துகளும்
காட்டுஞ்சேற் கண்மடவார் காறுகளும் - நாட்டின்

கரத்தின் றுகளுமோர் காவலன்மேற் சாரின்
வருத்து மிடியே வரும்.

உழுநர்க் கிலைபஞ்ச மோதுமனு வோர்க்குப்
பழுதார் பழிபாவ மில்லை - விழித்தார்க்குங்
கஞ்ச மிருளில்லை யாகுமோ னத்தர்க்கு
விஞ்சுங் கலக மிலை.

விண்மீ னொருகோடி மேவிப் பொலிந்திடினுந்
தண்மதிய மொன்றைச் சரியாமோ - வண்மையிலாத்
துற்புத் திரர் நூறு தோன்றுதலின் மூதறிவி
னற்புத் திரனொருவ னன்று.

ஜூன், 1906, பக். 185–186. *கா. ந. முதலியார்.*

களவழி நாற்பதுரை

நாண்ஞாயி றுற்ற செருவிற்கு வீழ்ந்தவர்
வாண்மாய் குருதி களிறுழக்கத் – தாண்மாய்ந்து
முன்பக லெல்லாங் குழம்பாகிப் பின்பகற்
துப்புத் துகளிற் கெழூஉம் புனனாடன்
தப்பியா ரட்ட களத்து.

(பொழிப்புரை) நீர்சூழ்ந்த நாட்டையுடைய செங்கட்சோழன் பிழைத்தவரைக் கொன்ற போர்க்களத்தில், காலைப்பொழுதில் வந்தடைந்த போரில் பட்டவருடைய வாளழுந்துதலா லொழுகும் உதிரத்தை; யானைகள் கலக்க (அவற்றின்) காலாலே சுருங்கி, முற்பகற் பொழுதெல்லாஞ் சேறாகிப் பிற்பகற்பொழுதில் பவளத்துகள்கள்போல (ஆகாயமெங்கும்) பரந்து செறியாநிற்கும்.

(விசேடம்) களத்தினிடத்து நிகழ்ந்த செய்தியை யுணர்த்தும் நாற்பது செய்யுளும் அதனுரையு மென்பதே இத்தலைப்பின் போந்த பொருளாகும். “களவழி நாற்பது” எனுமிந்நூலியற்றியவர் பொய்கையார் எனுந் திருநாம முடைய பெரும்புலவர். இந்நூற் சங்கமருவிய செய்யுள்களுளொன்று. இது சோழனது பராக்ரமத்தைப் புகழ்ந்து பாடிய நூலெனக் கொள்ளப் பெறும். ஷ பாடலின் கருத்தோவெனின், சோழன் புரிந்தபோரில் பட்டவருடைய உதிரவெள்ளமானது யானை களுடைய காலால் மிதிப்பட்டு முற்பகற்

பொழுதெல்லாஞ் சேறாகக்கலங்கி, பிற்பகற்பொழுதிற வெயிலுஷ்ணத்தாற் காய்ந்து பவளத் தூசு ஆகாயமெங்குஞ் செந்நிறமாகப் பரந்து செறியாலிற்குமென்பதே. இதனால் உதிரவெள்ளத்தினது பிரவாகமும், யானைக்கூட்டத்தினது விசேடமும், சோழனது தோள்வலியும் விளக்கப்பட்டது.

ஞாட்பினுளெஞ்சிய ஞாலஞ்சேர் யானைக்கீழ்ப்
போர்ப்பி லீடிமுரசி னூடுபோ மொண்குருதி
கார்ப்பெயல் பெய்தபிற் செங்குளக் கோட்டுக்கீழ்
நீர்த்தூம்பு நீருமிழ்வ போன்ற புனனாடன்
ஆர்த்தம ரட்ட களத்து.

(பொ–ரை) நீர் நாட்டையுடைய செங்கட்சோழன் குணலை யிட்டுப் போரிற்கொன்ற போர்க்களத்தில்; ஒழிந்த நிலத்திற் சேர்ந்த யானையின்கீழ் (கிடந்த) மேற்போர்வையில்லாத இடிபோன்றொலிக்கு முரசத்தினூடு செல்லும் ஒள்ளிய வுதிரம், கார்ப்பருவம் மழைபெய்தபின்பு செங்குளத்தினது கரையின் கீழுள்ள நீர்த்தூம்பானது நீருமிழ்தலையொத்தது.

(வி–ம்) ஒழிந்தநிலத்திற் சேர்ந்த யானையின்கீழ் கிடந்த முரசமெனும் வாத்தியத்தின் வழியாகச் செல்லும் இரத்தப்பிரவாகமானது, குளக்கரையின்கீழ் வைக்கப்பட்ட நீர்க்குழாய் நீர் உமிழ்தலை யொத்திருந்த தென்பதே. இதில் சோழன் மாற்றாருடைய யானைகளைக் கொன்ற தன்மையும், அவ்வியானைக்கிருந்த இரத்தபுஷ்டியும் குறிக்கப்பட்டது.

ஓழுக்குங் குருதி யுழக்கித் தளர்வார்
இழுக்குங் களிற் றுக்கோ டூன்றி – யெழுவர்
மழைக்குரன் மாமுரசின் மல்குநீர் நாடன்
பிழைத்தாரை யட்ட களத்து.

(பொ–ரை) மேகத்தின் முழக்கம் (போன்ற) பெரிய முரசினையுடைய நிறைந்த நீர் நாட்டையுடைய சோழன் தப்பினவரைக் கொன்ற போர்க்களத்தில் (அடைந்தாராகி) (பட்டோர் உடலினின்று) ஒழுகும் உதிரத்தைக் கலக்கி (வழுக்கி) வீழ்வோர்; (உதிரவெள்ளத்தால்) இழுக்கப்பட்ட யானையினதுகொம்புகளை ஊன்று கோலாகக்கொண்டு எழாநிற்பர்.

(வி–ம்) நீர்வளப்பம் பொருந்திய நாட்டையுடைய சோழன் புரிந்த போரில் வந்து வீழ்ந்தவர்களுடைய தேகத்தினின்றும் ஒழுகும் இரத்தத்தைக் கலக்கி வழுக்கி வீழ்வோர்; இரத்த வெள்ளத்திலிழுக்கப்பட்ட யானைத் தந்தங்களை யூன்றுகோலாகக்கொண்டு (மீள) எழுந்திருப்பார்கள் என்பதே. இதில் சோழனுடைய போரிற் பட்டவர்கள் உதிரத்தைக் கக்கிச்

சாவார்க ளென்பதும், சோழன் மாற்றாரைத் தப்பிப்போக விடுவதில்லை யென்பதும், இப்போரில் அநேகயானைகளு மடிந்ததென்பதும் விளக்கப்பட்டது.

உருவக் கடுந்தோ் முறுக்கிமற் றத்தோ்ப்
பரிதி சுமந்தெழுந்த யானை – யிருவிசுப்பிற்
செல்சுடா் சோ்ந்த மலைபோன்ற செங்கண்மால்
புல்லாரை யட்ட களத்து.

(பொ–ரை) செங்கட்சோழன் பகைவரைக் கொன்ற போர்க்களத்தில் அஞ்சத்தக்கக் கடியதேரைச் சிதைத்து, அந்தத் தேரினுருளினைச் சுமந்தெழுந்த யானைகள், பெரிய ஆகாயத்தில் செல்லுஞ்சூரியன் அடைந்த மலையையொத்தன.

(வி–ம்) சோழன் புரிந்த போர்க்களத்தில் அவனதியானைகள் மாற்றாருடைய தேரைப் பொடியாக்கி யத்தேரினுருளையைச் சுமந்தெழுதலானது சூரியன் அடைந்த மலையை யொத்தது என்பதே. இதில் சோழனுடைய யானைகளைப் பெரியமலைக்கும் மாற்றாருடைய தேர்ச்சக்கரத்தைச் சூரியனுக்கு முருவகப்படுத்தினார். ஆகவே சோழனுடைய யானையாகிய மலையின்மீது மாற்றாரது தேர்ச்சக்கரமாகிய சூரியன் வந்தடைந்ததென்க.

தொடர்ச்சியுண்டு

அக்டோபர் 1905, பக். 5–7. தமிழுழவன்.

களவழி நாற்பதுரை
(7ம் – பக்கத் தொடர்ச்சி.)

தெரிகணை யெஃகந் திறந்தவா யெல்லாங்
குருதி படிந்துண்ட காக – முருவிழந்து
குக்கிற் புறத்த சிரல்வாய செங்கண்மால்
தப்பியா ரட்ட களத்து.

(பொ–ரை) செங்கட்சோழன் பிழைத்தாரைக்கொன்ற போர்க்களத்தில் ஆராய்ந்த அம்புகளாலும் வேல்களாலும் திறக்கப்பட்ட எல்லாப் புண்களினது வாய்களினின்றும் ஒழுகும் உதிரத்திற்படிந்து, (அவ்வுதிரத்தை) உண்ட காகங்கள் (தம்முடைய) நிறத்தை யிழந்து செம்போத்தின்புறத்தை யுடையவாகிச் சிச்சிலிற்குருவி போன்ற வாயையுடையன.

(வி–ம்) இதில் சோழனது கையின்றும் வெளிப்பட்ட அம்புகளும் வேலாயுதங்களும் பகைவருடலிற் றோய்தலால் அப்பகைவரது உடலெங்கும் புண்வாய்களாகக் காணப்பட்டு,

அப்புண்வாய்கள்வழியே வெளிப்படும் உதிரத்தை யடைந்து உண்ணுங் காகங்கள், தனது பழைய கருநிறத்தை மாற்றிச் செந்நிறத்தையும் செவ்வாயையுமுடைய சிச்சிலிக்குருவி போன்று வெளிப்படும் எனச் சொல்லப்பட்டது.

நானாற் றிசையும் பிணம்பிறங்க யானை
அடுக்குபு வேறறிக் கிடந்த – இடித்துரறி
அங்கண் விசும்பி னுருமெறிந் தெங்கு
பெருமலைத் தூறெறிந் தற்றே யருமணிப்
பூணேந் தெழின்மார் பியற்றிண்டேர்ச் செம்பியன்றெவ்
வேந்தரை யட்ட களத்து.

(பொ–ரை) பெருதற்கரிய இரத்தினங்க (ளழுத்திய) ஆபரணமணிந்த தோற்றத்தையுடைய மார்பையும், (வேகம்) அமைந்தவலிய தேரையுமுடைய செங்கட்சோழன் பகையரசரைக் கொன்ற போர்க்களத்தில், இடித்து முழங்கியழகிய இடத்தையுடைய ஆகாயத்தினின்று இடிவிழுந்து எவ்விடத்துமுள்ள பெரியமலைகளைத் தொடக்கற எறிந்தாற் போல, பலதிசைகளிலும் பிணங்கள் மிக யானைகளடுக்கப்பட்டு உயர்ந்துகிடந்தன.

(வி–ம்) இங்கே சோழனது செல்வப் பெருக்கைக்காட்ட பெறுதற்கரிய இரத்தினங்களழுத்திய ஆபரணத்தை யணிந்தமார்பை யுடையவனென்றும், அவனது தேர்மிக விரைவிற் செல்லுமாறு அமைக்கப்பட்டிருப்பதையும், அவன் பகைவரைக் கொன்ற போர்க்களத்துப் பல திசைகளிலும் பிணங்களோடு யானைகள் விழுந்து கிடந்ததானது இடிவீழ்ந்த மலைகள் எப்படி அடியற்றுக் கிடக்குமோ அதுபோல பகைவர்கள் தமது யானைகளோடும் மடியும்படிப் போர்நடத்தியவனென்றுங் குறிக்கப்பட்டது.

அஞ்சனக் குன்றேய்க்கும் யானை யமருழக்கி
இங்கு லிகக்குன்றே போற்றோன் றுஞ் – செங்கண்
வரிவரான் மீன்பிறழுங் காவிரி நாடன்
பொருநரை யட்ட களத்து.

(பொ–ரை) செவந்த கண்களையும் வரிகளையுமுடைய வரால்மீன் பிறழாநிற்கும் காவிரி நாட்டையுடைய (செங்கட் சோழன்; தன்னோடு) போர் செய்வோரைக் கொன்ற போர்க்களத்தில், நீலமலையை யொத்துத் தோன்றும் யானைகள் போரின் கட்கலக்கி, சாதிலிங்கமலையைப் போலத் தோன்றா நிற்கும்.

(வி–ம்) இதில் சோழநாட்டிலுள்ள ஆறு காவிரியா றென்றும், அவ்வாற்றில் வரால்மீன்கள் விசேடமென்றுங்

குறிக்கப்பட்டது. குறிக்கவே அவ்வாற்றினது நீர்வளஞ் சொல்லவேண்டியதில வாயிற்று. இவ்வாறு பொருந்திய நாட்டையுடைய சோழனது போர்க்களத்தில் வந்த யானைகள் முன்னே தன் சுயநிறமாகிய நீலநிறத்தை யுடையதா யிருப்பினும், அக்களத்திடத்துதிரவெள்ளத்தைக் கலக்குவதால் செந்நிறம் வாய்ந்த சாதிலிங்க மலையைப் போன்று தோன்று மெனக் குறிக்கப்பட்டது.

யானைமேல் யானை நெரிபதா வானாது
கண்ணோர் கடுங்கணை மெய்ம்மாய்ப்ப - எவ்வாயு
மெண்ணருங் குன்றிற் குரீஇயினம் போன்றனவே
பண்ணா ரிடிமுரசிற் பாய்புன னீர்நாடன்
நண்ணாரை யட்ட களத்து**.**

(பொ—ரை) ஒப்பனை யமைந்த இடிமுரசையொப்பப் பாய்ந்துசெல்லும் காவிரி நீர் நாட்டையுடைய (செங்கட் சோழன்) பகைவரைக் கொன்ற போர்க்களத்தில், யானைகள் மேல் யானைகள் சாய நீங்காமல் (பெண்கள்) கண்களையொப்ப கடிய அம்புகள் எவ்வுறுப்பின் கண்ணும் (பாய்ந்து அவற்றின்) உடலை மறைத்தலால் (அவை) அளவில்லாத மலைகளில் குருவியின் கூட்டங்களையொத்தன.

(வி—ம்) இங்கே செங்கட் சோழனது போர்க்களத்தில் சோழனது கையின்றும் வெளிப்பட்ட அம்புகள் யானைகள்மீது பாய்ந்திருத்தலானது கணக்கில்லாத மலைகள்மீது தங்கிய குருவிக்கூட்டங்களை யொத்ததெனக் குறிக்கப்பட்டது. எங்ஙனமெனில் யானைகளை மலைகளுக்கொப்பிடுவது புலவரியல்பு. அம்மலைகளாகிய யானைகளின் உறுப்புகளில் கணக்கில்லாத அம்பின் கூட்டங்கள் பொருந்தியிருப்பதால் அவைகள் குருவியின் கூட்டங்கள்போலத் தோன்றுமெனவுங் குறிக்கப்பட்டது.

தொடர்ச்சியுண்டு.

நவம்பர் 1905, பக். 43—44. *தமிழுழவன்.*

களவழி நாற்பதுரை
(44ஆம் பக்கத் தொடர்ச்சி)

மேலோரைக் கீழோர் குறுகிக் குறைத்திட்ட
காலார் சோடற்ற கழற்கா லிருங்கடல்
ஊணில் சுறாபிறழ்வ போன்ற புனனுடன்
நேராரை யட்ட களத்து**.**

(பொ—ரை) நீர் நாட்டையுடைய செங்கட்சோழன் பகைவரைக் கொன்ற போர்க்களத்தில், குதிரை முதலாயினவற்றின் மேலிருந்த வரைக் கீழ் நின்ற காலாட்கள் சென்று சார்ந்து துணித்த காற்கிட்ட கவசத்தோடு அறுபட்ட வீரகண்டையணிந்த கால்கள் பெரியகடலுள் இரையில்லாத சுறாமீன்கள் பிறழ்தலையொத்தன.

(வி—ம்) இங்கே செங்கட் சோழனது போர்க்களம் பெரிய சமுத்திரம்போல உதிரத்தாற் சூழப்பட்டிருந்ததெனவும், பகைவருடைய வீரகண்டையணிந்த கால்களைச் சோழனது காலாட்படைகள் சென்று துணிக்க அவ்வீரகண்டைகளை யணிந்த கால்கள் பெரிய சமுத்திரத்தில் இரையில்லாத சுறாமீன்கள் புரள்வதைப்போன்று இவ்வுதிர வெள்ளஞ்சூழ்ந்த சமுத்திரத்தினிடத்துப் புரள்வதாயினவெனக் குறிப்பிடப்பட்டது.

பல்கணை யெவ்வாயும் பாய்தலிற் செல்கலா
தொல்கி யுயங்குங் களிறெல்லாந் – தொல்சிறப்பிற்
செவ்வலங் குன்றம்போற் றோன்றும் புனனாடன்
தெவ்வரை யட்ட கலத்து.

(பொ—ரை) நீர் நாட்டையுடைய செங்கட்சோழன் பகைவரைக்கொன்ற போர்க்களத்தில், பல அம்புகளும் எவ்வுறுப்பிலும் பாய்தலால் செல்லமாட்டாது தளர்ந்து, வருந்திய யானைகளெல்லாம் தொன்று தொட்டு வருஞ்சிறப் பினையுடைய மேருமலைபோலத் தோன்றா நிற்கும்.

(வி—ம்) இங்கே செங்கட் சோழனது போர்க்களத்தில் வந்த பகைவர் யானைகளின் சர்வவுறுப்புகளினும் விசேஷமான அம்புகள் பாய்தலால் அவ்வியானைகள் நடைதளர்ந்து ஸ்மரணையற்றுக் கிடப்பதானது, உருவத்திலும் பெரிதான மதிப்பைச்சூடிய மேருமலையை யொத்திருக்குமெனக் குறிப்பிட்டார்.

கழுமிய ஞாட்பினுண் மைந்திகந்தா ரிட்ட
வொழிமுரச மொண்குருதி யாடித் – தொழின்மடிந்து
கண்காணா யானை யுதைப்ப விழுமென
மங்குன் மழையி னதிருமதி ராப்போர்ச்
செங்கண்மா லட்ட களத்து.

(பொ—ரை) போரிற் கலங்குதலில்லாத செங்கட்சோழன் கொன்ற போர்க்களத்தில், நெருங்கிய போரில் வலியிழந்தவர்கள் போகவிட்டவொழிந்தமுரசம், ஒள்ளிய வுதிரத்திற்படிந்து தம்தொழிலைத் தவிர்ந்து ஆயுதங்களாலூறுபட்டுக் கட்புலனிழந்த யானைகளுதைத்தலால் இழுமென முழங்கும் மேகம்போல முழங்கா நிற்கும்.

(வி—ம்.) இங்கே சோழனைப் போரிற் கலங்குதலில்லாத மனத்தினை யுடையவனென்றும், இவனது போரிற்பட்ட பகைவர்கள் தமது வல்லமையை யிழந்து, தமது கையிலுள்ள முரசமென்னும் வாத்தியத்தை நழுவிவிட்டுவிட அம்முரசம் உதிரவெள்ளத்தோடு புரண்டுசெல்ல அம்முரசம், ஆயுதங்களாற் கண்ணிழந்த யானைகள் கால்பட்டு, மேகம்போல இழும் எனுஞ் சத்தத்தோடு முழங்காநிற்குமென்றுங் குறிப்பிட்டார்.

ஓவாக் கணைபாய வொல்கி யெழில்வேழந்
தீவாய்க் குருதி யிழிதலாற் செந்தலைப்
பூவலங் குன்றம் புயற்கேற்ற போன்றனவே
காவிரி நாடன் கடாய்க் கடிதாகக்
கூடாரை யட்ட களத்து.

(பொ—ரை) காவிரி நாட்டையுடைய செங்கட்சோழன் முயன்று விரைந்து பகைவரைக்கொன்ற போர்க்களத்தில், இடைவிடாமல் அம்புகள் தைக்க தோற்றத்தையுடைய யானைகள் தளர்ந்து தீநிறம்பொருந்திய வுதிரத்தை யொழுக்குதலாற் பூமியின் கண்ணுள்ள செந்நிறமுள்ள சிகரத்தையுடைய செம்மண்மலைகள் மழைக்கு எதிர்ந்தனவொத்தன.

(வி—ம்.) இங்கே காவிரி நாட்டையுடைய செங்கட்சோழன் போர்க்களத்தில் முயன்று விழைந்து செல்பவனென்றும், இவனது போர்க்களத்தில் இடைவிடாமல் அம்புகள் தைப்பதால் யானைகள் உதிரத்தை யொழுக்குதலானது — செம்மண்மலையிற் பெய்தமழைபோல தோன்றா நிற்குமென்றுங் குறிப்பிட்டார். (அதாவது) செம்மண்மலையிற்பெய்த மழை செந்நிறமாக வோடு மாதலின், உதிரம் ஒழுகவிடும் யானைகள் அம்மலைகளை யொக்குமென்றார்.

தொடர்ச்சியுண்டு.

டிசம்பர் 1905, பக். 67. தமிழுழவன்.

களவழி நாற்பதுரை
(68ம் பக்கத்தொடர்ச்சி)

நிரைகதிர் நீளெஃகம் நீட்டி வயவர்
வரைபுரை யானைக் கைநூற — வரைமேல்
உருமெறி பாம்பிற் புரளுஞ் செருமொய்ம்பிற்
சேஎய்பொரு தட்ட களத்து.

(பொ—ரை) போர் வலிமையையுடைய செங்கட்சோழன் போர்செய்து கொன்ற போர்க்களத்தில், நிரைத்த வொளியினை யுடைய நீண்ட வாளை, பின்னே வாங்கி வீரர்கள் மலையை

யொத்த யானைகளது கைகளைத் துண்டுபடுத்த, மலையின்மேல் இடிவிழுந்த பாம்பைப்போல புரளாநிற்கும்.

(வி–ம்) மலையின்மீது இடிவிழ அம்மலையினிடத்துள்ள பாம்பிற்குண்டாகுமிம்ஸை எத்தன்மையாக விருக்குமோ அது போன்றிருந்ததென்க. (13)

கவளங்கொள் யானையின் கை துணிக்கப் பட்டுப்
பவளஞ் சொரிதரு பைபோற் – றிவளொளிய
வொண்செங் குருதி யுமிழும் புனனாடன்
கொங்கரை யட்ட களத்து.

(பொ–ரை) நீர் நாட்டையுடைய செங்கட்சோழன் கொங்குநாட்டரசரைக்கொன்ற போர்க்களத்தில், கவளத்தைக் கொள்ளும் யானைகள் (தம்) துதிக்கைகள் (துணிக்கப்பட்டு) துண்டுபடுத்தப்பட்டு பவளத்தைச் சொரியா நின்ற பையைப்போல விளங்கும் ஒளியையுடைய ஒள்ளிய செவந்த வுரத்திதை யுமிழாநிற்கும்.

(வி–ம்) பவளத்தை நிறைத்து வைத்திருந்த பையையவிழ்க்க வதினிடத்திருந்து சிந்தும் பவளங்கள் எவ்விதமாய்ச் செந்நிறம் பெற்றிருக்குமோ வதுபோல துதிக்கையைறுபட்ட விடத்தினின்று மிவ்யானைகள் சிந்து முதிர மிருந்ததென்க. (14)

கொல்யானை பாயக் குடைமுருக்கி யெவ்வாயும்
புக்கவா யெல்லாம் பிணம்பிறங்கத் – தச்சன்
விடுபடு பள்ளியிற் றோன்றுமே செங்கட்
சினமால் பொருத களத்து.

(பொ–ரை) கோபத்தையுடைய செங்கட்சோழன் போர்செய்த போர்க்களத்தில், எவ்விடத்துங் குடைகளையழித்துக் கொல்லும்யானைகள் பாய்தலால் அவ்வியானைகள் புகுந்த விடமெல்லாம் பிணங்கள் விளங்க தச்சனால் வினைசெய்யப் பட்ட விடங்கள்போலத் தோன்றாநிற்கும்.

(வி–ம்) சமரிற்பட்டுக் கிடந்த பிணங்கள்மீது யானை களின் கால்கள் அழுந்துதலால் உண்டாய்க் கிடக்கும் குழிகளை இங்கே தச்சனால் வினைசெய்யப்பட்ட விடங்களுக்கு வமிக்கப்பட்டது. (15)

பரும வினமாக் கடவித் தெரிமறவர்
ஊக்கி யெடுத்தவ ரவத்தினாாப் பஞ்சாக்
குஞ்சரக்கும் பத்துப் பாய்வன குன்றிவரும்
வேங்கை யிரும்புலி போன்ற புனனாடன்
வேந்தரை யட்ட களத்து.

(பொ–ரை) நீர் நாட்டையுடைய செங்கட்சோழன் பகைவரைக் கொன்ற போர்க்களத்தில் கல்லனையையுடைய

திரண்டகுதிரைகள் ஆராய்ந்த வீரர்களால் நடத்தப்பட்டு வீராவேசங்கொண்டு (போரின்கண்) ணெடுத்த தமது ஆரவாரத்தை அஞ்சாத யானையினது மத்தகத்தில் பாயாநின்ற, (அப்பாய்த்துள்) மலையின்கட் பாய்கின்ற வேங்கைப் பெரும்புலி யின் பாய்துளையொத்தன.

(வி–ம்) இங்கே சோழனிடத்துள்ள குதிரை வீரர்களை மிகவும் வீரர்களெனக் குறிப்பிட 'ஆராய்ந்த வீரர்களால்' எனவும், சோழனது குதிரைகள் போர்க்களத்தில் பாயும்போது மலையிடத்துப் பாய்கின்ற புலிகளைப் போலப் பாயுமெனவுங் குறிப்பிட்டார். (16)

(தொடர்ச்சியுண்டு)

ஜனவரி, 1906, பக். 95–96. *தமிழுழவன்.*

களவழி நாற்பதுரை
(96ஆம் பக்கத் தொடர்ச்சி)

ஆர்ப்பெழுந்த ஞாட்பினு ளாளா ளெதிர்த்தோடித்
தாக்கி யெறிதர வீழ்தரு மொண்குருதி
கார்த்திகைச் சாற்றிற் கழிவிளக்கைப் போன்றனவே
ஆர்த்தம ரட்ட களத்து.

(பொ–ரை) போரில் (வல்ல) கொடிப்படையையும், (கரையோடு) மோதும் காவிரிநீர் நாட்டையுமுடைய செங்கட்சோழன் கொக்கரிதுது (பகைவரைக்) கொன்ற போர்க்களத்தில், ஆரவாரமிகுந்த போரில் ஆளும் ஆளும் எதிர்ச்சென்றோடி பொறாது, ஆயுதங்களை வீசுதலாற் சொரியா நின்ற ஒள்ளியவுதிரம் கார்த்திகை விழாவின் மிக்க விளக்கினை யொத்தன.

(வி–ம்) மற்றகாலங்களைவிட கார்த்திகை உற்சவத்தில் வீட்டினெப்புறங்களிலுமிக்க விளக்கேற்ற லுலகக்காட்சியாக லின், அதுபோன்று மேற்சொல்லிய போர்க்களத்தில் ஒருவரை யொருவர் நெருங்கி ஆயுதங்களாற் குத்த அவ்வாயுதங்கள் நுழைந்தவிடங்களி னின்றும் ஒழுகியவுதிரம் அக்கினியைப் போன்று சென்னிறம் பெற்றிருந்ததென்க. கார்த்திகை விழாவி லெங்கெணும் பலவிளக்குக ளேற்றுவதுபோல போருட்புகுந்தவர் தேகமெங்கு மாயுதங்கணுழைந்தவ் வழியெங்குஞ் சென்றி மொழிகி நின்றதென்க.

நளிந்த கடலுட் டிமிறிரை போலெங்கும்
விளிந்தார் பிணங்குருதி யீர்க்கும் – தெளிந்து

அச்சுப் பண்பாட்டில் ஆதி திராவிடர் அறிவு மரபு ௸ 69 ௸

தடற்றிடங் கொள்வாட் டளையவிழுந் தார்ச்சேய்
உடற்றியா ரட்ட களத்து.

(பொ—ரை) விளங்கி உறையினது இடத்தி லடங்கும் வாளையும் கட்டவிழ்ந்த மாலையையுமுடைத்து, இளமைப் பருவத்தையுமுடைய செங்கட்சோழன் தன்னைக் கோபிக்கச் செய்தவரைக்கொன்ற போர்க்களத்தில், அகன்ற கடலில் தோணியையும் அலையையும்போல எவ்விடத்தும் பட்டவருடைய பிணக்குப்பையை உதிரவெள்ளம் இழாநிற்கும்.

(வி—ம்) செங்கட்சோழனது போர்க்களத்தில் பட்டவர்களுடைய வுடனின்றும் வெளிப்படும் உதிரம் கடலைப் போல அலைத்துக்கொண்டு இருக்கிறதாகவும், அவ்வுடல்கள் அக்கடலின் மீது மிதக்குந் தோணிகள்போல அலைக்கப்படுவதாகவுங் கொள்ளப்பட்டது.

இடைமருப்பின் விட்டெறிந்த வெஃகங்கரன் மூழ்கிக்
கடைமணி காண்வரத் தோற்றி – நடைமெலிந்து
முக்கோட்ட போன்ற களிறெல்லா நீர்நாடன்
புக்கம ரட்ட களத்து.

(பொ—ரை) நீர் நாட்டையுடைய செங்கட்சோழன் போரிற் புகுந்து பகைவரைக்கொன்ற போர்க்களத்தில், (யானைகளின்) கொம்பினடுவே விட்டெறிந்தவேலின் காம்பு குளித்தலால் அவ்வேலின் கடைமணி விளங்கயானைகளெல்லாந் தோன்றி நடைதளர்ந்து மூன்று கொம்புகளை யுடைத்தன போன்றன.

(வி—ம்) அதாவது செங்கட்சோழனது கையினின்றும் வெளிப்பட்ட வேல்கள் பகைவர் யானைகளினது இருகொம்புகளினடுவேயூன்றி அவ்வேலின் கைப்பிடி தெரிதலானது அவ்வியானைகள் மூன்று கொம்புகளை யுடைத்தனபோன்றிருந்தனவென்க.

இருசிறக ரீர்க்குப் பரப்பி யெருவை
குருதி பிணங்கவருந் தோற்றந் – திரவிலாச்
சீர்முழாப் பண்ணமைப்பான் போன்ற புனனாடன்
நேராரை யட்ட களத்து.

(பொ—ரை) நீர் நாட்டையுடைய செங்கட்சோழன் பகைவரைக் கொன்ற போர்க்களத்தில், கழுகுகள் இரண்டு சிறகின் கண்ணுமுள்ள ஈர்க்குகளைப் பரப்பி, உதிரத்தோடு பிணங்களைக் கொள்ளை கொள்ளும் காட்சி; கலக்கமில்லாத வோசையையுடைய முழவு பண்ணமைப்பவனை யொத்தன.

(வி—ம்) கழுகுகள் எதையாவது கொத்தித்தின்னும் பொழுது சத்தமிட்டுக்கொண்டே தின்னுவது இயல்பு. அதுபோன்றே

மேற்சொல்லிய போர்க்களத்தில் விழுந்துகிடக்கும் பிணங்களை யவைகள் தின்னும்பொழுது தத்தமது இருசிறகுகளைப் பரப்பி யடித்துக்கொண்டு ங்ஙீ ங்ஙீ எனுஞ் சப்தத்தோடு தின்பதானது இருகரத்தாலும் மேளமுதலிய வாச்சியங்களை வாசிப்பவர்கள்போலவும், அவ்வாச்சியங்களினின்று முண்டாகு மோசை போலவுமிருந்ததென்க.

(தொடர்ச்சியுண்டு) 20

மார்ச், ஏப்ரல், 1906, பக். 137–139. தமிழுழவன்

களவழிநாற்பதுரை
(139ஆம் பக்கத்தொடர்ச்சி)

இணைவே லெழின்மருமத் திங்கப்புண் கூர்ந்து
கணையலைக் கொல்கிய யானை – துணையிலவாய்த்
தொல்வலி யாற்றித் துளங்கினவாய் மெல்ல
நிலங்காற் கவரு மலைபோன்ற செங்கட்
சினமாற் பொருத களத்து.

(பொ–ரை) கோபத்தையுடைய செங்கட்சோழன் போர்செய்த போர்க்களத்தில் இணைத்த வேல்கள் அழகிய மார்பிலழுந்துதலால் புண்மிகுந்து, அம்பினலைப்புகளால் தளர்ந்த யானைகள் (தம்மேற்கொண்ட) துணைவரை யிலவாய்ப் பண்டை வலியினின்று நீங்கி, நடுங்கி, மெல்ல நிலத்தைக் காலாலே யகப்படுக்கும் மலையை யொத்தன.

(வி–ம்) அதாவது செங்கட்சோழனது போர்க்களத்திற்பட்ட பகைவர்கள் தமது யானைகளை யழக்கவுமவ்வியானைகள் அம்புளாற்றாக்குண்டு தமது வலுவைவயு மிழந்து கால்களை நிலத்திலே யூன்றி நிற்பதான தோற்றம் அசைவற்ற மலையை யொத்திருந்தனவென்க.

இருநிலஞ் சேர்ந்த குடைக்கீழ் வரிநுதல்
ஆடியல் யானைத் தடக்கை யொளிறுவாள்
ஓடா மறவர் துணிப்பத் துணிந்தவை
கோடுகொ ளொண்மதியை நக்கும்பாம் பொக்குமே
பாடா ரிடிமுரசிற் பாய்புன னீர்நாடன்
கூடாரை யட்ட களத்து.

(பொ–ரை) ஒலிநிறைந்த இடிபோன்ற முரசினையுடைய பாய்ந்து செல்லுங்காவிரிநீர் நாட்டையுடைய செங்கட்சோழன் பகைவரைக் கொன்ற போர்க்களத்தில், விளங்கும் வாளை யேந்திய புறங்கொடாவீரர்கள் துண்டுபடுத்தத் துண்டு பட்டனவாகிப் பெரியநிலத்தில் விழுந்துகிடந்த குடையின்கீழ் (கிடந்த) வரிபொருந்திய நெற்றியை யுடைய வெற்றிசேர்ந்த

யானையினது நீண்ட கைகள் கலைநிறைந்த ஒள்ளிய சந்திரனைத் தீண்டும் பாம்பினை யொக்கும்.

(வி–ம்) இதனால் வளப்பம்பொருந்திய காவிரிநீர் நாட்டையுடைய செங்கட்சோழனது போர்க்களத்தில் தமது போர்வீரர்களால் துண்டுபடுத்தப்பட்டுப் பகையரசர்கள் தமது சந்திரகுடையையும் யானையையு மிழந்தனரென்றும் அக்குடையை யானையானது தனது துதிக்கையா லெடுக்குங் காட்சியானது கலைநிறைந்த சந்திரனை இராகு எனும் பாம்புதீண்டுங் காட்சியை யொத்திருந்த தென்றார். பகையரசரிழந்த குடையைச் சந்திரனாகவும், அக்குடையைத் தூக்குமியானையின் துதிக்கையைப் பாம்பாகவு முவமித்திங்ஙனங் கூறினாரென்க.

ஓற்றி வயவ ரெறிய நுதல்பிளந்து
நெய்த்தோர்ப் புனலு ணிவந்த களிற்றுடம்பு
செக்கர்கொள் வானிற் கடுங்கொண்மூப் போன்றவே
கொற்றவேற் றானைக் கொடித்திண்டேர்ச் செம்பியன்
செற்றாரை யட்ட களத்து.

(பொ–ரை) வெற்றியையுடைய வேலையேந்திய சேனையையும், கொடிகட்டிய வலிய தேரையுமுடைய செங்கட்சோழன் பகைவரைக் கொன்ற போர்க் களத்தில், வீரர்களெடுத்து எறிதலால் நெற்றிபிளந்து உதிர நீருண்மூழ்கி யெழுந்த யானையினது உடல்செக்கர்வானத்தில் கரியமேகத்தை யொத்தன.

(வி–ம்) இதனாற் செங்கட் சோழனுக்கதிக சேனையும் ஐயங்கொண்டா தேருமிருப்பதாகக் கூறப்பட்டது. அன்றியுமிவனது போரின்கண் வந்த பகைவரது யானைகள் அம்புகளால் தாக்குண் டுதிரவெள்ளத்தில் மூழ்கியெழுதலானது சிவந்தவானத்திலடர்ந்த கரியமேகத்தை யொத்திருந்தது யானையினிறத்தைக் கரியமேகத்திற்கும் உதிரவெள்ளத்தைச் செவ்வானத்திற்கு முவமையாக்கி யிவ்வண்ணங் கூறினாரென்க.

திண்டோண் மறவ ரெறியத் திசைதோறும்
பைந்தலை பாரிற் புரள்பவை நன்கெனைத்தும்
பெண்ணையந் தோட்டம் பெருவளி புக்கற்றே
கண்ணார் கமழ்தெரியற் காவிரி நீர்நாடன்
நண்ணாரை யட்ட களத்து.

(பொ–ரை) கண்ணுக்கு நிறைந்த (காட்சியையுடைய) வாசனைவீசும் மாலையை (யணிந்த) காவிரிநீர் நாட்டையுடைய செங்கட்சோழன் பகைவரைக்கொன்ற போர்க்களத்தில், வலிய தோளையுடைய வீரர்கள் எறிதலால் திசைகள்தோறும்

பூமியில் புரளும் பசிய தலைகள் மிகவும் பனங்காட்டில் பெருங்காற்றுப்புக்க செயலையொத்தன.

(வி—ம்) இதில் செங்கட்சோழனது போர்வீரர்களா லெறியப்பட்ட பகைவர்களது தலைகள் புரள்வதானது பனங்காட்டிற் பெருங்காற்று நுழைந்தா லெங்ஙனமப் பனங்காய்க ளுதிர்ந்துருளுமோ அவ்விதமாகவே சோழனது போர்க்களத்தில் பகைவரது தலைகளுருண்டதெனக் கூறினாரென்க

மலைகலங்கப் பாயு மலைபோ னிலைகொள்ளாக்
குஞ்சரம் பாயக் கொடியெழுந்து - பொங்குபு
வானந் துடைப்பன போன்ற புனனாடன்
மேவாரை யட்ட களத்து.

(பொ—ரை) நீர்நாட்டையுடைய செங்கட்சோழன் பகைவரைக்கொன்ற போர்க்களத்தில், மலைகள் கலங்க பாயாநின்ற (வேறு) மலைகள்போல நிலைகொண்டு (பகைவர் யானைகள் கலங்க) யானைகள் பாய்தலால் (அவற்றின்) கொடிகள் மேலெழுந்துவிளங்கி, (துவள்தல்) வானத்தில் (உள்ளதுகளை) துடைக்குஞ் செயலை யொத்தன.

(வி—ம்) இங்கே பகைவரது யானைகள் கலங்கும்படியாக செங்கட் சோழனது யானைகள் பாய்தலை, மலைகள் கலங்கள் வேறுமலைகள் பாய்ந்ததென்றார், அன்றியும் பகைவர்களுடைய யானைகளைக் கலங்கிநின்ற மலைகளாகவும், சோழனது யானைகளைப் பாய்கின்ற மலைகளாகவுங் கூறினது சோழனது வன்மை தோன்றும் பொருட்டே. தவிர அவ்வெற்றியானைகளின்மேற் கட்டப்பட்டிருந்த கொடிக ளாகாயத்தையளாவி நின்றமையான் வானத்திலுள்ள மாசிளனுங் குற்றத்தை நீக்கத்துடைப்பனபோ லிருந்ததென்க.

(தொடர்ச்சியுண்டு.)

ஜூன், 1906, பக்.192—194. தமிழுழவன்

கமலாவதி

பொன்னினா லிழைத்த மதில்கள் சூழ்ந்த கூடகோபுரங்களும் மாடமாளிகைகளும் நிறைந்து வீதிகடோறும் தோரணங்களாலலங்கரித்து எங்கெணும் ஹா ஹா என்னுஞ் சத்தங் கடலினும் பெருங்கோஷ்டமாயிரைத்தொலிக்கவும் அவண் வாழுங்குடிகள் தம்மிலுமிக்க பொறுமை யுள்ளவராயிருப்பதை வாளாசிந்தித்து வெட்கி மௌனமாயிருந்த மலைகள் தம் விசனத்தை யாற்றாதனவாய்க் கூக்குரலிட்டழுவது போலுஞ் சத்தமிட்டுப் புறம்படும் மலையின் வீழருவி நீரானததன் கண்களிலிருந்து பாஷ்பஞ் சொரிவதுபோலத் திரண்டு ஆறாய்ப் பெருகியோடி யேரி குளங் குட்டை கண் முதலியன நிரம்பி வழிந்து செல்லாநிற்கும். ஜலங்கள் கழனிகட்குப்பாயுமுன்னம் மேகக் கூட்டங்களானவை (முன்னேயார் போய்த் தீண்டிவிடுகிறார்களோ அவர்களே ராஜா எனச் சிறுவர் பந்தயமிட்டுக்கொள்வதுபோலும்) அவ்வருவியின்ஜலங் கழனிகட்குமுன் செல்கின்றனவோ நாம் செல்கின்றோமோ எனச் சொல்லி மழையை வருஷிக்குமாயி னின்னு மற்றைய வளங்களைச் சொல்லவுமெளிதோ? இஃதிங்ஙனமிருக்க விப்பதியானது சுரங்க பூமியான தாலும் நவரத்தினக் கற்களுக்கும் முத்துக்களுக்குந் தாய்வீடாகையாலும் எங்கெணும் அழன் மயமாய் விளங்குவதனாற் பொழுதுவிடிதலும் புலர்தலும் விளங்காமை நோக்கித் தாமரைத்

தடாகங்களேற்படுத்தி யத்தாமரை மலர் கட் குவிதல் விரிதல் முதலிய அறிகுறிகளாலும் பின்னும் மற்றையக்குறிகளாலு மறிவர். பின்னும் பலர் காலையிலொன்றாவர் கடம்பகலிலொன்றாவர், மாலையிலொன்றாவர் மனிதரெல்லாம்..." என்பதுபோலு மவ்வவர்கள் முகங்களாகிய தாமரைமலர்களா லறிவர். அங்கடர்ந்த சோலைகளினிடத்துள்ள வண்டினங்கள் சீங்கா ரம்பாடி வாசனைச் செறிந்தமலர்களிலுள்ள மதுவை யுண்டு வெறிகொண்டிருக்கவும், தெருக்களி லுள்ளோர் "...இவ்வளவேனுமன்ன மிட்டுண்மின்..." என்னு முதுமொழி மேற்கொண்டாராய் யாசகர் யாவரேனு முண்டோ என்று சங்க மூதிவருவதை நோக்கின் மேற்கூறிய வண்டுகட் பாடிய ரீங்காரத்தை (phonograph) போனோகிராப் என்னுங் கருவிக்குள் ளடைத்துத் திரும்ப பாடவிடுவது போற் றோன்றும், அங்ஙனம்பாடாக்கிடக்குங் குயிலினங்கள் நமது ஓசையை வெல்லுகின்றனவா என்றுமவுனமாய்க்கிடந்து அச்சங்கத்தினோசையைக் கவனிக்கு மயிற்கூட்டங்களோ! தங்களினங்களில் பரம்பரையாக (சகலவுயிர்களையுங் காப்போன் கிருஷ்ணாவதாரமாய் வந்த காலத்தில் புல்லாங்குழலூதிப் பசுக்கூட்டங்களைச் சேர்ப்பாரெனச்) சொல்லிக்கொள்வார் ஞாபகத்திற்குவந்து இவ்வோசையும் மேற்படியாரூதுவதுதானோ என்று பிரமிக்கும் பசுக்கூட்டங்களு மேற்படியே கவனித்துச் சுற்றுமுற்றும் பார்க்குமிவைகளை விஷ்ணுக்கடவுளு மறிந்து புன்னகைக்கொண்டவைகளின் மத்தியில் பிரசன்னமாவர். இத்தலத்தினது வளங்களை யெவ்வளவு நாட்கள் சொன்னாலுந்தீராத இப்பதிக்கு கோகன்கபுரமென்று பெயர். இப்பதிக்கு அந்நியமாயிருப் பவர்கள் தங்கள் தேயங்களிலில்லாத பொருட்களை யிங்குவந்து விலைக்குக் கொண்டுபோவார்களேயொ ழிய விந்நாட்டார் அவர்களண்டை வாங்க வேண்டிய தொன்றுங்கிடையா தனவாய் ஏனையசகலமன்னர்களாலும் புகழ்பெற்றிருந்தது. ஒவ்வொரு வீடுகளிலும் அவ்வவர்செய்யும் நன்மைக ளெல்லாம் அணுத்திரள் அணுத்திரள்களாக ஒன்றுசேர்ந்து மேகக்கூட்டம்போல் ஒருருக்கொண்டு அத்தேயத்தைக் கவந்துகொண்டிருக்கு மிந்தப்பதியின் கோபுரவாயிலண்டை யிருக்குந்துஜஸ்தம் பத்தில் கட்டப்பட்டமணிகள் காற்றினாலசை யும்போது ஜயமேஜயம் என்ற டிக்குஞ் சத்தமானது கைலாயத்திற்கும் கேட்குமின்னாட்டை சவுந்தரகேசரி என்னும் அரசன்தம் பத்னியாராகிய காஞ்சனாதேவியரோடு இனிய செங்கோல்புரிந்து அரசாண்டுவருகையில் தங்களுக்கு வெகுநாளாகப் புத்திரப்பேறில் லாததுநோக்கி, தாங்களி யற்றிய தவவிரதங்களை விடந்தக்கதன்று. செய்யாத

காரியமேதேனுமுண்டோ? சகலதானங்களைச் செய்தும் நாம் முன்செய்தவினையென்னவோ வென்றுதத் தமக்குள் சிந்தித்துவாளாவிருக்க வொருநாளிருவரும் போஜனமுண்டு சுபவிஷயங்களைப் பேசிக்குலாவிக் கொண்டிருக்கையில் அரசன் காஞ்சனாதேவியாரை நோக்கி எனதன்புக்கிசைந்த நாயகி "நல்லஞாலமும் வானமும்பெறினும், எல்லாமில்லை யில்லில் லோர்க்கே" அதாவது பூவுலகத்திலே கீர்த்தியுடன் சகல சம்பத்துக்களையும் பெற்று தவத்தினாலே மேலுலகத்தையுஞ் சொந்தமாகக் கொண்டாலும் மனைவியில்லா திருந்தால் அவைகள் பிரயோசனப்படாது என்பதாகயாம் சகலபாக்கி யங்களைப் பெற்றும் பயன்படாதெனக்கருதி, யும்மைத் திருமணம்பேசி விவாக முடித்தோம். அந்தோ நம்முடைய பரிதாபநிலையைக் கவனிக்கவும் போமோ? ". . . கலகலெனப் புதல்வரைப் பெறுவீர் காப்பதற்கும் வகையறியீர் கைவிடவுமாட்டீர். . ." என்பதாகப் பிள்ளைகளைக் காப்பாற்ற வகையற்றவர்கள் அதியமாகப் பிள்ளைகளைப் பெற்றுக்கொள்ளு கின்றீர்கள் என்றல்லோ பெரியோர் கூறியிருக்கின்றனர். நமக்குஒரு குழவியிருந்தால் அக்குழந்தைக்கு ஒவ்வொரு வேலை செய்வதற்கும் ஓர் ஆள்வைத்தல்லோ பராமரிக்க நமக்குத் திறனுண்டு? அப்படியிருக்க நம்முடைய சம்பத்தும் நம்முடைய புகழும் செல்வனொன்றில்லா திருப்பதினால் நமக்கு என்ன பலனுடையது? வானாட்டிலும் நமக்கு இடங்கிடையா தன்றோ? இதைப்பற்றி நாம் சற்றேனுங் கவனியாதிருப்பது தகுதியாமோ? ஒருவேளை சம்போகச் சம்பந்தத்திலேதேனுங் குறையோ? தெரிவிப்பாய் சகியே என்ன அவ்வரசி செல்லுவாள் (தொடரும்,)

அக்டோபர் 1905, பக். 7–8. P. முனிசாமி

கமலாவதி
(8ஆம் – பக்கத் தொடர்ச்சி)

ஆயிரஞ் சிங்கங்களினது வீரியமுஞ் சாந்தமு மொன்றாகத் திரட்டியது போலும் ஆண்மையும் பொறுமையும் எண்ணாயிர மன்மதர்களைத் திரட்டிய வஜிகரமும் பொருந்தியெனது பூர்வபுண்ணியத்தினா லெனக்கென்று வாய்த்த எனதருமைப் பிராணேசா! நீவிர் வீனாவியவை புண்ணிலே யெய்த வேலைப் போல என்னை வருத்துகிறது. யானும் இதன்முன்னேயே இவ்விஷயத்திற்சிந்தையுற்றவளாய் "– எண்பதுபோடி பல வெண்ணுவன –" என்பதாக "எண்ணாத எண்ணமெல்லா மெண்ணியெண்ணி யேழைநெஞ்சம், புண்ணாகச் செய்ததினி

போதும்பராபரமே” என்று மனம்புண்பட்டிருக்க அவ்வியாகூலச் சிந்தையை நும்பால் தெரிவித்தால் நுமது இராஜ்ய பரிபாலனச் சிந்தையில் குறைநேரிடுமென்று மின்னும் பலவிதச் சங்கடங்கட்கு மேதுவாகுமெனக் கருதித் தெரிவிக்காம லிருந்தேன். ஆயினும் முதுநூலாரா ராய்ச்சிப்படி “நம்மிருவருள் யாருக்கேனும் மலடு உண்டோவென்று நம்மிருவரது கழிநீரையும் சோதித்தும், ஜோதிடநூல் விதிப்படி யிருபத்தேழு நக்ஷத்திர நாமங்களுக்குரிய விருபத்தேழு விருட்சங்களில் பலாசு, புன்னை, நாவல், மகிழம், பலா, மா, இலுப்பை, சண்பகம், எருக்கு, வஞ்சி, அரசு, ஆல், மாதுளை, பிராய், முதலாயது பாலுள்ள விருக்ஷங்களாம். மற்றவை, வயிர மென்னப்படும். புருஷரது விருக்ஷங்கள் வயிரமும், மாதரது பாலுள்ளவிருக்ஷமுமானால் புத்திரருண்டு, புருஷரது பாலுள்ளதும் மாதரது வயிரமுமாயின் மலடு, இருவரதும் வயிரமானாற் பின்னுமதிக நலம் என்பதையுஞ்சோதிக்க நம்மிருவருக்கும் மலடில்லையெனக் கண்டேன். எனினும் பூர்வ புண்ணியப்படியே முடியும் அறிவற்ற பத்துப்பிள்ளை களைப் பார்க்கிலும் அறிவுள்ள வோர் பிள்ளையைப் பெறுதல் நலம். அறிவிலிகளனைவரைப் பார்க்கிலும் அறிவுள்ளா ரொருவரைச் சேர்தலே நலம் “– கோடி கொடுப்பினுங் குடிப்பிறந்தார் தம்மொடு, கூடுதற்கோடி பெறும் –” இது மாதர்களையும் அடுத்தது. துக்கமானது எல்லாவின் பங்களிலுங் கலந்திருக்கின்றதல்லவா? மணஞ்செய்துகொண்டு தன்னாயகனிடத்தில் யாதோர் பலனும் அடையாத அல்லது கல்யாணமற்றுக் காலங்கழிக்கும் பருவமடைந்துள்ள மாதர்கள் சும்மாவிருப்பின்,

“தம்மமா் காதலாா் தாா்சூ ழணியகலம்
விம்ம முயங்குந் துணையில்லாா்க் – கிம்மெனப்
பெய்ய வெழிலி முழங்குந் திசையெல்லா
நெய்த லறைத் தன்ன நீா்த்து”

. . . . அதாவது

பூமாலை யணிதற்கென்றமைந்த மார்பையுடைய நாயகர்களைப் புணருந்தொழிலில்லாத மாதர்கட்கு மேகஞ்சத்திக்குந் திசையெல்லாமவட்கு சாப்பறையடிப்பது போலும் எனச் சாத்திரயுக்தமாகையால் அப்படித் திருமண முடித்த பின்னரும் விசனமே. காரணம் அநந்தமுண்டெனினும், தக்கபடி நடந்துகொள்ளாததே விசேடமேயாம். ஆடவரும் மாதரும் மிக்க காமதுறந்தரராகி மாதர்கள் “– வெண்ணிலவே எத்திக்குங் காய்காய் எட்டிக்காய் –” என்று சந்திரனை யிழித்துக்கூறியும், ஆடவர் “மாரன்வாதையினால் சீரழிந்தேனே – புவிமிசை” என்று மாரனைப் பழித்துக்கூறியும் “– மாதத்திரண்டு

விசை மாதரைப்புல்குவது –" என்பதில்லாமல் அளவற்று ஸ்திரீகள் ருதுவான காலத்திலும், (பெரியோர்களால் நீக்கிவைத்த தாகிய) மாதவிடாயானது முதல் நான்கு தினங்களும், ஏகாதசி, திரயோதசியாகிய விரண்டு திதிகளும், (பட்சி சாஸ்திரம்) தங்களது பக்ஷி, துயில், சாவு, இவ்விரண்டு சாமங்களிலும், சந்திரனது பருவகாலங்களிலும், நெடும்பிரயாணஞ் செய்த பிறகும், க்ஷவரஞ்செய்துகொண்ட தினமும் எண்ணெய்யிட்டு ஸ்நானம் செய்த தினமும், இராப்போஜனம்செய்த ஐந்துமணி நேரத்திற்குள் ஆகிய இவையெல்லாம் நீக்கிய தன் பின்னராகிய சுபவேளையில் சம்போகத்தைச் சந்தோஷமாகவும், இருவரும் பிணங்கியுடன் சமாதானம்பெற வின்பத்தோடும்,

"முயங் காக்காற் பாயும் பசலைமற் றூடி
யுயங்காக்கா துப்பின்றாய் காமம்."

. . . . அதாவது

ஆடவரல்லது மாதர் புணராவிட்டால் ஓர்விதத்தேமல் உண்டாகும்; புணருங்கால் ஒருவருக்கொருவர் பிணங்கிப் புணர்வதைவிட இன்பம் இல்லை "–புல்லாப்புலப்ப தோராறு–" என்பது, புணர்ந்தபின் பிணங்குவது ஓர்வித இன்பமாம் என்றால் பிணங்குவது, கோபத்தாலுண்டாவ தல்ல "அளவுக்குமிஞ்சிய வமுதம்நஞ்சு" என்பதுபோல ஆசையதிகரிப்பதினால் பிணக்குண்டாவது. இப்படிப் புணர்வதே போகம் என்னப்படும். சாதாரணமாக வேசையருக்குப் பிறக்கும் பிள்ளைகள் அதிக வசந்தரூபமும் உயர்ந்த மதியுமுள்ளவராயிருப்பது கண்கூடன்றோ! ஏனெனில் இவர்கள் அவ்வாடவரைப் பணம்பறிக்கவும், தான் மணந்த நாயகிமேல் சிந்தைசெலுத்தாதிருக்கவும் மிகவாசை யும் சந்தோஷத்தையுங் காட்டிப் புணருவதினால்தான்.

அளவற்றுச் சம்போகித்து "அச்சமுள்ளடக்கி யறிவகத்தில்லாக் கொச்சை மக்களைப் பெறுதலின் –" என அறிவாண்மையற்ற பிள்ளைகளைப் பெற்றுத் தங்கள் குடிக்கீனத்தை வருவித்துக்கொள்ளுகின்றனர் "நாப்பிளக்கப் பொய்யுரைத்து நவநிதியந்தேடி, நலமொன்று மறியாத நாரியரைக்கூடி –" என்று விஷயமறியாமலே சம்போகம் என்றால் மெத்த ஆசையாகி எத்தனையோ பாலியர்கள் இராக்காலங்களில் காடு, செடி, முட்கள், இருட்டென்றும் பாராமல் அச்சமின்றியோடித்திரிந்து நமதிராச்சேகவ ரண்டைத்திருட ரெனப்பிடிபட்டுப் பலவித சிட்சை யடைந்திருக்கின்றனர் எனச் சொல்லிவந்த அரசியைத் தடுத்து சவுந்தர கேசரிசொல்வான்.

ஆமாம் எனதாசைக்கிசைந்த பின்னற்கொடிபோலும் இடையுடைய வென்னருமை நாயகி யெனக்கு மொன்று ஞாபகம் வந்தது.

மதிநாசனபுரமென்னுமோர் கிராமத்தில் வேளாள னொருவன் சிறிது தனவந்தனாயிருந்து சிலகாணிகள் தன்னுடைய ஸ்வாதினமா யிருக்க மற்றவர்கட்கு வாடகையாக விட்டு ஜீவித்து வந்தான். இவனுக்கு ஒரேகுமார னிருந்தான். அப்பாலியன் திடகாத்திரமுள்ள பலசாலியேயானாலும், கல்வியென்பதின் வாசனையே அறியாதவனும் அறிவற்ற பேதையுமா யிருந்தா னாதலாலிவன் அவ்வந்நேரங்களில் வயிறுபுடைக்கச் சாப்பிடுவதும், மண்கல்லென்றும் பாராமல் படுத்துறங்குவதும், இவனண்டை கும்பகர்ணனும் தோற்றுப்போவானென்று நிட்சயிக்கத் தகுந்தவனு மாயிருந்தான். ஆனால் இரண்டொரு நேசரொழிய மற்றவர்களண்டைப் பேசவும் விளையாடவு மாட்டான். உண்பது முறங்குவதுமே பெரியவேலை, யிதுவே இவனுக்கு ஆழ்ந்த சிந்தனை. இதுவே விசனமான எண்ணம் அதாவது சாப்பிட்டவுடன் நித்திரைக் கான விடத்திற்குப்போக வேண்டுமானால் நான்படுத்திருந்த இடத்தண்டையே சாப்பாட்டைக் கொண்டுவந்து கொடுத்து விடப்படாதா என்பான்; படுத்திருக்கும்போது சாப்பிடும்படி அழைத்தால்–த்–த்–த்–ஏ இதென்னையா பெரிய இழவாபோச்சு என்பான் மூத்தாளுக்கு அண்ணனாயிருந்தான். இவன்பெயர் காத்தராயன். இவனைக் காண்பவர்கள். எப்படியப்பா க்ஷேமம், கல்யாணம் ஆய்விட்டதா? எப்போ கல்யாணம் என்று விசாரிப்பதினால், இவன் தனதுநேயரை யோர்நாள் அடே அண்ணே அண்ணே கல்யாணமென்றா லென்னவென்று வினாவினான் அதற்கவர்கள் மாறுத்தரமாக அது இப்போது தெரிய வராதடா கல்யாணஞ் செய்துகொண்டாலே அதனருமை தெரியு மென்று சொல்லித் தங்களுக்குள்ளே ஏதுபையனுக்குப் புத்திவந்துவிட்டது இனிமேல் சும்மா விருக்கப்படாது இவனது தந்தையிடந் தெரிவித்தலே நன்மையெனப் பேசிக் கொண்டு அப்படியே தெரிவித்த விவகாரங்களைச் சொன்னார்கள். கேள்வியுற்ற அவன் தந்தை மிகவுஞ் சந்தோஷித்தவனாகி யிவனுக்குப் பெண்ணொன்று பேசி சகலவைபவங்களுடனுந் திருமணமுடித்தான். மணமுஞ் சுமங்கல மாய் நிறைவேறியது. மூன்றாம்நாள் மணப்பெண்ணோடு தனது மாமியார் வீட்டுக்கு மருவுக்குச் சென்றான். அன்றே மருவுதற்கு சுபவோரை யெனக் கணிக்கப்பட்டிருந்ததால், மணநாயகன் நாயகியிருவரையும் அலங்கரிக்கப்பட் டிருந்த வோரறையில் அன்றி ராப்போதில் செய்வனயாவுஞ்

செய்து உள்ளே விட்டுக் கதவடைத்தார்கள். ஆனாலிவன் கும்பகர்ணனுக் கண்ணனென்று அறியாமற்போனார்கள். பொழுதும் விடிந்தது. அந்தோ இவனை எழுப்புதற்கு இரண்டு கட்டைப்பாறைகளும் அக்கட்டைப் பாறைகளைப் போலவே நாலு ஆட்களுந்தேவையாயிருந்தன. அப்படியு மிப்படியுமாக விடிந்து பத்து நாழிகைக்குள்ளாகவே எழுந்துகொண்டான். சிலர் மணமயக்கமோ என்று பேசிக்கொண்டனர். சிலர் பிணமோ என்றனர். சில ஸ்திரீகள் என்னடியம்மா இப்படித் தூங்குறானே என்றிடித்துப் பேசினர். அதற்குப் பதிலாகச் சிலர் கஷ்டம் ஜாஸ்தி என்றனர். உண்மையில் எதுவுமே யல்லாமலிருந்தது.

பெண்ணைத் தனியே அழைத்துப் போயினர் சிலர். என்ன குழந்தாய் என்ன விசேஷம் என்றனர் சிலர். கூச்சமென்ன சொல்லடியம்மா என்றனள் ஓர் மூதாட்டி. ஏனடி குழந்தாய் சொல்லடி அதற்கென்ன யாருக்கும் அடுத்தது தானே நீ மாத்திரமா அதிசயமாய் மாப்பிளைப் பக்கத்தில் படுத்துக்கொண்டாய் என்றனள். தாயார் இருங்க ளிருங்கள் குழந்தையை அலட்ட வேண்டாம் தனியாய்க் கேட்டால் சொல்லுவாள் எல்லாரும் வெளியே போங்கள் விச்சாரிப்போம் என்றனள். இவ்வளவும் இவளுக்குத் தன்னைப் பரிகசிப்பது போலிருந்தது. இப்படியே நாலைந்து தினங்கள் கடந்தும் இவர்கள் சம்பந்தப் பட்டவர்களல்ல. ஆகையால் இவனென்ன பேடியோ என்றனர் சிலர்; அவளென்ன ஆண்பிறப்போ இவனைச் சேர்க்காளோ என்றனர் சிலர். கடைசியிலிவர்களேது மறிந்திலாரெனக் கண்டு இவர்களுக்குத் தனித்தனி மர்மங்களைச் சொல்லினர். ஆறாந்தினமிரவு இருவரும் சுகபோகிகளாய் நித்திரித்தெழுந்தனர் முன்பலவாறு ஓய்யாரம் பேசினவர்கள் கேட்டடங்கினர்.

புருஷனாகிய நமக்கிவள் பெண்டாட்டி தானேயென் றிவளை அடீ பெண்டாட்டியென்றே யழைப்பான். "அனல்கண்ட பூனையடுப்பங் கரையை விட்டகலுமா" என்பதாக அன்றைக் கெல்லாமவளை விட்டு அப்பக்க மிப்பக்கமசைந்தவனல்ல. அன்றைப் பகல் இவர்களும் மற்றுளோரும் போஜனமுண்டு. தாம்பூலந்தரித்து மணப்பெண் தன்னாயகனை யவ்வறையிலேயே யிருத்தி தானுந்தன் தாயார் மற்றுமுளோர் சூழ்ந்திருக்கப் பேசிக்கொண்டிருக்கையில், அந்த மணநாயகன் மெத்த அவசரத்துடன் அடீபெண்டாட்டி! அடீபெண்டாட்டி! எனக் கூக்குரலிட்டோடி வந்தான். அனைவரும் என்னமோ ஏதோவென்று துடித்து எழுந்திருந்தார்கள். இவன் சிரித்துக் கொண்டு வருகின்றையா நாம் ராத்திரி செய்தோமே அம்மாதிரி செய்யலாம் என்றனன். அவனைவரும் தலைகவிழ்ந்து

நாணத்துடன் வெளியே சென்றுவிட்டனர். இவனுமவளை விடாதுபற்றி யிழுத்துவந்து தனதுகாமவிடா யாற்றினான். பின்னர் சில ஆடவரைக்கொண்டு அவனுக்குப் புத்திகள் போதித்தனர். எனினு மிவ்வறிவிலி மிகுந்தகாமதூர்த்தனாகி இரவும் பகலும் புணர்பவனாகித் தன்னுடைய பிதாவிறந்த பின்னுமவனது தனங்களை விலைமாதருக்கென்றும் குடிக்கென்றுஞ் சிலவிட்டு வறியனாகி, மனிதர்களூங் கிட்டே நெருங்கக் கூடாத நாற்றமுடைய வியாதியுடையவனாகிப் பலராலு மிகழ்ந்து இறந்து போனான். இவனது மனைவியு மப்படியே இறந்தாள். இவனதிரண்டு பிள்ளைகளும் நிர்வாகப் பலத்தினராய் மேகராகங்கள் படிந்த தேகத்தராய்த் தெருக்களில் திரிய நாளைக்குமந்தபதிக்குச் சென்றால் காணலாம் எனவரசன் சொல்லக் கேட்ட நாயகிமிகவுங் களிகூர்ந்தவளாகிப் பின்னுஞ் சொல்லுவாள்.

(தொடரும்)

நவம்பர், 1905, பக். 34–37. *பா. முனிஸ்வாமி*

கமலாவதி
37ஆம் பக்கத் தொடர்ச்சி

திரண்டெழுந்தமலைகளைப்போ லிருதோள்களும்,யானையினது துதிக்கைபோலும் பலாக்கிரமும் வாய்ந்து முழங்காலைத் தொடும்படி நீண்ட கரங்களுடைய அரசரேறே! நமதாக்கினை யின் கீழ் நானி துவரையிலுங் கவனித்து வந்தவைகளில் கொலைசெய்வதைக் குறித்தேவிசேட நோக்கங்கொண்டேன். இவைதம்முள் தனங்களை யபகரிக்கும் பொருட்டுக் கொலை செய்தவர்கள் இரண்டே பேர்களும் மற்றவர்களெல்லாம் தங்கள் மனையாட்கள் சோரம்போனதினாலவர்களையும் அச்சோர நாயகர்களையும் கொலைசெய்ததாகவுமேற்பட்டு நம்முடைய அரசுரிமைக்கேற்ற வண்ணம் சிட்சை செய்தோ மல்லவா? இதனை நினைக்க வென்மனமானது ஆறாத்துயரமாகின்றது. என்ன ஒருவன் தன் மனைவி விபச்சாரியாய்ப் போகவேண்டு மென்று கருதியோ சுபதினம், இராசிப்பொருத்தம், வோரைப் பொருத்தம், இரஜ்ஜுத பொருத்தம், கோத்திரப் பொருத்தவாதி யாகப் பார்த்து அனைவரும் சாட்சியாதற் பொருட்டுப் பலருக்கு மணவோலை யெழுதி வரவிட்டு, பலவித தானங்கொடுத்துத் தங்கள்குருக்களால் பலவித அடையாளங்களைக் காட்டி உண்மைசாதித்துமணம் புரிவது? அந்தோ! இம்மாதர்கள் செய்யுங் கொடுமை என்னணம் சொல்லித் தீர்வது? இது வோர் போங்கெனினும் சில ஆடவர்களே தங்கள் மனைவியரது

சோரத்திற்கு மூலாதாரமா யிருக்கின்றனர். பின்னுஞ் சிலரோ! தாங்களே மனமுவந்து பரபுருஷருக்குத் தங்கள் மனைவியரை யாட்படுத்துகிறாரெனக் கேள்விப்படுகிறோம். இதுவுமோர் பாலிருக்க அநேக காமச்சண்டாளப்பாமரர் பரஸ்திரீகளைத் தம்மனைவியரைப்போல் நோக்குவ தெங்ஙனம்;

"பல்லா ரறியப் பறையறைந்து நாட்கேட்டுக்
கல்யாணஞ் செய்து கடிபுக்க – மெல்லியற்
காதன் மனையாளு மில்லாளா வென்னொருவ
னேதின் மனையாளை நோக்கு"

..............அதாவது சுபதினங்கேட்டுப் பல்லோர்களுமறியப் பறையடித்து மணமுடித்து, மனையாளைத் தனது காவலில் வைத்திருக்க, அயலான் தன்மனையாளைப் போலக்கருதி அவளைப் பார்க்கும் பார்வை என்ன என்பதாம்.

சற்றேனுங் கவனியாது "காமமே கொலைகட் கெல்லாம் தலைமையாகும் –" என்பதையுமோராது, ஆனால் அவன் பார்த்துவிடப் போகின்றான் என்னும் பலவிதமாய் மனதினைப் பயங்கரமானது வருத்துவதை யுணர்ந்தும் பிறர்மனைவியை மனசாக்ஷிக்கு விரோதமாகவே இச்சிக்கின்றான். இவன் பயத்தையே மேற்கொண்டு செல்லுகையி லிவன் தலையினு ரோமங்களி லொன்று காற்றினாற் பறந்து கண்களுக்கெதி ராக வருமாயின் யாரோ வந்ததாகச் சிந்தித்து, திடுக்கிட்டுப் பயப்படுகிறான். இதைப் போலு மின்னுமநேக சந்தர்ப்பங் களில் பலவிதமாகப் பயப்பட்டு அப்படியே பிறன் மனையாளை யடையும்போதும்,

"புக்க விடத்தச்சம் போதரும் போதச்சந்
துய்க்கு மிடத்தச்சந் தோன்றாமற் – காப்பச்ச
மெக்காலு மச்சந் தருமா லெவன் கொலோ
அட்கான் பிறனில் புகல்"

.... அதாவது பிறன் மனையா ளிடத்துப் போகும்போதும் பயம். போய் வரும்போதும் பயம். போன காலத்திலவளோடு அநுபவிக்கும்போதும் பயம். அக்காலத்தில் யாவரேனும் பார்த்துவிடுகின்றாரோ என்று மப்படிப்பாராமற் காத்துக்கொள்ளவும் பயம். பின்னுமெக்காலத்தும் பயமாகையா லிவ்வளவு பயத்துட னொருவன் பிறன்மனையாளிடத்துப் பிரவேசித்த லென்ன பயனுடைத்து என்பதாம். அந்தோ ஒவ்வொருவனும் தினந்தினம் பதினைந்து நிமிஷநேரமேனும் இதைக் குறித்து ஆழ்ந்த சிந்தனைக்குக் கொண்டுவருவானாயின் அவன் திரும்பவுஞ் செய்யவேமாட்டானென்று என்மனம் என்னை உசாவுகின்றது.

"அம்ப லயலெடுப்ப வஞ்சித் தமர்மரீஇ
வம்பலன் பெண்மரீஇ மைந்துற்று – நம்பு
நிலைமையி னெஞ்சத்தான் நுப்புரவு பாம்பின்
தலைநக்கி யன்ன துடைத்து."

. . . . அதாவது உறவினரும் மற்றவரும் புறங்கூறுவாரெனப் பயந்தும், மயக்கங்கொண்டவனைப் போலப் பிறன்மனையாளை நம்பித் தழுவும் நிலையில்லாத நெஞ்சத்தான் அநுபவ மானது; விஷச்சர்ப்பத்தின் தலையிலிருக்கும் மாணிக்கத்தை நாவினால் நக்கியெடுத்துச் சந்தோஷமடைந்ததுபோலும் என்பதாம்.

இப்படிச் செய்வதினால் தங்களுக்கேதோ பெருமையுடைத்ததாகவெண்ணி அநேக முழுமகப்பெரியரும் பாலியரும் தங்கள் நேயரிடத்தில் விவகாரங்களைச் சொல்லிக்கொள்வது. இதனைக் கேள்வியுறுதற் பொருட்டே ஏது மறிந்திலாத பாலியரநேக ரிச்சைகொள்வது, இதன் மூலமாகவே இதில் மகாமகத்துவமுள்ளதென விச்சையை யிதின்பால் செலுத்துகிறார்கள்; என்றால் இதனைப் பேசிக்கொள்பவர்கள் வாயினிக்கப் பேசுவதை நோக்குபவர் கற்கண்டேயெனக் கருதி நாவிலெச்சிலூறுவதுபோல, மனதிலூறப் பெற்றவர்களாய்த் தாங்களுஞ்செய்ய யத்தனிக்கிறார்கள்.

மாதர்களு மிவ்வண்ணமே. மாதர்களை மற்றவிஷயங்களிலறிந்துகொள்ளும்பொருட்டு இரண்டு மூன்றுமுறை திரும்பத் திரும்பக் கேட்டால் மாறிப் பேசுவதினாலுண்மை வெளிப்படுமேயொழிய இந்த விஷயங்களில் மாத்திரமவர்களை யறிந்துகொள்ளுத லதிசீக்கிரத்தில் கூடாது என்றால் அவ்வளவு தந்திரமும் சமயோஜித யுக்தியையும் இதன்பால் செலுத்துகின்றார்கள். அவ்வளவு ஒழுக்கங்களையும் அறிவையும் திருப்பிச் சமுசாரத்திலும் கற்பைக்காப்பதிலும் வைப்பார்களானால் பெண்கள் சகலஸ்வாதீனங்கட்கும் உரித்தாவார்களன்றோ? மாதர்கள் தங்கள் பேதைமதியைக் கவனியாது, தங்கள் சோரநாயகரிடத்துச் செல்லுங்கால் யாவரும் நோக்காததையும், தான் சென்றுவந்த நேரத்திற்காக ஏற்றதந்திரங்க ளேற்படுத்திக் கேட்போர் நம்பும்படியே சொல்லி அப்படி தப்பித்துக்கொள்ளுங்கால் தாம் சொன்னது எவ்வளவு சாதுரியமென்றும் நம்முடைய புத்தி நுட்பமே நுட்பம் என்றும் பலவாறாக மெச்சிக்கொள்ளும் கசடிகள் அவ்வளவு சாதுரியத்தையும் நல்லொழுக்கத்தில் வைத்து மணந்ததினத்துத் தங்கள் குருக்கள் முன்னம் அவர்கள் காட்டிய பலவித அடையாளங்களின் உண்மைகளை யேற்றுத்

தலைகுனித்த மேறை தவறாது நடாத்துவராயின் செல்வரிலும் செல்வத்திலும் தாழ் வடைவேண்டிய காரணமென்னையோ?

ஸ்திரீகள் முன்பின்னறியாமல் ஒருவன் பிணியனா யிருப்பினும் தன்னைப் பராமரிக்குந் திறனில்லாதவனா யிருப்பினுந் தன் கண்கள் திருப்தியாகும்படியான ரூபமும் உடையலங்காரனுமா யிருப்பானே யானாலிச்சையை யவன்பாலுடனே செலுத்தி விடுவது விசேடித்த ஏழ்மைத்தனம். இதன்பொருட்டே மாதர்களுக்குக் கல்வி ஆவசிகமானது.

"குஞ்சி யழகுங் கொடுந்தானைக் கோட்டழகு
மஞ்ச ளழகு மழகல்ல – நெஞ்சத்து
நல்லம்யா மென்னு நடுவு நிலைமையாற்
கல்வி யழகே யழகு."

.... அதாவது கூந்தலினழகும் பரந்த கரைக்கோட்டினை யுடைய ஆடையினழகும் மணமும் பழுத்த நிறமுமாக வொலித்துக்காட்டு மஞ்சளினழகு மழகல்லவா மானால் மனதிடத்திலே நடுநிலைமையுடைத்தவளாகி நல்லவளென்று சொல்லச்செய்து வைக்கும் கல்வியினழகே ஒருவளுக்கழகாகும் என்பதாம்.

இதனாலே ஸ்திரீகள் படிக்கக் கற்றுக்கொள்வதினால் மாத்திரமல்ல நல்ல நீதிசாத்திரங்களைத் தெரிந்து அதினாலே புத்தியை உசிதப்படுத்த வேண்டுமென்று தெரிகிறது. மாதர்கள் இதனை விடுத்துத் தாங்கள் பருவத்தை யடையு முன்னமே லீலைப் பரிணயத்திற்குரிய விஷயங்கட் கீடுபடுகின்றனர். பருவமடைந்துள மாதர்களும் தங்கள் பெரியோரால் திருமணஞ் செய்து வைக்குமுன் காந்தருவ மணஞ்செய்து கொள்ளு கின்றனர். இப்படிச் செய்துகொள்பவர்களின் ஆனந்தமும் அதற்குமாறாகவுள்ள துக்கமும் அளவிடத்தக்கதல்ல.

"ஆழிய கன்புவி யுள்ளன யாவு மடங்கி நள்ளென்
றூழி முடிந்தன வோங்கிருள் யாமத்தும்......
தோழிநம் மன்னைகண் ணேதுயில் கோட றுறந்தனவே...."

அதாவது: தோழியே! கடல்சூழ்ந்த புவியிலுள்ளன யாவுமடங்கி நள்ளென்னுமோசை யோடே கூடி யுகமுடிவுகாலம் போன்று இருள் வளரப்பட்டு நடுசாமமாகியும் நம்மன்னையானவள் தூங்காமல் இன்னும் விழித்திருக்கின்றனள் என்பதாம்.

"............
பெண் ணென் பிறவியும் பேருடைத் தன்றிப் பெரும்பதிகங்
கண்ணென் பவர்வரக் கங்குலின் ஞாளிக் கணங்குரைத்துத்
துண்ணென் கடுங்குரல் வாயன்னை துஞ்சினுந் துஞ்சிலவே"

அதாவது? பெண்ணென்று சொல்லும் பிறவியுங் கீர்த்தி யுடைத்ததாக வெண்ணி நமது கண்ணென்று சொல்லப்பட்ட தலைவர் நம்மைத் தேடிவர நம் அன்னையானவள் நித்திரையை யடைந்தும், துண் என்னுங் கொடியகுர லெழும் வாயையுடைய நாய்க்கட்டங்கள் குரைப்பதினால் நம்மன்னை தூக்கம் பெறாளே என்பதாம்.

என்னுமாறாச் சிந்தையுற்றவர்களாகி, தூக்கத்திற் கென்றாக்கிய இரவை ஏக்கத்துக்கிரையாக்கி அப்படியே சம்போகிக்கும் இன்பம் காற்பங்காகவும் பயங்கலந்த துன்பம் முக்காற்பங்காகவும் கலந்த சுகத்தை யநுபவித்து இடையில் நேராது நேர்ந்த இடையூறுகளுக்குத் தப்பியதையும் தங்களுக்குத் தாங்களே மெச்சிப் புகழ்கொண்டாடிப் பின்னால் நேருங் கஷ்டங்களை யறியாமற் சந்தோஷிக்கிறார்கள்.

(தொடரும்)

டிசம்பர் 1905, பக். 64–67. பா. முனிஸ்வாமி

கமலாவதி
(67ஆம் பக்கத் தொடர்ச்சி)

இவ்வாறாகச் சம்பந்தப்பட்டுக் கருக்கொண்டு பிறக்கும்பிள்ளைகள் பயங்கரமுள்ளதும் வீரியமில்லாததும், மந்தமும் புல்லறிவுடை யதுமன்றி அங்கஹீனமுடையதும் “கண்பார்க்கக் கையா லெழுதானைப் – பெண்பாவி – பெற்றாளே பெற்றாள் பிறர் நகைக்கப் பெற்றாளே! –” என்பதற் கொப்பப்பிறக்கிறதென்பதற்கு ஆக்ஷேபமென்ன? சம்போகக் காலத்தை அவசரமின்றியும், சாந்தம், நற்சிந்தன யோடுங்கழிக்க வேண்டியது. இதைநோக்கியன்றோ பெரியோரும், “நேசனைக்காணாவிடத்து நெஞ்சார வேதுதித்த, லாசானை யெவ்விடத்து மப்படியே – வாச – மனையாளைப் பஞ்சணையில்–” என்று தனது நாயகியைப் பஞ்சணையில் மாத்திரம் சந்தோஷமாயாசரிக்க வேண்டியதாகக் கூறியுள்ளார்.

இப்படிப் பிறக்கும் பிள்ளைகள்தான் சாதுரியமும் விவேகமு முள்ளபிள்ளைகளாகின்றார்கள் “– ஞானமுந்தயைபுங்கொடை யும் பிறவிக்குணம்”என்ப இவையெல்லாம் கருவமையும் காலத்தில் உள்ள குணத்தைக் காட்டுகின்றனவென்பது தெள்ளிதில் விளக்குகிறது. மயிலினது முட்டையைக் கோழியண்டை வைத்துக் குஞ்சு பொரிக்கச் செய்தால் கோழிக் குஞ்சாகுமா? அம்மயிலினது ரூபங்களும் குணங்களும் அம்முட்டைக்குள் ளடங்கினதாகி, குஞ்சுகள் முட்டையினின்று

வெளிப்படுங்காலத்து மயிற்குஞ்சு தானே வெளிப்படும். ஒவ்வோர் பிராணிகட்கும் இயற்கையாயுள்ள குணங்கள் அவ்வதனிளந்தைகளிடத்திலமைந்திருக்கும். "சாதித்தொழிற் றனக்குத்தானே வருமொருவர், போதிக்க வேண்டுமோ பொற்கொடியே" என்பதாக ஒருபூனைக் குட்டியை அது மிகச்சிறியதா யிருக்கும்போதே தன்தாயிடமிருந்து எடுத்துக் கொண்டுபோய் தனியாகவைத்து வளர்த்துப் பெரிதான பின்னர் எதிரில் எலியைக் காண்பிக்கச் சும்மாவிடுமா? அதோடு பண்டைய குணங்களும் அதைவிட்டொழியுமா? இப்படியே ஒவ்வொன்றினுக்குமுண்டு. இதுநோக்கியே "நூலைப் போலுஞ்சேலை தாயைப் போலும் பிள்ளை" என்று கூறுவார்.

இதினும் குடியருடைய சம்போகத்தை யென்னென்று சொல்வது; இவர்கள் குடித்திருக்கும்போது ஒவ்வொரு றுப்புகளும் தத்தம் நிலைதவறியிருப்பது யாவருமறிந்ததே, அதையவர்களும் அறிவர் எங்ஙனமெனில்? ஒரு வன்மது வுண்டிருப்பானேயானால் தனது யஜமானனண்டைக் கூசாமல் போகவும் பேசவும் அச்சப்படுகின்றான். யாதேனும் விவகாரங்களில் அடுத்திருப்பவர்களை நோக்கி, அப்பா நான்தான் குடித்துவிட்டிருக்கின்றேன் இந்த நியாயத்தை நீயே அவர்களுக்கு விவரித்துச்சொல்லு என்கிறான். இதல்லாமல் இன்னுமநந்தம் அத்தாட்சிகளுண்டு. இவனிப்படி யிருக்குங்காலத்தில் கருவுறும் பிள்ளை மந்தபுத்தியும், முன்கோபமும், குரங்கைப்போலச் சேஷ்டையுடைய வனுமாயிருப்பா னென்பதற்கு ஆக்ஷேபமென்ன? சில தேசங் களில் புருஷரும் ஸ்திரீகளுமாகிய இருபாலரும் குடியரா யிருக்கிறதாகக் கேள்விப்படுகிறோம்; இவர்கள் நிலைமை ஐயோ! பரிதாபம்; பரிதாபத்தினும் பரிதாபமே.

கருக்கூடுதற்காகச் சம்போகத்துக்குப் பின்னர்பதினைந்து நிமிஷநேரம் அம்மனையாளை அசையாமற்படுத்திருக்கச் செய்யல் நலம்.

இதோடுபலவித நன்மைகளை நோக்கியேசம்போகக் காலத்தை ஆடவரும் மாதரும் நல்லகுணத்தோடும் நல்லசெய்கையுடனும் ஆசிரிக்கவேண்டியதெனப் பெரியோர் கூறியிருக்கின்றனர்.

இவ்விதம் இருக்கும் ஆடவர்களும் மாதரும் மாதவிடா யான நான்கு நாட்களும் கட்டாயம் நீக்கப்பட வேண்டியது. ஏனென்றால் சாதாரணமாக வாயிலிருந்து கழியும் (உமிழ்நீர்) எச்சியானது ஒருவர் மேற்படுமாயின் அவ்விடத்தில எச்சிற்றேம

லுண்டாவது அனைவருமறிந்த காரியமன்றோ? இதுவே இவ்வளவு கெட்டதாயிருக்க மாதவிடாயில் கழியும்நீர் எவ்வளவு கெட்டதென்று சொல்லாமலே விளங்கும். அவ்வுதிரத்தையோர் செடியின் மேலூற்றினால் அச்செடிபட்டுப்போகு மென்பதற்கு ஆக்ஷேபமில்லையா கையால் அந்நான்கு நாட்களையும் நீக்கி ஸ்திரீயும் ஸ்நாநவதியாகப் பின்னராகிய ஐந்து, ஏழு, ஒன்பது ஆகிய ஒற்றைப்படை நாட்களிற் புணர்ந்தால் பெண்பிள்ளையும், ஆறு, எட்டு, பத்து ஆகிய இரட்டைப்படை நாட்களிற்புணர்ந்தால் ஆண்பிள்ளையும் பெறுவார்கள். என்றினும் ஆடவருக்கு வெளியாகும் நீர் (சுக்கிலம்) அதிகமானால் ஆண்பிள்ளையும் இருவருக்கும் ஒரே அளவாயின் பேடியாகவும் பிறக்கும். இருவருக்கும் ஷை நீர் இல்லாமலும் அல்லது சொற்பமாயிருந்தாலும் கருப்பமில்லை, இதன்றியும் வேறு சில ஏதுக்களுமுண்டு. மாதர்கட்கு சுரோணித நீர்கழிந்த பின்னர் ஆடவருக்கு வெளியாகுமாயின் அக்காலத்திற்றரிக்கும் பிள்ளை நல்ல ரூபமும் பாக்கிய முடையதுமாம், அப்படியில்லையாயின் பலனன்று.

இருபாலருள் யாருக்கேனுந்திரேகா சௌக்கியம்நேரிட்டால் புணர்ப்பை நீக்க வேண்டியது. இது சகலகாரணங்கட்குந் துன்பத்தைத் தரும்; கருப்பற்றினும் அந்நோய் அதிலேதங்கும்.

சம்போகத்தின் பின்னர் சிற்றுண்டியுண்ணுதல் அவசியமான காரியம். ஆனால் பழுக்காத காய்களையும் எண்ணெய்யிற் செய்த பலகாரங்களையும் உண்ணப்படாது. நெருக்கபோகத்தாரது ஸ்கலிதம்பலனற்றிருப்பதால் அவர்கட்குப் பிறக்கும் பிள்ளைகள் அற்ப ஆயுளுடையதாகிறது. அடிக்கடி வியாதிக்குட்படவு மேதுவாகும். ஸ்திரீகள் மாதவிடாயான பத்து நாட்கள் மாத்திரந்தான் கருப்பை திறக்கப் பட்டிருக்கும். அதற்குமேல் மூடிக்கொள்ளும். இப் பத்துநாட்களுக்குள்தான் கருத்தங்குவது. இவ்வண்ணந் தங்குவதானது மாதராடவராகிய இருபாலாரது இந்திரியங்களு மொன்றுசேர்ந்து பின்னரவை களிலிருந்து ஓர்சிறு துளிதான் அக்கருத்தலத்துக்குச் செல்லும்.

“பனியிலோர்பாதி சிறுதுளிமாது
பண்டியில்வந்து புகுந்து திரண்டு”

என்பதால் விளங்கும்; இப்படிச்செல்வதுதான்.

“தினையளையு போதாச்சிறுபுன்னீர் நீண்ட
பனையளவுகாட்டும் படித்தான்–”

அதாவது தினையளவினுஞ் சிறிதாகப் புல்லினது நுனியில் நிற்கும் பனித்துளியானது ஒரு பெரியபனை மரத்தினது

நிழலைப்புந்தன் னுள்ளடக்கிக் காட்டும் என்பது போல அவ்விந்திரியத்துளியானது தன்னுள்ளடக்கிய வுருவைத் திரட்டித்தானே யுருவாகிச்சில ஆதாரங்களால் வெளிவருவது யாவருங் கண்டதே. மாதர்கள் பிள்ளை பெற்ற பின்னர் தங்களது சுயக்ஷேமம் பெருமளவும் ஆடவரோடு நித்திரிக்கப் படாது, ஆடவருமிதைக் கவனிக்க வேண்டியது (Photograph) புகைப்பட வுருகூடுதற்கு (Dark-room) இருட்டறை எவ்வளவு அத்யாவசியமோ அவ்வளவும் பிள்ளைகளுருபெறுதற்கு தேவையாகையால் பகற்சம்போகஞ் செய்யப்படாதென நீக்கப்பட்டுள்ளது. ஸ்திரீகட்கு முதுமையிலும் மாதவிடாய் எவ்வளவு நாட்கள் உள்ளனவோ அவ்வளவு நாட்கள்வரை கருநிற்கஏது வுண்டு. ஆடவருக்கு இந்திரியநிலையுள்ள வரையுண்டு ஸ்திரீகட்கு கருப்பந்தாங்கில் அவளது கடைசி மாதவிடாயின் மாதமும் தேதியும் கொண்டு பின்னுக்கே மூன்று மாதத்தை எண்ணி அந்தத் தேதியோடு எட்டு நாட்கள் சேர்த்துக்கொண்ட தினம் அவளது பிரசவதினமாகும், திரேகக்கூறு பாட்டினால் இரண்டொரு நாள் முந்துவதும் அல்லது பிந்துவதும் உண்டு எனச் சொல்லிவந்த அவ்வரசியை யணைத்துக் கன்னத்தோடு முத்தமிட்டு நாயகி! உனது கூர்மையும் சாதுரியமுமுள்ள புத்திக்கு வெகுவாக வுன்னை மதித்துக்கொண்டேன்.

"வாச–மனையாளைப் பஞ்சணையில்–" என்னும் பாடலும், "நலமொன்று மறியாத நாரியரைக் கூடி" என்னும் பாடலும் வெட்கித் தலைநாணவோ நீயுதித்தனை? நீயல்லோ பெண்களிற்றேர்ந்தெடுத்த நாயகம்? நீ சொல்லியதால் என்னிடத்திருந்த சில அவசரக்குணங்களும் தலைகாட்டாமல் பின்வாங்கிப் போயின; நம்நாடு நீதிநெறியுள்ள மாதர்களால் நிறைக்கப்பட்டிருப்பது "அரசனெவ்வழி குடிகளுமவ்வழி" என்ப நின்னைத் தொடர்ந்தல்லோ விருக்கின்றது என்பதை யின் றறிந்தேன்.

"கோடிகொடுப்பினுங் குடிபிறந்தார் தம்மொடு
கூடுதற்கோடிபெறும் –"

என்ப நின்னோடு சேர்ந்துவாழ்தலே வாழ்வாகும், எனப் பலவாறாகப் புகழ்ந்துகொண்டிருக்க சூரியனும் மேற்குத் திசையை நோக்கிச் சென்று மலைக்கப்புறம் மறைந்து கொண்டான். அவ்விராப்பொழுதையும் சுபவேளையாகக் கழித்தனர்.

(தொடரும்)

பெப்ரவரி, 1906, பக். 106–108. பா. முனிஸ்வாமி பிள்ளை

கமலாவதி
(108ஆம் பக்கத் தொடர்ச்சி.)

இப்படியே சிலகாலஞ் சென்றபின்னர் தெய்வகடாட்சத்தால் இவர்கட்குக் கருப்பந்தாங்கியது. உடனே (கருப்பாதானம்) கருப்பந்தரிக்குங் கிரியைசெய்து முடித்தனர். இரண்டாம் மாதத்தில் (புஞ்சவனம்) ஆண்மகவுக்கென்று நாசியில் மருந்து பிழியுங் கிரியைசெய்தனர். நான்காம் மாதத்தில் (சீமந்தம்) மூன்றிடத்து விளர்ப்புள்ளபன்றி முள்ளினால் தலையிரை வகிர்ந்து செய்யுங் கிரியைசெய்தனர். அவ்வரசியரது கொங்கைக ளிரண்டும் விம்மி முனைகள் பாக்கனிது நிறம்போல் கறுத்துச் சிவப்பேறித் தலைகளை நிமிர்த்து நின்றனை நின்றனை; எட்டாம் மாதத்தில் (விண்டுபலி) நான்காம் மாதத்தைப்போலவே செய்து முடித்தன். முலைமுனைகள் இரண்டும் நாவற்பழம்போல் கறுப்புநிறமேறித் தங்கள் தலைகளைத் தாழ்த்தாமல் ஈஸ்வரனைநோக்கி ஜபிப்பதுபோல் நிற்க, ஈஸ்வரனும் அவைகளுக்கிரங்கி அவைகளை அமுதத்தால் நிறைத்தனர்; அவைகளும் இதுகண்டு இமை கொட்டாது காக்குஞ் சேவகரைப்போல் நின்றன. அவ்வரசிக்கு இனிய சுவையுள்ள பதார்த்தங்கள்மேல் விருப்பமூண்டது, முறையே கொணர்ந்துதரவுண்டு திருப்தியாயினர்.

இரண்டு இடைகளும் பாரத்தைத் தாங்க முடியா தனவாகி காலிலணிந்திருக்கும் சிலம்பிடத்தில் முறையிட அவைகள்கூவி மற்றாரிடத்தில் முறையிடுவதுபோலச் சத்திக்கும் காலணிகளையுடைய அவ்வரசிக்குப் பிரசவ நாட்களுஞ் சேர்ந்து பிரசவிக்குஞ் சமயத்து வாய்த்த வருத்தங் களைத் தாங்காதவளாகியினியொருபோதும் நாயகனண்டை யெவ்விதத்தும் நாம் சாவகாசஞ் செய்யப்படாது. இனிசந்நியாசங்கொள்வதே தகுதியெனத் தீர்மானித்திருந்த சமயத்து இளஞ்சூரியனைப்போலும் கிரணங்கள் படிந்த பெண்மகவு உதித்தது; சூரியனும் வெட்கமுற்று எதிரிலிருந்த மேகத்திரளில்போய் ஒளித்திருந்தான். அவ்வூர் முழுவதும் பொன்மயமாய் விளங்கியது; அச்சமயத்தில் கோபமாயிருந்தவர் சிரித்தனர், விசனமுள்ளோருக்குச் சந்தோஷந்தானேவந்தது, பயந்திருந்தவர்கள் தைரியம்பெற்றனர், யாவும் நலமாய்த் தோன்றின.

அரசியும் மூர்ச்சை தீர்ந்து இளஞ்சூரியனாகிய குழந்தையைக் கண்டதும் தாமரையாகிய முகம் மலர்ந்து, தாதியர் செய்வனாயவுஞ்செய்து தீர்ந்ததினால் அக்குழந்தையைத்

தன்னிருகரங்களால் தாவியேந்தி யணைத்து உச்சிமோந்து விரதந்தீர்ந்தாள்.

பிரசவநேரத்தில் வருத்தத்தால் வாடித் தாம் தீர்மானித்த எண்ணத்தை ஞாபகங்கொண்டு “பிரசவ வைராக்கியம், பிரசங்கவைராக்கியம், மயானவைராக்கியம்” இவை தம்முள் இதுதானோ பிரசவவைராக்கியம் எனத் தனக்குள்ளே யெண்ணிப் புன்னகைகொண்டாள். குழவியை நறுநீராட்டி மெல்லியகம்பளிப் போர்வையொடு எப்போதுஞ் சூடாயிருக்கும்படிச் செய்துவைத்திருந்தனர். அவ்வரசியாளது தனங்களும் தந்தவமுடிந்ததென்று அமுதமாரிபெய்தது. இவ்வளவு காரியங்கட்கும் காரணராயிருந்த கடவுளாரை யேத்தாது மேத்தி குழந்தையைத் தாய் தூக்கித்தர வாங்கியணைத்து முத்தமிட்ட அரசனைநோக்கி; நாயகா! நந்தவம் இன்றேமுடிந்தது. இனி யிக்குழந்தைக்குப் பாற்றாதி யொருவள் முன்கோபியா யில்லாமலும் பிணியற்றவளும் சாந்தகுணமுள்ளவளும், எப்புலன்களும் கேடின்றிச் சுகதேகியா யிருப்பவளும் நல்லபருவமுள்ளவளுமாகிய ஒருத்தியைத் தேடிக்கொணரவல்லீரோவென அவ்வரசனும் மனமகிழ்ந்து, தந்நாயகியின் தாதியரையழைத்து நீவிர்சென்று நங்குழந்தைக்குப் பற்றாதி வேண்டுமாகையால் மிகவும்பருத்த திரேகமும் மந்தபுத்தியும் நெடுந்தூக்கமும் சோம்பலிவை யாவுமில்லாதவளும், சாந்தகுணமுள்ளவளாய் மிரளுங் குணமில்லாதவளும் சுதேகியும் அழகுபொருந்திக் குறுகிய தனங்களுள்ளவளும், நல்லவடிவுடையவளும், விசனம்படிந்த முகக்குறியில்லாதவளும், சுத்தமுள்ளவளும் பிணியற்றவளுமாய்ப் பந்நலங்களும் அமைந்த வொருத்தியைக்கொணர்கவென ஆக்கியாபித்தான்.

தாதியர் அவ்வரசனது கட்டளையைச் சிரமேற்கொண்டா ராகி, வேதவல்லியென்னும் ஒருநற்குல ஸ்திரீயை அழைத்து வந்தனர்.

பின்னர் அக்குழவிக்கு வேளை தவறாமல் வெந்நீராட்டி, பொன்னே! கண்ணே! தேனே! அமுதமே! கனிரசமே! எனப் பலவாறாகக் கொஞ்சுவதோடு காண்பார் பலரும் அவ்விளஞ்சூரியனைத் தங்கள் கண்களினால் உண்பதுபோல நோக்கி முத்தமிடுவர்.

குழந்தைக்குச் சிறிதுசிறிதாக அதிகரித்துக் கொடுத்தார் எனினும் குழந்தை அழும்போதெல்லாம் கொடாமல் விதிப்படி மூன்றுமாதகாலம்வரை பகற்காலத்தில் ஆறுமுறை யும் இராக்காலத்தில் மூன்றுமுறையும் பாலுண்பித்தார்கள். பின்னும் அக்குழவியை அசுத்தமான அறையிலிருந்து நீக்கிச்

சுத்த அறைக்குக் கொண்டுபோதலாகிய உத்தாபனஞ்செய்து சோதிடரைக்கொண்டு சாதகமெழுதுவித்து கமலாவதி யென்று நாமஞ்சூட்டுவித்தனர். நான்காம் மாதத்தில் குழந்தையை யெடுத்துக் கோயிலுக்குப் போவதாகிய சந்திமிதிப்பித்தனர். ஆறாம் மாதத்தில் அன்னப்பிராசனக்கிரியைச் செய்தனர். பதின்மூன்றாம் மாதம் மயிர்க்கழித்தலாகிய சவுளக்கிரியைச் செய்தனர். ஐந்தாம் வருடத்தின் உபநயனக்கிரியை முதலிய வீறாகச்செய்து முடித்தனர்.

பின்னரவ்வரசன் தங்குருவாகிய அமுர்தவாக்யம் முத்துவைரஸ்வாமிகளுக்குத் திருவோலையனுப்பி வரவிட்டு எதிர்கொண் டழைத்து சகலோபசாரங்களுஞ்செய்து ஆசனத்தமர்த்தி கமலாவதியைக் காண்பிக்க அவருங்கண்டு மகிழ்ந்து அக்குழவிக்கு ஆசிகூறி, அக்குழவியினது அன்றலர்ந்த செந்தாமரைபோன்ற முகத்தையும், இரண்டு சிறிய வண்டுகள் மதுவுண்ணும் பாவனையாய்ப்படர்ந்து பரந்தமார்பையும், திரண்டெழுந்து இரண்டு முழங்காலைத் தீண்டும்படி யானையின், துதிக்கைபோன்று நீண்ட கைகளையும், அழகாய்க் குவிந்துள்ள வயிற்றினிடத்து ஆழ்ந்துள்ள கொப்பூழையும், பாதவரிசைகளையும், பிரதான நாற்புலன்களது சித்திரக்கூடங் களைத் தாங்கும் ஒரேதூணாகிய கழுத்தினது மயக்கந்தரும் பிரகாசத்தையும் உற்றுநோக்கி மிகவுஞ் சந்தோஷித்து இச்செல்வி சகலகுணசம்பன்னளா யிருப்பாளெனச் சொல்லினர். பின்னுமவ்வேந்தன் தம்மாசிரியரை வணங்கி இச்செல்விக்குத் தங்கள் முகத்தேகல்விபயிற்றித் தருதல் வேண்டுமென வேண்டிநிற்க ஆசிரியரிசைந்தவராய் நல்லதினமொன்று குறித்து அன்றை வித்தியாப்பியாசத்தின மெனக் கொண்டாடினர். அவ்வூரிலிருந்த வொவ்வொருவர் வீட்டிலும் உற்சவம் போன்றே யிருந்தது. கமலாவதி கல்வியில் மெத்தவும் ஜாக்கிரதையுள்ளவளாய்ப் பலரும் அதிசயிக்கும்படியாக அதிக சீக்கிரம் சீக்கிரம் படித்து வந்தாள். இதுகாரணம் பற்றித் தனது தந்தையாராகிய சவுந்தரகேசரிக்கும் தாயாராகிய காஞ்சனாதே வியாருக்கும் உண்டாய அன்பு இவ்வளவென்று அளவிடத்தக்கதல்ல. என்றினும் தாங்கள் “ஈன்றபொழுதிற் பெரிதுவக்குந் தன்மகனைச் சான்றோனெனக்கேட்டதாய்” என்பதாக மெத்த அன்புகொண்டிருக்கும் ஆனந்தத்தை “– நெஞ்சாரவே துதித்தல் – மைந்தர்தமை நெஞ்சில் –” என்பதாக வெளிவிடாதவர்களாய் உள்ளத்துள்ளே மகிழ்ந்தார்கள்.

ஒருநாள் கமலாவதியின் தாய் தன்னை யருகில் அழைத்து அணைத்து முத்தமிட்டுச் சொல்லுவாள். கமலாவதி! யின்று

நம்மரண்மனை நோக்கி வந்திருக்கும் உனது அத்தையார் நீவாசிக்கும் வாசகத்தைக் கேட்க மெத்தவும் ஆவலா யிருக்கின்றமையால் உன்பாடத்தை வாசிப்பாயெனக் கேட்க!

கமலாவதி – என்னருமை பெற்றாய்! அத்தையார் கேட்க விரும்பும்பட்சத்தில் நான் மெத்தவும் சந்தோஷப்படுகிறேன். எனது பழைய பாடங்களில் ஒன்றை வாசிக்கட்டுமா அல்லது நாளைக்குரிய பாடத்தை வாசிக்கட்டுமா?

தாயார் – என்னருங்குழந்தாய் எந்த பாடமாயினுஞ்சரி. உன் அத்தையாருக்கு இனிப்பாகவும் அவசரமின்றி நிறுத்தியும், உரத்த சத்தமாகவும் வாசிப்பாய். அப்படி வாசிப்பதுதான் அழகாகும்.

கமலாவதி – அத்தையே எனது வாசகபுத்தகத்தில் பார்த்தீர்களா? எவ்வளவு நேர்த்தியான படங்களிருக்கின்றது. நான் என் புத்தகத்தை அழுக்குச் செய்யாதபடி ஜாக்கிரதை யாக வைத்திருக்கிறதினால் இப்புத்தகம் மெத்தவும் சுத்தமாக விருக்கின்றது. இந்தப்புறம் பார்த்தீர்களா? என்புத்தகத்தை யாரோ எடுத்துக்கொள்ளுவார்கள் என்பது தந்தையருடைய எண்ணமாக்கும். ஆகையால், தங்கத்தகடொன்றில் என்பெயரைச் செதுக்கச்செய்து இப்புத்தகத்தின் மேற்புறத்தில் தந்தையார் பதிப்பித்துக் கொடுத்தார். அத்தையே! பின்னுமொன்று இப்புத்தகத்தின் முற்பக்கத்தில், தங்கநிறமுள்ள எழுத்துக்கள் பதிப்பித்திருக்கின்றனவே இதை எப்படி பதிப்பித்திருப்பார்கள் என்பதை நினைக்க எனக்கு எல்லாவற்றாலும் விளங்க வில்லை; இதென்னபொன்னைக் காய்ச்சி இதின்பேரில் வார்த்திருப்பார்களா? என்பதுந் தெரியவில்லை.

காஞ்சனாதேவி: கமலாவதி என்ன நான் சொல்வதை விட்டு வீண்காலம் போக்குகின்றாய் இதற்குத்தானே அத்தையார் காத்திருப்பது?

கமலாவதி – பெற்றாய்! கோபஞ்செய்ய வேண்டாம்; தங்களிஷ்டத்தை மாறுபடுத்தாமல் பூர்த்திசெய்கிறேன். அத்தையாரும் தாங்களும் கவனியுங்கள்.

(தொடரும்)

மே, 1906, பக். 153–156. பா. முனிஸ்வாமிபிள்ளை

திருவருட்சகாயம்

திருக்குருகூர் – ஸ்ரீமத் – ஞானசித்தமூர்த்திகள்

திருவாய்மலர்ந்தருளிய

வெண்பா

மேலோக மாதிபுகழ் மிக்கோர்சொன் னூல்வமிசெல்
பூலோக வியாகப் புத்திரநின் – கோலா
கலங்கண்டே னின்வழியே காசினியோர் யேவப்
பலந்தந்தே யாளும் பரை.

பெப்ரவரி 1906, பக். 101–103.

திருவருட்சகாயம்

திருக்குருகூர் – ஸ்ரீமத் – ஞானசித்தமூர்த்திகள்

திருவாய்மலர்ந்தருளிய

வெண்பா

மேலோக மாதிபுகழ் மிக்கோர்சொன் னூல்வமிசெல்
பூலோக வியாஸப் புத்திரநின் – கோலா
கலங்கண்டே னின்வழியே காசினியோர் மேவப்
பலந்தந்தே யாளும் பரை.

கொயமுத்தூர் ஜில்லா, காங்கயம்,

அஷ்டாவதானம், சிலேடைச்சிங்கம்,

ம-ா-ா- ஸ்ரீ, V. **சேஷாசல நாயடு அவர்கள்**

பாடிய மங்கலவாழ்த்து

வெண்பா.

மேலோ கவியாஸன் வித்வஜன பூஷணனெம்
பூலோ கவியாஸன் பூணணிமின் – வீலோக

மாலோ கவியாஸன் மார்க்கமுறு வீரிலைச்சா
வாலோ கவியாஸன் மம்.

மார்ச், ஏப்ரல், 1906, பக். 124–128.

திருவருட்சகாயம்

19ஆவது யாகப் பிரபாவம் வந்தே மாதரம் என்பது, மாதாவை வணங்குகின்றே னென்பதே:-

எதற்கு மாதா? சகல புவனங்களுக்கும் மாதா. புவனம் – உலகம், அம்பிகை – திருவருள் வடிவாகிய நமது மாதா, யாகம் – ஆராதனை, பிரபாவம் – வரலாற்றை எடுத்துச் சொல்லுதல்; அதாவது, சகல புவனங்களுக்குந் தலைவியாய்த் திருவருள் வடிவாயுள்ள நமது லோகமாதாவின் ஆராதனைக் கிரமத்தை எடுத்துப் பேசுதலாம். இன்னும் புவனங்கள். இதற்குப் பொருள் ஸ்தாவரமாகிய உலகங்கள் என்று சொல்லப்படும். அவை சுத்தம் அசுத்தம் என இருவகைத் தாம். சாந்திய தீதகலையில் பதினைந்து புவனங்களும், சாந்திகலையில் பதினெட்டுப் புவனங்களும் ஆக முப்பத்து மூன்று புவனங்கள் சுத்தம், வித்தியாகலையில் இருபத்தேழு புவனங்களும் பிரதிநிஷ்டாகலையில் ஐம்பத்தாறு புவனங்களும், நிவிர்த்திகலையில் நூற்றெட்டுப் புவனங்களும் ஆக நூற்றுத் தொண்ணூற் றொன்று புவனங்கள் அசுத்தம். மொத்தத்தில் இருநூற்று இருபத்து நான்கு புவனங்கள். இவ்வாறு மேலோர்கள் சாத்திரங்களிற் கூறியபகுதியைக் கண்டுதெளிக. அம்பிகை – இதன் பொருள் பராசக்தி, இச்சாசக்தி, ஞானாசக்தி, கிரியாசக்தியு மாய்ப் பின்னும் ஈசானியாதி மூர்த்தி யந்தமாகிய பஞ்ச சக்திகளு மாய், வாக்காதி சர்வபூததமனிய அந்தமாகிய அஷ்ட சக்திகளுமாய், மனோன்மணியாதி சரஸ்வதி யந்தமாகிய பஞ்ச சக்திகளுமாய்ப் போக சத்தியோக சக்தி வீரசக்திகளுமாய்ச் சகல புவனங்களையுங் கருப்பமாகப் பெற்ற கன்னியுமாய், ஸ்ரீகைலாய வர்க்கம் ஆனந்தவர்க்கம், மூலவர்க்கமாதிய சித்தர்களுக் கருள்புரியும் ஜகதீஸ்வரியுமான புவநாம்பிகையை ஆராதித்தல் யாகம் என்று சொல்லப்படும். பகவத் கீதையினும் ஸ்ரீ கண்ணபிரான் யாகம் பலவாய்ப்படும் என்றார். யாகம் என்பது யஜ் என்னும் தாதுவினின்று பிறந்தது. ஆராதனை பூசை யென்றே பொருள் படும். அன்றியும் பிரமம் தெய்வம் பூதம் பிதுர்மானுடமென்றோர் விதமும் ராஜ பேயம், சோமம் பௌண்ட்ரீக மாதிய பலவுங் கருமயாக மென்றும், இதனால்

புத்ராதி முதலிய பல சாமியார்த்த சொர்க்க சுகங்களைக் கொடுப்பதாகும் சூக்ஷ்மமானதும் பூர்வ புண்ணிய பலமுள்ள சகல வர்ணத்தாருஞ் செய்யத் தக்கதெனச் சனற்குமார சம்கிதை அகத்திய சம்கிதை முதலான மந்திர கலாபங்களிற் கூறப்பட்டதும் நிராலம்ப சிவத்தியான சமாதி முதலிய வற்றைப் புசிப்பிக்கும் ஞானவேள்வியென்று மேலோர் கூறுவர். மேலும், ஸ்ரீ பரமேஸ்வரனுக்குச் (சித்கணன்) என்றோர் திருநாம முண்டு, சித்கணன் என்றால் பராசக்தியையே திருமேனி யாக உடையவன். ஆதலால், சக்தியினின்று சவித்தையும், சிவத்தினின்று சக்தியையும் பிரிக்கலாகா. இவ்விடத்துப் பிருங்கி முனிவரையும் வேதாசல மான்மியத்தையும் இன்னும் தமது காட்சியாற் காணப்பெறும் ஸ்ரீ ஜம்புகேஸ்வரப் பஞ்சப் பிரகாரப் பிரபாவத்தையும் ஞாபகஞ் செய்க. இத்தகைய கோலங்களாக விளங்கும் ஸ்ரீ புவனாம்பிகைக்கு வந்தேமாதரம். இனி இந்த ஞானவேள்வியைச் சென்ற பதினெட்டு வருஷக்காலங்களாக லக்ஷக்கணக்கான பொருள் கொண்டு ஒவ்வொரு சித்திரா பௌர்ணமியினும் பற்பல புண்ணிய ஸ்தலங்களினும் திருக்குருகூர்ச் சித்தராதீன கர்த்தர் ஸ்ரீமத் ஞானசித்தமூர்த்திகள் நடாத்தி வந்தது போலவே, இவ்வருடத்தும் அன்பர்கள் பிராத்தித்தவண்ணம் திருக்குற்றாலத் தேனும் செஞ்சிமலையிலேனும் செய்தற்கான சகல ஏற்பாடுகளும் நடந்துகொண்டிருந்தும், சுதேசியம் என்ற ஆதிதொடக்கத்திலேயே, அதாவது சென்ற தீபாவளிப் பண்டிகை முன்னர், எங்கள் சித்தமூர்த்திகள் தமது சித்தசபா அங்கர்களான பன்னாட்டுப் பிரபுக்களுக்கும் மிகுந்த ஊக்கங்காட்டி நாட்டு உடையே தரிக்க வேண்டுமெனக் கட்டளையிட்டு, அதனாலின்றும் ஆயிரக் கணக்கான கனதனவான்களையும் அனுஷ்டித்துவரச் செய்தபடியே, தற்காலம் வங்காள நாட்டைச் சேர்ந்த பாரிஸாலில் நமது பாபு சுரேந்திரநாத் பானர்ஜி முதலியோர் பாற்றோன்றி நம்பரதகண்ட முற்றும் வியாபித்துவரும் துக்கத்தைக் கருதி, நாளது சித்திரை மாதம் 26-ஆந்தேதி மங்களவாரத்தில் நடைபெறக் கூடியதான ஸ்ரீ புவநாம்பிகை யாகத்தின் மந்திரகிரியை மட்டும் நழுவாது நமது ஆஸ்ரமத்திலேயே சுருக்கமா நடத்திவிட்டு வந்தேமாதர மந்திரத்துக்கு வந்த துக்கம் நீங்கியபின் வழக்கம்போல யாகத்துக் காரம்பிக்கத் திருவுளங்கொண்டது மன்றி, இந்த யாகத்துக்குச் சேருந் திரவியத்தைக் கொண்டு சுதேசிய வயித்தியத்துக் குபயோக மானதும், நமது மகரிஷிகளா லருளிச் செய்ததுமான வைப்புப்பாஷாணாதிகள் பச்சைக் கற்பூரம் சூடம் சாம்பிராணி

முதலிய பலவும் உற்பத்தி செய்யக் கூடியதோர் சுதேசிய மருந்துச் சாலையை ஸ்தாபிக்கப் போவதாகவும், பன்னாட்டுமுள்ள தமது சபையின் அங்கத்தினர்க்கும் பிறர்க்கும் திருமுகம் கட்டளையிட்டதுமன்றி, இப்புதுவை யம்பதியிற் றோன்றும் பொதுக் கூட்டங்கள், பஜனைக் கூட்டங்கள், தேவாலய உற்சவாதி முதலிய பல கூட்டத்தும் வந்தேமாதர மென்னு மகாமந்திரத் தயானம் வளர்ந்தோங்கும் படியான வகைகளும் செய்துகொண்டுவருகின்றார்கள். வந்தேமாதரம்.

வேதபுரி – சுந்தரச்சாமி.

மே, 1906, பக். 173–174.

உ

சிவமயம்

சித்தாந்தப்பிரகாசம்

முதல்வன் வணக்கம்

எப்பெரிய ரும்பரவும் பலகலைவே தாகமத்தி
னிதயத் துற்ற
முப்பொருளி னுண்மையினை யத்துவித
மெய்கண்டான் மொழிந்த வண்ணம்
ஒப்புயர்வில் லாவிறைவன் றிருவருளே தாரகமென்
றுளத்தி லுன்னிச்
செப்புவனற் சித்தாந்தப் பிரகாசந் தமிழுலகிற்
செழிக்க மாதோ.

பாசவிலக்கணம்

பாசமைந்துவகைப்படும். அவற்றுள் அறியாமை மிகவுண்டாம்படி யான்மாக்கடோ றுஞ் சகசமா யனாதியாயிருக்கும் ஆணவமலம் ஒன்று. இந்த ஆணவமலத்தோடுங் கூடிநின்று அதுபக்குவமாமள வும் ஆன்மாவை மறைத்து அந்த மலத்தைப் பாகம்வருவிக்கின்ற திரோதமலம் ஒன்று. ஆன்மாக்களுக்குத் தனுவாதிகளைக் கொடுத்து மயக்கத்தைச் செய்யும் மாயாகாரணமலம் ஒன்று. ஆன்மாக்கடோறும் விரிந்தனுபவமாய்நிற்கும் கன்மமலம் ஒன்று. ஆன்மாக்களின் சுகதுக்க

விளைவுகட் கெல்லாம் இடமாய்நின்று அவற்றின் அறிவு இச்சை செயல்களை ஏகதேசப்படுத்து மாயாகாரியமாகிய மாயேயமலம் ஒன்று.

ஆணவமலம்

எண்ணிறந்த ஆன்மாக்களுடன் கூடிநின்று மறைந்து தானொன்றாயிருப்பதாய், ஆன்மாக்களுடைய பக்குவா பக்குவங்கட்குத் தக்கதாக அவரவரிடங்களிலே மறைந்துநின்று, அந்தவான்ம போதங்களின் மீட்சியிலே நீங்குவதாயிருக்கிற தன்காரியமான வெண்ணிறந்த சத்திகளைப் புடையதாய், செறிந்த இருளென்னும்படிநின்று ஆன்மாக்களுக்கு மிக்கமறைப்புகள் செய்வதாய், செம்பினுடன் கூடியிருக்கப்பட்ட காளிதமானது அந்தச் செம்புள்ளவன்றே யதனை மறைத்து உள்ளும் புறம்புங் கலந்து வெட்டுவாய்தோறும் நின்றாற்போல, ஆன்மபோதத் தோடுங்கலந்து மறைந்து கேவலத்தில் ஆவாரகசத்தியானும், சகலத்தில் அதோநியாமிக சத்தியானும், அஞ்ஞான் நிகழ்ச்சிக்குக் காரணமாய்நின்ற அனாதிமலமாய் ஆன்மாவின் இச்சாஞானக் கிரியைகள் சற்றுஞ் சீவியாதபடி மறைத்து நிற்கும். இம்மலம் ஆன்மாவினுடைய ஞானசத்தியை மறைத்தலால் சகசமேயாம். ஆகந்துகமலமன்று, சகசமாவது கூடவுதித்தது. ஆகந்துகம் வந்துகூடியது. சகசமெனின் அக்கினிக்கு வெம்மையும் புனலுக்குத் தண்மையும்போலும். குணமாதலிற் குணமழியிற் குணியுமழியுமன்றேயெனின் அற்றன்று. செம்பிற்குக் களிம்பும் அரிசிக்குத் தவிடும்போலுங் குற்றமே அவற்றின் குணமன்று. களிம்புந் தவிடும் போகச் செம்பிற்கும் அரிசிக்கும் கேடில்லை. அதுபோலச் சகசமலமான ஆணவமலத்தை நீக்கக்கேடின்று. ஆதலால் சகசம் இருவிதமெனக்கொள்க. இவ்வாணவமலம் மாயாகாரியமெனின், மாயாகாரியம் ஆகந்துகமாகலின் ஆகாது. மாயையெனின் மாயைதன்காரியத்தினாலே மலத்தைநீக்கி ஆன்மாவினுடைய ஞானத்தை விளக்குதலின் அதுவுமன்று. மாயைதன்காரியத்தால் விளக்கினாலும் காரணரூபத்தான் மறையாதோவெனின் காரியத்திலில்லது காரணத்திலுமில்லை. அக்கினிகாரியமான தீபத்தாலும் விளக்கிக் காரணமானதன்னாலும் விளக்குதலின், ஆயின் மாயை காரணரூபத்தால் விளக்குமோவெனின் அப்படிவிளக்காது. ஆன்மாக்களை விஷயங்களிலே மோகிப்பிக்கும். ஆணவமலம்போல முழுதுமறையாது. ஆதலான் ஆணவம் இருளும், மாயை விளக்கும்போலுமெனக் கொள்க. ஆயின் இதனை மலமென்ப தென்னையெனின் ஆன்மாக்களுடைய ஞானக்கிரியைகளை மறைக்கையினாலே

மலமென்பது அனுமதம். மலம் அழுக்கு. இனி ஞானாபாவம் எனின் அபாவமொருதிரவிய மல்லாதபடியினாலே மறைக்குந்தொழிலைச் செய்யமாட்டாது. கடத்தினுடைய அபாவம் சலக்கிரணம் பண்ணமாட்டாமைபோல. ஆதலால் ஞானாபாவமுமன்று. ஞானத்தினுடைய பிராகபாவம் எனின் பிராகாபாவம் நாதியான ஞானத்தான்முடிவு ஆதலால் முடிவுள்ளதற்குத் தோற்றமுண்டு உண்டாகவே தோன்றி யழியுமாதலான் அதுவுமன்று. அந்நியதாஞானம் எனின் ஒன்றை யொன்றாகக் கருதுதலே அந்நியதாஞானமாதலின் அம்மா றாட்டமோ ரேதுவின்றிவாராது. சுத்திவெள்ளியாகத் தோன்றும்போது கண்ணின் குற்றத்தாலன்றித் தோன்றாதவாறு போலாதலின் இதுவுமன்று. இனி ஆன்மாவின் குணம் எனிற் சித்தான வான்மாவின் குணம் ஞானமன்றிச் சடமாயிராது. தீயின் குணம் வெம்மையன்றிச் சீதமாகாதவாறுபோல வாதலால் அதுவுமன்று. இவ்வாணவமானது பசுத்துவம், பசுநீகாரம், மிருத்தியுமூர்ச்சை, மலம், அஞ்ஞானம், அவித்தை, ஆவிருதி, ருக்கு, கிலாணிபாவம், மூலம், க்ஷயம், பாசம், அசுத்தி, பெந்தனம், வியாகாதம், களங்கம், மோகம், கேவலம், ஆவரணம், தமசு, சடம், படலம், நிரோதம், ஆச்சாதன முதலிய பெயர்களைப் பெறும். இம்மூலமலம் ஆன்மாக்களுக்குக் கருவிகூடிய சகலாவத்தையிலே அராகமுதலிய கருவிகளிலே யாவேசித்து மோகம், மதம், அராகம், விஷாதம், சோஷம், வைசித்திரியம், அரிஷம் என்னும் ஏழுவிதங்களையுஞ் செய்விக்கும். இவற்றுள் மோகமாவது அதிபாதக முதலிய பஞ்சபாதகங்களை ஆசிரியராலுணர்ந்திருப்பினு மவ்வுணர்ச்சிகள் சிறிதும் விளங்காதபடி யிழப்பித்து அவற்றை நன்றென்று செய்விப்பது. மதமாவது தான் மோகித்துப் புணர்ந்த வரைவின்மகளிரை அருவருக்காமற் பார்த்து இவள் திவ்விய ஸ்திரீயென்றும் இவளின் அறியபேறெமக்கில்லை யென்றும் மதிப்பிப்பது. விஷாதமாவது ஒருவன் வாஞ்சித்துப் புணர்ந்த மகளிரைப் பிரிந்தபோது மிகவும் வருந்தியழும்படி மனோதுக்கஞ் செய்விப்பது. அராகமாவது ஆசிரியனாலே தரும நூற்களைக் கேளாதானொருவனுக்குச் சிவத்திரவிய முதலியவற்றை வவ்வுதற்கு வாஞ்சையைச் செய்விப்பது. சோஷமாவது அந்தமனோதுக்கத்தாலே யுடம்புலரும்படி ஆகாரத்திலே கருத்தின்றிச் செய்விப்பது. வைசித்திரியமாவது நமக்கு முதல்வன் நானாவிதமான விருவினைப் பயனையும் தெய்வீக முதலிய மூவகையாலே தருவனென்னு முணர்வையிழப்பித்து, இவனென்னைத் தாழ்வித்தான் வாழ்வித்தான் யானிவனைத் தாழ்வித்தேன் வாழ்வித்தேனென்பிப்பது. அரிஷமாவது மனை

முதலிய வளங்களைக் கண்டுகளித்து எமக்கு இனியென்ன குறையென்பிக்கை. அநாதியிலே ஆன்மாக்களை அணுத்தன்மைப் படுத்திநிற்கையால் ஆணவமெனப் பெயராயிற்று.

திரோதானமலம்

அருட்சத்தியானது ஆன்மாக்களோடு நின்று அந்த ஆணவமலம். பக்குவமாம்படி அதனோடுங் கூடித் திரோபதித்து நின்று காரியப்படுத்தலின் மலமென வுபசரிக்கப்படும். இங்ஙனமறைத்தற் கனுகூலமான இம்மலந்தானே முதல்வன் திருவடிகளை ஆன்மாக்கள் சேரும்படி பக்குவம் வந்துழிப் பண்ணி நிற்கும்.

மாயாமலம்

மலகன்மங்களுடன் விரவாது சுத்தகாரிய பிரபஞ்சத்திற்கு முதற்காரணமாயிருப்பது சுத்தமாயை. இம்மாயையின் கீழாயடங்கி மலகன்மங்களுடன் விரவி சுத்தாசுத்த காரியப் பிரபஞ்சத்திற்கு முதற்காரணமாயிருப்பது அசுத்தமாயை இவ்வசுத்தமாயையின் தூலபரிணாமமாய் அசுத்தகாரியப் பிரபஞ்சத்திற்கு முதற்காரணமாயிருப்பது பிரகிருதிமாயை, இவற்றிற்கு முறையே விந்து, மோகினி, மான் எனவும் அழைக்கப்படும்.

சுத்தமாயையின் தோற்றம்

இச்சுத்தமாயை முதல்வனுக்கு இலயபோக அதிகார மூன்றுக்கும் இடமாய்ச் சுத்தமாய்ச் சடமாய் அவனுக்குப் பரிக்கிரக சத்தியாய் நித்தியமாய் மேலானகாரணமாகையால் ஒன்றாய்ச் சுத்தாசுத்தமான தத்துவ தாத்துவிக மிரண்டினும் வியாத்தமாயிருக்கும். இதில் முதலவன் தாதான்மிய சத்தி யதிட்டிக்கையினாலே சிவமுதலிய தத்துவங்களைந்தும், கலையைந்துந்தோன்றின. எங்ஙனமெனின்? ஞானசத்தி யதிட்டானத்தாலே சிவதத்துவமும், கிரியாசத்தி யதிட்டானத்தி னாலே சத்திதத்துவமும், இவையிரண்டும் சமமாகவ திட்டித்தபோது சதாசிவதத்துவமும், ஞானங்குறைந் துகிரியைதிக மாகவ திட்டித்தபோது ஈசுரதத்துவமும், கிரியை குறைந்து ஞானமதிகமாக வதிட்டித்தபோது சுத்தவித்தியாதத்துவமும், தோன்றும்.

(இன்னும் வரும்)

அக்டோபர் 1905, பக். 9–11. சித்தாந்தசரபம்

சித்தாந்தப்பிரகாசம்
(11ஆம் பக்கத் தொடர்ச்சி)

இனி முதல்வனது ஞானசக்தி யதிட்டானத்தினாலே சுத்தமாயை யாகிய குடிலையினின்றும் அபரநாதமும், கிரியாசத்தி யதிட்டானத்தினாலே அபரவிந்துவுந்தோன்றும். சிவம், சத்தி, நாதம், விந்து ஆகிய நான்கும் முதல்வனுக்கு நிட்களமான திருமேனியென்றும், இலயத்தானமென்றும் சொல்லப்படும். சதாசிவதத்துவம் சகளநிட்களமான திருமேனி யென்றும், போகத்தானமென்றும் சொல்லப்படும். இந்தச் சதாசிவதத்துவத்திலே அட்சர சொரூபமாய்ச் சகளமாயிருக்கிற அபரநாதமும் அபரவிந்துவும் அணுசதா சிவர்களுடனடங்கும். ஈசுர முதலிய நான்குஞ் சகளமான திருமேனியுமாய் அதிகாரத்தனமுமா யிருக்கும். முன்சொன்ன விந்துவிலேநின்றும் ஐம்பத்தோரட்சரமும், சத்தகோடி மகாமந்திரங்களும், இருபத்தெட்டுத் திவ்வியாக மங்களும், நாலுவேதமுந் தோன்றும். ஈசுரதத்துவத்திலே அட்டவித்தியேசுரரும் சுத்தவித்தையிலே சத்தகோடி மகாமந்திரங்களும், சத்தரூபமான வெண்பாத்தொரு பதமந்திரங்களும், ஆகமங்களும், வேதங்களு மடங்கும். இனிமுதல்வன் நிட்களமும், நிட்களசகளமும் சகளமுமாக மூவிதமான திருமேனிகொண்டபொழுது பராசத்தியு மூவகைப்படும். எங்ஙனமெனின், முதல்வன் சிவமுநாதமுமாக நிட்களமானபோது சத்தியும் விந்துவுமாக நிட்களையா யிருக்கும். முதல்வன் சதாசிவமாக நிட்கள சகளமாயிருந்த போது மனோன்மணியாக நிட்கள சகளையாயிருக்கும். முதல்வன் ஈசன், உருத்திரன், மால், அயனாகச் சகளமானபோது மகேசை, உமை, திரு, வாணியாச் சகளையா யிருக்கும். இனி கலைகள் ஐந்தில் நிவிர்த்தியாவது தன்னிடத்திலே பொருந்தினஆன்மாக்களுடைய சங்கற்பத்தை விடுவிக்கை யால் நிவிர்த்தி யென்று பெயராயிற்று. பிரதிட்டையாவது தன்னைப் பொருந்தின ஆன்மாக்களுக்குச் சங்கற்பவிடுதியை நிலைபெறுவிக்கையாற் பிரதிட்டையாயிற்று. வித்தையாவது அந்தச்சங்கற்ப விடுதியி னிலைபேற்றால் ஆன்மாக்கட்கு அனைத்தறிவையும் விளக்குதலால் வித்தியாகலையாயிற்று. சாந்திகலையாவது அந்த ஞானத்தாலே ஆன்மாக்கள் இராகத்துவேஷமின்றி யிருந்தபடியாலே விகற்பஞானஞ் சாந்தமாயிருக்கையாற் சாந்திகலை யென்றாயிற்று. சாந்தீயாதீதகலையாவது அந்த விகற்பஞானஞ் சாந்தமான தென்கிற நினைவுங்கழன்று பரமாகாச ரூபமாய் நிற்கையால் அதீதகலையாயிற்று. இந்தக் கலைகளுந் தத்துவமும் புவனமும்

அர்த்தரூபமும் வாக்கு நான்கும் அட்சரங்களும் பதங்களும் மந்திரங்களும் வேதங்களுஞ் சத்தரூபமாயிருக்கும். ஆதலின் மகாமாயை சத்தார்த்தரூபமாக விரண்டு வடிவாயிருக்கும் படங்குடிலானாற்போலும்.

அசுத்தமாயை

அசுத்தமாயையானது தனுகரண புவனபோகமென்னு நாலு விதமாய், அவைதான் ஒன்றை யொன்றொவ்வாத முறைமையினை யுடையதாய், அழியாததாய், ஒருமுதலேயாய், எக்காலமுந் தோன்றாததாய், கன்மந் தொலையுமளவும் ஆன்மாக்களெல்லா வற்றிற்கும் விஷயங்களிலே யறிவை மயக்குவதாய், சடமாய், சலனமற்றதாய், தோன்றிப் பரந்த தன்னுடைய காரியமான தத்துவம் முப்பத்தொன்றினும் வியாத்தத்தை யுடைத்தாய், அச்சகலமுந் தோன்றின கூற்றிலேநின்று அடைவிற் பொருந்தி, அந்தத் தத்துவங்கள் ஒடுக்க வருகிற சங்காரகாலத்திலே அவ்வுயில் நிலைகளெல்லாம் அங்குராதி வித்திடத் தடங்கு மாறுபோலப் பொருந்து தற்கிடமாய், ஆன்மாக்கள் உள்ளபடி காணாமல் பொய்யை மெய்யென்று காண மயக்குமலமாய் நிலைபெறும். இம்மாயை காரணரூபத்தான் மோகிப்பிக்கும், காரிய ரூபத்தாற் பயன்படும். நூல் தானாகப் பயன்படாது காரியமான படத்தாற் பயன்படுமாறு போலாம்.

இந்த மாயைதான் எதற்கென்னில் பிரபஞ்சத்திற்குத் தாரகமாம். அங்ஙனந்தாரகமாக மாயையென வொன்று வேண்டுமோ? முதல்வனிடத்திலே பிரபஞ்சமானது சிலந்தியிடத்து நூல்தோன்றி யொடுங்கினாற் போலவும் தோன்றியொடுங்குமாதலால் முதல்வனது உபாதான மில்லையென்று மாயாவாதி சொல்லில், அசித்தான பிரபஞ்சஞ் சித்தாகிய முதல்வனிடத்துத் தோன்றா பொன்னிற் களிம்பு தோன்றாமையின். மாயை யிப்படி நிலை பெற்றுள்ளதாயின் முதல்வனெற்றுக்கென்று சொல்லில், மாயைசட மாகையால் தானே தனுவாதிகளாய்ப் பொருந்த மாட்டாது. அம்முதல்வனும் இந்த மாயைக் கொண்டன்றி யொன்றை யுண்டாக்க மாட்டான். அங்ஙனமானால் முதல்வன் சத்தியீனனாவனென்று சொல்லில், அம்மாயையும் அம்முதல்வன்போல அநாதியே யாதலிற் புதிதாகவொன்றை யுண்டாக்கிக்கொள்ள வேண்டுவ தில்லை. முதல்வன் அம்மாயையை விரியப்பண்ணி யெவற்றையு முண்டாக்குவன். ஆதலாலே கர்த்தவியத்தை அந்த மாயை கொடுத்ததென்று சொல்லப்படாது.

முதல்வன் படைப்பனாயின் இங்ஙனம் படைக்கப்பட்ட பிரபஞ்சத்தை ஒருபடியாகப் படையாமற் பறவை முதலியன வாகப் படைக்க வேண்டியதென்னையென்று உலகாயதன் சொல்லில் ஆன்மாக்கள் முன்செய்த கன்மத்துக் கீடாக வென்று சொல்லலாம். முன்கூடின கன்மமுண்டாயிற் பின்னைக் கருத்தாவெற்றுக்கென்று நிரீச்சுரசாங்கியன் சொல்லில் அக்கன்மஞ்சடம் முதல்வன் அந்த உடம்புகளைப் படைத்தது முன்னரார்ச்சித்த கன்மபலன்களைப் புசிக்கும் ஆன்மாக்கள் பொருட்டாகும். முன்னார்ச்சித்த கன்மபலத்தை ஒருடம்பிலே நின்றனுபவிப்பது ஆன்மாவாயின் ஆன்மாத்தானே புண்ணியபாவங்களின் முறைமைக்கீடான உடம்பைப் பொருந்துமென்று பின்னுஞ்சொல்லில் சடமான மாயாகாரியத்தின் றிரட்சியும் கருத்தாவாய்த்தானே அறிகைக்கோரறிவு மில்லாத முறைமையினை யுடைய வான்மாவும் பொருந்துமு தற்கு ஒரு பிரமாணமுமில்லை.

முதல்வன் ஆன்மாக்களுக்குத் துன்பமிகவுண்டாக இவ்வுடல்களைக்கூட்டியது வினைப்பயன்களைப் புசித்தற் காகவோ அங்ஙனமாகுக, இந்தக் கன்மமோ இதுவன்றி மாயையோ ஆன்மாவை முற்பொருட்டுப் பொருந்தியது என்று சொல்லுஞ்சொல் முன்பே ஒருமலமு மில்லாதாரிடத்தில் பொருந்துமென்றால் உண்டாம் அத்தனையாயின அத்தொடக்கேதெனில், ஆன்மாயென்றுண்டு அன்றே ஆணவமல முண்டு ஆனால் மாயையுங் கன்மமும் பின்பு புளவானவோவெனில், ஆணவமல முண்டாகவே ஒழிந்த மாயையும் கன்மமும் நெல்லிடத் துண்டான தவிடும் உமியும் அந்நெல்லிற்கு அனாதி சம்பந்த மானாற்போல அநாதியாகச் சொல்வர்.

அசுத்தமாயாகாரியம்

அசுத்தமாயை யிடத்திலே கலை காலம் நியதி வித்தை அராகமாகிய விவை யைந்து முளவாகும். கலையிலே மூலப்பிரகிருதி தோன்றி அதினின் றுங் குணங்கடோன்றும். குணங்களின் சமம் சித்தமும், ஏற்றக்குறச்சல் புத்தியுமாம், புத்தியினின்றும் அகங்காரந்தோன்றும். அகங்காரமானது தைசதவகங்காரம், வைகரி யகங்காரம், பூதாதி யகங்காரமுமென மூவிதமாம். தைசதவகங்காரத்திலே சாத்துவிக குணத்தைப் பொருந்தின மனமும் ஞானேந்திரியமாகிய சோத்திராதி யைந்தும் தோன்றும். வைகாரி யகங்காரத்திலே இராச தகுணத்தைப் பொருந்தின கன்மேந்திரியங்களான வாக்காதி யைந்துந்தோன்றும். பூதாதி யகங்காரத்திலே தாமத குணத்தைப்

பொருந்தின தன்மாத்திரைகளாகிய சத்தாதி யைந்துந்தோன்றும். அச்சத்த முதலிய தன் மாத்திரையிலே ஆகாய முதலிய வைந்து பூதங்களும் அடைவே தோன்றும்.

கன்மமலம்

கன்மமலமானது ஆன்மாக்கள் பொருந்தப்படு முடம்பிற்கு ஓர் காரணமாய், நானாவிதமான போகங்களை யுடையதாய், நாசத்தையும் உற்பத்தியையும் பீசாங்குர நியாயமாக உண்டாக்கிவரும். ஆகையினாலே தொன்றுதொட்டுவருவதாய், பலவிதப்படுவதாய், சிருட்டிகாலத்து உடலெடுக்கு மிடத்துச் சூக்குமமாய் ஆன்மாக்கடோறும் செல்வதாய், மனவாக்குக் காயங்களால் உண்டாக்கத்தக்க முறைமை யுடையதாய், திதிகாலத்தில் ஆன்மாக்களுக்குச் சீவிதமாகப் புத்தியை அடைந்திருப்பதாய், இரண்டு பிரயோசனமான சுவர்க்க நரகங்களுண்டாதற்குக் காரணமான புண்ணிய பாவங்களாய், ஒடுங்குங் காலத்தில் அந்த மாயையிலே யொன்று பட்டுப் பொருந்தும்.

(இன்னும்வரும்)

நவம்பர் 1905, பக். 29–31. சித்தாந்தசரபம்

சித்தாந்தப் பிரகாசம்
(31ஆம் பக்கத் தொடர்ச்சி)

கன்மத்தின்வழி நற்சாதி வாழ்நாள் புசிப்பான முறைமையுடைய தென்னும்படி மூன்றுவிதமாம். இங்ஙனம் வருமூன்றும் ஓரான்மாவிலே கூடிப் போதுகிறது பழையதாகவிருக்கும். அதுதான் முறையிலன்றிப் புசிக்கலாகாதாயினும் ஆர்ச்சித்த முறையிலே கூடாமல் வன்மை மென்மைகட் கீடாக மாறிக்கூடும், இயல்பாகிய ஆதிதைவிக முதலாக ஆதிபவுதிகம் ஆத்தியான் மிகமான கூறுபாட்டாற் பொருந்துகின்ற அசேதன சேதனங்களாலும் சுகதுக்கமாய்ப் பொருந்தும். இப்படி நன்மைதீமைகளைச் செய்துவருகிற ஆன்மாவுக்கு இவ்விடத்துப் புசிப்பை விசாரித்துப் பார்க்கில் அந்தக் கன்மங்களைப் புசிக்குமுறைமையிலே மேலுஞ் சனனமுண்டாகைக்குக் கன்மமுண்டாகா நிற்கும். தெய்வத்தால் தருவது தைவிகம், பூதத்தால் வருவது பவுதிகம், ஆன்மாக்களால் வருவதான்மிகம்; இவற்றுள் ஆன்மிகம் இருவிதம். அவை சரீரகமும் மானசமுமெனவாம். சாரீரகமாவது குன்மங்காச முதலான வியாதிகளால் வருவது. மானசமாவது சோகம் ஆசூயை மாற்சரியங்களால் வருவது.

முன்பு நானார்ச்சித்த கன்மம் இப்போது புசித்துவிடுவதா யிருக்க மேலுமொரு செனனமுண்டாகைக்கு வருகின்றவினை எந்த வினைதானென்றுகெட்கில், புசிக்கும் அவசரத்தி லுண்டான இதாகிதங்களால் வரும் வினையாகும். அங்ஙனம் இதாகிதத்தாலுண்டான சகலவினைகளும் முன்புள்ள புண்ணிய பாவங்களின் தொடர்ச்சியாமெனின் நாமென்னு மமதைத்தானே மேலுமொரு பிறப்புண்டாகைக்கு முதிர்ந்த அதன் பயனாகிய கன்மம் உண்டாகும். அபுத்திபூர்வமான கன்மமும் புத்திபூர்வமான கன்மமுமெனவொரு கன்மாந்தனே இரண்டாய்ப் பிரபஞ்சத்திலே செய்து போகின்ற கன்மங்க ளெல்லாம் இரண்டுவகையாம். அங்ஙனமாமிடத்திற் பொருந்தத்தான் இதமும் அகிதமுமாகாநிற்கும். இந்தவிதாகிதத் தாலே தப்பாமற் புண்ணியகன்மம் பாவகன்மமென்று பொருந்தும்.

அந்தப் புண்ணியபாவங்களான இரண்டு வினைகளும் மெய்மனமொழிகளான முப்பொறிகளிற் பொருந்திய தொழிலும் நினைவும் உரையுமான இம்மூன்றினாலே வருவனவாம். ஒருவினையால் ஒருவினைபோகாது. விசாரித்துப் பார்க்கில் புசிப்புத்தவறாது. அவ்விருவினைகளுள் ஒருவினையால் ஒருவினைக்கு விடுதலையும் வேதாகமங்கள் சொல்லும். ஒழிதலெங்ஙனமெனில் அவைசொன்னமுறையிலே செய்தாற் கூடினபாவகன்ம நீங்கும் இங்ஙனம் புண்ணியத்தாற் பாவமொழிகைவிலைக்குக் கொள்ளுமுறையை யுடையதுமாம். இப்படிச் சாந்தி பண்ணாதிருப்பினும் அபுத்தி பூர்வமாகப் பாவமொழிகைக்கேற்ற புண்ணியமும் சித்திக்கும். ஆனால் இந்த முறையே பாவமடங்கலையும் போக்கிவிடலாமோவெனில் இறைவன் முற்காலத்திலே அருளிச்செய்த வேதாகமங்களின் முறைமையிலே செய்தால் மிகுத்த கன்மங்கள்போம். அவ்விடத்துப்போகாத கன்மம் புசிப்பிக்க வேண்டுகையாலே மேலைக்குச் சம்பந்தமாம். இன்னும் திட்ட கன்மம் அதிட்டகன்மம் அநியதகன்மமென மூவிதமாம். திட்டகன்மமாவது அவுடதபிரயோகத்தாலும் அரசராலும் பகைவராலே ஆபிசாரமாகப் பிரயோகிக்கப் பட்ட மந்திரங்களாலும் இம்மையிற்பலிப்பது. அதிட்டகன்ம மாவது சுவர்க்க நரகங்களிலே அனுபவிக்கப்படுவன. அநியதகன்மமாவது அசுவமேதமும் பிரமகத்தியுமொருகாலத்திற் செய்யப்பட்டுப் பக்குவம் வந்த விடத்தே ஒருங்கே யிரண்டும் புசிக்கப்படாமையிற்கருத்தா இன்னகாலத்தில் இதுவென்றுறுத்திப்புசிப்பிக்குமது. இனிமூன்றாம்பத்தி திட்டா திட்டம். அதாவது ஒருவன் இம்மையிற்செய்த அசுவமே தப்பலன் இம்மையிலேபலிப்பது என்பதுமொன்று.

அச்சுப் பண்பாட்டில் ஆதி திராவிடர் அறிவு மரபு ௸ 105 ௸

கன்மங்கள் மாயையிலே பொருந்திப்பக்குவப்பட்டுச் சிருட்டித்தகாலத்திலே புசிக்கப்படும்.

சூக்குமை வாக்கானது முன்சொன்ன சுத்தமாயாகாரியமான விந்து சத்தியிலேநின்றும் விளக்கமாய் ஆன்மசொரூபத்தின் இயல்பேதுவாகத் துரியத் திற்செல்லும் நாதம் பைசந்தி வாக்கானது அந்த நாதத்திலே தோன்றிச் சுழுத்தித்தானத்தைப் பொருந்தி வெவ்வேறாய் அக்கரங்கடோன்றுகின்ற முறைமை தெரியாமற்றன்லுள்ளேயொடுங்கி மயில்முட்டையிற் சலமொப்பாயச் சித்தத்திலே அறிவாய்நிற்கும். மத்திமை வாக்கினது பிராணவாயுவுடனே பொருந்தி வருகின்ற அவவக்கரங்கள் பொருந்திய சொரூபங்களெல்லாவற்றையும் அவற்றின் பொருள்களையும் புந்தியிலே ஒழுங்குபடநிறுத்தி ஞானேந்திரியங்களின் முற்பட்டுவருஞ் செவிக்குக்கேளாமல் உள்ளே அறியத்தக்க கொனியாய்க்கண்டத்திலே முழங்கா நிற்கும். வைக்கிவாக்கனது உதானவாயுவானது சுழுமுனையிற்சேரும் பிராணவாயுவோடு கூடுதலாலேவந்த சத்தமானது சொல்வோன் செவியிடத்திலே பொருந்தும்படி அவனிணைந்த பொருளைச் சொல்லும். இந்த முறைமையிலே சொல்லப்பட்ட நாலுவாக்கினாலே சுத்தவித்தை முதலான தானங்களிலே யிருக்கு மைவராலே ஆன்மாக்கள் அறிவுக்கீடாக முதல்வனருளினாலே கெடாதே விளங்கா நின்றஞானம் அவ்வுயிர்க்குப் பொருந்துமென்று சொல்லப்படும். அஃதெங்ஙனமெனின் நாதத்துவம் மூலாதாரத்தையும் விந்து நாபியையும் சாதாக்கியம் இதயத்தையும் அதிட்டித்துச் சூக்குமைமுதலான மூன்றையும் பிரேரிக்கும் ஈசுரமும் சுத்தவித்தையும் தன்செவி பிறர்செவிகட்குக் கேட்கும் வைகரி இருவிதத்தையுங் கண்டத்தையு முகத்தையும் அதிட்டித்துக்கொண்டு பிரேரிக்கும் அசுத்தமாயையிலுண்டாகிய கலையானது ஆணவமலத்தைச் சற்றே நீங்கி ஆன்மாவுக்குக் கிரியாசத்தி பொருந்துமுறைமையை விளக்குவிக்கும். வித்தையானது இந்திரியங்களின் விடயங்களைப் புத்திகிருகித்துத் தன்பாற்கொடுக்க தான் ஞானத்துக்கும் புத்திக்கும் இடையேநின்று விடயஞானத்தை ஆன்மா பொருந்தியறியும்படி அவ்வான்மாவுக்கு அந்தரங்கமாகப் பொருந்தும். இவை தாமாகச் செய்யவல்லனவோவெனின் சுத்தனுடைய சத்தியைக் கூடிநின்றே செய்யும். கலைவித்தையிலும் ஆன்மாவுக்கந்தரங்கமான கருவியாக லிற்போகங்களுக்காதாரமாயிருக்கும். மட்குடம் அக்கினியிற் காய்ச்சினபோது மெழுகுகூட்டு கைக்கு யோக்கிமானாற்போல ஆன்மாவும் கலையைப் பொருந்தினபோது போகங்களைப் புசிக்கைக்குப் பாத்திரமாம். கலையாலே கிரியாசத்திவிளங்கவே

ஞானசத்தியும் விளங்குமாயினும், அந்த ஞானசத்தியொரு காரணங் கூடாமல் விடயங்களுக் கிரங்கமாட்டாமையாலே விடயங்களை யறிவது பொருட்டாகக் கலையினின்றும் வித்தைதோன்றிற்று. ஆன்மா இந்திரியங்களைப் பொருந்திச் சத்தாதிவிடயங்களையறியுமிடத்து (கிருகிக்குமிடத்துப்) புத்திக்கருவி புத்தியிற் பொருந்திய விடயங்களை யறியுமிடத்துவித்தை கருவியாகும்.

இன்னும் வரும்.

டிசம்பர் 1905, பக். 54–56. *சித்தாந்தசரபம்.*

சித்தாந்தப்பிரகாசம்
(56ஆம் பக்கத் தொடர்ச்சி)

அராகதத்துவமானது ஆன்மாக்கள் தங்களுடைய கன்மத்துக் கீடாகப் பெற்றதிலே ஆசையை மிகுவிக்கும். நியதியானது அரசராற் கற்பிக்கப்பட்ட ஆணையானது யாதொரு தொழிலைச் செய்தவரை அத்தொழிற்கேற்ற பயன்களைப் புசிப்பிக்கு முறைமைபோல ஆன்மாக்கள் முன்னே விருப்பமுற்றுச் செய்த கன்மங்களை நிச்சயம்பண்ணி நிறுத்தும். இறப்பு நிகழ்வு எதிர்வெனச் சொல்லவருங் காலத்தத்துவமானது சிவசத்தியுடன் கூடிநின்று இறந்த காலத் தெல்லையினையும் நிகழ்காலத்துப் பலத்தினையும் எதிர்காலத்துப் புதுமையினை யும் பொருந்துவிக்கும். கலையினாலும் வித்தையினாலும் பிரகாசிக்கப்பட்ட கிரியாசத்தி ஞானசத்திகளையுடைய ஆன்மாவிற்குப் போகத்தில் ஆசையை யெழுப்புகல் காரணமாக வித்தையினின்றும் அராகந்தோன்றிற்று. இனி அராகதத்துவம் வேண்டுமோ விடயந்தானே ஆசையையெழுப்பாதோவெனின் விடயங்களை உற்றபடி யறிந்திருக்கையிலும் விருத்தர்க்கு அவற்றிலாசையற் றிருக்கையாலே விடயமாசையை யெழுப்ப மாட்டாது. ஆயின் புத்திகுணமான அவ்வயிராக்கியந்தா னெழுப்பாதோவெனின் அது புத்தியின் வாதனையாதலான் ஆன்மாக்களை விடயங்களிலே செலுத்தமாட்டாது. பாண்டத்திற்பற்றிய பெருங்காயவாசனை ஒருகாரியத்திற்குச் செயற்படாமையின். இன்னும் அந்தவாதனைதான் ஓர்காலத்திலே தனித்தனியே அகந்த வாசையை யெழுப்பும் அவற்றை இவன் ஒருகாலத்திலே அறியமாட்டானாதலால் ஆசையை எழுப்புதற்கு அராகதத்துவம் வேண்டுமென்பதாம். இனி நியதியில்லாத போது ஒருவன் செய்த கன்மத்தை ஒருவன் அனுபவித்தல் கூடும். அரசராணையில்லாதபோது ஒருவன்செய்த

போகத்தைப் பலவானொருவன் அனுபவிப்ப னாதலின். ஆயிற் கன்மந்தானே நியதியாகாதோவெனின் அது போகத்தைக் கொடுக்குமன்றி நியமின்னமாட்டாது. சிவசத்தி நியமியாதோவெனின் அஃது யாதானும் ஓர் தத்துவத்தை இடையிட்டன்றி ஓர் காரியத்தை நடத்தாது. நடத்தின் மற்றொரு தத்துவமும் வேண்டாவாய் முடிகையாலே நியதிதத்தும் நியமிக்க வேண்டும். இவனுக்கு விருப்பமின்றி யிருக்கவும் சூலைமுதலிய பிணிகவரத்தப்பாது புசிப்பித்து நிறுத்துவது நியதியெனக் கொள்க. இனி பால யவ்வன விருத்தங்களை விளைப்பித்து நிற்கை யாலும் பிறப்புக்களையுண்டாக்குத லானும் ஆறிருதுக்களினும் அவ்வப்பலன்களைத் தப்பாது விளைவிக்கையாலும் காலதத்துவம் வேண்டும். இதனாற்காலத் தத்துவமில்லையென்னும் உலகாயதனும் புத்தனும் நிராகரிக்கப்பட்டார்கள். இந்தக் காலபூத பவிஷ்ய வர்த்தமானமென மூவகைப்படுதலாலே இதனை நித்தியமென்ற நையாயிகன்வைசேடி கன்மதங்களும் நிராகரிக்கப்பட்டன. என்னை? நித்தியமாயுள்ளது ஒன்றாயிருக்க வேண்டுமாகையாலுஞ் சடமாய்ப் பலவாயிற்கடாதிகளைப்போல அழியுமாதலாலு மென்க.

கலாதிகளைந்தினாலும் பந்திக்கப்பட்டுச் சோத்திராதி களாற் பொருந்தப்பட்ட விடயங்களைப் புசிக்கவருகிற அவதரத்திலே பும்சத்துவமென்று ஒரு மலமுண்டாய் அவ்வான்மாப் புருடதத்துவமாமாறு அறிந்தோர் சொல்வார். மெய்யின் கூறுபாடாகிய கலைகளைச் சோதிக்குமிடத்தில் இந்தப் புருட தத்துவத்திற்குஞ் சுத்திபொருந்து முறைமையினை ஆகமங்கள் சொல்லும் ஆன்மாக்களுக்குப் போகத்தைச் செய்யுங் கருவிகளின் றொடர்ச்சியை இங்குத் தோற்றுவிப்பதான குணத்தின் கூட்டமாகக் கடவுளாற் செய்யப்படும் பிரகிருதி யானது பிரவிக்கண் மூன்றுகுணமாம். அவைதாம் சாத்துவிக குணம், இராசதகுணம், தாமதகுணமாய்ப் பிரிக்கையாலே இந்தக் கூறுபாட்டாற் பெயர் சொல்லப்படும். அவற்றுள் ஒவ்வொன்றுதானே இவ்விரண்டு குணங்களைப் பொருந்துகையுடைத்து இம்முக்குணங்களையும் புத்தியை யும் அகங்காரத்தையும்பற்றி நின்றுவிளங்கும் தனித்து நின்று விளங்காது. புத்திக்குக் காரணமாயிருக்கிற குணத்தத்துவமேஅவவியத்தமென்று சாங்கியர் சொல்வர். அஃததற்குக் காரணம் ஒன்றாயிருக்கின்ற மூலப்பிரகிருதியே அவ்வியத்தமாம். அவர் இப்பிரகிருதியை நித்தியமென்பது மடாது. என்னை? இஃதான்மாக்கடோறும் வேறுபட்டுப் பலவாயிருக்கையாற் கடாதிகளைப்போல அநித்தமாகலின். ஆகவே இதற்குக் காரணம் மாயையே யாம். குணம்

எண்ணிறந்தன முன்னர்ச் சாத்துவித ராசததாமதமென்ற முறையே சாத்து விதகுணத்திலே பிரகாசமான ஞானமும், இலகுதையாகிய மனமொழிமெய்களின் பிரவிர்த்தியின் மெத்தனவும், இராசதத்திலே வியாபிருதியாகிய முப்பொறிகளின் மிகுந்த வியாபாரமும் அடர்ச்சியாகிய குரூர உரை சிந்தனை செயல்களும், தாமதத்திலே மிக்ககௌரவமாகிய மமதையும், அந்நியமாகிய தகாதகாரியத்தைச் செய்ய வேண்டுமென்றுஞ் சங்கற்பமும் என்றிவை ஒவ்வொன்றிற்கும் இவ்விரண்டாக விளங்கியிடும். இவை ஒன்பது குணமும் ஒவ்வோருயிர்தோறுங் கூடி நிற்கும். இம்மூன்று குணங்களுள் தாமதம் நிறைந்த இந்திரியங்களின் விடயங்களெல்லாவற்றையுங் கைக்கொண்டு மடங்கும். இராசதகுணம் போகங்களை ஆன்மாக்கொள்கைக் கிடமான வியாபாரத்தை யுடைத்தாம். சாத்துவிகம் போகம் புசிக்கைக்கு ஒருப்படுவிக்க ஒழியாத மிக்கப் பிரகாசமா யிருக்கும். புந்தியானது எண்ணிறந்த விடயங்களையும் புசிக்கிறவிடத்தில் நிச்சயம்பண்ணுகின்ற ஒருமைப்பாடு அனேகவிதங்களையமுடைத்தாய் முதல்வன் அனுக்கிரகத் தாலே ஐம்பது பாவகத்தைப் பண்ணுவிக்கும் (அறுநூற்றொருபத்திரண்டு பாகவத்தைப் பண்ணுவிப்பது முண்டு) சாத்துவிதம் பதினைந்து விதமாம். அவை: சாதிநெறிநிற்றல், பெரியோரைப் பேணல், கற்றறி வுடமை, இனியவை கூறல், தற்புகழாமை, உற்றதே வருமென மகிழ்ந்திருத்தல், நடுவுநிலைமை, சுத்தநியமம், பொறை, கடைப்பிடி, பிறர்க்கிதகாரியஞ் செய்தல், இந்திரலோகாதிகளில் வாஞ்சை, பிறர் தன்னைப் புகழுங்கால் தான் தன்னையிகழ்தல், அடக்கமுடைமை, தன்பாலிரந்தார்க்கிரங்குதல் எனவாம். இராசதம் ஒன்பதுவிதமாம். அவை: சூரனாகை, குரூர முறைமை, ஊக்கமுடைமை, மானமுடைமை, வயிராக்கியம், பலம், வன்கண்மை, போகியாதல், இடம்பத்தனமான கூடாவொழுக்கம் எனவாம். தாமதகுணம் ஒன்பதுவிதமாம் அவை:– அழத்தகாதனவற்றிற்கு அழுகை, கல்வியில் ஆதரவறுகை, இழந்தாரைச் சேர்ந்து வாழ்தல், கோளுரை, மமதை, பேருறக்கம், நன்மைசெய்தற் கிளக்கை, குலங்குணமீகை யிரக்கங்களால் எனக்கு யாரும் இணையில்லை யென்கை, திருடுதல் எனவாம். ஆக முப்பது மூன்றெனக் கொள்க. முக்குணங் களுள் ஒன்றுமேலிட்டு மற்றையிரண்டு மடங்கிச் சிறிதுவிளங்கும். ஒருவனுக்கு முக்குணங்களும் ஒத்துவிளங்குதலில்லை யெனக் கொள்க. சாத்துவிக விராசத தாமதங்களால் அடைவே வீடுஞ் சுவர்க்கமும் நரகமும்பெறுவர். சாத்துவிகத்திற் சாத்துவிச முதலிய வொன்பது பேதமும் அந்த முப்பத்து மூன்றனுள் அடங்கும். விரிக்கிற் பெருகும். இனிச்சித்தம் புத்தியின்

விகற்பம் எப்படியெனின் அவ்வியத்தமாவதாகலின் வித்துப்போல முக்குணங்களும் அடங்கி நிற்கும் அவதரம். குணதத்துவமாவது வித்தினின்று மங்குரந்தோன்றினாற்போல அவ்வியத்தத்தில் நின்று மூன்று தோன்றிச் சமமாயலைவற நின்ற அவதரம். அதுவே சித்தம், இவற்றின் ஏற்றக்குறைச்சலே புத்திதத்துவம். அது இராசதமும் தாமதமும் குறைந்து சாத்துவிகமேலிட்ட அவதரம், புத்தியின்காரியம் தன்மஞானவைராக்கிய வயிசுவரிய நான்கும், அதன் மாதி நான்குமெட்டாம். இவற்றுள் தன்மத்தினின்றும் பத்துப்பாவகமும், ஞானத்தினின்றும் நூற்றெண்பது பாவகமும்; வயிராக்கியத்தினின்றும் அறுபத்துநாலு பாவகமும், அயிசுவரி யத்தினின்றும் நூற்றெழுப்பத்தாறு பாவகமும்; இனி அதன்மத்தில் பத்தும், அஞ்ஞானத்தில் அறுபத்தாறும், அவ்வயிராக்கியத்தில் நூறும், அயிசுவரியத்தில் எட்டும் ஆகப்புத்தியின் பாவகம் அறுநூற்றிருபத்திரண்டு வகை. விரிவையுரைப்பிற் பெருகும்.

ஜனவரி, 1906, பக். 86–89. *சித்தாந்தசரபம்.*

சித்தாந்தப்பிரகாசம்
(134–வது பக்கத் தொடர்ச்சி)

வேறொரறிவினா லறியுமென்றதென்னை ஆன்மாத்தானே யெவற்றையுமறியும் அறிவுகாணுமென்னுஞ் சாங்கியனும், அயிக்கவாதியுஞ் சொல்லில் இந்திரியங்கள் வேண்டாவாய் முடியும். ஆன்மா அறிவுடையதன்றென்று நியாயவைசேடிகர் சொல்லில் அறிவில்லாத ஆன்மாவுக்குக் கருவிகள் ஏற்றுக்கு? இந்திரியங்கள் ஆன்மாவுக்கு அறியு முறைமையைக் கொடுக்குமென்று சங்கிராந்தவாதி சொல்லில் அவைசடம் ஆதலிற் கொடுக்கமாட்டாது. முற்றுணர்வினனாகிய முதல்வன் கருவிகளாலே ஆன்மாவுக்கு அறியு முறைமையைக் கொடுப்பனென்று பரிணாமவாதி சொல்லில், அப்பொழுது ஆன்மாச்சடமாக வேண்டும். ஆதலாலே முதல்வன் சடத்துக்கு அறிவைக்கொடான். முதல்வனொருவனுளனேல் அவன் என்னாலறியப்படானோ வெனில் ஆன்மாவினது சிற்றறிவினால் அறியப்பட்ட பொருளெல்லாம் நிலைநில்லாத துண்மையென்றறிவாய் ஆனாற் சத்தாகிய முதல்வன் என்னால் எப்பொழுதும் அறியப்படாதோவென்னில்? ஒருகாலத்தினு முதல்வன் ஆன்மாவால் அறியாதிருக்குமாகில் இவனுக்கு முதல்வனைக் கொண்டாவதொரு பிரயோசனமு மில்லாமை உண்மையாம். ஆனால் என்னாலறியப்பட்ட தெல்லாம் அசத்தென்று சொன்னதென்னையெனில்,

அனாதியாய் வருகின்ற பசுபோதமாவது ஒருவிடயத்தை இந்திரியங்களாலே முற்பட்டுப் பொருந்தி அதுவதுவாகச் சுட்டி அறியப்படும் பொருள்காண் அசத்தென்றது. அந்த முதல்வன் இந்தச் சுட்டறிவால் அறியப்படாது. அந்த வசத்தை யசத்தென்றறிந்தது எவ்வறிவுதா னென்னில்? சிற்றறிவுடையது தானாக வொன்றையு மறியாததலின் உயிரானது அசத்தைச் சத்தென்றே யிருப்பதொழிந்து அசத்தென்று அறிய மாட்டாது. முற்றறிவுடைய முதல்வன் ஒன்றையிதுவெனச் சுட்டி அறியான். அன்றி இவர்களையொழிந்த கருவிகள் சடமாகை யாலே பாசஞானம் அறியாது. சிற்றறிவான வான்மாவும் அதக்குக் கருவியாகச் சிறந்த சடமுங்கூடி யறியுமென்னில் விளக்கமுண்டாகாது. அருளான முதல்வனும் உயிருங்கூடி அறியுமென்னிற் பெத்தத்திலே ஆன்மா அருளிற்பொருந்தாது. மற்றைப் பதியும் பாசமுங்கூடி யறியுமென்னில் ஒளியுமிருளு மோரிடத்தினில்லா. அசத்தான பாசஞ்சடமாகையால் சத்தாகிய முதல்வனை இதுவென்று சுட்டிஅறிய மாட்டாது. சத்தாகிய முதல்வன் வியர்த்தமாகையால் அசத்தை இதுவென் றறிந்து நீங்காவேண்டா. மலபாகத்தாற் பிரகாசித்த அருளாலே பாசம் இது சிவம் இதுவென்றறிகிற ஆன்மாவானது இருளிலே நின்றபோது இருளாயும் ஒளியிலே நின்றபோது ஒளியாயும் இருளுமொளியு மல்லாத கண்ணின்றன்மைபோலும் தன்மையுடையதாம். ஆகவே முன்கூடிநின்ற மலங்களைச் சிவத்துடனே கூடிநின்று போக்குமுறைமையாலே அவ்வான்மாவுக்குச் சதசத்தென்றபெயராம். கண்ணுக்கு ஒளியை விளக்குக் கொடுத்துப் பொருள்களைத் தெரிசிப்பிக்கு மென்று நிமித்தபரிணாமவாதி சொல்லின் முன்புகண்ணுக்கு ஒரு பிரகாசமுமில்லையாய் முடியும். விளக்கொளி கலக்கப்பட்டவற்றைக் கண்ணிற் பிரகாசமானது வேறாக நின்றே காணும். இப்படி அகலநின்றுகாண்கையிலும் விளக்கொளியொடு காண்டலன்றிக் கண்ணொளிகள் தாமே காணமாட்டா. கண்ணொளியும் விளக்கொளியும் தம்மிற் கலந்துநிற்கும். கலந்தாலும் பொருந்திய பொருள்கள் அயிக்கத்தால் ஒன்றெனலின்றிப் பொருளிரண்டேயென்க. யோகிகள் ஆன்மாத்தேகத்தில் ஏகதேசத்தி யிருந்தறியுமென்னு மதுவும், சமணன் மாயாகாரியமான தேகத்திலே நிறைந்து நின்றறியுமென்னுமதுவும், மாயாவதி ஆகாயம்போல் எவ்விடத்தும் பூரணமாய் நின்றறியுமென்னுமதுவும், சாங்கியனும் அயிக்காவதியும் அவிகாரவாதியும் ஒருகர்த்தா அறிவியாமல் ஆன்மாத்தானே உயர்ந்த வறிவாம் நிற்குமென்னுமதுவும், நியாயவைசேடிகர் குற்றத்தையுடைய மனமுதலிய கருவிகள் அதற்கறிவைக் கொடுக்குமென்னு மதுவும் என்றெண்ணப்படு

மிவற்றைச் சைவ சித்தாந்திகள் சொல்லார்கள். ஆன்மா அறியுமுண்மையை விசாரிக்குமிடத்து விளக்கந்தரும் படிகம்போல அடுத்ததன்றன்மையாய் நின்றறியுமென்க. இன்னும் ஆன்மா ஓரிடத்திருப்பின் ஏகதேவுருவாய்ச் சடமாய் மற்றுள்ள விடங்களில் அறிவுமற்று அழியும். உடன்முழுது நிற்பின் அவத்தைப்படுங் குற்றமும், உடல்வளர வளர்ந்து சிறுகச்சிறு குதலாகிய சங்கோச விகாசதன்மம் என்னுங் குற்றமும், இந்திரியமைந்தும் புலன்களைந்தையு மொருகாலத்திலே நுகராகுற்றமும், உடல்வளர வளர்ந்து சிறுகச்சிறு குதலாகிய அவயவங்குறைய ஆன்மாவுஞ் சின்னபின்னப்படுங் குற்றமுமுமேறும். எவ்விடமு நின்றறியிற் போக்குவரவுடைய குற்றமும், ஒருவன் கருத்தை யொருவ னறியா னென்னுங் குற்றமுந்தங்கும். தானேயறியில் அவத்தை படுவதும் ஒருவரறிவிக்க வறியுங்குற்றமும், கருவிகளாலறியுங் குற்றமுமுளவாம். கருவிகள் அறிவைக் கொடுப்பின் ஆன்மாவுக்குச் சடத்துவமுண்டாம். அறியுஞ் சடமான கருவிக ளொன்றுக்கு அறிவைக்கொடுக்கமாட்டா. ஆகையால் இவை முழுவதும் நல்லோர் சொல்லார்.

ஆன்மாவின் அவத்தைத்தன்மை

மூலாதாரத்திலே ஆன்மா ஆணவமலமேயாய் எண்ணுதற்கு ஒருகருவிகளுமின்றி நின்றவலதாம் அதீதம், துரியத்திலே பிராணவாயுவொன்றுபொருந்தும். சுழுத்தியிலே விருப்பமுடைய சித்தமொன்று பொருந்தும். சொப்பனாவத்தையிலே சத்தாதியைந்தும் வசனாதியைந்தும் மனம்புத்தி அகங்கார மூன்றுமாகிய பதின்மூன்றுமாம். இவையன்றி நின்ற பிராணவாயுக்கள் ஒன்பதும் பொருந்தும். சாக்கிரத்தின் ஞானேந்திரியங்க ளைந்தும் அதன் வழி எண்ணுவதாயகன் மேந்திரியங்க ளைந்தும் பொருந்தும் ஆராயுமிடத்து இத்தானங்கடோறும் இந்த முறையே கருவிகள் பொருந்தும். இச்சகலாவத்தைப் பதினைந்துவிதப்படும். அவை:– சகலத்திற் கேவலமொன்றும், சகலத்திற் சகலமொன்பதும் சகலத்திற் சுத்தமைந்துமாம். சகலத்திற் கேவலமொன்றாவது அதீதம். சகலத்திற் சகலம் ஒன்பதாவது மத்தியா லவத்தையைந்துங் கீழாலவத்தையிற் சாக்கிரமுதனான்குமாம். மத்தியா லவத்தையும் சகலத்திற் சுத்தமைந்து மேற்காட்டுதும், கீழாவத்தையைந்திற் சாக்கிரதிதிற் கருவிமுப்பத்தைந்து, சொப்பனத்திற்கருவி இருபத்தைந்து, சுழுத்தியிற் கருவிமூன்று, துரியத்திற்கருவி இரண்டு, அதீதத்திலொன்று, இனிச்சாக்கிரத்திலே இந்திரியம் பத்துநிற்க நின்ற இருபத்தைந்துடனே சொப்பனாவத்தையுறுவன்

இவ்விடத்தில் அறிகருவியான இந்திரியங்களின்றி யிருக்கை யிலும் சாக்கிரத்திற்கண்வேோதனை சொல்ல மாட்டாமல் நிற்றல்பற்றி நிச்சயத்தெழுங்கருவிக ளாண்டின்மையின் அறிவு ஒழுகக்காய்ந்த விரும்பு இறுகிச் சிறிது சிவப்புநின்றாற்போல வும் பவுரிசுழன்றவன் அதுநீங்கியிருந்த விடத்தும் அந்தப்பிரமை நின்றாற்போலவும் யானைகண்டவன் ஓடிப்போய் மீண்டு வரும்பொழுது அவ்வியானை யாண்டில்லா திருக்கவும் மனத்தின் கணிக்குமாறு போலவுமாம்.

(இன்னும் வரும்).

மே, 1906, ப. 148–151. சித்தாந்தசரபம்

சித்தாந்தப்பிரகாசம்
(151–வது பக்கத் தொடர்ச்சி)

இனி சுழுத்தியிலே சொப்பனவாதனை நிகழ்ந்து சொல்ல மாட்டாமனிற்றல் பற்றி நிச்சயித்தெழுங் கருவிகளாண்டின்மை யின், அறிவு ஒழுகக்காய்ந்த விரும்பு இறுகிச் சிறிது சிவப்பு நின்றாற்போலவுஞ், செறிந்தவிருளிலே மின்பிரகாசித்துழிக் கண்ணுக் கொருபொருளை நிச்சயிக்க வொண்ணா திருந்தாற்போலவுமாம். இனி துரியத்திலே பிராணவாயுவின் சேட்டையேயன்றி வேறொரு நினைவுமற்றிருப்பன். அவ்விரும்பும் மிக்க பிரகாசமும் வெப்பமுமாறிச் சிறிது வெம்மையுடனிற்பதுபோலவும், மின்மறைந்தவிடத்து மிக்கவிருளிற்கூடி நின்ற கண்போலவுமாம். இனி அதீதத்திலே அறிவு வெம்மையற்ற விரும்புபோலவும் பிறவிக்குருடன் அந்தகாரத்திலே, விழித்திருக்கும் தன்மைபோலவு மிருக்கும்.

இந்தவைந்து கூறுபாடான கீழாலவத்தையிற் பொருந்தப் பட்ட தத்துவமுப்பத்தைந்தும் உணர்த்து முறைமைக்குத் தானமான இலாடத் தானத்திலும், பொருந்திப் பஞ்சாவத்தைக் கூடும்படிகண்டு பிரபஞ்சத்திலே பொய்யின் கூறுபாடான பிறவி களைப் போக்குதற்கு முதல்வனருளாலே மேலாமவத்தையைப் புரியுமிடத்தில் அவ்விடத்திலும் பஞ்சாவத்தை அவ்வருளாற் செலுத்தப்படும். இந்த அவத்தையை ஆசிரியனுணர்த்தும் உபதேசவறிவாலறிய வேண்டும். இவ்விடத்துக் கருவிகழன்ற அஞ்ஞான நீங்காத அதீதமானது ஆணவம் பரிபூரணமாயிருக்கிற சர்வசங்காரமென்று சொல்லப்பட்ட கேவலாவத்தையாகிய தன்மையாம். கலாதிகளுடனே கூடிநின்றுவிடயங்களினாலே வந்த சுகதுக்கங்களை அனுபவிக்குஞ் சாக்கிரமானது சிருட்டிதொடங்கிக் கன்மத்துக்கீடாக நானாயோனிகளிலும்

புக்குழன்று ஆர்ச்சிக்கப்பட்ட புண்ணியபாவங்களுக்கீடாகச் சுவர்க்க நரகங்களை அனுபவித்துச் சர்வசங்காரமளவாகச் செனனமரணப்பட்டுத் திரியும் சகலாவத்தையான தன்மையா யிருக்கும். தீவிரதரசத்திநி பாதத்தாலே கேவலத்தில் அறியாமை யும் சகலத்தில் விகாரமுமானவை நீங்காத இவ்விரண்டுந் தாக்காதுவிட முதல்வனருளான ஒப்பற்ற சார்பிலே நிலைபெற்று நிற்குஞ் சாக்கிர அதீதமானது பரமுத்தியான சுத்தாவத்தையின் முறைமையாம்.

உணர்த்துமுறைமை

தத்தமக்கான விடயங்களைப் பொருந்திய சோத்திராதிகளி லொன்றும், பெரியபூதங்க ளைந்திலொன்றும், அந்தக் கரணங்கனான்கும், கலாதிகளைந்தும் ஆகப்பதினொன்றுந் தம்மிற்கூட, ஆன்மா ஒருவிடயத்தைப் புசிக்கும். இந்த முறைமை யொழிந்த ஆன்மாவு மொன்றை யறியமாட்டாது. அவ்வான்மாவையொழித்து அந்தத் தத்துவங்களும் சேட்டிக்குஞ் செயலுடையனவல்ல. தனக்கெனவோ ரறிவில்லாத ஆன்மா ஒருவரறிவியாமற்றானே இந்தத் தத்துவங்களை அறிந்துகூட மாட்டான். தனக்கென வறிவில்லாதசடமான விந்திரியந்தா னாக ஆன்மாவைக்கூட வறியாது. இத்தன்மையனான அவன் தத்துவங்களுடைய வன்னமே தனக்குச் சொரூபமாய் நிற்பன். ஆனால் இவன் இவைகளால் எப்படிப்புசிப்ப னென்னில்? சுதந்தரவறிவையுடைய முதல்வனாலே இவையெல்லாவற்றையு மறிந்துகூடிப் புசியாநிற்பன். அனுபவித்தறிகின்ற பொறி கன்மத்தினாலே விடயங்களை அனுபவியாநிற்கும். அதுபோல ஆன்மாவானவன் முதல்வனுடைய ஞானத்தைக் கருவியாக்கொண்டு சகலத்தை யும் அறிவனென்று விகாரவாதிசொல்லில், கொண்டறிகிற ஆன்மாவே கருத்தாவாவன். முதல்வனுடையஞானமானது ஆன்மாவுக்காக நிலைபெற்று நின்றறியுமென்று சங்கிராந்தவாதி சொல்லில் பசியாலுண்ணவேண்டிய ஒருவனுக்காக வேறொருவ னுண்டலையொக்கும். ஆதித்தன்வந்துமிக்க விருளைத்துரப்ப அவ்விராக்காலத்திலே விசாரித்த காரியங்களை மானுடர்கண்டு அவ்வவர் தொழில்களிலே அவனுதவியறியாமற் பொருந்து முறைமைபோல ஆன்மாவானது மலத்தினிலைமை புலன்களையனுபவிட மெங்கும் கலாதிகளாலே நீங்குதலின் மகிழ்ச்சிபெற்று அம்மலத்தினீக்கம் பண்ணுவித்துத் தன்னுள்ளே பொருந்துத் திருவருளையும் விட்டுப் பூமியின்கண்ணே தானாக அறிந்தாற் போல வறியும். அறியத்தக்க மனாதிகளும் இந்திரியமானவைகளுள் அவ்வான்மாவினால் எப்பொழுதும்

அறியாநிற்கும். இப்படி அவனாலேயறிகையிலும் இவனாலன்றோ அறிகின்றோமென்றும் தன்மை சிறிது மறியமாட்டா. அவற்றையொப்ப ஆன்மாவும் சிவஞானத்தாலே சகலமுமறிந்து புசியாநிற்கும். அவனாலன்றோ அறிகின்றோமென்று முறைமை சிறிதுமறியமாட்டா. இவனாகக் கன்மங்களை யறிந்து புசிக்கமாட்டானாகையாலே பழையதாய்த் தேடிவைத்த கன்ம பலத்தையுமறிந்து அவற்றை யிவன் புசிக்குமுறைமையினையும் முதல்வன் கூட்டுவன்.

ஞானவாய்மை

அறிவிக்கத்தக்கக் கருவிகள் ஒன்றுமில்லையாயின் ஆன்மாவாலொன்றையும் அறியவொண்ணாதாம். இக்கருவிகள் எல்லாவற்றையு மறியுமோவென்னில், சொன்ன அத்தத்துவங் களாலே ஞானத்தைக்கூடவு மொண்ணாது. ஆனாற் கூடும்படி எங்ஙனமெனின் முன்சென்மங்களிற்செய்த சரியைகிரியாயோகங்களின் முற்றுதலாலே இவன் பக்குவங்கண்டு முதல்வனருளே திருமேனியாக வெழுந்தருளிவந்து இந்தத் தத்துவங்களைப் பொருளல்லவென்று நீக்கித் தன்னுடைய சீபாதத்தைப் பொருந்தும்படி யடைவிப்பன். பலநிறங்களையுங் கவர்கின்ற பளிங்கினது ஒளியையும், பலவாய் நிலைபெற்று விளங்காநின்ற வன்னங்களி னியற்கைகளையுங் கூட்டுகின்ற ஆதித்தனுடைய மிக்கவொளி அவ்விரண்டின் றன்மையுந் தாக்காது விளங்குமாறுபோல தத்துவத் தினிடத்திற் பயிலுநல்ல ஆன்மாவுந் தத்துவங்களுமாகிய விரண்டின்றன்மையும் தாக்காது நிறைந்த ஞானந்தானே ஞானமென்று சொல்லப்படும். ஆணவமலத்தி னீட்டத்தாலே இருவிதமாயையும் ஒழியாமல் வரும் இருவினைகளுமான இவற்றினுண்மையேயாய் நின்று போகங்களை அனுபவிக்கின்ற ஆன்மாவினிடத்திலே பொருந்திய மயக்கத்தினிடத்திலே அந்த ஞானம் இருள்தானாகவே நிற்கும். இனி அந்த வான்மாவினிடத்திலே ஆசாரியனாற் பொருந்திய அனுக்கிரகத்தினிடத்திலே அதுபிரகாசமாகவே நிற்கும்.

ஜூன், 1906, பக். 182–184. சித்தாந்தசரபம்

உலகர் புராண சாரசங்கிரகம் தேசாபிமான ஞானிக்கும் ஆத்மாபிமான ஞானிக்கும் சம்பாஷணை

(குரு துதி.)

திருவளர் ஞானச் செல்வரைத்தூறும், சிறுமதிலோக தேக ஞானிகளின் சரித்திர சாரசங் கிரகமோத, சற்குருநாரணர் சத்கழல் காப்பே.

ஆத்மஞானி:– ஹே! தேகாபிமானஞானி கடவுளின் திருசிய வடிவமான லோகத்தில் தோன்றிய சராயுஜ–அண்டஜ–உற்பஜ–வியர்வசமெனும் நால்வகை யோனியின் கண்முனைத்தெழுந்த எழுவகைத் தோற்ற எண்பத்தி நான்கு லட்ச ஜீவபேதங்களில் பரிசவறிவொன்று மாத்திரமுள்ள தாராதிகட்கும், பரிச–ரஸமெனம் இரண்டறிவுள்ள சரஜந்துக்களாகிய நத்தை, சங்கு முதலியவைகட்கும், பரிச–ரஸ–கந்த–ரூபமெனும் நான்கறிவுள்ள வண்டு–தும்பிகட்கும், பரிச–ரஸ–கந்த–ரூப–சப்தமெனுமையறிவுள்ள பட்சி–விலங்குகட்கும், மேற்பட்டு பகுத்தறிவோடும் கூடிய சரீரங்களுள் உத்தம சரீரமான மானிடசரீரம் உனக்குக் கிடைத்தும், கடவுளால் வெளிப்படுத்திய முதனூலாகிய வேதத்திலும், இதையனுசரித்துக் கூறும் முனீஸ்வரர்கள் வாக்காகியவழி நூலெனும் ஸ்மிருதிகளிலும், இவ்விரண்டிலும் கூறும் கருத்தை வெளியிடும் வேதமூர்த்தியாகிய வியாசபகவானால் வெளிப்படுத்திய சார்புநூலாகிய பதினெண்

புராணங்களிலும் கூறும் ஆத்மஞானத்தை யுணராது வாவா கெட்டுப்போகின்றது நன்றலவென்றனன்.

தேகஞானி:– ஓ! ஓ! ஆத்மஞானியே நன்கு கூறினை "சுவர்வைத்துக் கொண்டல்லோ சித்திரம் எழுதவேணும்" அதுபோல் ஆத்மாபிமானம் வைத்துப் பெண்கள் உபதேசம் கேட்காமல் உலகசுகா சுகத்தை வெறுத்துக் கட்ட கந்தைக்கும் உண்ண உணவிற்கும் கதியின்றிக் காடுகுகைகளில் அலைந்துதிரிவது ஞானமுள்ளவர்க் கழகாகுமோ வென்றனன்.

ஆத்மஞானி:– ஹே! தேகஞானியே நின் அறிவீனச்சொல் என் செவிக்கேற யென்மனம் வருந்துகிறது. "இல்லறத்திலிருந்து விதய மடக்கிய வல்லவன்றானே மஹா யோகியன்றோ, துறவறத்திருந்தும் சூழ்மனக் குரங்கைத் தனதகத்தடக்கான் அஞ்ஞானி யன்றோ" வெனும் ஆன்றோர் வாக்கியம் மறந்தனையோ? பொன்னையும் மாதரையும் பூமியையும் நிந்தித்து, அறியாமையை விட்டகலாமல் பெரியவாள் பேரைக் கெடுத்து வேஷங்காட்டும் பேர்கள்தான் ஞானிகளென்றும் மற்றவர் அஞ்ஞானிகளென்றும் உணர்ந்தனையோ? பிர்மா–விஷ்ணு–ருத்திரன்–வசிஷ்டர்ஜனகன்மா–பலி–பகீரதன் முதலியோர்கள் பெண்டுபிள்ளைகளோடு கூடிவாழ்ந்து ஞானிகளெனப் பெயர்பெற்று வருவதல்லாமல் இன்று நாளைக்கும் இவ்வுலகில் அநேக பெரியவாள் அதேமாதிரி ஆத்மஞான மடைந்திருப்பதை நாம்கண்டும் புராணங்கள் வாயிலாகக் கேட்டும் இருக்கின்றோமே என்றனன்.

தேகஞானி:– பலே! பலே! ஆத்மஞானி இயல்–இசை–நாடகமாகிய வேதம் ஸ்மிருதிபுராணம் இம்மூன்றும் ஆத்மதத்வத்தையே போதிப்பதாயும் தெரிவித்த வேதவியாசருக்கும் அதைநம்பிப் போதிக்கவந்த உமக்கும் பெண்சுகமறியாப் பேதமை புத்தி அதிகமிருப்பதாக நினைக்கிறேன். தேகத்தைக் காப்பாற்றி இவ்விகசௌக்கியமடைந்து மரணமடையாமல் வாழும்வித்தை நீவிர் அறிந்திலர்போலும் காண்கிறது என்றனன்.

ஆத்மஞானி:– ஆ! ஹா! தேகஞானி! முன் துவாபர யுகக்கடையில் பராசரிஷியினிடம் தோன்றிய வேதவியாசர்தான் ஜீவர்கட்கு எழுதிவைத்த பதினெண் புராணத்திலுள்ள ஆத்மதத்துவத்தை யுணரா தொழிந்தனரோவென்று கருணைகூர்ந்து இக்கலியுகம் ஐயாயிரம் செல்வதற்குள் "பூலோகவியாச" பத்திரிகை ரூபமாய் வெளிவந்து நின்போன்ற பாமரர்களின் அறியாமையை வெளிப்படுத்தி யறிவூட்டும்படி பண்டிதரூபிகளின் மனதில் குடியேறினர். அந்தோ! (3) பெண்மதிசாஸ்திரம் பெற்றனரதனாற், கண்மதியிழந்து

கலங்குமுலகர்கள். தத்தம் வீட்டுப் பெண்கள் கூறும். (4) சொல்லும் பித்தரைச் சேர்க்குமென்–றல்லும் பகலுமறிவில ரறைவர். என்றபடி நினக்குக் கவிவாயிலாகவும் வசனவாயிலாகவும் போதித்து நின்போலியரை ஆத்மஞானிகளாக்கக் கருதி வெளிவந்தனர்.

தேகஞானி:– நிராதரனாகிய ஆத்மஞானியே! மாதுர் துரோகி–பிதுர் துரோகி குக்ஷித் துரோகி–சகோதர துரோகி–குரு துரோகிகளாகிய கும்பிடுங்கள்ளன்–குழைத்திடுங் கள்ளன்–அழுங் கள்ளன் – தொழுங் கள்ளன் – ஆசாரக் கள்ளன்களெனும் என் சகோதரர் நின்னைக் கண்டுழிநின் மூளைச்சிதற அடித்து, உன்னிட புராணக்கட்டுக் கதைகளைக் கிழித்து அக்கினிப் பிரயோகம் செய்வார். பெண்மதிசாஸ்திரம் கேளாதவன் மூவுலகிலும் இல்லை. எப்படியெனில் சிவபெருமான் பெண்மதி மாறாது கேட்க விரும்பியல்லவோ தலையில் கங்கை யென்பவளையும் இடது பாகத்தில் பார்வதியையும் வைத்துத் தன் பாதியுடலைப் பெண்ரூபமாக்கினன். விஷ்ணுவீட்டுப் பெண் விலகியிருந்தால் அவள் உபதேசம் கேட்கத் தடைப்படும் என்று தன் மார்பில்வைத்து, ஒருவேளை குதித்தோடப் போகிறாளெ சங்குசக்கரம் காவல் வைத்தனன். பிர்ம்மாவானவர் மேலிருவர் செய்தது அறியாமை இவர்கள் தூங்கும்போது மனைவிகள் மாயாஜாலத்தால் ஏமாற்றிப் போவார்களென்று உணர்ந்தவராய்த் தன் நாவில்தன் மனைவியாகிய சரஸ்வதியைவைத்து வாயைமூடி நின்றனர் என்றார்.

ஆத்மஞானி:– ஹே! தேகஞானி! புராணங்களின் தத்துவார்த்தம் அறியாத புல்லறிவினனே! சிவமென்பது மங்கள கரமாகிய பரமாத்மா இதைவிட்டுப் பிரிய முடியாத இச்சாசத்தி – ஞானாசத்தி – கிரியா சத்திகளை முறையே கங்கை – பார்வதி – காளி என்று வேதாகமபுராணங்கள் கூறும். இதேமாதிரி விஷ்ணுவென்பது சர்வ வியாமகமாகிய பரமாத்துமா இதைவிட்டுப் பிரியாத அசுத்தாசுத்த மாயைகளை மூதேவி சீதேவிகளென இரண்டு மனைவிகளாகக் கூறப்படும், பிர்மாவென்பது தன்னிடமிருந்து சகத்தையும் தோற்றிவைக்கும் திருக்குரூபியாகிய பரமாத்மா இதிலிருந்தெழுந்த சப்தசுர சொரூபம் சரஸ்வதி என்பவள். இக்கருத்துணராது "ஸ்ரீ புத்திபிரளயாந்தகா" எனும் ஆன்றோர் வாக்கியத்தை யலக்ஷியம் செய்து பெண்மதிகேட்டுப் பெரியரை நித்திக்கும் வெறியரே போம்போம். உன் மரபினரைப் போல் மும்மூர்த்திகளையும் நிந்தித்த வுனக்குக் கைம்மாறு கண்டிலன் என்றனர்.

தேகஞானி:– ஓ! ஆத்மஞானி! "ஞானமும் கல்வியும் நாழியறிசிக்குள்" எனும் பழமொழி மறந்தீர்போலு "அநித்தியானி சரீராணி அந்துரு சொம்முலு நாக்கேராணி" எனும் பெண் உபதேசம்கேட்டுச் சம்பாதித்து அந்நியருக்கு அரைக்காசும் கொடாமல் பத்திரப்படுத்தினாலல்லோ தின்றுகொழுத்துத் தில்லானம் பாடலாம் "சும்மாவருமா அம்மா சுகம்" "பொத்தச்சரீரம் காவாதான் பொன்னுலகம் ஏறுவையோ சீ! பயித்தியக்காரா சரீரபிரமாணம் வைத்துழலுவை என்றனன்.

ஆத்மஞானி:– ஹே! தேகஞானி! உனக்கு சாக்கிராவஸ்தை (விழிப்பு), சொற்பனாவஸ்தை (கனவு) சுழூத்தியவஸ்தை (நித்திரை) இம்மூன்றும் தினம்தினம் வந்துகொண்டிருக்கிறதல்லவோ. அதில் ஓர் அவஸ்தையில் கண்ட அனுபவம்போல் மற்றோர் அவஸ்தையி லில்லையல்லவா? உன்நித்திரையில் "மாதாநாஸ்தி பிதாநாஸ்தி–நாஸ்திபந்து சகோதரா – அர்த்தம் நாஸ்திகிரகம் நாஸ்தி – தஸ்மீசாக்கிரதே சாக்கிரதா" எனும் சுருதி வாக்கியப்படி உன் தேகாதிபிரபஞ்சத்தை நீ கண்டதில்லையென்பது உண்மையோ பொய்யோ? ஆகையால் என்னை சரீர அபிமானம் வைக்கும்படி கூறும் நின் "தாய்தந்தையருட லன்பில்லாரோ வுடல்தாங்க வழி யுளதேல் நில்லாதோ இதை அறிந்திலை போலும்?" "உலகொரு குடை நிழலாண்டாரோ வொருவர் பிழைத்திலர் மாண்டாரா?" எனும் பெரியோர் வாக்கியப்படி நானுணர்ந்த அனுபவம்கூறில் நின்போலியர் மறுப்பதால் அவர்கள்பொருட்டும் நின்பொருட்டும் அடியிற் கூறுவதைக் கவனி.

(வரும்) T.V.K.

ஜனவரி, 1906, பக். 90–93.

உலகர் புராணசார சங்கிரகம்
(93ஆம் பக்கத் தொடர்ச்சி)

(5) சமஷ்டியில் வியஷ்டியாஞ் சரீரம் நிலையெனச் சாஸ்திரமோதி சத்திய நினைவால் *(6)* மனைவயலழியா மாட்சிமைப் பொருளென் றனைவருமோர்ந்து அடக்கஞ் செய்வர். *(7)* சரீரம் நிலைக்கத் தவஞ்செயும் பித்தர் சரீரமழியத் தட்டழிகின்றனர்; நமது முன்னோர் சரீரத்தினிடம் அன்புடையவராயிருந்தும் 'நீர் மேற்குமிழி' போலும், 'நீர் மேலெழுத்து' போலும், காயம் நிலை யுள்ளதல்லவென்று கைவிட்டனர். இஃதனறி சித்தர்களுக்குத் தலைவராகிய விஷ்ணுவே பத்து அவதாரமெடுத்துச் சரீரம்

நிலையுள்ள தல்லவென்று கைவிட்டனர். சாக்ஷியாக கிருஷ்ணாவதாரத்தில் அவர் சரீரம் நசித்தபோது மஹாநதியில் வைத்துத் தகனம் செய்ய அச்சரீரம் கொஞ்சம் வெந்தும் வேகாதிருப்பதற்கு முன், வெள்ளம் வந்து அடித்துப்போய் ஜகந்நாதக்கரையில் சேர்க்க அவ்வூரிலுள்ளவர் அச்சரீரத்தை யெடுத்து ஓரிடம் அடக்கம் செய்து அதின் மீது கிருஷ்ணவிக்கிரம் அமைத்துப்பூஜை செய்து வருகிறார் என்றதை நல்லோர் சொல்லக்கேட்டு சரீர அபிமானம் விடயோசிக்கின்றனர். உடனே 'உடம்பு காப்பது உலகர் காரியமென்று' பெண்கள் உபதேசம் கேட்டு, *(8)* சங்கடம் நேர்ந்துழி சாமியைத்தேடுவர், சங்கடம் தீர்ந்தால் சாமியைச் சாடுவர் எனும் புத்தியுடையோர் சாமியைத் தேடிக் கோயிற்புகுந்து மாவிளக்கிட்டுத் தூபதீபம் காட்டி என் கோத்திரமும் என் தேகமும் அழியாதிருக்க வேணும், அயலான் குடியும் தேகமும் அடியோடு அழிய வேணும் என்று சங்கற்பம் செய்விக்கின்றனர். ஒரு வேளைமறந்து இவர்கள் வைக்கும் பண்டங்களில் *(9)* கோயிற்சாமியுட் கொண்டா லொருபிடி, கோயிற் புகுதல் கொலைவருமென்பர். *(10)* தின்னாக்கற்குத் தினம் படைத்துண்பர். தின்னுமறிஞருக் கன்னம் படைத்திலர். *(11)* பலனைவிரும்பிப் பக்தியேற்றுழல்வார். பலனை விரும்பா பக்தியேற்றுழலார். இவ்வித புத்தியுள்ள உலகர் தன்வீட்டுக்குப் பசியோடுவரும் அதிதிகளுக்கும் விருந்தினர் பந்துக்களுக்கும் தாங்கள் "துறந்தார்க்கும் துவ்வாதவர்க்கும் இறந்தார்க்கும் இல்வாழ்வான் துணை" எனும் வேதவாக்கியம் மறந்து *(12)* பசியோடு வந்தீர் பாழ் நாள் கெட்டது, பசிக்குப் பொசிப்பிடல் பாதகமென்பர். வந்த விருந்தினர் இவன் யோக்கியதையை அறிய விரும்பிக் கிஞ்சித்துப் பொருள் தந்தால் கடையில் அரிசி வாங்கிச் சமைத்துத் தின்று பசியாற்றிக் கொள்வேனென்றால் *(13)* செவ்வாய் வெள்ளி சிறந்த ஞாயிறு, ஒவ்வா பொருடர் வுணருமினென்பர். ஹே! அன்பர்களே தகாத நாள் பொசிப்பிட்டாலும் பொருள் கொடுத்தாலும் உமக்கும் நமக்கும் விரோதம் வரும் நல்ல நாள் பார்த்து வந்தால் உண்டியளிப்பதாய் உபசாரஞ் சொல்லித் தெருக்கடக்க வழிவிடுவார். இப்படி "வாய் வாழைப்பழமும் கை கருணைக்கிழங்குமாகிய தன்மையுடையவர். பிறரிடம் பொருள் பெறவேண்டுமானால் நயமான வார்த்தையாடி" *(14)* தங்கட் காரியஞ்சாய விரும்பினால், பங்கமிலென்பர் படுதினமாயினும் எனும் வாக்கியத்தைப் படித்துக் காட்டி எப்படியாவது பொருள் கைக்கொள்ளும் புத்தியுள்ள உலகினர்.

வரும்.

பெப்ரவரி 1906, பக். 103–104. P.J. *(ஆத்மநேசன்.)*

உலக புராண சாரசங்கிரகம்
104–ம் பக்கத் தொடர்ச்சி

தேகஞானி:– ஹே – ஆத்மஞானி "சுயகாரியம் துரந்தரா சுவாமி காரியம் வழவழா"வென்பதறியாயோ. இதுநிற்க நீ ஞானமின்று கூறும் வாக்கியங்களைக் கேட்க மனம் வருந்துகிறது. அநேக புத்திமான்கள் நல்ல நாள் தீயநாள் ஏற்படுத்தித் தந்திரமந்திரங்களால் உலக விவகாரம் நடத்திக் கொள்ளாதவனுக்கு உலக வாழ்க்கையும் சிற்றின்பசுகமும் நேராது என்கிறார்களே நீர் இப்படி கூறல் எட்டுணையும் பொருந்தாதென்றனன்.

ஆத்மஞானி:– ஓ. கோ, தேகஞானி! புத்திமான்கள் தனக்கும் பிறருக்கும் சங்கடம் நேராமல் நடந்துகொள்ளுமாறு பிரபலசுருதி, அல்ப சுருதி என இரண்டாகப் பிரித்து உனைப்போன்ற தேகஞானமுள்ள முரடர்களுக்கு அற்பசுருதியே பிரமாணமாகவும், ஞானிகளுக்குப் பிரபல சுருதியே பிரமாணமாகவும் எழுதினர். இதை நீ கவனிக்கவில்லை. 'அஹிம்சா பரமோதர்மா' எனும் வாக்கியத்தின் கருத்து பிறர்மனதை நோகப்படுத்தப் படாதென்பதே. இஃதுணராது தன் மனைவி சரீரத்திலுள்ள நவத்துவாரத்துச் சாக்கடைதான் பிறர்மனைவிகள் சரீரரத் துளதென்று யோசியாமல் (15) தன் மனையாளைத் தனிமனையிருத்திப் பிறர்மனைக்கேகும் பேதைமதியினர்" எனுங் கருத்துப்படி அயல் மாதர்மீது அபிமானம்வைத்து, போதம் – தனம் – கல்வி – பொன் இவைகளைப் போக்கடித்துக்கொள்ளுகின்றனர். ஒருவற்கு வியாதிகண்டால் உடனே மருந்து கொடுத்து அவனைச் சொஸ்தப்படுத்தவேணு மெனும் அறிவில்லாமல், இன்றையதினம் கிருத்திகை, அமாவாசை மருந்து கொடுக்கப் படாது, பஞ்சாங்கத்தில் நல்லநாள் பார்த்து மருந்து கொடுக்கவேணு மென்றும் 'நாள்செய்வது நல்லோர் செய்யார்' எனும் பெண்மதிசாஸ்திரம் கேட்டு நோயாளியை வருத்தி மரணத்திற் காளாக்கு கின்றனர். யாராவது புத்திமான்கள் (16) நலிந்தோர்க்கில்லை – நாட்டினமென்று, நலமாயோர்ந்தும், நாள்பார்த்திட்டு (17) ஔடதமீந்து, வலைவானு தினம், ஔவியமுள்ள வசடராட்சதர் எனும் வாக்கியங்களைத் தெரிவித்துத் தடுத்தால் தங்கள் வீட்டுக்காரிய குருக்களாகிய பெண்கள் வாக்கியத்தைவிட வேதவாக்கியம் வேறுளதா என்று மறுத்து வியாதியில் நலிந்தோனை நமனுலகம் ஏற்றுவர்.

தேகஞானி:– பளா – பளா – நன்றாய்ச் சொன்னாய் ஆத்ம ஞானியே. 'அன்னையும் பிதாவும் முன்னறி தெய்வம்' 'தாய்

சொற்றுறந்தால் வாசகமில்லை' என்றிருப்பதால் நான் எப்படி அவாள் வார்த்தையைக் கேளாதிருப்பது இராமன் தாய்சொல் கேட்டல்லோ காட்டிற்சென்றான். நீ கூறும்வேதவியாஸர் தன்தாயாகிய மச்சகந்தியின் வார்த்தையைக் கேட்டுத் தன் சகோதரரின் பாரியைகளாகிய அம்பிகை, அம்பாலிகை என்பவர்களைச் சேர்ந்து திருதராஷ்டிரன் பாண்டவர்களை உற்பத்தி செய்தார். ஆகையால் பெண் மதிகேளாதான் பேதையிலும் பேதையன்றோ! இனி அப்படி உறையாதே என்றனன்.

ஆத்மஞானி:– ஹே – மூடா! இராமன் கேட்டதும் வியாஸன் கேட்டதும் தருமவிரோதமின்றிக் கேட்டார்கள். எப்படிஎனில், இராமன் தான் நாடாண்டிருந்தால் காட்டிலுள்ள துஷ்டர்களை எப்படி சங்கரிப்பது என்று ஏக்கமுற்றிருந்த சமயத்தில் 'காக்கையேற பனம்பழம்விழ' என்பதற் கிணங்க வந்த தாய்சொல்லைத் தலைமேற்கொண்டு சென்றனன். வியாசன் தன் வீரியவிர்த்தியால் பாரதவீரர்தோன்றிப் பாரதம் நடக்க வேணுமென்று ஞான திருஷ்டியாலுணர்ந்து தாய் சொல்லேற்றனன். அவர்கள் தாய் மதியீன வார்த்தைகள் சொல்லின் ஏலார். நின்தாயும் மனைவிகளும் அவ்வளவு புத்திமான்களாயிருக்கின் தருமஆராய்ச்சிசெய்து சாஸ்திரோக்த மான யுக்திகளை யோதுவர். அப்படியின்றி "இன்றைக் கிருப்பாரை நாளைக்கிருப்பரென் றெண்ணவோதிடமில்லையே" எனும் வாக்கியத்தை மறந்து தன்சரீரம் எக்காலத்தும் அழியாது என்றும், எப்படியாவது மறைந்து வசித்தால் சாவுகிடையாதென்று நின்பெண்கள் உபதேசம் கேட்டு உனக்குரிய புருஷதர்மத்தையும் கைவிட்டு *(18)* "அம்மைசுரங்கள் அண்டையிலிருந்தால் – அம்மாபிழைக்க வயலிடஞ்சேர்வை, *(19)* வாந்திபேதி வலிமுடக்கம்மை – வந்துபிடிக்கும் வயிற்றுக்கழிச்சல் *(20)* ஓடியொளித்தா லொட்டாதென்பாய் ஒட்டினபோது வூழ்வினையென்பை." அப்போது, ஆன்றோர் நின் அறிவீனத்தைப் பார்த்து 'ஐங்காதம் சென்றாலும் தன் பாவம் தன்னோடுவரும்', என்று தெரிவிப்பார்களாகில், அவரைநோ ஹே! மூடரே! "அகப்பட்டுக் கொண்டவனுக்கு அஷ்டமத்தில் சனி, ஓடியொளித்தவனுக்கு ஓன்பதாமிடத்தில் குரு எனும் வாக்கியம் அறியீரோ என்றுமிரட்டி ஓடியொளித்தால் *(21)* உலகிலென்றுமொழியாதிருப்போம் – அலகிலாழிந்தது வறிவின்மை யென்பர், இப்படிப்பட்டவர்க்குத் தாயினிடம் உள்ள சந்தைவிட தங்கள் பருத்ததேகம் பிடிக்கும்படி *(22)* தாய்வயிற்றிற் புக சந்துண்டாகில் போயிருந்துய்வர் பொய்யுலகோர்கள். "இறந்தனபிறக்கும் பிறந்தனவிறக்கும்,

தோன்றின மறையும் மறைந்தன தோன்றும்” எனும் பட்டணத்தடிகளிட அருள் வாக்கியத்தையும் மறந்துபேசு கின்றனை என்றனன்.

தேகஞானி:– ஹே! ஆத்மஞானி! தேகாபிமானம் விட்டவன் இவ்வுலகில் ஏன் தின்பான், ஏன்உடுப்பான், ஏன் மற்றவிஷய போகங்களை அனுபவிப்பான். பொய்யாகத் தேகாபிமானம் விட்டேனென்று வாயால்சொல்லிக் கொண்டு தங்கம் மனம்போனபடி அநீதி வாக்கியங்களை எழுதிக்கொண்டு, என்போல் புத்திமான்கள் எப்படி தேசாபிமானம்விட்டை, காண்பீயென்றால் காட்டவகை யின்றி, ஓடிப்போய்க் காடுகுகைகளில் ஒளித்துக்கொண்டும், ஊரில் வசிக்கும்போது பயித்தியக்காரனைப்போல் திரிந்துகொண்டும், ஏமாந்தவன்காதில் ஏடாகூட உபதேசம் செய்கின்றவரைப் பெரியோரென்றும் அடியார்களென்றும் பகட்டான வார்த்தைகள் கூறுகின்றனை என்றனன்.

ஆத்மஞானி:– அடாபாதகா! நன்குகூறினை! நன்குகூறினை! “ஞானமும் கல்வியும் நவின்ற நூல்களூ மீனருக்குரைத்திடி லிடாதாகுமே” எனும் வாக்கியம் இப்போது மெய்யாச்சுதே, “எல்லாப்படியாலு மெண்ணினாலிவ்வுடம்பு – பொல்லாப் புழுமலிநோய் புன்குரம்பை – நல்லார் – அறிந்திருப்பராதலினா லாங்கமலநீர்போல் – பிரிந்திருப்பார் பேசார் பிறர்க்கு” எனும் வாக்கியப்படி அவாள் தேகாபிமானம் விட்டிருப்பது உண்மை, உலகில் வசிப்பதும், உண்பதும், உடுப்பதும் தாங்கள் உணராமல் அனுபவிக்கின்றனர். எப்படியெனில் தூக்கத்தி லிருக்கும் ஒருசிறுவனை எழுப்பி உண்பித்து மறுபடி தூங்கச் செய்து மறுநாள் காலையில் அச்சிறுவனை நோக்கி இராத்திரி என்னஉண்டாய் என்று கேட்டால் நான் ஒன்றும் உண்ண வில்லை என்பன். இது போல் பெரியவாள் அனுபவிப்பர். இஃதன்றி நீ அடையும் பெண் போகத்தைப்பற்றி உன்னை விசாரிக்கில் அதில் நீ அடைந்த சிற்றின்ப சுகத்தைச் சொல்ல வகையில்லாமல் நீ முழிப்பது உனக்குத் தெரியவில்லையா? நின்போல் மூடர்கள் ஞானிகளைப் பழித்து அவர்களிடம் அனாதிபாபத்தைப் பங்கிட்டுக் கொள்ளவேணும். புத்திமான்கள் அவரைப்புகழ்ந்து அவரிடம் புண்ணியத்தைப் பகிர்ந்துகொள்ளவேணும். இப்படிசெய்தால் “இருள்சேர் இருவினையுஞ் சேராவிறைவன் பொருள்சேர் புகழ்புரிந்தார் மாட்டு” என்றபடி ஞானிகள் பசிசுத்தமாகின்றனர்.

தேகஞானி:– அப்பா! இதேது! கேட்கக் கேட்க விந்தையா யிருக்கிறது. “கருப்புக்கு இருந்துபிழை, கலகத்திற்கு

ஓடிப்பிழை என்றபடி ஓடியொளியாமலும் பாடுபடாமலும் இருந்தால் என்வாய்க்குள் சோறுவந்து புகும்போலிருக்கிறதே நல்லபுத்திமான்தான் என்றனன்.

ஆத்மஞானி:– ஹே! மூடா! புத்திமான்கள் இகபரசுகமடைய கஷ்டப்படும்போது "உள்ளது போகாது இல்லது வாராது" என்று அவர்களுக்கோதி நீ தவறுவது நன்மையல்ல." *(23)* உள்ளதொழியணு யொருவர்க் கொருவர் எள்ளளவேனு மீந்திலர் நன்மை *(24)* வாராது வாராவலி செய்திடினும் – வருவதுபோகா வழித்தழித்திடினும் *(25)* என்னுமொழிகளை யெதிரிக்கோதுவர், தன்னிடமனதிற் றட்டலைந்திடுவர், என்றபடி பேராசையுற்றலையாமல் "கிடைத்தளவு திருப்தியடையா னூதடாகாளம், கீழ்மகன் மெய்யறிவிலா னூகடாகாளம் – என்பதைக் கண்ணுற்று நீ படும்பாட்டை நிஷ்காமியமாய்ப்படில் வாயில் சோறு தானாய்வந்துபுக சந்தேகமில்லை என்றுணர்வீராக.

புு. ஐயராம்பிள்ளை,
ஆத்மநேசன்.

மார்ச், ஏப்ரல், 1906, பக். 128–131.

உலகர் புராண சாரசங்கிரகம்
(131ஆம் பக்கத் தொடர்ச்சி.)

தெகஞானி:– ஹே! ஆத்மஞானி என்னைச் சார்ந்த லோகஞானிகள் செய்யும் காரியமும், சொல்லும் சொற்களும் பயனற்றதென நீர்உணர்ந்தீர் போலும். என்மரபினர் எவ்வளவு பொறுமையாளர் எவ்வளவு அணுபோக வார்த்தைகள் கூறுகின்றனர் உமக்குத் தெரியுமா வென்றனன்.

ஆத்மஞானி:– அப்பா தேகஞானி! பேய்க்கூத்தைக் கழுதையுணர்ந்து மெச்சித் தெரிவிக்கக் கூச்சலிடுவதுபோலும் கூத்திமகனைக் கோணிவாக்கத்தான் கொண்டாடுவதுபோலும் நீ கூறும் வார்த்தைகள். உன்மரபினர் பிறர் அவசரப்படும்போது அவரை அவசரப்பட வேண்டாமென்று தடுக்கும் தாங்கள் அவசரப்படுவதை இதில் எழுத முடியாது. *(26)* தானத்திற் பெரிய நிதானமதென்று தானறிந்துரைத்துத் தடமாடிடுவர் *(27)* அவசரக்கார னறிவிலியென்று எவர்க்கு முறைத்து ஏமாந்தலைவர். இஃதன்றி நின்மரபினர் கேட்கும் பெண்மதி சாஸ்திரம் கேட்கக் கேட்க ஆநந்தமாயிருக்கிறது. அஃதியா தெனில் *(28)* வீட்டின் விளக்கில் வேற்றுவ ரேற்றிடில், வீட்டின் லட்சுமி வெளிபோச்சென்பர். *(29)* கண்ணிலுள்ள கருவிழி வெண்விழி, கடத்திலிட்டுக் கவிழ்க்கக் கடையரின் *(30)* கண்திருஷ்டிகளும் கழிந்திடுமென்று, கருதிச்சொல்லும்

கயவரறிவிலர். (31) நாயிறுநாளில் நாங்கள் மோரிடில், போயிருந்தழியும் பொன்மண்ணெனன்பர். (32) இரவிலிருப்பு விறுத்திடும் சுண்ணம், இரந்திடுவோர்க் கீயொணாதென்பர். (33) கூரைவீட்டிற் குடியுள்ளோர்கள், கூரையோடிடக் கூடாதென்பர். (34) ஓட்டுவீட்டிலுள்ள பித்தர்கள், ஓட்டுஞ் சாமியோலை மூடிடில் என்றுகூறும் பெண்மொழிகளை வேதவாக்கியமாக நம்பிக்கெட்டலைவது நன்றல்ல. என்றும் இரப்பவர்க்கிட்டு நீயுமுண்டு திருப்தியடைந்து கடவுளை யடைய விரும்பாமல் இப்படி பெண்களுபதேசம் கேட்டுக் கெட்டுப்போவது நன்றா?.

தேகஞானி:– தந்திரவார்த்தைகள் கூறும் ஆத்மஞானியே! பெரியோர்கள் வழக்கத்தை அனுஷ்டிக்காவிடில் காரியம் கெட்டுப்போகாதா என்றனன்.

ஆத்மஞானி:– மூடசிரோமணியே! வயதிற் பெரியோரா யும் மயிர் நரைத்தும் இருக்கும் ஆண்பெண்களைப் பெரியோர் என்று மதித்து அவர்கள் கூறும் மூடவார்த்தையை நம்பிக்கெடுவது நன்றல்ல. இவ்வாக்கியங்கள் வேதாகம புராணங்களில் கிடையாது. ஒருவர் மூடமனதால் ஒருகாரியம் நடத்த, அக்காரியம் தன்கர்மானுசாரம் முடிய, தான்செய்த சாமர்த்தியத்தால் முடிந்ததென்று திருப்தி செய்துகொள்வர். அதையும் நீ ஒப்பிநடத்துகிறாய். அஃதுவருமாறு. (35) வருஷம் முதலில் வயலிலேருழுவோர் வரும் லாபங்கள், வயலிற்பொன்னேர். (36) கட்டியோட்டி கடலை பச்சரிசி, கட்டி வெல்லம் கப்பறை தேங்காய் (37) உடைத்தாலுழவர்களூரில் நின்று, உடையுணவேற்று வுறுதியாய் வாழ்வர், (38) என்று செய்யு மேனவாயர்கள் பொன்றின பயிரைப்போய் பார்த்தழுவர், (39) ஈசானியமூலையிலீன்ற கதிர்களை இழுத்தறுத்திட்டா லிடருறாதென்பர், (40) பொங்கலிட்டுப் போட்டால் பலியும் பொழிவாய் விளையும் பொன்வயலென்பர், இப்படிசெய்தால் ஒருநாளும் கெடாமல் கைகூடிவருமென்று தாங்களும் செய்து பிறரையும் செய்யும்படி தூண்டுவோர், (41) பயிர்கதிர் சாவிகள் பண்பாய்நேர்ந்தால் பண்ணியபாபம் பலித்ததென்பர்.

தேகஞானி:– கு கவிகள் பாடும் குருசாமிகளே! கவிக்குளபுத்தி கவிவாணர்க்குளவோ. குரங்குகள் தங்கள் மரபினர் செய்யும் காரியத்தைவிடாமல் செய்கிறவழக்கத்தை யுணர்ந்திலர் போலும் காண்கிறது. முன்னோர் வழக்கத்தை விடாமல் அனுஷ்டிக்கிற வானரர்க்குளபுத்தி வாலில்லா நார்களுக்கிருக்கொணாதோ?

ஆத்மஞானி:– முதியோர் நடத்திக்காட்டும் நல்லொழுக்கத்தை "தொடர்ந்து பிடிமர்க்கடம்போல்

தொட்டதுபற்றாநில்” என்றபடி கைப்பற்ற வேண்டியதுதான். நின்மரபினர் புத்தியீனத்தை யுணர்ந்த பெரியோர் சாமி யொருவரே யுண்டென்றும் மற்றவையில்லை யென்றும் சொன்னால் ஒப்பாமல் (42) சாமியொருவரே யுண்டென்போரைச் சாமிகளறியாசண்டிநீ என்பர். (48) சகுண நிர்க்குணஞ்சார்ந்த ரூபியை சாரார் என்றும் சலனமடைவர் என்று முதியோர் சொன்னால் அவர்களை நின்மரபினர் பரிஹாசஞ்செய்து உலகிலுள்ள வயதிற் சிறந்த பெரிய பெண்களும் புருஷாளும் சேர்ந்து ஏற்படுத்தி பூசைசெய்யும் அடியிற்கூறும் சாமிகளை நீங்கள் அறியாமல் மதியீனமாய்த் தடுப்பது சரியல்லவென்று தடுக்கின்றனர். உலகர் சாமிகள் வருமாறு (44) குட்டிச்சாமி, குண்டுகற்சாமி, குழவிகேதாரி, குறளிகாட்டேரி, (45) செங்கற்சாமி, செடிநாச்சியராம், சங்கிலிவீரன், சடையன், சாமுண்டி, (46) சாணிபிள்ளையார், சப்பைமூக்கிரிசி, சாத்தான்குட்டி, சக்கிலிமாடன், (47) மதுரைவீரன், மாப்பிளைமுத்தன், மண்டைகாப்பன், மாயாண்டியிருளன் (48) கொண்டிதோப்பண்ணன், கொள்ளிப்பிசாசு, கொண்டைமுனியன், கோமளசின்னான், (49) ஒண்டிவீரன், ஓரடியண்ணன், ஒண்டும் கன்னி ஒருமுகமாரி (50) தண்டுமாரி, தடியன்சாமி, பெண்ணைப்பிடிக்கும் பேயண்ணன்மார் (51) ஆணைப்பிடிக்கும் ஆகாசகன்னி, ஆனையெய்க்கும் ஆத்தாள்முத்தி, (52) துணியைப்பிடுங்கும் துரட்டுமுள்சாமி, துணித்தகற்குவியிற்றூங்குஞ்சாமி, (53) இத்தனைசாமிக ளிவரறிந்திலரோ, இத்தரையோர்கள் இன்னுஞ்சொல்வர் (54) கண்ணிற்பார்க்கும் கற்சாமிகளைக் கண்டிலாவறிஞர் கடையரே யென்பர்.

(இன்னும் வரும்.)

மே, 1906, பக். 151–153 — பு. ஐயராம் பிள்ளை.

ஆத்மநேசன்.

றகர – ரகர பேதங்களை விளைக்கும் சிறுமொழிகள்

அரக்கொடியுடையோனாகிய துரியோதன ராசனுக்கு அறக்கொடியுடைத்த கர்னராஜன் சகோதரன். அரமகளாகிய இந்திராணி அறமகளான தருமவழிநிற்கும் பெண்ணாள். அரமனையில் வசிக்கும் அரசன் அறமனையான தர்மசாலைகட்டலவசியம். அரம் என்னும் கருவி செய்யும் கம்மாளன் அறம் என்னும் தருமம் செய்தான். அரலையான கோட்டையைச் சுற்றிலும் அறலையாகிய நீரைக்கண்டாம். அரவு ஆகிய பாம்பு கடித்தும் பிழைத்தவன் கால் அறவு எனும் அறுபட்ட இடமாகவே யிருந்தது. அரனிடத்த வனபார்வதி அறனிடத்தவள் எனும் தருமத்தினிற்பவளுக்கு வரமளித்தாள். அரன் ஆகிய ஈஸ்வரன் அறன் எனுந் தருமானுஜனே. ஆர எனும் நிறையவிருக்கும் விசனம் ஆற – தணிய கடவுள் கிருபையுண்டு. ஆரகமாகிய இரத்தம் ஆறகமாகிய நதியினிடத்திருக்கும் ஜந்துகளுக்குமுண்டு. ஆரணன் ஆகிய பிரம்மா ஆறணன் – தனியாகியமேல் வாயையுடையவனாம். ஆரணியாகிய காளி ஆரணியாகிய (ஆற்றையணிந்த) சிவனுடன் நடனமிட்டாள். ஆரம்பு ஆகும்பேரொலி ஆறம்பு – ஆறு விதமான அம்புகளை ஒரே நேரத்தில் பூட்டினால் உண்டாம். ஆரல் ஆகிய நெருப்பு ஆறல் – தணிதல் தண்ணீரால்.

நவம்பர் 1905, பக். 49.

றகர–ரகர பேதவிளக்கம்

49ஆம் பக்கத் தொடர்ச்சி

குறிப்பு – ஷெ பக்கம் 35–வது வரியில், ஆரணியாசிய சிவனென்றிருப்பதை ஆறணியாகிய சிவனெனப் படிக்கவும் – பல அன்பர்கள் எழுதியதற் கிணங்கிச் சிறுவாக்கியங்களாக எழுதாது, சிறு வார்த்தைகளாக இம்முறை முதலெழுதுவாம்.

ற – ர

அற – நீங்க, மிக, தருமத்தைச் சார்ந்த,

அர – அராவுங்கருவியினுடைய.

அறக்கொடி – தருமக்கொடி.

அரக்கொடி – அரவக்கொடி. (இதில் வகரந்தொக்கி நின்றது.)

அறமகளீர் – தருமவழி நிற்கும் பெண்களே பெண்கள்.

அரமளீர் – தெய்வப் பெண்களே பெண்கள்.

அறமகள் – தருமவழி நிற்கும் பெண்.

அரமகள் – இந்திராணி.

அறமனை – தர்மசாலை.

அரமனை – இராஜாமாளிகை.

அறம் – தருமம்.

அரம் – ஓர் கருவி.

அறலை – கருமணலை, நீரை, சிறிதூற்றை

அரலை – கடல், கோட்டை, மால் கழலைக்கட்டி.

அறனிடத்தவள் – தருமத்தினிற்பவள்

அரனிடத்தவள் – பார்வதி.

அறன் – தர்மம். (போலி அறம்.)

அரன் – அராவு கருவி, (போலி அரம்.)

ஆரணன் – பிரமன், யாருடைய அண்ணன் – அணன் அண்ணன்.)

ஆறணி – ஆறுவிதமான ஆபரணம். அழகு, கங்கையை யணிந்தசிவன்.

ஆரணி – காளி, ஓர் நகர்.

ஆறம்பு – ஆறு அம்புகள்.

ஆரம்பு – ஆரவாரம், துவக்கம், போரொலி, யாருடைய அம்பு.

ஆறல் – தணிதல், அடங்கல், குணப்படல்

ஆரல் – ஆராமீன், கார்த்திகை நான் செவ்வாய், நெருப்பு, மதில்.

இறங்கு – கீழேவா.

இரங்கு – மனமிரங்கு.

இறடி – கருந்தினை.

இரடி – கால் தவறி.

இறத்தல் – சாதல்.

இரத்தல் – யாசித்தல்

இறந்தோர் – செத்தோர்.

இரந்தோர் – யாசித்தோர்.

இறப்பு – மரணம்.

இரப்பு – யாசித்தல்.

இறவு – இழிந்துவரல், சாதல்.

ஆறஅம் – ஆறுவீடு.	இரவு – யாசித்தல், இராத்திரி.
ஆரகம் – இரத்தம், யார்வீடு.	இறவுனர் – மரிப்போர், சாவுகின்றோர்.
ஆறணம் – ஆறு, மேல்வாய்.	இரவுளர் - யாசித்தலுடையோர்.
ஆரணம் – வேதம்.	இறவை – ஏணி, கூடை, வினைமுற்று.
ஆறணன் – ஆறு மேல்வாய் (அணன் போலி அணம்.)	இரவை – இராத்திரியை, யாசித்தலை.
	(இன்னமுண்டு.)

டிசம்பர் 1905, பக். 75–73.

றகர ரகரபேத விளக்கம்

(73ஆம் பக்கத் தொடர்ச்சி.)

உற – பொருந்த, வலிய, பலமுள்ள.	கர – கையைச் சேர்ந்த, ஒளி.
உர – ஞான, ஊக்கமுள்ள, வலிய.	குற – குறவர்க்கான.
உறப்பல் – உறமானபல்.	குர – பசுவின், தருப்பையின், குதிரைக் குளம்பின்
உரப்பல் – அதட்டடல்.	குறங்கு – தொடை.
உறம்–பலம், வலிமை.	குரங்கு – வானரம், விலங்கின் பொது, குரங்கென்னேவல்.
உரம் – ஞானம், மதில், மார்பு.	குறத்தி – குறஜாதிப்பெண்.
உறல் – சேர்தல், கிட்டடல், வருதல், வியங்கோள் வினைமுற்று.	குரத்தி – தலைவி.
உரல் – அரிசி தீட்டுகிற உரல்.	குறம் – குறவர் பாடும் பாட்டு.
உறவு – பந்துத்துவம்	குரம் – குதிரைக்குளம்பு தருப்பை, பசு.
உறவு–ஞானம், ஊக்கம், வன்மை.	குறவகம் – குறவன்வீடு.
உறவுநீர் – உறவினீர்மை.	குரவகம் – மருந்தோன்றி மரம், வாடாக்குறிஞ்சி.
உரவுநீர் – உப்புநீர்.	குறவர் – மலைநாட்டார் ஓர் ஜாதியார்.
உறவோர் – பந்துக்கள்.	ரவர்–ஆசிரியர், ஐங்குரவர், அரசன் உபாத்தியாயர், தசப்பன், தேசிகன், மூத்தோன்

அச்சுப் பண்பாட்டில் ஆதி திராவிடர் அறிவு மரபு ௸ 129 ௸

உரவோர் – அறிவுடையோர்.

ஊற – நனைய.

ஊர – நகர.

ஊறல்–ஊறுதல், வியங்கோண் முற்று

ஊரல் – உரிஞ்சல், ஊர்தல், கிளிஞ்சல் நகரல், வியங்கோண் முற்று

ஏற – மேலேற.

ஏர – அழகிய.

ஏறங்கோட் பறை – முல்லை நிலப்பறை.

ஏரங்கோட்பறை – மிகவழகிய கோட்பறை.

ஏறண்டம்– ஏறிப்போகவேண்டிய அண்டம்.

ஏரண்டம் – ஆமணக்கு, அழகிய அண்டம்.

ஏறம்பு–ஏறிப்போகும் அம்பு.

ஏரம்பு – அழகிய அம்பு.

ஏறல் – ஏறுதல்.

கற – கறவென்னேவல்.

கூற – சொல்ல.

கூர – நிறைய, மிக தயைகூர.

கூறல் – சொல்லுதல், விற்றல்.

கூரல் – புள்ளிறகு, பெண்மயிர் மிகுதல்.

கோற – கொல்ல.

கோறல் – கொல்லல்.

கோரல் – விரும்புதல்.

சிற – மேன்மையடை.

சிர – தலையைச் சேர்ந்த.

சிறத்தல் – மேன்மைப்படுதல்.

சிரத்தல் – அழித்தல், எழுத்தில்லா வோசை.

சீற –கோபிக்க.

சீர – சீருள்ள.

ஜனவரி, 1906, பக். 97.

ரகர – றகர – பேதவிளக்கம்

97ஆம் பக்கத் தொடர்ச்சி

சுற – சுறாமீன் – பால்சுற வென்னேவல்

சுர–சுரருடைய–தேவருடைய

சூறல் – தோண்டல்.

பறவை – அவிட்டநாள், புள், புள்ளிநகு வினைமுற்று.

பரவை – இலக்குமிகூத்து, கடல், பரப்பு, வினைமுற்று.

பறித்தல் – களைதல், கள்ளல்.

சூரல் — பிரம்பு.

சூறன் — மூஞ்சூறு.

சூரன் — ஓர்சுரன், சூரியன், தீ, நாய்.

சூறை — கொள்ளை — சுழற்காற்று

சேறல் — நடத்தல்.

சேரல் — கிட்டல் — வியங்கோண் முற்று.

நிற—மூடியிருப்பதைத் திறவென் னேவல்.

திர — நிலைமையான.

திறம் — காரணம், குணம், வலி, கூறுபாடு, குறைநரம்புள்ள வீணை.

திரம் — நிலை.

திறன் — காரணம், குணம், வலி, போலி திறம்.

திரன் — நிலை, போலிதரம்.

திறனின்யாழ்—நெய்தல் யாழ்த்திறம்.

திரனில்யாழ் —நிலையில்லாத யாழ்.

திறை — அரசிறை.

திரை — ஆறு, இடுதிரை, கடல், புனற்றிரை, அலை.

துற — நீக்கு.

துர — செலுத்து.

துறக்கம் — தேவலோகம்.

துரக்கம் — குதிரை.

துறத்தல் — துறவு, நீங்குதல், நீக்குதல்.

பாறல் — இடபவிராசி, எதுரு ஓடல், பொதியெருது, பொருதல், யங்கோண்முற்று.

பாரல் — எதிர்மறைப் பொருளில் பாரேல்.

பிற — மற்ற, பிறவென்னேவல்.

பிர — எதிர், வேறு.

பிறப்பு — ஜனனம், அச்சம், உற்பத்தி, நெருக்கம்.

பிரப்பு — பேருண்டி, ஒருகலத்திற் பல்லுணவின் பரப்பு.

புற — வெளியிலுள்ள, பக்கத்தி லுள்ள,

புர — பட்டணத்தைச் சார்ந்த

புறணி — புறம், அபதூறு.

புரணி — ஊன், தோல்.

புறத்தவன் — ஐயனார்.

புரத்தவன் — நகரத்தான்.

புறநீர்மை — ஓர்பண்.

புரநீர்மை — நகரின்றன்மை.

புறந்தரல் — ஓம்பல், தோல்வி, வியங்கோண்முற்று

புரந்தரல் — நகரைக் கொடுத்தல், காத்தல்

புறம் — வெளி, பக்கம், பின்புறம், மதில் முதுகு, வீரம்.

புரம் — இராஜதானி, உடல், ஊர், நகரம், மருதநிலத்தூர்.

புறவம் — காடு, குறிஞ்சிநிலம், புறா, முல்லைநிலம்.

புரவம் = (புரவு + அம்) — காத்தல்.

புறவு — புறா, குறிஞ்சிநிலம், முல்லைநிலம்

துரத்தல் – செலுத்தல்.

துறவு – நீக்குதல், முனிதல், துறத்தல்.

துரவு – கிணறு.

தூற – பழிச்சொல்பேச, நிந்திக்க, மழைதூற.

தூர – தூரத்திலுள்ள.

தேற – ஆற்றிக்கொள்ள.

தேர – பழக, பயில்.

தேறல்–கள், தங்கல், நிச்சயம், வியங்கோணமுற்று.

தேரல் – பயிலல், பழகல்.

பற – சிறகைக் கொண்டுபற, ஆத்திரப் படு.

பர – அன்னிய, தெய்வ.

பறம் – மலை.

பரம் – உடல், கடவுள், குதிரைக் கல்லணை, கவசம், பாரம், மிகுதி.

பறம்பு – மலை.

பரம்பு – வரம்பு, கழனிதிருத்தும் பல கை.

புறா – கொடை, காத்தல்.

புறன் – போலி, புறம்.

புரன் – போலி, புரம்.

மற – கொடிய, பாவம்நிறைந்த.

மர – மரத்தாலாகிய, மரத்தைச் சேர்ந்த

மறக்கோல் – கொடியகோல்.

மரக்கோல் – மொட்டம்பு.

மறச்செறிவு – பாவஅடர்த்தி.

மரச்செறிவு – மரநெருக்கம், சோலை.

மறம் – கொலை, கோபம், நமன், பாவம் பிணக்கு, வலி, வீரம்.

பெப்ரவரி, *1906*, பக். *120*.

றகர ரகரப் பேதங்கள்

மறவினையாளர் – துட்டர், பாலிகள்

மரவினையாளர் – தச்சர்

மாறன் – பாண்டியன்

மாரன் – மன்மதன்

முறம் – விசாகநாள்

றா – ரா

அறா – நீங்காத

அரா – பாம்பு, அராவென்னேவல்

இறார் – இறான்மீன், கடன்கொடாதவர்

இரார் – இருக்கமாட்டாதார்

முரம் – புடைக்குமுரம்

விறகு – இந்தனம்

விரகு – தந்திரம்

விறலி – பதினாறுவயது பெண், மகடூஉ

விரலி–நெடியவிரலையுடையவள்

விறலோன்–அருநன், திண்ணியன்

விரலோன் – நீண்டவிரலையுடையவன்

விறல் – பெருமை, வலி, வீரம், வெற்றி

விரல் – கை காலிலுள்ளவிரல்

வீற – ஓங்க, உயர

வீர – வீரத்தன்மையுள்ள

ஏறா – ஏறாத

ஏரா – அழகாய்

ஏறாளர் – படைவீரர்

ஏராளர் – திகத்தொகைப்பட்டவர்

கறா – காடைக்குரல்

கரா – முதலை

சாறார் – கள்ளுள்ள, குலநிறைந்த

சரார் – பகைவர், சேராதவர்

சுறா – ஓர்மச்சம்

சுரா – சுரருடைய, சுராபானம்

தேறார் – மனமாறுதலடையார்

தேரார் – பயிலார், மெட்டிக்காரராகார்

மார்ச், ஏப்ரல், 1906, பக். 145.

றகர ரகர பேதங்கள்

அறி – தெரிந்துகொள்.

அரி – கடல், காற்று, குரங்கு, பொன், படுக்கை, பகை, புகை, விஷ்ணு, சிங்கம் முதலிய பலவாம்.

அறிகள் – கள்ளென்பதையறிவாயாக.

அரிகள் – பகைவர், குரங்குகள், கடல்கள்

அறிமடம் – அறிந்து மறியாமை, பேரறல்.

அரிமடம் – வைணவர் மடம்.

அறிமருகன் – மருமகன் இன்னானென வறிவாயாக.

ஆறியம் – ஆறுவிதமான கீர்த்தி, வாத்தியம்

ஆரியம் – அழகு, பண்டம், வடமொழி, ஓர் தேசம்.

ஈறிலி – முடிவில்லாதவன்.

ஈரிலி – பல்லீறில்லாதவன்.

உறி – பாண்டங்கள் தொங்கும் உறி.

உரி – தோல், ஓரளவு, உரியென்னேவல்.

உறியார் – உறியுள்ள (உறி + ஆர்).

அரிமருகன் — விநாயகன்.

அறியணை — அணையை யறிவா யாக,

அரியணை — சிங்காசனம்.

அறியல் — தெரிந்துகொள்ளல் எதிர்மறையில் தெரிந்துகொள்ளேல்.

அரியல் — அரிதல்.

அறியேறி — ஏறிய பின்னறிந்து கொள்வாயாக.

அரியேறி — துர்க்கை.

அறிவாள் — அவள் தெரிந்து கொள்வாள்.

அரிவாள் — கொடுவாள்.

அறிவை — நீ தெரிந்துகொள்வாய்.

அரிவை — தெய்வப்பெண்

ஆறி — தணிந்து, அடங்கி, சொஸ்த மாகி.

ஆரி — சோழன்.

ஆறிடம் — ஆறஸ்தானம்.

ஆரிடம் — எவரிடம்

உரியார் — சொந்தக்காரர், தக்கோர்.

உறிவை — உறியை வை.

உரிவை — தோல்.

ஊறி — வினையெச்சம், நனைந்து.

ஊரி — நகர்ந்து.

எறி — விட்டெறி

எரி — தீ.

எறிதல் — விட்டெறிதல்.

ரிதல் — பற்றியெரிதல்.

எறித்தல் — ஒளிவீசல்.

எரித்தல் — கொளுத்திவிடல்.

எறிநாள் — எறியவேண்டிய எறிகின்ற நாள்.

எறிமணி — சேமக்கலம்.

எரிமணி — தீவீசுமணி.

ஏறி — மேலேறி.

ஏரி — பெருந்தடாகம்.

மே, *1906*, பக். *178*.

உலகில் மேம்பாடடைந்தார் யார்?

எழிலும் புகழும் பெற்ற நேயர்காள்! இங்ஙனம் யாம் சொன்ன மாத்திரத்தில் பலரும் பலவாறாக விடையளிப்பா ராயினும் சிலர் யாதோ தர்க்கிக்க எழுந்துள்ளா ரெனவும் எழக்கூடும். ஆயினுமங்ஙனங் கொள்ளல் தகா? தானத்திலும் நிதானம் பெரிதெனு முதியோ ருரையை அங்கீகரித்தல் நலம், யாங்கூறுவது எந்நிலத்து மக்கள் தம்பாஷையை வளர்க்கின் றாரோ அந்நிலத்து மக்களே பூமுகத்துயர்ந்துளா ரென்பது. இவ்வுண்மை ஆங்கிலேயர் பிராஞ்சியர் ஜர்மானியர்களிடத்தும் அமெரிக்கர் ஜப்பானிய ரிடத்தும் பிரத்தியக்ஷமாம். இவர்களே பூ முகத்தி லுயர்ந்த நிலையுடையாரென யாவராலும் மதிக்கப்படுபவர்கள்.

இவர்கள் தம்பாஷையை யாது செய்கின் றார்கள்? ஆதிமுதல் இடையறாமலே வளர்த்து வருகின்றார்கள். எப்படி வளர்த்துவருகின்றார்கள்? தத்தம் பாஷையிலுள்ள நூல்களைக் கிரமமாக ஆராய்ந்தும், காலந்தோறும் பயன்படத்தக்க நூல்களை இயற்றியும், தம் பாஷையிலில்லாத நூற்களைப் பிற பாஷையினின்றும் மொழி பெயர்த்தும், பலவகை வித்தியாசாலைகளை இடங்கள்தோறும் ஸ்தாபித்தும், கல்விகற்கப் பொருளில்லாத ஏழைப்பிள்ளைகளைப் பொருள்

உதவிசெய்து கற்பித்தும், பலதுறைப்பட்ட சாஸ்திரங்களிற் கூறப்பட்ட பொருள்களை நாடியாராய்ந்தும் பொறியுணர்ச்சிக் கெட்டாத பொருள்களை ஆய்ந்து சித்தாந்தஞ் செய்தற்கும் ஏதேனும் சஞ்சிகைகள் புதிதாய்ப் புறப்பட்டால் தேனென மொய்த்துக்கொள்வதும் முன்னர் ஆராயப்படாத பொருள்களை ஆராய்தற்கும் வேண்டும் இடம் பொருளேவல் எல்லாந்தந்துதவி யும் வளர்த்து வருவது உள்ளங்கை நெல்லிக்கனி போலாம்.

இவ்வாருலகத்துத் தத்தம் பாஷைகளை வளர்த்தலால் அவரெல்லாம் பலதுறைப்பட்ட கல்வி கேள்வியுடையராய் விளங்குகின்றார்கள். கல்வியால் ஆன்ற அறிவும், அறிவாற்பொருளும், பொருளால் வலிமையும், வலிமையால் விளக்கமும், விளக்கத்தால் உயர்வுமுடையராயினர்கள். ஆதலால் தம் பாஷையை வளர்ப்பார்களே உயர்ந்தாராவார் என்பது வெள்ளிடைமலையாம். இதுவன்றோ தத்தம் பாஷையை வளர்க்கச் செய்யுமுயற்சி, தத்தந் தேயத்தை உயர்விக்கச்செய்யு முயற்சியாம். அம்முயற்சியினுஞ்' சிறந்த தேசாபிமானமும் பேரநமும் பிறிதொன்றில்லையாம்.

நந்தமிழ்பாஷை அபிவிருத்தியுற்றிருந்த ஞான்று நம்முன்னோரிருந்த நிலையென்ன? நந்தமிழ் மொழி வளர்ப்பாரின்றிக் குன்றிய இக்காலத்து நமது நிலையென்ன? தமிழ்வளர்ந்துன்னத தசையிலிருந்த ஞான்று நம்முன்னோர் நிலை நமது நிலையிலும் பன்னூறு மடங்குயர்ந்ததன்றோ? அவருண்டதும் தமதுணவே அவருடுத்ததும் தமதாடையே அவர் வாழ்ந்ததும் தமது மாளிகையே அவரணிந்ததும் தமது பொன்னே அவரேறியது தமதிரதமே அவர் பூசியதும் தமது வாசமே அவரிருந்ததும் தமது நாடே அவராண்டதும் தமதரசே அவர் சேவித்ததும் தமதரவே அவரோடியதுந் தங்கடலே அவரோட்டியதும் தம்மரக்கலமே அவர் வழிபட்டதும் தந்தெய்வமே அவர் கும்பிட்டதும் தங்குருவே அவர் பேசியதும் தம் பாஷையே அவர் ஓதியதும் தமது நூலே.

அஞ்ஞான்று நம்முன்னோர் தமது நாட்டிற் பிறர் வந்திரப்பதும் ஒதுங்குவது மன்றிப் பிறர் நாட்டிற்சென்றிரத்து மொதுங்கியுமறியார். வாணிபத்தின் பொருட்டும் வெற்றியின் பொருட்டும் கடலோடுவதன்றி இந்நாளில் சிங்கப்பூர், பெனாங்கு, நெட்டால், மோரீஸ் முதலிய தீவாந்தரங்களுக்கு வாளா வயிறுவளர்க்கு நிமித்தம் கடலோடுவது போற் கடலோடியறியார் பிறரை ஏவல் கொண்டதன்றிப் பிறர்க்கு ஏகல்பூண்டறியார். அவர் தமது கைவினைப்பொருளைப் பிறர் வந்து கொள்வதன்றிப் பிறர்கைத்தொழிற்பொருளைத் தாங் கொள்ளலுமறியார்.

“வேயாமாடமும் வியன்சல விருக்கையு மான்கட் காலதர் மாளிகை யிடங்களும் கயவாய் மருங்கிற் காண்போர் தடுக்கம், பயன்ற வறியாப் பாவனரிருக்கையும் கலந்தரு திருவிற் புலம்பெயர் மாக்கள், கலந்திருந் துறையு மிலங்குநூல் வரைப்பும் வண்ணமுஞ் சுண்ணமுந் தண்ணருஞ் சாந்தமும், பூவும் புகையு மேவிய விரையும் பகர்வளர் திரிதரு நகரவீதியும், பட்டினு மயிரினும் பருத்திநூலினும் கட்டு தூண்வினைக் காருகரிருக்கையும், ஆரமு மகிலுந் தூசுஜம் துகிலு மாசறு முத்து மணியும் பொன்னும், அருங்கல வெறுக்கையோ டளந்துகடையறியா வளந்தளை மயங்கிய நனந்தலை மறுகும், பால்வகை தெறிந்த பகுதிப் பண்டமொடு கூலங் குவித்த கூலவீதியும், நாழியர் கூலியர் கண்ணொடை யாட்டியர் மீன்விலைப் பரதவர் வெள்ளுப்புப் பகருநற், பாசவர் வாசவர் பன்னிண விலைஞரோடோசுநற் செறிந்த வூன்மலி யிருக்கையும், கஞ்ச காரருஞ் செம்புசெய் குகநரு மரங் கொறச்சருவகருங்கைக் கொல்லரும், கண்ணுள் வினைஞரு மண்ணீட்டாளரும் பொன்செய் கொல்லரு நன்கலந் தருநரும், துன்ன காரருந் தோலின் றுன்னமும் கிழியினுங்கிடையினுந் தொழில் பல பெருக்கிப்பழுதில் செய்வினைப்பால் கெழுமாக்களும் குழிலினும் யாழினுங் குரன்முத லேழும், வழுவின் றிசைத்து வழித்திறங் காட்டு. மறும்பெறன்மரபிற்பெரும்பானிருக்கையுஞ், சிறு குருங்கைவினைப் பிறர்வினையாளரோடு மறுவின்றி விளங்கு மருவூர் பாக்கமும், கோவியன் வீதியுங் கொடித்தேர் வீதியும் பிடினகத் தெருவும் பெருங்குடி வணிகர், மாட மறுகு மறையோளிருக்கையும் வீழ்குடி யுழவரொடு விளங்கிய கொள்கை,யாயுள் வேதருங் காலக் கணிதரும் பால் வகைதெரிந்த பண்முறையிருக்கையும்,திருமணிகுயிற்றுநர்சிறந்தகொள்கையோ பணிவளை போழுநரகன்பெரு வீதியுஞ், சூதர் மாகதர் வேதா ளிகரொடு நாழிகைக் கணக்கர் நலம்பெறு கண்ணுளர், காவற் கணிகைய ராடர் கூத்தியர் பூவினை மடைந்தய ரேவர் சிலசியர், பயிருழிற் குயிலுவர் பன்முறைக் கருவியர் நகைவே ழம்பரொடு வகைதெரி யிருக்கையும், கடும்பரி கடவுநல் களிற்றின் பாகர் கொடுந்தே ரூருநர் கடுங்கண் மறவர்

எனவரும் காவிரிப்பூம் பட்டினத்துச் சிறப்புரைத்த சிலப்பதிகாரச் செய்யுளால் விளங்கும்.

நம்முன்னோர் இங்ஙன முயர்ந்திருந்த அக்காலத்தில் அவர் வைதிகநெறிக்குரிய நூல்களை மாத்திரமன்று உலகியனெறிக் குரிய நூல்களையுமொருங்கே கற்றுவந்தனர். பிராமணர் வைதீக நூல்களும் க்ஷத்திரிய குலத்தினர் யுத்த சாஸ்திரங்களும் அறநூல்களும் வைசியர் அர்த்த சாஸ்திரங்களும் சூத்திரர் காருக

கம்மிய முதலிய கைத்தொழிற்குரிய நூல்களும் விசேஷமாகக் கற்றும் கற்றதைச்செய்தும் உலகிய நெறிதளராவண்ணம் பாதுகாத்துவந்தனர். அதனாலவர்கள் சுவாதீனர்களாய் நம்மிலும் உயர்வுடையர்களாய் விளங்கினார்கள். பிற்றை நாட்பாண்டியர் தமிழையும் தமிழ்ப் புலவர்களையும் அலக்ஷியஞ் செய்யத்தலைப்பட்டனர். அன்று தொட்டது தமிழ்நாட்டிற்கு விபரீதகாலம். அதன்பின்னரே உட்பகைகளாலும் வேற்றரசர் படை யெடுப்பாலும் தமிழரசு வீழ்ந்தொழிவதாயிற்று. நம்முன்னோர் நாகரீகம் அவர் காலத்துக்கே ஏற்றது. காலந் தோறுங் காலவியல்பு மாறுதலின், மாறுபட்ட இக்காலத்துக்கு அக்காலத்து நாகரீகமெல்லாம் பொருந்த வேண்டுமென்பது ஆவசியகமன்று. பொருந்துவதைக்கொள்ளலும் பொருந்தாததைத் தள்ளலும் பொருந்தத்தக்க புதியனவற்றைத் தழுவுதலும் வேண்டும்.

ஆதலால் பழைய நூல்களுள்ளும் வேண்டுவனவற்றைக் கற்றும் வேண்டாதனவற்றைத் தள்ளியும் இந்நாளுக்கேற்ற புதிய நூல்களைச்செய்தும் பிறபாஷைகளிலுள்ள நூல்களை மொழிபெயர்த்தும் முன்னாளிலிருந்தருகிய பயன்படு நூல்களைத் தேடிப்பிரகடனஞ்செய்தும் வித்தியாசாலைகளை இடங்கடோறும் வாணிக நோக்கியன்றி வித்தியாபிவிருத்தி நோக்கித்தாபனம் பண்ணியும், கைவினை நூல்களும் கைவினைப் பயிற்சியும் தமிழிலே பயிற்றும் வித்தியாசாலைகளை நாட்டியும் சோதிட சாஸ்திரம், ரசாயன சாஸ்திரம், பரகிருதி சாஸ்திர முதலியன தமிழிலே பயிலத்தக்க வித்தியாசாலைகளையும் அதற்கு வேண்டும் யந்திரக்கூடங்களையும் ஸ்தாபித்தும் தமிழ்பத்திரிகைகளை யாதரித்தும், தமிழ்பாஷையை வளர்த்தாலன்றித் தமிழராகிய நாம் உயர்வதும் வுயர்ந்தவருள் வைத் தெண்ணப்படுவதும் எக்காலத்துமில்லை!

இதனைத் தமிழ் நாட்டிற்பிறந்து விளங்கும் பெருந்தகைகள் சிந்திக்குமாறு அவரைப் பிரார்த்திக்கின்றோம்.

மே, *1906*, பக். *156–158*. ஆன்றோர்க்கடிமை.

உலகில் மேம்பாடடைந்தவர் யார்?
(158ஆம் பக்கத் தொடர்ச்சி)

எழிலும் புகழும்பெற்ற நேயர்காள்! சென்றமீ வெளிவந்த வியாசனில் உலகில் மேம்பாடடைந்தவர் யார் என்று மகுடம் புனைந்து வரைந்த விஷயங்களைக் கண்ணுற்றுக்களித்த சில அன்பர்களஃதை யோர் பெரும்பொருட்டாயெண்ணி அஃதின் கருத்தையே யீண்டு வரையும்படி கோரியதால், மேல்புனைந்த

மகுடத்தின் கீழ் யாவருக்கும் பயன்படுமாறு சிலநீதிகளை வரையத் துணிந்தனம். ஏனெனில், யாமெடுத்த கருத்தை யப்போதே முடித்துள்ளதால், இங்ஙன மெடுக்க நேர்ந்தது சர்வ நலங் கோரியே.

“அரிதரிது மானிடராய்ப் பிறத்தலரிது’ எனக் கூறினர் நமது மூதாட்டியவ்வை.” இஃதின் கருத்தெமது சிற்றறிவுக் கெட்டிய வாறு இருவகைப்படும். முதலாவது மானிடராய்ப்பிறத்தலரிது. அதுவும் அங்கஹீனமின்றிப் பிறப்பதரிது அப்படி பிறக்கினும், இயற்கை செயற்கை கல்வி இத்திரி ஞானங்களும் பொருந்த இருப்பதரிது. இத்துணையும் பொருந்த இப்படியி லுய்ப்பவனே மானிடனாவன். இவனே மானிடபிறவிக்குத் தக்கோனாகிய சான்றோன். மற்றோர் பிறந்தும் பிறவாதவரே யாகையால் இத்தகைய அல்லல்களுக்குரிய இப்பிறவி எடுத்தலரிது அரிதினுமரிது என்ப தொக்கும்.

இரண்டாவ துத்தேசமாவது பகுத்தறிவில்லா வனசரங்கள், ஜலசரங்கள், பறவையினங்கள் முதலிய ஜீவப்பிராணிகளாய்ப் பிறக்காமல் உலகமே உஜ்ஜீவிக்கும் உத்தமஜீவன்களான பகுத்தறிவுள்ள, பேசுந்திறனுள்ள இம்மானிடப் பிறப்பை இம்மானிலத்தில் புனைந்திங்குற்றது எத்தனையோ நலன்களைச் செய்து பெற்ற புண்யத்தின் பலனே யாதலான், இம்மனிதப் பிறவி இலகுவில் லபிக்காத வன்மையுள்ள பெரும்பேருதலி னால் இவ்வுற்பவமே யிவ்வுலகுக் குயர்ந்த உற்பவம் எனவுங் கொள்ளலாகும்.

எது எப்படியாயினும் மிகுப்பயனை யுடைய மகத்தான இப்பிறவியை நாமெடுத்ததற்கேற்ப நல்லறிவாகிய ஞானதீபத்தின் காட்சியால் நம்மைப்படைத்தவ ருருவைக்கண்டு அவரினுட் கருத்தை யறிந்து, அஃதின்படி நீதிநெறியில் நாம் ஒழுக வேண்டியது மிக்க அவசியமாயிருக்க, இதற்கு மாறாக நமது உடல் கூற்றையுங் கவனியாது நமது கடமை யின்னதென்பதையுங் கவனியாது இயற்கை செயற்கை கல்வி ஞானங்களையும் ஏற்றபடி விர்த்திகரிக்காமல் கண்டதேகாட்சி கொண்டதே கோலமெனக் காலாகோலமாய்ச் சாதனைக்காரன் தலைகீழாய் நடப்பதுபோல அகம்பாவத்துடன், ஆரையு மதியாமல், அடக்கம் ஒடுக்கம் மானம் மரியாதைகளை விட்டு வாணாளை வீணாளாக்கி மண்ணாங்கட்டி சுவாமிக்கு மாவாற் பலகாரமா என்றபடி தானும் மண்ணாங்கட்டி பிண்டந்தானே தனக்குமாத்திரம் பொறுப்பில்லாத தன்மையேன்? இந்தப் பாண்டத்தை யுண்டுபண்ணின குலாலன் வேறுவித பாண்டமாக அதாவது மிருகம் பறவை முதலானவை போன்ற உருவை யேற்படுத்தாமல், மனிதனுருவைப்போல செய்தாரேயொழிய

மனிதர்க்குறுங் குணங்களைத் திரணமாத்திரமேனும் பொருத்த வில்லையே? பாண்டம் வனையுங் குயவனைப்போன்ற சடலத்தை யுருவாக்கும் ஆதிமூலப் பொருளாகிய சிருஷ்டிக் கர்த்தரான எமதையன் எளியார் நேயன் என்ற உறுதியும் இறுதியுமான பல எண்ணங்களை ஊடுருவிப் பார்ப்பரேல் உள்ளங்கை நெல்லிக்கனிபோல் நன்குவிளங்கும். பிறதூஷணை, கர்வம், அசூயை முதலியவைகளை விட்டுத் தானும் சுகப்படுவதுடன் தனது சுற்றத்தாரும் சுகப்பட்டு ஜகமெச்ச வாழ்ந்து சன்மார்க்கத்திற் சேர்ந்து நன்மார்க்கத்திற் றேர்ந்து ஆன்மாவை அகண்ட நிலையில் அனாதவஸ்துவில் நித்யாஸ்பதமாய் நிலைநிறுத்தி நிஸ்ஸம் சயம் நன்குடன் நீடுசுகிக்கலாமன்றோ? இன்றேல் காடுசுகித்தல் தானேற்கும்.

இப்படியைப் பரித்துக் காத்தளிக்குங் கடவுளினுண்மை யான கருத்துப்படி யுலக அபிவிர்த்தியின் பொருட்டுப் பிறப்பித்த நரஜன்மத்தை வீணாக்குமதிகேடர்கள், மலிந்து விட்டதனா லன்றோ? கருப்புங் கொள்ளை நோயும் பிளேக் கென்னுங் கொடிய நோயும் நமதிந்து தேசத்தை விடாது வாட்டி வதைத்துப் பல்லோரையும் ஓட்டாண்டியாக்கியும் எமனுலகாக்கி யும் இன்னுமனேக அமளிகுமளி செய்துகொண்டும் வருகிறது.

உண்மையுடைய உத்தமாத்மர்கள் சொற்பமேனு மாங்காங்கு மின்மினிப்போல் மின்னிக்கொண்டிருப்பதினா லன்றோ? நந்மிந்துதேசம் ஈடழியாம லிருக்கின்றது. தற்போ திலங்கும் உத்தம புருஷராகிய மேனாட்டாரை யுத்தேசிக்கின் அசூயை என்பது சிறிதுமின்றி எப்பிறப்பும் ஒரு பிறப்பென உத்தமஞானிகள் போற் கருதி உண்மையறிந்து சுற்றத்தைப் பேணி மற்றோரை யாதரித்து மேதினியில் மகிமைப்பெற்று துஷ்டரை யடக்கி சிஷ்டரைப்பாலித்துக் கொட்டத்தைத் தவிர்த்து மட்டற்ற மகிழ்ச்சியுடன் தங்கள் உற்றோர் பெற்றோர் பந்துக்களுடன் மற்றோரையுமதித்து உண்டுடுத்துக் களித்து உண்மைப் பொருளைநாடி உத்தமரை யுயர்த்தி மத்திபருக்கு மதியுரைத்து அதமரைத் தாழ்த்தி அதஞ்செய்து பதனமாய் இல்லோம்பி உலகோம்பி உருக்கப்பெருக்கத்துடன் வருக்கஞ்சூழ வெகு உல்லாசத்துடன் தேவகணங்கள் தேவலோகத்தில் எவ்விதப் பதவியைப் பெற்றுளரோ அவ்விதம் சுகக்ஷேமத்துடன் தங்கள் பிறவியை நன்னாளாக்கிக் காலந் தள்ளுகின்றனர்.

புராதனத் தேசமாகிய நம்மிந்து தேசத்திலோ வெனில் அறுவகை விகாரத்துடன் இடும்பை அசூயை என விரண்டுஞ்சேர அஷ்டவிகாரங்கள் ஒவ்வொருவரிடமு மிருந்து துஷ்டரிடம் உறைவிடமாகக் குடிகொண்டு

வெகு அகோரமான சீர்கேடுகளெல்லாம் செய்வித்துத் தானுங்கெட்டுத் தன்வாகனமுங்கெட்டுக் குருடன், குருடனை வழிநடத்துமாறுபோல் பாதாளப் படுகுழியில் வீழ்ந்து தவிக்கின்றதை யோசிக்கின் மானிடப் பிறவியாய்ப் பிறந்து சர்வ அறிவும் உடைத்தா யிருந்தும், நன்மைதீமைகளைப் பகுத்தறியுந் தன்மை வாய்க்காமலும், சான்றோர் சேர்க்கையின்மையாலும் ஏனோதானோ வென்று தான் தோன்றித் தம்பிரானாய்த் தறுகுறும்புத்தனமான அட்டகாசஞ்செய்து தட்டுகெட்டுத் தடுமாறிப் பித்தம் பிடித்தவர் போல் ஒருவர் சொல்லுங்கேளாமல் கர்வமும் அசூயையுமே நட்புக்கொண்டு நன்னிலைவிட்டு நடுவீதியில் நாணமில்லாமல் நவிலும் மதியீனர்களுக் கேற்றவாறு தண்டனையே கடவுளும் விதித்துள்ளார்.

இத்தகையினரின் பெருக்காலாயே நமது தேசம் கேடுபாடாகி க்ஷீண திசைக்கு வந்துளது அசூயை எனும் பொறாமையினா லன்றோ? திரியோதனன் தனது கிளையோடழிந்தான்." "பொறுத்தவர் நாடாள்வர் பொங்கினார் காடாள்வார்" என்ற வாக்கியம் பஞ்சபாண்டவர் பங்கு சூசிப்பிக்கின்றதே. மௌனம் கலகநாஸ்தி என்பது மேலோர் கொள்கை. துஷ்டரைக் கண்டால் தூரவிலக வேண்டும். ஆதலால்தான் ஞானிகள் பாபிகளிடையில் வசிக்காமல் கானகத்தினிடைத்தனித்து வசிக்கலாயினர். தீயரின் தீக்குணத்துக்கேற்க கடவுள் பல அல்லல்வினைக ளளித்தும், மதியீனர்கள் கருதாமலிருப்பதால் இன்னும் என்னபாடு படுவாரோ அறியோம்.

(பின்தொடரும்.)

ஜூன், *1906*, பக். *186–188*. ஆன்றோர்க்கடிமை.

மரண அறிக்கை

சென்னை மவுண்ட்ரோட் (S. Dorsamy) ஷாப்பின் அட்டெண்டரும், அநேக ஆங்கிலப்பிரபுக்களாற் கீர்த்திபெற்றவரும், கற்ற பெரியோர்களின் நேசரும், நற்குணரென்று புகழப்பட்டவரும், தேவதாபக்தியுடையவரும், எங்களது அன்பார்ந்த மைத் துனருமாகிய தானியேல் சாமுவேல் அவர்கள் தன்மனைவி ஆஞ்சீலினாளம்மாளையும், அன்னாள், ஜீவமணி, தேவஇரக்கம், சிரோன்மணி எனும் நான்கு சிறுமக்களையும் துக்கமெனு மிவ்வுலகிலிருத்தி சென்னை ஆயிந்தீபநகரில் 1905 ஷு சூலமீ 31உ காலை 7 மணிக்குக் கர்த்தருக்குள் மரித்தார். வயது 37 அன்று. மாலை திருச்சபையோர் புடைசூழ மைலாபூர் கியூபில் ஐலண்டு கல்லறையில் சங். ஏபிராம் ஐயரவர்களால் நல்லடக்கஞ் செய்யப்பட்டது.

பீற்றர்டுறு. பால்டுறு. ஆ.சூ. அப்பாதுரை உபதேசியார்.

பெரம்பூர் சிறுவள்ளூரில் வசித்திருந்த எனது மருகரும், வீராசாமி யவர்கள் குமாரருமாகிய பாளையம் அவர்கள் தனது மனைவியும் மூன்று பிள்ளைகளும் தியங்க 1905 ஷு செப்டம்பர் மீ 24 உ ஞாயிற்றுக்கிழமை இரவு 8 மணிக்கு உயிர் துறந்தனர்.

சிறுவள்ளூர் H. முருகேஸம்.

செறிந்தவிடூஉ சிக்கொடுமை யால்பிரம்பூர் வாழ்ந்தவனாம் சி. கோ விந்து பொருந்துமனை

தாயம்மாள் மதியாகஸ்ட் டிருபதினிற் பூவை நீப்ப வருந்துசுதை
ஜீவரத்ந மம்மாளு மம்மூன்றாம் நாண்மறைந்தாள் திருந்திய
சி. கோவிந்தும் முப்பஃதி லுயிர்த் துறந்தார் சிந்தை நைந்தே.

நுங்கம்பாக்கம் வீ.ஆ. சண்முகம் பிள்ளை.

சென்னை மெடிகல்ஸ்டோர் 3வது பாக்கிங்டிபார்மென்ட் சூப்பரன்டென்டென்ட் ஆக இருந்தவரும், சங்கீதாப்பியாச முடையவரும், சற்சனரால் நற்குணரென்று புகழப்பட்ட வருமாகிய ஷெயூர் கொண்டியம்மதி கிராமம்.

ம—ள—ள—ஸ்ரீ.வ. ஆறுமுகம் பிள்ளை என்பவர் 1905 ஞு. ஆகஸ்டு மீ 21ந்தேதி திங்கட்கிழமை பகல் 2 மணிக்கு பரமதமடைந்தனர்.

அ. ஆடியபாதம் பிள்ளை.

ஜனன அறிக்கை

அரியசா மிப்பதுமத் தாண்மலரி னருள்வேண்டு மன்புற் றேநற்
பிரியசா தனமாகு நன்னெறியை மனத்திருத்தும் பேற்றான் கோலார்
பெரிசா மிப்பிள்ளை தம்மனையா ளோடிழைத்தப் பெருந்த வத்துக்
குரியசா தகபுதல்வ னிம்மதியா றாந்திகதி யுதித்தான் மன்னோ

அக்டோபர் 1905, ப. 26. F.C. தம்புசாமிப் பிள்ளை.

ஜனனப்பிரஹடநம்

சபாப்ர சங்கக்கோளரி எனும் பட்டமேன்? சென்னைச் சிந்தாதரிப்பேட்டை நிவாசியும் மிஸ்டர் பாப்பம் ஏடிகாங் துரையவர்கள் கிரககண் காணியருமாகிய எனாசீசாதரம் D.P. ஐயாவுபிள்ளையவர்களுக்கு 3வது ஆண் குழந்தை ஜனனம் தாயும்பிள்ளையும் சுகமுடனுஜ் ஜீவிக்கவாழ்த்துவாம்.

நவம்பர், 1905, ப.51. சென்னை நுங்ககம்பாக்கம்
கன்னியாநகர்.
வி.சா.மா. சாரங்கபாணி தாஸ்.

ஜனனமரண அறிக்கை எழுதும் அன்பர்களுக்கு அறிக்கை

ஆதரணை கர்த்தர்கள் தவிர ஏனையோர் 3 வரிக்குமேலெழுதினால் வசனத்திற்கு 4 – அணா அனுப்ப வேண்டும். பாடலாக எழுதி அச்சிட்டால் 4 வரி பாட்டொன்றுக்கு அணா 8. எட்டாக

முன்பணம் அனுப்பினாலன்றிப் பிரசுரிக்கப்பட மாட்டாது. அன்பர்கள் கவனித்துச் செய்வார்களாக.

பெப்ரவரி, 1906, பக். 119.

மரண அறிக்கை

பிருங்காசலம் மடுவங்கரை வீதியில் வசித்த, அ. தெய்வசகாயம் அவுல்தார் குமாரத்தி உத்ரியமரியம்மாள் இவ்வருடம் ஜனவரிமீ 31உ புதன்கிழமை காலை 6 1/2 மணிக்கு தாமஸ் என்னும் தன் புத்திரன் முதலி யாவரும் துக்கிக்க விண்ணாடு சென்றாள். இவ்வாத்மம் சுகமுற மன்றாடுத லவசியம்.

பெப்ரவரி, 1906, பக். 124. பிருங்காசலம்,
T.M. முனிசாமித் தொண்டன்.

நன்மரண அறிக்கை

பெங்களூர் பிளாக்கிபள்ளியின் நாட்டாண்மை ம–ா–ா–ஸ்ரீ எப்.டி. சவரியப்பன் பிள்ளையவர்களின் செல்வ குமாரன் அந்தோனிசாமி யென்னும் எங்கள் கண்மணி நிகழும் 1906ஷு மார்ச்சுமீ 31உ சனிக்கிழமை தன் தவுத்தாயார், அரிய சகோதரி, சுற்றத்தார் முதலானோர்கள் கதறிப் புலம்பிப் பரிதபிக்க கைநெகிழவிட்டுத் தனதிளம்பருவத்தில் கர்த்தருக்குள் நித்திரை அடைந்தனன். ஆகையா லிதைக் கண்ணோக்கும் விசுவாசிகள் அந்த ஆத்துமம் இளைப்பாற்றி காகவேண்டிக்கொள்ளும்படி மன்றாடும்.

மரித்தபாலகனின் ஞானத்தந்தை
D. அந்தோணி பிள்ளை. கோலார் – மாரிகுப்பம்

கடந்த பெப்ரவரிமீ 15உ வியாழக்கிழமை எனது தமக்கை குமாரத்தி மீனாட்சியம்மாளும், 16உ வெள்ளிக்கிழமை இரவு 9–மணிக்கு என்பெரிய தகப்பனார் இரட்டைமலையவர்களும், 20உ புதன்கிழமை காலை 11–மணிக்கு எனது அண்ணியாரும், 22உ வெள்ளிக்கிழமை என் தமக்கைக் குமாரன் மதுரவாசகமும் தேகவியோகமானார்கள். இப்பெருந்துக்கத்தை அன்பர்க ணோக்கி யிவ்வான்மாக்கள் சுகநிலையெய்தும்படி திருவருளைப் பிராத்திக்குமாறு இங்ஙனமிதை வெளியிட்டோம்.

மே, 1906, பக். 175. T.S. முனிசாமிதாஸன் (இரங்கோன்)

பெங்களூர் ம-ா-ா-ஸ்ரீ, C. சகாதேவம் பிள்ளை யவர்கள் மனையாளும், ஷை யூர் செண்ட் மேரிஸ் ஸ்கூல் உபாத்தியாயர்
ஸ்ரீ C.S. ஞானப்பிரகாஸம் பிள்ளையவர்கள் தாயாருமாகிய,
ஜானகியம்மாள் தேகவியோகப் பிரிவாற்றாமையால், பூலோகவியாஸன்" பத்திரிகாசிரியர் பாடிய குளகவிருத்தம்

நித்தியனாய் விளங்கியருட் கருணைமுகி லெனவோக்கு
நிமல னீதே
சத்தியமென் றெல்லவர்க்கும் விளக்கவெனத் தமதருளின்
றன்மை நாட்டி
யுத்தமத்திற் பலவுயிரைப் படைத்தளித்திங் கழித்திடுமவ்
வுரிமை யேற்றுச்
சுத்தமிகு மனத்தினளாய் ஜானகியம் மாளுலகைத்
துறந்தா ளென்போம்,

என்றாலு மன்னவளின் கொடையழகும் நடையழகு மிசைந்த
வாய்மைக்
குன்றாத வுபச்சார மொழியழகும் விழியழகுங் குவல யத்தோர்
நன்றாயுங் கலைஞானப் பிரகாச மோடுஜக நாத னென்ன
நின்றாரும் புதல்வர்களுக் கறிவூட்டு மதியழகும் நினைக்குந்
தோறும்;

எவர்கலங்கா ரெவருருகா ரெவரழுகை யொழிந்திடுவா
ரென்னே யிந்த
நவமாது சென்றனளே யேன்சென்றா ளெனத்திகைத்து
நலியார் யாவர்
அவமாக வொருசெயலும் புரியாவெம் மன்னையுயி ரகன்ற
தெல்லாஞ்
சிவமாகக் கருதியவர்க் கமுதளிப்ப மேலுலகஞ் சேர்தற் கென்றே.

நீலகிரி V.M. பொன்னுசாமிப் பிள்ளையவர்கள் பாடியது.

திருவார் கமலமுகவெழிலுஞ் செம்மைநலமுஞ் சிறந்தொளிரும்
பெருமாண் பினுக்கோ ரிலக்காகப் பிறங்குமுயர்ஜா னகியம்மாள்
தருவார் முத்தி யடைந்ததுநற் றவத்தோர்க் கின்ப மென்றாலு
மருவா ருலகி லெம்போல்வார் மனமோர் கணமுந் தாளாதே.

மே, 1906, பக். 178–179.

சமாசாரக் கூற்று

தார்வார்கோல்ட்மைனிங் நிலமை – ஐயா யாது காரணத்தினாலேயோ நமது பழைய பரமசிவனுக்கும் கிழட்டு நாராயணனுக்கும் ஓழைவாய் ஈஸ்பரனுக்கும் தார்வார்மை னிங்மேல் கோபம்கொண்டு குண்டுமருந்தினால் கொலைசெய்துகொள்ளவும் தண்ணீரில்தானே மாளவும் பத்துநாளாய்ப் புத்தியைக் கெடுத்து வருகிறார்கள். *1905* செப்டம்பர் மாதம் 6 தேதி புதன்கிழமை யன்று சாயங்காலம் 4½ மணிக்கு ஊசி நூலைக் காண்பித்து மோசம் செய்யும் தய்யற்காரப் பைய்யலொருவன் மூன்றுபாலியருடன் சேர்ந்துகொண்டு வேர்த்த உடம்பினழுக்கெல்லாம் தீர்த்துக்கொள்ளப் பார்த்துப் பாதாளத்தி லிருந்து வந்து தாராள மாய்த் தண்ணிநிரம்பிய தண்ணித்தொட்டியில் முன்னதாகக் குதித்தான். மற்றமூன்று வாலிபரும் குதித்தவனைப் பார்த்தார்கள். அவனோ அரை மணிநேரம் தண்ணியின் அடியில் சென்று சேற்றில் மாட்டிக்கொண்டு குஸ்த்திப்பிடித்து உள்ளவே பீட்டாய்விட்டான். பீட்டானானென்று தெரிந்து மற்ற மூன்று மோட்டா சாஸ்த்திரிப்பாலியர்களும் எமனாயிருந்த இஞ்சின் பக்கம் எடுத்தார்கள் கம்பி. அப்போது அங்குள்ளவர்கள் இவர்கள் ஓட்டத்தைப் பார்த்து ஏண்டா அப்பா தம்பி என்றதற்கு வேண்டாமப்பா வம்பு என்றார்கள். சந்தேகத்தின்மேல் தடுத்துக் கேட்டதற்குத்

தம்பி தையற்காரன் தண்ணீரில்விழுந்து தலைகீழாய் நட்டுக்கொண்டு மாண்டானென்று சொன்னார்கள். அதன்பிறகு அங்குள்ளோரும் அவன் சுற்றத்தாரும் வெளியில் எடுத்து வீட்டுக்குக் கொண்டுபோய் விட்டார்கள். போலீஸ் விசாரணை இனிமே லாகும் தார்வார்கோள்மை நீங் இப்போது தான் கோலார்பைனிங்கைப் போல் சுருவு காண்பிக்கிறது.

அக்டோபர் 1905, பக். 23–24. *இப்படிக்கு,*
V.C. *மதுரைநாயகம் பிள்ளை.*

வினோதக் கூற்று

கடந்த மூன்று யுகங்களிலு மிருந்தவர்களின் சரிதையைப் புராணங்களாகவும் நாடகங்களாகவும் எண்ணரிய புத்தகங் களை யெழுதிவைத்த புலவர்கள் நாரத முனிவரையுங் குறித்து ஒருபுராண மாவது நாடக மாவது எழுதாமற் போனதுசரியா வெனகோளனூர் வாசிகள் கலியுக நாரதருக்கு ஒரு பெற்றிஷன் எழுதப் போகிறார்களாம்.

ருஷியாவுக்கும் ஜப்பானுக்கும் நேர்ந்த சண்டையின் விஷயமாக இப்போது சமாதான நடவடிக்கை நடந்தேறு வதைக் கேட்ட "நாரதர்" ஆ–ஆ என்னையறியாமலுமொரு காரியம் நடக்குமா இதோ சமாதானத்தை அமாதான மாக்கி விடுகிறேன். பாருங்களென வெகுஉல்லாசமாய்த் துடையைத் தட்டிச் சவால்போட்டாராம்.

திரிகாலவர்த்தமானியான நாரதர் அக்காலத்திற் கேற்றவாறு நன்மையானவற்றைப் பேசிவந்த மேறை இக்கலியுகத்தனுந் தோன்ற ஒரு தரும கலாசாலை யேற்படுத்திப் புறம்பேசுதல் கலகம் விளைத்தல் பொய் யுரைத்தல் முதலான அரிய விஷையங்களையே போதித்துவரப் போகின்றதாகவும் கோளனுக்குக் குண்டினி ஆகாயத்தந்தியொன்றடித்திருக்கி றானாம் இதுவன்றோ தருமம். தூற்றும்பெண்டீர் கூற்றெனத்தகுமென்று முகத்தில் மீசையற்ற பெண்களுக்கு மாத்திர மெழுதிவைத்த பழையபாட்டி அங்கொருபேச்சு மிங்கொருபேச்சுமாய்ப் பேசிக் கலகம் விளைத்துவரும் மீசை முளைத்த பெண்களுக்கு மொன்றெழுதி வையாத வஞ்சனையைப் பார்த்தீர்களாவென தாடி முளைத்த தையலர் தானாயழுகின்றார்களாம் அந்தோ பரிதாபம்.

ஓடுகிற நாய் ஓடினால் சும்மாயிருக்கும் நாய்களுக்கு இறப்பெடுப்பதுபோல் கற்றவர்களும் கற்றவர்களும் முட்டிக் கொள்ளும்போது அக்கல்வியற்றவர், புட்டஞ்சொரிந்து

கலகத்தை நெட்ட வைத்துக் கபடநாடக சூத்திரம் செய்யும்பட்டி மாக்காள் திட்டப்பட கெட்டிக்காரனான ஜிட்டிகள் வேண்டும். இட்டப்பட்டவர்கள் சட்டென மிட்டாதாரர்களுக்கு விண்ணப்பிக்கவும்.

சுவற்றிற்குத் தேள்கொட்டினால் மிடாவுக்கு நெறிகட்டியது போலவும், அவனேன் செத்தான் இவளேன் அழுதாள் என்பதுபோலவும் சந்தேகித்துக் கலகமூட்டி ஆழந்தெரியாமல் கால்வைப்பவர்கள் யாராவது உண்டா என்று நமது வியாசன் அறிவிக்கக் கோருகிறேன்.

அக்டோபர் 1905, ப. 26–27. வேங்கைவீரன்

சமாசாரக் கொத்து

சென்னையிலும் மற்றும் சுற்றுப்புறங்களிலும் நல்ல மழை பெய்கிறது. வாந்திபேதி முற்றிலும் மட்டிட்டுவிட்டது.

புழலேரி – ஜலக்குறைவுபட்டிருந்த புழலேரி, தற்போது பெய்தமழையால் ஏறக்குறைய நிரம்பப்பட்டது. முன்னிருந்த மட்டத்திற்கு 4 அடி உயர்ந்தது. சுதேசிய நடவடிக்கைகளைப் பற்றி 18 வ எஸ்பிளநேட் மைதானத்தில் ஓர் பெருங்கூட்டம் கூடப்பெற்றது. அக்காலத்தில் ஆயிரம் கணக்கான ஜனங்கள் கூடினார்கள். சென்னை ஐகோர்ட் சீப்ஜஸ்டிஸ் மிஸ்டர் ஆர்னால்ட் ஒயிற்றென்பவர் ரஜாவினின்று திரும்பித் தனது வேலையைக் கைக்கொண்டார். சென்னை போலீஸ் C. டிவிஷன் கான்ஸ்டேபிள் பச்சையப்ப னென்பவன் நம்பிக்கைத் துரோகமான வியாஜியத்தில் பிரவேசித்து அதைப் பஹிரங்கப்படுத்தாமல் அடக்கின குற்றத்திற்காக, டவுண்பிரசிடென்ஸி மாஜிஸ்ட்ரேய்ட் மிஸ்டர் அசிஸ்உடீன் பாதூர்சாயபு அவர்களால் 3 மாதம் கடுங்காவல் பெற்றான். போலீசுபுலிகளே இம்மாதிரி செய்வது புன்சிரிப்புக்கு இடமாகிறதல்லவா? இம் மாதம் 18 வ கல்கட்டா கிட்னப்பூர் டர்க்கில் சாமான் வண்டி ஷண்டிங்செய்துகொண்டிருக்கும் போது மத்தியிலிருந்த ஓர் கூலி, பப்பரில் அகப்பட்டு மாண்டான்.

இம்மாதம் 17 இந்தியா செக்ரடேரி அவர்கள் இந்தியா வுக்குப் பழனமாகிவரும் இளவரசரையும் அரசியையும் தருவித்து விருந்தளித்தனராம். அக்காலத்தில் இந்தியாவுக்குப் புதுகவர்னர் ஜனரலாகவரும் லார்ட் மின்டோ அவர்களும் இன்னும் சில பிரபுக்களும் விஜயஞ் செய்திருந்தனர். 19 வ இந்தியாவுக்குப் பழனமானார்கள். கல்கட்டாவில் பாபு பெனர்ஜி என்பவர் ஆபிரகாம் என்னும் ஒரு யூதவர்த்தகர்

ஷாப்புக்குள் அத்துமீறிசென்றுஷாப் ....[1]
அவர்கள் தேசிய விஷயத்தில் கிஞ்சிற்றும் இரக்கமில்லாமல் மறுத்ததன்றியும் ஷெ பாபு அவர்களின் மீது அத்துமீறிவந்த குற்றத்திற்காக பிரசிடென்ஸி மாஜிஸ்ட்ரேய்ட் முன்பாக வியாஜியம் தொடுத்தார். மாஜிஸ்ரேய்ட் அவர்கள் குற்றவாளியை ஏழைகளின் போஷிப்புக்காக ரூபா 25 கொடுத்து சமாதான மாய் விடும்படி ஏற்பாடு செய்தார்.

சென்னை யூனிவர்சிட்டி ரெஜிஸ்ட்டரார் மிஸ்டர். C.A. பாட்டர்சன் துரையவர்கள் சென்னை முனிசிபாலிட்டியார் மீது 1600 ரூபாய்க்கு நஷ்ட கேஸ் கொண்டுவந்தார். அக்கேஸ், சென்னை கீழ்க்கோர்ட்டு சீப்ஜர்ஜ் மிஸ்டர் J.G. இஸ்மித்துரையவர்களால் விசாரணை நடந்து தள்ளி விடப்பட்டது.

13 வயதுடைய வேலு என்னும் ஓர் வாலிபன் கொஞ்சம் உப்புதிருடினதற்காக சென்னை டவுண்பிரசிடென்சி சீனியர் மாஜிஸ்டிரேய்ட் முன்பாகக் கொண்டுவரப்பட்டு 3 மாதம் கடுங்காவலடைந்தான். அவன் வயது நோக்கி இன்னும் 5 வருடம் செங்கற்பட்டு ரிபர்மேட்டரி பள்ளிக்கூடத்தில் வைத்திருக்க தீர்ப்பானது.

எழுமூர் போலீஸ் காவலிலிருந்து தப்பித்து ஓடிப்போன மாணிக்க மென்பவன் பிடிபட்டு எழுமூர் சீப் பிரசிடென்ஸி மாஜிஸ்ட்ரேய்ட் அவர்களால் 6 மாதம் கடுங்காவல் தண்டனை விதிக்கப்பட்டான். இத்தண்டனை முன்னடைய தீர்ப்புப் பெற்ற 6 மாதங்கழிந்தமறு ஆறு மாதம் காவலிலிருக்க வேண்டியது.

சென்னை சிட்டி சிவில் கோர்டில் லட்சுமியம்மாள் என்பவள் 90 ரூபாய்க்கு எதிராஜிலு நாயுடு சீதாபதி நாயுடு என்பவர்களின் மீது கொண்டு வந்த வழக்கு விசாரணை நடந்தேறி வரும்போது முருகேச முதலி யென்பவர் முதல்பிரதிவாதியின் குமாரனாகிய நாராயணசாமி நாயுடு 2000 ரூபாய்க்கொடுத்துவிட்டால் அந்த அம்மாள் சமாதான மாவார்களென்றும் அவ்வாறு செய்ய தனக்கு 200 ரூபாய் கைக்கூலிப் பெற்றுக்கொண்டும் போனார். வழக்கப்படி சின்ன கோர்ட்டில் விசாரித்த கேஸ் முழுத்தொகைக்கும் டிகிரியாய் விட்டது. 200 ரூபாய் பெற்றுக்கொண்டு போனவர் மௌனஞ் சாதித்துவிடவும் எழுமூர் சீனியர் மாஜிஸ்டிரேய்ட் கோர்டில் மோசபாவத்து கேஸ்தொடுத்து விசாரணையானது. விசாரணை காலத்தில் பிரதிவாதி முருகேச முதலியார்

1. மூல இதழில் ஒரு சில வார்த்தைகள் தெளிவு இல்லை.

பெற்ற ரூபா வேறு விஷயத்தில் சம்பந்தப்பட்டதென்று சொன்னதின்பேரில் கோர்டார் கேசைத் தள்ளிவிட்டார்கள்.

நாடகங்களை நடித்துக்காட்டுவதில் மிகவும் வல்லவ ராகிய ஸர்ஹென்ரி இர்விங் என்பவர் சென்ற வெள்ளிக் கிழமையன்று லண்டனில் மரித்தார்.

ராஜ புதனத்தில் இன்னும் பஞ்சக் குறிகள் பலமாகவே யிருக்கின்றன. கிருஷிகர்களுக்குக் கவர்ன்மெண்டார் கூடுமான உதவியெல்லாம் செய்து வருகின்றார்க ளென்பது மிகவும் சந்தோஷிக்கத்தக்கது.

அக்டோபர் 1905, பக். 27–28.

சமாசாரக் கொத்து

மகான் ஸ்ரீ செங்கற்பட்டு சுவாமிகள்:– இவரது 14வது திருநக்ஷத்திரம் வரும் 9உ வியாழக்கிழமை திருவொற்றியூர் மடத்தில் வெகு ஆடம்பரமாய் நடத்தப்பெற்று 2000 ஏழை களுக்கு அன்னமுமளிக்கப்பட்டது.

கல்கட்டா வண்டிக்காரர்களின் கட்டுப்பாடு:– கல்கட்டாவில் வண்டிக்காரர்கள் தொழில் நிறுத்திவிடக் கட்டுப்பாடு செய்து விடுவார்களென்ற பயம் இன்னும் அகலாமலே யிருக்கின்றது. இதன் மூலகாரணம் ஓர் உத்தியோகஸ்தரின் கொடுஞ்செய்கையே யென அறிகின்றோம். வண்டிவிசாரணைக்காரராகிய மிஸ்டர் லெய்ஸ் என்பவர் பரிசோதனைக் காலத்தில் வண்டிக்காரர்களையெல்லாம் தாறுமாறாகத் திட்டியும் அடித்தும் தொந்தரைசெய்ததினா லேயே வண்டிக்காரருக்கு இத்தனை கோபமுண்டாயிற் றெனப்படுகின்றது.

விக்டோரியா மகாராணியின் சிலை: – கராச்சி நகரத்தி லிருந்து வேல்ஸ் இளவரசர் புறப்படு முன்னர் அங்கே விக்டோரிய மகாராணியின் உருவச் சிலையைத் தமது கையினால் திறந்துவைப்பார்.

ஸ்திதி மாறுபாடின்றி நிற்றல்: – லண்டன், நவம்பர் 3உ ருஷியாவின் பொது ஸ்திதி இன்னும் மாறுபடாமலே நிற்கின்றது. யூதர்களுக்கு விரோதமான கலகங்களும் கொலைச் செயல்களும் கிஷினெப், ரோஸ்டாப், கீப், போல்டேவா, ஸெவாஸ்டொபோல் முதலிய பலவிடங்களில் நடந்து வருகின்றன.

மன்னிப்பின் அளவு: – லண்டன், நவம்பர் 4வ ருஷிய மன்னிப்புக் கட்டளை மிகவும் பரந்த தன்மை யுடையது. ராஜாங்க சம்பந்தமான கைதிகள் விடுதலை பெறுவார்கள்.

தொந்தரைகளின் தொடர்ச்சி: – ருஷியா அமைதிபெற்று வருகிறதென்று நினைக்க அடையாளங்கள் காணப்பட வில்லை. நாள்தோறும் புது இடங்களில் கலகங்களும் கொலைச் செயல்களும் ஏற்பட்டு வருகின்றன.

இம்மாதம் 6 ஆந் தேதியன்று புனாவில் இந்தியப்பெண் சுதேசிய விஷயமாயொரு கூட்டங்கூடினார்கள்.

ஒரு கூலிப் பெண்ணோடு பலாத்காரமாகப் புணர்ந்த ரயில்வே கார்டு ராம்ஸ்டெல்லும் பிரைவெட்டை மாக்கும் முறையே ஏழுவருஷம் சிறைச்சாலைவாசிகளாகச் சிக்ஷை பெற்றார்கள்.

மதுரையில் உயர்தரக் கலாச்சாலைகள் இரண்டு உண்டு. நேடிவ் காலேஜ், பசுமலைக் காலேஜ் இவ்விருசாலைகளின் பெயர்களும் இப்பொழுது மாற்றப்பட்டன. அவையாவன மதுரைக் காலேஜ், அமெரிக்கன் மிஷன் காலேஜ் மதுரை.

மாக்ஷிமை தங்கிய சென்னை கவர்னர் துரையவர்கள் தமது சுற்றுப்பிரயாணத்தில் கொச்சி நாட்டுக்குச் சென்று புதிதாய்ப் போடப்பட்ட கொச்சி வன டிராம்வண்டிப் பாதையை இம்மாதம் மூன்றாம் தேதி திறந்தார்.

மறுமணத்தால் நேர்ந்த மரணம்:– குண்டூரி லிருக்கும் ரங்கநாயகியம்மாள் என்னும் பிராமணவிதவை, இரண்டாந்தரம் கலியாணம் செய்துகொண்டும், ஊரார் கூறும் அவமதிப்பைப் பொறுக்காமல் சமீபகாலத்தில் கிரிஸிரினாபில் என்று வழங்கும் மண் எண்ணையால் தேகத்தைச் சுத்தப்படுத்தி ஈராடைக்கொப்ப துணிகளை அதில் நனைத்து உடுத்திக் கொண்டு நெருப்பைவைத்துவிட, குப்பெனப்பற்றிக்கொள்ள விதவைக்குமரி விண்ணுலகடைந்தாள், அந்தோ! பரிதாபம்!

முனிசாமி அல்லது பெரியசாமி என்பவன் சென்ற புதன்கிழமை பகல்யானைகெவுனி தெருவில் ஒரு குழந்தைகயின் கையிலிருந்த ஒரு பொன் காப்பைத் திருடினதாக நேற்று முன்தினம் டவுன் கோர்ட் சீனியர் மாஜிஸ்டிரேட்முன் குற்றஞ்சாட்டப்பட்டு, குற்றவாளி அநேகந்தரம் தண்டிக்கப்பட் டிருப்பதால் 1 1/2 வருஷக் கடுங்காவல் விதிக்கப்பட்டான்.

டவுன் கோர்ட்டு சீனியர் மாஜிஸ்டிரேட்டு மகமத் அஜிஸூடின் உசேன் சாயபு பகதூர், கான்சாகேப் வருகிற

டிசம்பர் மாதம் முதல் தேதியிலிருந்து தென்கன்னடம் ஜில்லாக் கலெக்டராகவும், ஜில்லா மாஜிஸ்டி ரேட்டாகவும் பதில் பார்க்கும்படி நியமிக்கப்பட்டு விட்டார்.

இந்திய மதுவிலக்குச் சங்கமொன்று சென்ற வருஷம் பம்பாயில் முதல் தடவையாகக் கூடிற்று. இவ்வருஷம் பெனாரிஸில் இரண்டாவது தடவையாகக் கூடுமென்றும், அப்போது ஸர் பாலச்சந்திர கிருஷ்ணா அக்கிராசனம் வகிப்பாரென்றும் தெரிய வருகிறது.

இந்தியாவுக்குப் புதுகவர்னர் ஜனரலாய் வரும் லார்ட் மின்டொ என்பவர் நவம்பர் மீ 20உ பம்பாய் நின்று புறப்பட்டு 22உ புதன்கிழமை கல்கத்தா சேருவார்.

ஈஸ்ட் இந்தியா ரையில்வே கம்பெனியில் காமிக்கா சரன்சென் – என்பவன் மோசம் செய்து திக்கட்டுகளை விற்பனை செய்ததற்காக அவ்விடத்திய பிரசிடென்ஸி மாஜிஸ்ட்ரேய்ட் முன்பாக விசாரணைக்கு வரப்பெற்று அடுத்த செஷன் விசாரணைக்குக் கமிட் செய்யப்பட்டான்.

கல்கத்தா ரெவினியூ போர்ட் மெம்பர் Mr.C.U. பால்டன் என்பவருக்குப் பதிலாக கனம் மிஸ்டர் கிருஷ்ண கோவிந்த குப்தா என்பவரை நேமிக்கப்பட்டிருக்கிறது.

குவாலியர் போஸ்ட் மாஸ்டர் ஜனரல் ராய்பகதூர் தௌலத்ராம், C.I.E. என்பவரை நமது இளவரசரும் இளவரசியும் இந்தியாவை விஜயஞ் செய்து திரும்புகிறவரையில் அவர்களுக்கு வரும் தபால்களுக்காக சுப்பரின்டென்டாக நியமிக்கப்பட்டிருக்கிறது.

அக்டோபர் மீ 27உ வெள்ளிக்கிழமை பம்பாய் துறைமுகத்துள் வந்திறங்கினவருள் கப்பர் தாலா மகாராஜா அவர்களும் மகாராணி யவர்களும் ஐரோப்பாவிலிருந்து வந்தவர்களில் இவர்களொருவராம்.

பூனாவில் ஒரு சுதேசஸ்திரிக்கு இரட்டைப் பிள்ளை பிறந்தது. அச்சிசுவுகளின் முதுகு ஒன்றோடொன்று ஒட்டிக்கொண்டு இரண்டு சிரங்களுடனிருக்கின்றன. இரண்டுக்கும் தனித்தனியே பாதங்களும், கால்களு மிருக்கின்றன. ஒன்று நடந்தால் மற்றொன்றை யிழுத்துச் செல்லுகின்றது. இந்தக் காக்ஷியை நமது இளவரசருக்கும் இளவரசிக்கும் காட்டும் பொருட்டு பம்பாய்க்குக் கொண்டுபோகப்படுமாம்.

நவம்பர், 1905, ப.51–53.

வினோத கூற்று

இவ்வரிய இந்தியாவுக்கு விஜையமாகும் பிரின்ஸ் ஆவ்வேல்ஸ் இளவரஸரையும், இளவரசியையும் சந்திக்க, திரிகால வர்த்தமானியாகிய நாரத முனிவரும், தன் சீஷர்களாகிய ஒரூரை ஏழூராக்கும் கலகபிரியரும், சத்தியமாறி பொற்றன், கள்ள கம்பிடுக்கார கர்ம்மசண்டாளன், வெறும் சளுக்கன், வஞ்சகநெஞ்சன், வாஞ்சையற்றோன், பகைவிரும்பி, ஊரைக்குழப்பு முடும்புநாக்கன், நாணமற்ற மீசை முளைத்த பேடிமாக்கள், திருட்டுகாயித மெழுதும் துன்மார்க்கன், குள்ளக்கள்ளன் முதலான இனதுரோகிக ளனைவரையும் வரும்படியாக உத்தரவளித்தார் வினோதகவர்னர்.

டிசம்பர் 1905, பக். 74–75. வேங்கை – வீரன்

சமாசாரக் கொத்து

சென்னை ராஜதானிமருத்துவ சாலையில் சென்றமாதம் 20–ந்தேதி திங்கட்கிழமையோர் இந்தியஸ்திரி மூன்று குழந்தை களைப் பெற்றனளாம், குழந்தைகளுந் தாயும் சுகமாயிருப்ப தாகத் தெரிகிறது.

ஆஸ்டிரியா தேசத்தில டைரோலியன் சேத்தியக்காரனாசிய ஜோஷன் கர்சு என்பவன் கடன்வாங்கி, ஆஸ்திரியன் தர்ம லாட்டரியில் ஒரு டிக்கட்டு வாங்கினான். அவனால் யாதும் இக்கட்டின்றி 80000 – பவுண்டான முதல் பிரைஸ் பெற்றான்.

இவ்வருடம் நவம்பர் மாதம் பம்பாயிலிருந்து சென்னை நோக்கிவந்த மேனாட்டுத் தபால் எக்பிரஸ்டிரேயினில் ஷா என்னும் பையர்மேன், ஆதோனிக்கடுத்த ஆஸ்பரி என்னும் ஸ்டேஷனில் லையின் கிளியர் திக்கட்டுவாங்கும்போது, வண்டியின் வேகத்தால்தவறி இஞ்சினிலிருந்து கீழேவிழுந்து விட்டார். தலை, முகவாய்க்கட்டை பின்னும் பலவிடங்களில் அதிகமான காயம்பட்டது. உடனே டிறைவர் வண்டியை நிறுத்திக்காயம்பட்ட பயர்மேனை எடுத்து வளர்த்திக் கொண்டு குத்தி ஆஸ்பத்திரியிலிட்டார். குத்தி ரயில்வே ஆஸ்பத்திரியில் சிகிச்சை செய்யப்பட்டு வருகிறதாகத் தெரிய வருகிறது.

இம்மாதம் 4ஆம் தேதி சென்னை ஆர்பரில் கூர்கா என்னும் ஸ்டீமரில் குதிரைகளை இறக்குமதி செய்கிற காலத்தில் ஆட்களுக்கு உதவி செய்துகொண்டிருந்த நான்காவது ஆபீசராகிய மிஸ்டர் கர்டிஸ் வில்சன் என்னும் துரைமகன்

அகஸ்மார்த்தாய்த் தவறிக் கடலில் விழுந்தார். உடனே எவ்வித உதவியும் செய்வதற்கு முந்தியே அங்கு மேய்ந்திருந்த சுறாமீன்களால் கொண்டுபோகப்பட்டார். பிரேதம் கண்டு பிடிக்காமல்போனதும் வினசமே.

டில்லி மார்வாரி ஜாதியார்கள் தங்களுக்குள்ளாக 5000 – ரூபா சேர்த்து ஒரு சுதேசி கம்பெனி ஏற்படுத்த நிச்சயித்திருக் கிறார்கள். இது நன்றாய் நடைபெற்றால் 10 – லக்ஷம் ரூபா முதல் வைக்கிறதாய் யோசிக்கிறார்கள். சயால்பட் பட்டணத்தில் சர்க்கரையானது எலும்பினாலும் மாட்டு இரத்தத்தினாலும் சுத்திசெய்யப்படுகிறது என்று எழுதியிருக்கிற நோட்டீசு எங்கே பார்த்தாலும் பரவியிருக்கிறது. இந்துக்களும் மகம்மதியர் களும் சியால்கட்டில் 50000 ரூபா முதல் வைத்து ஒரு சுதேசி கம்பெனி ஏற்படுத்தப்பட் டிருக்கிறது. 5000 ஷேர்களாகப் பிரிக்கப்பட்டிருக்கிறது. ஒரு ஷேரின் விலை 10 – ரூபா எல்லோரும் சுலபமாய்ச் சேரலாம்.

'மைசூர் ஹோல்டு' என்னும் பத்திரிகையானது, சமஸ்தான உத்தியோகஸ்த ரொருவரைப் பற்றி எழுதுகிறது:– "வெங்கடவரதய்யங்கார் குற்றமற்ற உத்தியோகஸ்தர். உத்தியோக நல்லொழுக்கத்திற்கு விளக்கு போன்றவர். அவருடைய நல்லொழுக்கம் மிகச்சிறந்து பூரணத்தை, அடைந்திருக்கிற தென்றே சொல்ல வேண்டும். சொந்தக் கடிதங்களை எழுதுவ தற்குக் கச்சேரி இங்கியைக்கூட உபயோகப்படுத்துகிறதில்லை. ஒருசமயம் பணம்கொடாமல் இனாமாய் வாங்கின காய்கறி சமைத்ததற்காகத் தன்னுடைய சமையற்காரனை வேலையி னின்று நீக்கிப்போட்டுத் தானும் ஏதோ ஒரு மருந்து உட்கொண்டு

!!!!!!!!!!!!!

டிசம்பர் 1905, பக். 76.

சமாசாரக்கொத்து

கல்கட்டாவில் சென்றவாரம் பெரியம்மை நோயால் 143– பேர் மரித்தார்கள்:– பர்ட்வான் மகாராஜா அடுத்த ஏப்பிரல் மாதம் ஐரோப்பாவுக்குச் செல்வார்:– லார்ட் ஆண்ட்ஹில்லின் குணாதிசயங்களைப்பற்றிப் 'பயோனீர்ப் பத்திரிகை மிகவும் சிலாக்கியமா யெழுதி யிருக்கின்றது:– கடைசியாய் இம்மாதம் 10– ஆந் தேதியன்றெடுத்த கணக்கின்படி பம்பாயில் மொத்தத்துக்கு 982000 ஜனங்கள் வசிக்கின்றார்கள்:– கல்கட்டாவில் அமேரிக்க ஸ்தானாதிபதியாயிருக்கும் ஜெனரல் பாட்டர்ஸன் மிகவும் வியாதியாயிருக்கிறார்:– கல்கட்டா விக்டோரியா ஞாபகச்சின்ன மண்டபத்தின்

சிற்பியாகிய ஸர் வில்லியம் எமர்ஸன் இவ்வாரம் இங்கிலண்டு நோக்கிப் பிரயாணமானார். திருவாங்கூர் மகாராஜா அவர்கள் தம்முடைய தேக சௌக்கியத்தின் நிமித்தம் சிலகாலம் கன்னியாகுமரியில் தங்கியிருப்பார்கள்:– ஸ்பெயின் தேசத்தரசருக்கும் பிரின்ஸன் என்னாவுக்கும் அடுத்த சூன்மாதம் 2–ஆந்தேதியன்று மாடிரிட் என்றவிடத்தில் விவாகம் நடக்கும்:–தென்னாப்பிரிக்காவில் ராண்டில் 'தெற்குரான்டீப்' சுரங்கத்தில் தண்ணீரூற்றெடுத்துப் பெருகி ஆங்கு வேலைசெய்துகொண்டிருந்த 55 காப்பிரிகள் மரித்துப் போனார்கள்:– ஜப்பானியர்களை அலாஸ்கா என்றவிடத்துக்கு வரவொட்டாதபடித் தடுக்க வேண்டுமென அமேரிக்கக் காங்க்ரெஸார் ஒரு மசோதா தயாரித்துக்கொண்டிருக் கின்றார்கள்.

அடுத்த ஏப்பிரல் மாதம் ரோமில் கூடும் போஸ்டல் காங்க்ரெஸில் மிஸ்டர் ஸிஸ்க் என்பவரும் மிஸ்டர் டோரான் என்பவரும் இந்தியப் போஸ்டாபீஸ் பிரதிநிதிகளாய்ப் பிரசன்னமா யிருப்பார்கள்.

மங்கோலியாவில் வாசஞ் செய்யும் பூரியட்ல் என்ற ஜாதியாரின் பிரதிநிதிகள் தங்கள் மதகுருவோடு ஸெயின்ட் பீட்டர்ஸ் பர்க்குக்கு வந்து ருஷியச் சக்கிரவர்த்திக்கு வெகுமதிகள் கொடுத்துத் தங்கள் ராஜ விசுவாசத்துக்கறிகுறியாக உபசாரப் பத்திர மொன்றும் வாசித்திருக்கின்றார்கள்.

டிரான்ஸ்வாலின் விஷயங்களை யறியும்பொருட்டு லார்ட் எல்கின், லார்ட் ரிப்பன், மிஸ்டர் ஆஸ்குயித், மிஸ்டர் ஹால்டேன், மிஸ்டர் வின்ஸ்டன் சர்ச்ஹில் என்ற ஐவரையும் லிபரல் கவர்ன்மெண்டார் பிரத்தியேகமான கமிஷனர்களாக ஏற்படுத்தி யிருக்கின்றார்களென்று சொல்லப்பட்ட சமாசாரம் பொய்யெனத் தெரிகிறது.

சென்னைப் புதுக்கவர்னராகிய ஸர் ஆர்தர்லாலி அடுத்த மாதம் 8–ஆந் தேதி இங்கிலண்டிலிருந்து சென்னை நோக்கிப் பிரயாணமாவார். இவர் சென்னை வந்து சேருகிறவரையில் ஆனரெபில் மிஸ்டர் ஸ்டோக்ஸ் சென்னைக் கவர்னராக அலுவல் பார்ப்பார்.

ஜப்பானில் தோன்றியிருக்கும் பஞ்சத்துக்கு அந்நிய தேசத்தார்கள் உதவிசெய்தால் அவ்வுதவியை மிகவும் நன்றியறிதலுட னேற்றுக்கொள்வதால் ஜப்பானியக் கவர்ன்மெண்டார் தெரிவித்திருக்கிறார்கள். இந்தியர்களிச் சமயம் உதவிசெய்து மிகவும் பொருத்தமுடையதென நாம் மீட்டும் கூறுவோம்.

சென்ற வாரம் இந்தியாவில் 5042 பேர்களுக்குப் பிளேக் நோய்கண்டு மரித்தார்கள். வங்காளராஜதானியுள் 1216 பேரும் ஐக்கிய மாகாணங்களில் 1381 பேரும், மத்திய மாகாணங்களில், 659 பேரும், பஞ்சாப்பில் 583 பேரும், பம்பாய் ராஜதானியில் 788 பேரும் மரித்திருக்கின்றார்கள். வரவரப் பிளேக்நோய் விருத்தியாகி வருகின்றது.

பிரான்சு தேசத்தில் கிறிஸ்தவக் கோயில்களின் சொத்துக் களைக் கவர்ன்மெண்டார் ஜாப்தா எடுத்துவரும் விஷயத்தை முன்னிட்டு ஜனங்களுக்கும் போலீஸ் வீரர்களுக்கும் கலகங்கள் நடந்து வருவது நம்நேயர்களுக்குத் தெரியும். வெர்சேல்ஸ் என்றவிடத்திலுள்ள கோயிலில் கலகஞ் செய்ததற்காக வேலையினின்றும் நீங்கிய உத்தியோகஸ்த ரொருவருக்கும் ஒரு மாணவனுக்கும் ஆளொன்றுக்கு இரண்டு வருஷக் காவல் தண்டனை விதிக்கப்பட்டிருக்கிறது.

போலீஸ் கமிஷனர்கள் செய்த சிப்பார்சின் பிரகாரம் போலீஸிலாகா உயர்பதவி உத்தியோகஸ்தர்களுக்கு அதிகச் சம்பளம் கொடுப்பதற்கு இந்தியா மந்திரி இணங்கிவிட்டார். ஆனால் புதிதாக எவ்வளவு உத்தியோகஸ்தர்கள் நியமிக்கப்பட வேண்டுமென்ற விஷயம் இன்னும் கவனிக்கப்பட்டுவருகிறது. ஒவ்வொரு மாகாணத்திலும் செய்யப்படவேண்டிய சீர்திருத்தங் களும் இன்னும் கவனிக்கப்பட்டுவருகின்றன. கூடியவிரைவில் எல்லாம் ஒழுங்காய்விடும்.

பம்பாய்ப் பாங்கிலும் வங்காளப் பாங்கிலு மிப்போது வட்டி நூற்றுக்கு ஒன்பது.

இம்மாதம் 17–ஆந் தேதியன்று ராஜப்பிரதிநிதியின் சட்டநிரூபணச் சபை கூடும்.

ஈஸ்ட் இந்தியாரெயில்வேயில் ஹுக்ளியிலிருந்து கட்வா வரை 58–லக்ஷம் ரூபாய்ச் செலவில் ரெயில்வே போடப்பட்டு வருகிறது.

இம்மாதம் முதல்தேதியன்று ஜப்பானியப் பார்லிமெண்ட் கூடியபோது ஜப்பான் தேசத்தின் வரவு செலவு கணக்கு கவனிக்கப்பட்டது.

கோலார் பொன்சுரங்கத்திலிருந்து மார்மதோ என்றவிடம் வரையில் ரெயில் போடலாமாவென்ற ஆலோசனை இப்போது தள்ளிவிடப்பட்டதாகத் தெரிகிறது.

சென்ற புதன்கிழமை யன்று காலை கல்கட்டாவிலுள்ள ராலி கம்பேனியின் கட்டிடத்தில் நெருப்புப் பற்றிச் சுமார் ஐந்து

லக்ஷம் ரூபாய் நஷ்டமுண்டாய் விட்டது. மிகவும் கஷ்டப்பட்டு நெருப்பணைக்கப்பட்டது.

சென்னையில் பிளேக் நோய்தோன்றி யிருப்பதால் சென்னைத் துறைமுகமிருந்து செல்லும் கப்பல்கள் ஸிட்டகாங் துறைமுகத்தில் தங்கக்கூடாதெனக் கவர்ன்மெண்டா ருத்திர விட்டிருக்கின்றார்கள்.

அமேரிக்காத் தேசத்தின் பிரஸிடெண்டாக வேண்டுமென முயற்சிசெய்த மிஸ்டர் பிரையன் என்பவர் இன்னும் சில வாரங்களில் பிலிப்பைன் தீவுகளிலிருந்து இந்தியாவுக்கு வருவாரெனச் சொல்லப்படுகிறது.

பெஜவாடாவிலிருந்து மசூலிப்பட்டணம்வரை ரெயில்போடும்படியாகச் சென்னைக் கவர்ன்மெண்டார் கிருஷ்ணா டிஸ்டிரிக்ட் போர்டாருக்கு 24, 25,000 ரூபாய் கடன்கொடுக்கச் சாங்ஷன் செய்திருக்கின்றார்கள்.

கல்கட்டாவில் பிரசுரமாகும் "ஸ்டேட்ஸ்மன்" பத்திரிகைக்குக் கவர்ன்மெண்ட் சமாசாரங்கள் யாதொன்றும் தெரிவிக்கப்படக்கூடாதென இந்தியாக் கவர்ன்மெண்டார் செய்த உத்திரவு ரத்தாகி விட்டதாகத் தெரிந்து சந்தோஷப்படு கின்றோம்.

பாமோ என்றவிடமிருந்து மோல்மேன் என்றவிடம் வரையில் ரெயில் போடலாமா என்பதைப்பற்றி ஆலோசிக்கும்படியாகவே ரெயில்வே போர்டார் பர்மாவுக்குச் சென்றிருக்கின்றார்கள். இந்த ரெயில்வேபோட்டு முடியுமா னால் சீனாதேசத்துக்கும் ரெயில் போடுவது எளிதெனச் சொல்லப்படுகிறது.

இச்சென்னையில், வைசூரியின் கொடுமை அதிகமாக விருக்கிறது. சூரியனும் காய்ந்துகொல்லுகிறான். பனிமட்டிட்டிருக் கிறது. மழைகிடையாது.

கோலார் மாரிகுப்பம் ஸ்ரீசிவகேசவாதவைத சிற்சபையின் கட்டடம் புதிப்புத்து முடிந்து தைப்பூசத்தன்று கும்பாபிடேகம் நிறைவேறியது.

சாம்பியன்ரீவ்ஸ் அர்ச்: அமலோற்பவ லூர்துநாயகியின் பக்த பால்ய ஞானசங்கீத பஜனையின் உப அக்கிராசனாதிபதியை அக்ராசனாதிபதியாக நியமனப்படுத்தினார்கள். பழைய அக்ராசனாதிபதி உபந்யாசக் கர்த்தராக நியமிக்கப்பட்டார்.

புதிதாகச் சிருஷ்டிக்கப் பட்டிருக்கும் வங்காளப் பிரிவினை மாகாணத்துச் சட்ட நிரூபணச்சபைக்கு மெம்பர்கள்

தெரிந்தெடுக்கும் விஷயத்தைப் பற்றிய விதிகள் பிரசுரமா யிருக்கின்றன. மொத்தத்துக்குப் பதினைந்து மெம்பர்கள் தெரிந்தெடுக்கப்பட வேண்டும்.

கல்கட்டாவில் சென்ற வியாழக்கிழமை யன்று ஒரு வீட்டில் பெற்றோர்கள் பக்கத்தில் படுத்து நித்திரைசெய்து கொண்டிருந்த ஒன்றரை வயதுடைய ஒரு மகமதியக் குழந்தையை நரியொன்று கடித்து முகமெல்லாம் தின்றுவிட்டது. குழந்தையிப்போது ஆஸ்பத்திரியில் சிகிச்சையிலிருக்கிறது.

கல்கட்டாவில் மிஸ்டர் எவ்.ஒ. மான்வெல்லி என்ற ஐரோப்பியர் தம்முடைய கையில் துப்பாக்கியொன்று வைத்துக்கொண்டு தம்முடைய நாயுடன் விளையாடிக் கொண்டிருந்தபோது துப்பாக்கி யெப்படியோ வெடித்து இவருடைய வயிற்றில் குண்டு பாய்ந்து உடனே மரித்துப் போனார். இவருக்கு இரண்டு சிறிய குழந்தைகளுண்டு.

ஜப்பான் தேசத்தின் வடக்குப்பாகத்தில் பஞ்சம் தோன்றி யிருக்கின்றது. சுமார் பத்து லக்ஷம் ஜனங்கள் பட்டினியா யிருக்கின்றார்கள். ஜப்பானியச் சக்கிரவர்த்தி ஐயாயிரம்பவுன் கொடுத்திருக்கின்றார்கள். லண்டனிலுள்ள பிரிடிஷ் ஜனங்கள் சுமார் 5000 பவுன்கள்வரையில் சேகரஞ்செய்திருக்கிறார்கள்.

அல்லகபாத்தில் சென்ற திங்கட்கிழமை யன்று கங்கை நதியில் ஸ்நானம் நடந்தபோது ‘நீர்பானீஸ்’ ‘நீர்மாசீஸ்’ என்ற இரண்டு வகுப்பு இந்துக்கள் ‘திகாம்பராஸ்’ என்ற மற்றொரு வகுப்பு இந்துக்களுடன் கலகஞ்செய்ய ஆரம்பித்தார்கள். ஆனால் போலீசார் கலகத்தையடக்கிவிட்டார்கள்.

வேல்ஸ் இளவரசியார் சென்னைக்கு வந்ததின் ஞாபகச் சின்னமாக ராஜா ரங்கய்யா அப்பாராவ் பகதூர் என்பவர் சென்னை ராயல் விக்டோரியா கோஷா ஆஸ்பத்திரியில் புதிதாக நோயாளிகளுக்கு ஒரு படுக்கையறை ஏற்படுத்தி அதற்கு வேண்டும் செலவுகளைச் செய்வதாக வாக்குத்தத்தம் பண்ணியிருக்கின்றார்.

இங்கிலண்டுக்கும் ஜப்பானுக்கும் மேற்பட்டிருக்கும் உடன்படிக்கையினால் ஜப்பானியத் தரைச் சேனையைப் பெருக்க வேண்டியது ஜப்பான் கவர்ன்மெண்டாரின் கடமையா யிருக்கின்றதென்றும், இதுபோலவே பிரிடிஷ் கவர்ன்மெண்டாரும் தங்கள் தரைப்படையைப் பலப்படுத்த வேண்டுமென்றும் ஜப்பானிய யுத்தமந்திரி கூறினார். இங்கிலண்டானது தன்னுடைய தரைப்படையை விருத்திசெய்ய வேண்டுமென ஜப்பான் யுத்தமந்திரி கேட்டுக்

கொள்வாரென்றும் சொல்லப்படுகிறது. ஜப்பானியப் பார்லிமெண்டி லிதுவிஷயமாய்ப் பெருத்த வாக்குவாதம் நடைபெற்றதென்றும், ஆகையினாலே பார்லிமெண்ட் உடனே கலைந்து போயிற்றென்றும் தெரியவருகிறது.

பெப்ரவரி, 1906, பக். 121–123.

சமாசாரக்கொத்து

ஜப்பான் தேசம் பஞ்சத்தால் பீடிக்கப்பட்டிருக்கிறது. மிக்கவிசனம் பத்துலக்ஷம் ஜனம் பசியால் வருந்துகின்றார்கள். ஜப்பான் சக்ரவர்த்தியாரவர்கள் ஐம்பதினாயிரம் "என்" கொடுத்தார். ஒரு "என்" ஏறக்குறைய இரண்டரை ரூபாயாம்.

அவசரகோலம் அள்ளித்தெளித்தாப்போல், கோடீஸ்வரி யான ஓர் மாது தன் கணவனிறந்த மறுமாதமே, ஸான் பிரான்சிஸ்கோ வென்னுங் கூட்டத்தைச் சேர்ந்த ஒருவனை மணஞ்செய்துகொண்டாள், அம்மணமகனும் ஷ மாதை மணம்புரிந்த இரண்டு மூன்று வாரத்துக்குள் கைநழுவ விட்டானாம். பரிதாபம்.

நகரும் மலை – கொலம்பியா நதியை அடுத்து 2,000 அடி உயரமுள்ள ஒரு மலை இருக்கிறது. அது மெதுவாய்த் தன்னிலையைவிட்டு நகர்ந்துகொண்டிருக்கிறதாம். அரசர்களுக்குக் கடிதங்கள் – நமது இந்திய சக்ரவர்த்தியாருக்கு நாளொன்றுக்கு ஆயிரங்கடிதங்களும், இரண்டாயிரத்திற் கதிகமான சமரசார பத்திரிகைகளும் வருகின்றதாம். ருஷியசக்ரவர்த்திக்கு 650 கடிதங்களும், இட்டாலியா ராஜாவுக்கு 500 கடிதங்களும், ஹாலான்ட் மஹாராணிக்கு சுமார் 150 கடிதங்களுமாம். விசனம் – இந்தியன் ஒபீனியன் என்ற நட்டால் பத்திரிகையை நடத்திவந்த பத்திராதிபர் மிஸ்டர், M.A. நாஜார்காலஞ்சென்றது விசனிக்கத்தகுந்ததே. இவர் இந்தியர்களுடைய நன்மைக்காய் உழைத்தவர். பரோபகாரி. விந்தையான கட்டடம் – அமேரிக்காவில் ஒருதுண்டு மரமாவது ஒரு ஆணியாவது இல்லாமல், ஒருவித களிமண்ணினால் ஒரு ஆலையங்கட்டப்பட்டிருக்கிறது. ஏரிகளிலுயர்ந்தது – உலகத்தில் ஆழமுள்ள ஏரி, சைபிரியாவிலுள்ளது. அதன்பெயர், பைநால். அதன் ஆழம் 4500 அடி.

சென்னைக்குப் புதியகவர்னர் – மார்ச்சுமீ 28உ புதன்கிழமை நமது புதுகவர்னராகிய, மேன்மைபொருந்திய சர் ஆர்தர்ஸாலி கெ.சி.எம்.ஜி.ஜி.ஸி.ஐ.ஈ அவர்கள் தனது உத்தியோகத்தை ஒப்புக்கொண்டார். நீடுவாழ்க. கடந்த மார்ச்சுமீ 15தேதி –

கோலார் மாரிகுப்பம் கனம் D. அந்தோனிபிள்ளையவர்களும் கனம் ப. தம்புசாமிபிள்ளையவர்களும் சென்னைக்கு விஜயஞ்செய்திருந்தார்கள். அத்தருணம் ஸ்ரீமான் D. அந்தோனி பிள்ளை யவர்கள் பாக்கட்டிலிருந்து நூறுரூபாய் நோட்டு காணாமற்போனது விசனம். இம்மாதம் முதல்தேதி:– உரிகம் கனம் கன்னியப்பன் பிள்ளையவர்கள் சென்னை பிரம்பூர் நண்ணி, தம்மால் கட்டப்படும் ஸ்ரீ துளிர்க்காணத் தம்மன் கோவிலை நன்கு முடிக்க வேண்டிய பிரயாசை எடுத்துச் செய்வனச் செய்து மறுநாள் உரிகம் சென்றார்.

சென்னை ராஜதானி வரவுசெலவுக் கணக்கானது சென்ற வியாழக்கிழமை யன்று பிரசுரிக்கப்பட்டது. அடுத்த வெள்ளிக்கிழமை யன்று சென்னைச் சட்ட நிரூபணச் சபை கூடும்போது இக்கணக்கானது தர்க்கிக்கப்படும். இந்த 1905–1906ஆம் வருஷத்தில், அதாவது இந்த மார்ச்சு மாதம் 31–ஆந்தேதியுடன் முடிகின்ற வருஷத்தில் சென்னைக் கவர்ன்மெண்டில் செலவெல்லாம் போக 81.81 – லக்ஷம் ரூபாய் மீதியாயிருக்குமென மதிப்பிடப்பட்டிருக்கிறது. அடுத்த ஏப்பிரல் மாதத்துடன் ஆரம்பமாகிற 1906–1907ஆம் வருஷத்தில் 478. 10 – லக்ஷம் ரூபாய் வரும்படி வருமென்றும் 491. 01–லக்ஷம் ரூபாய் செலவாகுமென்றும் மதிப்புப் போடப்பட்டிருக்கிறது. ஆகையினாலே இவ்வருஷக் கடைசியில் மீதமாகும் 81. 81– லக்ஷம் ரூபாயையும் அடுத்த வருஷம் வரும்படி வருமென மதிப்புப் போடப்பட்டிருக்கிற 478.10 – லக்ஷம் ரூபாயையும் சேர்த்து அதிலிருந்து அடுத்த வருஷத்துச் செலவென மதிப்புப் போடப்பட்டிருக்கும் 491.01 – லக்ஷம் ரூபாயையும் கழித்துவிடும்போது, அடுத்த வருஷக்கடைசியில் 68.90– லக்ஷம் ரூபாய் மீதமாகுமென மதிப்புப்போடப்பட்டிருக்கிறது. வருஷந்தோறும் செலவெல்லாம் போக இருபது லக்ஷம் ரூபாயே மீதமாக வேண்டியது வழக்கமாக ஏற்பட்ட கணக்கான படியால், அடுத்த வருஷக்கடைசியில் இந்த இருபது லக்ஷத்தைவிட 48.90 – லக்ஷம் ரூபாய் மீதியாயிருக்கும்.

ஜப்பான் தேசத்தில் டாக்கா ஷிமா என்றவிடத்தில் நிலக்கரிச் சுரங்கமொன்று வெடித்து 256 – பேர் கொலையுண்டார்கள்.

சிகரெட் பிடித்தல் – 16 வயதிற்குட்பட்ட சிறுவர்களுக்கு சிகெரெட் விற்பனை செய்யக் கூடாதென்றும், அப்படிமீறி நடப்பவர்களைக் குற்றவாளியாக்கப்பட்டுத் தண்டிக்கப் படுவார்களென்றும், ஸர்ரால்ப் லிட்லர் ஒருமசோதா தயார்செய்து சட்டமாகக் கொண்டு வருவாரென்று மான்செஸ்டர் கார்டியன் பத்திரிகை கூறுகின்றது.

அடைக்கலக்குருவி – சாதாரண அடைக்கலக்குருவி ஒரு மணிக்கு எழுபத்திரண்டு மயில் பறக்குமாம்.

ஸ்திரீகளின் தீரம் – நீந்துவதில் மிகத் தேர்ந்தவர்களெனப் பேர்பெற்ற ஓ பிரான்சியமாதுவும் ஓர் அமெரிக்கமாதுவும் 6000 பவுன் பந்தயங்கட்டி அநேக ஜனங்களுக்கு முன் நீந்தியபோது 5 – மணி நேரம் நீந்துவதாக சபதங்கூறிய அமேரிக்கமாது 4 1/2– மணிநேரம் நீந்தி நீரிலமிழ்ந்தனள். 4 – மணிநேரம் நீந்துவதாக சபதங்கூறிய பிரான்சிய மாதுவோ பந்தயத்தைக் கெலித்தனள். எவ்விதமாயினும் இருவர்களும் மிக்க வீரியமும் தைரியமுமுடைத்தவர்களே.

ஒரு ஸ்திரீ பிரசங்கம் – திருப்பதிக்குச் சமீபத்திலுள்ள பத்மலைரோவரம் என்னும் ஊரில் மாதவ சித்தாந்த சபையாரின் ஆதினத்தின்படிக் கூடப்பட்ட ஒரு சபையில் ரங்கம்மாள் என்னும் ஒரு பாலிய ஸ்திரீ பெண் கல்வியைப் பற்றி கன்னட பாஷையில் ஒரு அரிய உபந்நியாசம் செய்தனள். அக்காலத்தில் 700 மாத்வ ஸ்திரீகள் அங்கு விஜயம் செய்திருந்தனர்.

ஒரு பெரிய பீரங்கிக் குண்டு – உலகத்தில் இதுவரையில் செய்யப்பட்ட பீரங்கிக் குண்டுகளிலெல்லாம் பெரிது ஜார் கவர்ன்மெண்டாருக்காக எஸ்ஸன்னில் குருப் ஓர்க்ஷாப்பில் செய்யப்பட்ட 2,600 பவுன் எடையுள்ள பீரங்கிக் குண்டேயாம். இந்தப் பீரங்கியில் குண்டுகள் சுடப்பட்டால் 12 – மயில்தூரம் போகுமாம். ஒருதரம் சுடுகைக்கு 300 பவுன் செலவாம்.

சுதேசியப்பொருட்காட்சி – கல்கத்தா காலேஜ் வீதியில் ஓவர் டவுன்ஹாலில் Y M C A சங்கத்தார் ஆதரணையின்கீழ் சுதேசசாமான்களின் பொருட்காட்சி மார்ச்சுமீ 31உ நடத்தப் படும். இப்பொருட்காட்சிக்கு எல்லோரும் சாமான்கள் அனுப்ப லாம். முதல்தரமான சாமான்கட்கு சர்டிபிகேட்கொடுக்கப் படும். கல்கத்தா முனிசிபல்கார்பொரேஷன் சேர்மன் ஆனரபில் C.H.H. ஆல்லன் அச்சமயம் அக்கிராசனம் வசிக்கும்படி கேட்டுக்கொள்ளப்பட்டிருக்கிறார்.

புகையிலைப் பயிர் – உலகத்தில் 8,50,000 டன் புகையிலை 2,250,000 ஏகரா நிலத்தில் பயிரிடப்பட்டு வருகிறது.

சென்னை கைத்தொழில் சங்கம் – இச்சென்னையில் தக்க பிரமுகர்களால் கைத்தொழி லபிவிர்த்தியின் பொருட்டு ஒரு சங்கம் ஸ்தாபிக்கப்பட்டிருக்கிறது. இதில் 21 வயதிற்கு மேற்பட்ட எந்த இந்தியரும் சேரலாம். இதற்கு வருடச் சந்தா மூன்று ரூபாய். இதற்குக் காரியதரிசி மிஸ்டர் C. சுப்பரமண்ய

அய்யரவர்கள் B.A. இச்சபைக்கு நீண்ட ஆயுளைக்கொடுக்கு மாறு சர்வேஸ்வரனைப் பிரார்த்திக்கின்றோம்.

மார்ச், ஏப்ரல், 1906, பக். 145–147.

சமாசாரக்கொத்து

இரங்கோன்:– கம்பை ஸ்ரீசிவசுப்ரமண்ய சுவாமிக்குப் பிரதிவருடம் நிறைவேறி வருவதுபோல இவ்வருடமும் வெகு விசேடமாக உற்சவங் கொண்டாடப் பட்டது. ஸ்ரீமான் பெ.மா. மதுரைப் பிள்ளை ராய்பஹதூர், ஸ்ரீமான் வி. முத்துக் குமாரசாமி முதலியார் பி.எ. அவர்கள் மற்றும் பல ஸ்ரீமான்களின் பொருளுதவி கொண்டு ம–ா–ா–ஸ்ரீ ஏ.மு. பாளையமர்த்திப் பரதேசியாரவர்கள் அன்பர்களுக்குப் பலவிதோபசார கைங்கரியங்கள் செய்ததுடன் றமது விருப்பின்படி யாமெழுதிய "சுகிர்த சொன்மாலை" எனும் நூலைய மவ்விடத்துச் சிவபஜனை யடியார்களோடு அரங்கேற்றஞ்செய்தனர். அன்னவர் நமக்குச் செய்த வித்வஸன்மானம் பெரிதும் பாராட்டப்பட்டது

இவ்வைபவத்தின் பொருட்டு இரங்கோன் நிவாசியும், சென்னை மக்கிமாநகர் "இந்துசைவசுபால்யசங்க" காரியதுரந்தரரு மாகிய ம–ா–ா–ஸ்ரீ, மு.அ. உலோகநாதம் பிள்ளையவர்க ளபீஷ்டப்படி ஷை சங்காதீனரா லியற்றப்பெற்ற "திருவேண்டற் றொடையலணி" என்னும் பாசுரமும் ஷை சந்நிதானத்தே யரங்கேற்றஞ் செய்யப்பட்டது.

இங்கிலாந்தில்:– 19 – வயதுள்ள ஒரு சிறுவன் சந்தடி கேட்காமலும் புகையில்லாமலும் சுடக்கூடிய ஒரு துப்பாக்கி செய்திருக்கிறதாயும் இங்கிலீஷ் அரசாக்ஷியார் அதை 10 லட்சம் ரூபாய்க்கு கேட்டும் இவன் கொடுக்க வில்லையென ஜனானுகூலன் கூறுகிறது.

நீயூஜிலண்டு:– தேசத்தில் ஒரு நீரூற்று புதிதாக உண்டாயிருப்பதாயும் அந்த ஜலம் சோடாவாட்டரைப்போ லிருப்பதால் வைத்தியர்கள் சோடாவாட்டருக்குப் பதில் உபயோகிக்கலாமெனச் சொல்ல அப்படியே உபயோகிக்கப் பட்டு வருகிறதாம்.

லண்டனிலுள்ள:– ஒரு தையற்காரன் தண்ணீரில் விழுந்தவனை அமிழ்ந்தாதபடி காக்கத்தக்க ஓர்வகை மேற்சட்டையைத் தைத்திருக்கின்றானாம்.

ஐரோப்பாவில் – கடிதாசியால் கைச்சட்டை, கால்சட்டைகள் அழகாயும் உறுதியாயுஞ் செய்யப்படுகின்றது.

ஸ்பெயின் - தேசத்திலுள்ள ஒரு ஏழைப் பெண்ணுக்கு 8 அடி நீளம் கூந்தலிருக்கிறதாம்.

திருவேற்காட் டுற்சவம்:– இம்மாதம் 6ௗ ஆகிவார மிரவு இவ்வுற்சவம் வெகுவிமரிசையாக நிறைவேறியது. அக்காலத்துச் சென்னை விஜயஞ்செய்திருந்த கோலார் தங்கவயல் கண்ட்றாக்டர் ஸ்ரீமான் பி.எம். முனிசாமிப் பிள்ளை யவர்களுடனும், ஷெயூர் ஸ்ரீமான் எ.பி. பெரியசாமிப்பிள்ளையவர்களுடனுஞ் சென்று ஷெ சுவாமி தரிசனஞ்செய்யப்பெற்றனம். சப்தஸ்தல சுவாமிகள் சந்திப்பு ஆற்றுற்சவங்கொண்டாடப் பெற்ற வித்தல விசேடமே விசேடம்.

பிரம்மாண்டமான முத்திரை – பிரான்ஸ் தேசத்துக் குடியரசாங்கத்தார், பிரஜாதிபதிகள் தெரிந்துகொள்ளப்படும் போது முத்திரிக்கிற முத்திரை (சீல்) யொன்றிருக்கிறது. அதை ஒரு வண்டியின்மேலேற்றி மூன்றுபேர் இழுக்கத்தக்க அவ்வளவு பிரம்மாண்டமானதாம். 1871–ௐ முதல் அம்முத்திரை உபயோகப்பட்டு வருகிறது. ஒரு இராக்ஷத கடிகாரம் – பிரான்ஸில் அத்தியக்ஷராலயத்து உப்பரிகையொன்றில் வைக்க இராக்ஷத கடிகாரமொன்று செய்யப்பட்டிருக்கிறது. கடிகாரத்தின் நிறை 2–டன். உள்ளேயிருக்கிற வெண்கலமணியின் நிறை 6–டன். அதையடிக்கிற ஆயுதம் 220 – பவுண்டு இதுதவிர கால், அரைமணிகளடிக்க வேறு 23 – மணிகளும் அதற்குள் உண்டாம்

மே, 1906, பக். 179

சமாசாரக்கொத்து

சென்னை:– காலநிலை வெய்யோன் கடுங்காச்சல். மப்புகள் திரண்டுமின்னியும் மழைபெய்தபாடில்லை, மேற்காத்தின் வறட்சியால் நோய்கள் காணப்படும்போலிருக்கிறது. காலவிலை அதிககுறைவு பஞ்சகாலத்திற்குச் சமமாக எல்லாப்பொருள் களும் கிராக்கியாகவே யிருக்கிறது.

கோலார் காலவியல்பு:– தற்போது மந்தார மிட்டுக் கொண்டு மாலை நேரங்களில் சிறுமழை பெய்கிறது. காற்று மதிகமடிக்கிறது கதிரோன் கண்ணை மூடுவதுந் திறப்பதுமா யிருக்கிறான் அகவிலை மிகவிலையே!

சாம்பியன் ரீப்ஸ்: 2–வது சைனாட்டிரைவர் மாரி என்பவருடைய கோட்டு எஞ்/சனில் மாட்டிக்கொண்டதால் மதுரையின் கைமுறிந்துவிட்டது. அஜிஸ்டன்ட் சூப்ரன்ட் கூக் துரையவர்கள் 10–6–06இல் கோலார் சாம்பியன் ரீப்ஸ் வந்து சேர்ந்தனர்.

திருடர்:– சாம்பியன் ரீப்ஸ்டேஷனில் 14–6–06இல் ஒருவன் போளூருக்கு டிக்கட் வாங்கிக்கொண்டிருக்கும்போது ஜேப்பிலிருந்த 10–அணாவை யாரோ அப்பிவிட்டார்கள். அன்றே ஒரு மகம்மதிய ஸ்திரீயின் மூட்டையை மற்றோர் சுதேசஸ்திரீ எடுத்துக்கொண்டு போய்விட்டாள். மகம்மதிய ஸ்திரீக்கு ரயில் டிக்கட் கிடைக்காததே காரணம்.

அபாயம் நேர்ந்தது: – 4–வது மில் ஸ்டோன் பிரைக் அடியில் வண்டி தள்ளிக்கொண்டிருந்த ஒருவன்மேல் 40–அடி உயரத்திலிருந்து ஒரு டன் கனமுள்ள இரும்பு அறுந்துவிழுந்து தெய்வாதீனமாய் மரத்தின்மீதுமோதி மரமுறிந்து அவன்மீது விழுந்து மூக்கிலும் வாயிலும் ரத்தம் கக்கவும் ஆஸ்பத்திரிக்கு கொண்டு போகப்பட்டிருக்கிறது. பிழைப்ப தெப்படியோ வறியோம்.

ராஜீஸ் கேம்ப்:– ஒருவீட்டில் பிளாஸ்ட் மருந்துகளிருக்கக் கண்டு போலீசாரால் பிடிக்கப்பட்டு அந்த வீட்டு ஸ்திரீக்கு 3–மீ ஜெயிலாகிவிட்டது. மருந்து திருடிக்கொண்டுவந்த ஆசாமி எங்கேயோ ஓடிவிட்டான்.

அடுத்த வருஷம் லார்ட்கிச்சனருக்குப் பதிலாக ஜெனரல் ஸர் ஜான்பிரென்ச் என்பார் இந்தியாவின் சேனைத் தலைவராக நியமிக்கப்படுவாரென்று லண்டன் ஸ்டாண்டர்ட் பத்திரிகை கூறுகிறது:– சென்னை ராஜதானியில் சில ஜில்லாக்களை மாற்றுவதைப்பற்றி மிஸ்டர் டப்ளியூ. எஸ். மேயரும் மிஸ்டர் ஏ.ஜி. கார்டியூவும் அனுப்பிய ரிப்போர்ட்டுகளை இந்தியாக் கவர்ன்மெண்டார் தற்போது கவனித்து வருகின்றார்கள்.– சென்ற வியாழக்கிழமையன்று மாலை சுமார் ஏழு மணிக்கு ஸிம்லாவில் பூமியதிர்ச்சியுண்டாயிற்று.

இராயப்பேட்டை போஸ்டாபீஸ், 24வ முதல் மூன்றாவது கிளாஸ் டெலிகிராப் ஆபீஸ் ஒன்று திறக்கப்படும். – அபேதாநந்த சுவாமிகள்:– ஸ்ரீமத் அபேதாநந்த சுவாமிகள் அமேரிக்காவி லிருந்து பிரயாணமாகி 20–ஆந்தேதியன்று கொழும்புக்கு வருகிறார் என்றும் 24–ஆந் தேதிக்குள்ளாக மதுரையில் இருப்பாரென்றும் அறிவிக்கப்பட்டிருக்கிறது.

சென்னையில் பிளேக் இல்லையென்று கவர்ன்மெண்டா ரால் தீர்மானிக்கப்பட்டிருக்கிறது. – வருகிற 20–ஆந்தேதி வெள்ளிக்கிழமை சக்கிரவர்த்தி பிறந்தநாள் கொண்டாடப்படும். அன்று சகல ஆபீஸ்களுடன் மூடிவிடப்படும். – சாதாரணமாக மாலை 6–45– மணிக்கு ஸென்டிரல் ஸ்டேஷனைவிட்டுச் செல்லும் வடமேற்கு மெயில் இனிமேல் இரவு 7–மணிக்குச்

சென்னையைவிட்டுப் புறப்படும். இதுவரை வழக்கம்போல் அரக்கோணத்தில் தென்மேற்கு மெயில் சந்திப்பு கிடையாது. போத்தனூர் பாஸஞ்ஜர் டிரெயின் இனிமேல் 6–45–மணிக்குப் பதிலாக காலை 7–40–மணிக்குப் புறப்படும். இவ்வாறாக வருகிற சூலைமாதம் முதல் தேதிமுதல் மாறுதல்கள் உண்டாகும்.

மதுரை கொலை: – மதுரைஜில்லாச் செஷன்ஸ் ஜட்ஜிக்குப் பூராக வேலை கொடுபட்டு வருகிறது. இந்த ஜில்லாவில் நாளுக்கு நாள் கொலை மிகுந்தே வருகிறது. இடியால் இறந்தனர்:– 11–ஆந்தேதி பேரிடியுடன் பெய்த பெருமழையில் இருவர் மின்னல் தாக்கி இறந்துபோயினர் என்று சொல்லிக் கொள்ளுகிறார்கள்.

ஜூன், 1906, பக். 203–204.

கொலைகளவு

கடந்த ஏப்ரெல்மீ 24–தேதி யிரவு எட்டரைமணி சுமாருக்கு பிஷாவர்சிட்டியுள் – (ராமதாஸ்) பஜாரின் கேட்டில் காவலாக இருந்த போலீஸ்ஜவான்கள் மூன்றுபேரில் ஒருவனைக் குண்டினால் வீழ்த்தி யவன் டப்பாடவாலியும் – ரைபிலு மெடுத்தோடின் திருடனின்னானென்று பிடிக்கக்கூடாமையால் தப்பின. இரண்டு போலீஸ் ஜவான்களையு மடைத்திருந்தார்கள். பின்னும் 26–தேதி யிரவு எட்டுமணி சுமாருக்கு ஷை திருடன் (பப்கரி) கேட்டின் பக்கம் சாதாரண வுடுப்புடனிருந்தே ஒரு போலீஸ் ஜவானைக் கத்தியால் கொன்று தள்ளிவிட்டு அங்கிருந்தோடி (கீசாகானி) பஜாரில், ஷை திருடனுக்குப் பழமை ஓர் பகைவன் யெதிர்படவே அவனையுங் கொன்றான். உடனே போலீஸ் மூலயமாக தந்தி அனுப்பி ஷை சிட்டி கேட்டுகளெல்லா மடைக்கப்பட்டு ஷையானக்கபடாமையால் 27–தேதி காலை எட்டு மணி சுமாருக்குக் கேட்டுக ளெல்லாம் திறக்கப்பட்டது.

மே, 1906, பக். 174. ஜப்பல்பூர். மூ–வடிவேலன் பிஷாவர்.

பட்டிக்காட்டு மூடஞானி

பட்டு என்னுங் கிராமத்திலே பட்டிக்காட்டா னொருவனிருந் தான்; அவ்வூரிலிருப்பவர்கள் பேதைமக்களாயிருப்பதினால் அவர்களை மயக்கித் தனக்கு நிகர் யாருமில்லையென தன்மனதுள்ளே மதித்துக்கொண்டான். ஒருநாள் அவன் அவ்வூருக்கடுத்த பட்டணத்தின் கடைவீதியாய்ப் போகும் போது அங்கே சிலர் கூட்டமாக விருப்பதைக்கண்டு, அருகிற்போய் என்னவென்று விசாரித்தான். அங்கிருந்த

நண்பரொருவரால் இவ்விடத்தில் தக்ஷிணாமர்த்தி ஸ்வாமிகள் என்னும் மஹாத்மா ஒருவருண்டு. கடந்த இரவு இவர் சாராயக்கடை பூட்டப்பட்டிருப்பதை யெப்படியோ திறந்து இரண்டு புட்டிகளை யெடுத்துத் தனது போர்வைக்குள் வைத்துப்போவதை வெகுநாளாய்க் காத்திருந்த கடைக்கார னால் கண்டுபிடிக்கப்பட்டுப் பின்னரவர் சொல்லியபடி அந்தப் புட்டியைச் சோதிக்க அது எண்ணெய்யாக இருந்தது. ஆகவே இவருடைய மகத்துவத்தை என்னென்றுசொல்வது என்று புகழாகச் சொல்லக் கேட்டான்.

இந்தப் பட்டிக்காட்டான் தன்னையுமோர் ஞானி யென்று மதித்துக்கொண்டதுமல்லாமல் அவ்வூரிலிருப்பவர்க ளண்டையும் வாய்ப்பறை அடித்துவிட்டான். இதுவுமன்றித் தன்னைக்கண்டு பேசுவோருக்குத் தான் நிஷ்டைக்குரிய சாமான்கொணரப் போகின்றமையால் பேசநேரமில்லை யென்பான்.

சிலகாலஞ் சென்றபின் முதலில் "சித்து" வித்தை பூர்த்திசெய்துகொண்டாலே பின்னர் நிஷ்டை காலத்தில் கவரவமுண்டெனக்கருதி, சித்திலபழகினான்: அதாவது அன்னியரது பொருளைத் திருடிக்கொண்டு, கேட்டால் பலவித ஜித்துகள் செய்தான். கடைசியாகப் பிடிபட்டுச் சிறையிலிட்டத னால், சிறையிலிருந்து "நரிகளைப் பரிகளாகமாற்றினவரே' ஏ! ஜெகதீசா! சாராயத்தை யெண்ணெய்யாக மாற்றியவரே! பரமேசா என்னைச் சிறிதுநேரம் எறும்பாக மாற்றிவிட்டால் வெளியேபோய்விட மாட்டேனா?" என்று பலதரமும் வேண்டினான்; வேண்டியும் இவன் இப்படியே யிருந்தான்.

நாள்முடிவு பட்டபின் சிறைநீங்கியும் திரும்பவும் திருடுவதையே கையாடி மூன்றுமுறை சிட்சையடைந்தான்; அடைந்தும் இவனிது வோர்திருவிளையாட்டெனக் கருதித் தன்னைப்பின்னும் ஞானியென்றே சொல்லிக்கொள்ளும் பேதைமையினால்; இதை வாசிக்கும் சிறுபிள்ளையே இந்தப் பாடத்தில் நீ என்ன கற்றுக்கொள்ளுகிறாய்.

Note – தன்னாலியலாத காரியத்தை யொருவன் செய்யப்படாது; செய்யக்கூடுமாயினும் கர்வம் கொள்ளக் கூடாது என்பதே.

கமலாவதி – அத்தையார் கேட்டீர்களா! நான் வாசித்த பாடம் எனக்குப் புதியபாடமாகையால் எனக்குப் படபட வென்று வாசிக்க முடியவில்லை.

தாயார் – குழந்தாய்! நீவாசித்த அளவுசரியே; படபட வென்று வாசிப்பதினால் பலனென்ன சொற்கள் உனக்கும்

கேட்போருக்கும் தெளிவாயிராது; இருக்கட்டும், ஆசிரியரவர்கள் நீபடிக்கும் பாடங்களுக்கெல்லாம் தக்கவிவகாரங்கள்சொல்லிக் கொடுக்கின்றாரா?

கமலாவதி – ஆம் அம்மா, ஒவ்வொரு விஷயமும் எனக்கு நன்றாய் விளங்குமட்டும் சொல்லி நானறிந்தபின்னரே அடுத்த விஷயத்தைப்பற்றிச் சொல்லுகின்றார்.

தாயார் – ஆம் ஆசிரியரது குணம் நான் வெகுநாட்களாய் அறிவேன்; பன்னிரண்டு வருடகாலம் அடிமைத்திறம் பூணவேண்டுமெனச் சொல்லிப் பதினைந்துவருடகாலம் அடிமைத்திறம் பூண்டாலும்கற்று அறியாதவரும் கற்பிக்க வகையற்றவர்களுமாகிய மூடகுருக்களைப் போலல்ல நமது ஆசிரியர் என்பதைக் கருதியே உனது தந்தையரும் நானும் அவர்மேல் அன்புபாராட்டுவது; ஆபாசங்களைப் போதிக்க வல்லமைகற்றவரோ குருக்களாவார்? அநேகர் குருக்களென வேடங்காட்டி, பொன்மாற்று வித்தை யறிவேனென்றும், நான் தரைக்குமேல் இரண்டங்குலம் மேலே கிளம்பி யோகம் சாதிக்கிறேன் என்றும், எழுத்தற வாசித்தறியாதவன் நானுன்மேல் அறம் பாடிடுவேனென்றும், நான் கூடுவிட்டுக் கூடுபாய்வேன் எனக்கு இடம் முதலானது சரிப்படவில்லையென்றும், சிட்டிகை விபூதிகொண்டு நான் அவனை அநேக ஆட்டங்கள் காட்டிவிடுவே னென்றும், சற்றுநினைத்து நான் அழுவேனானால் அவன் சாம்பராய்ப் போவானென்றும், நான் இரவில் மூன்று கண்களோடு பார்க்கிறேன் எனக்கு நெற்றியி லொருகண் ணிருக்கின்றது அது பகலில் யாருக்கும் புலப்படுவதில்லை புலைதின்போருக்கும் மற்றும் நீசருக்கும் இரவில் புலப்படாது எம்போல் ஞானியர்க்கே புலப்படும் என்றும் தந்திரம் காட்டிப் பணம்பறித்து வயிறுவளர்க்கும் ருத்திராக்ஷபூனைகளோ குருக்களாவார்? இவரிடம் கற்பவர்கள் இதைப்போன்றே தாங்களும் நடந்துகொள்வர் அநேகர்; என்னசெய்வது நாமிவரை யடுத்துக்கொண்டு நாமும் பலரைப் புறங்கூறிவிட்டு இவருடைய விஷயமறியாது எனது குரு செத்துக்கிடக்கும் பாம்பைத் தடியால் பயமின்றி அடிக்க மிகவும் வல்லவரென்று பலரண்டையுங் கூறிவிட்டோம். இப்போது இவரைவிட்டு நீங்கினால் நாம் மாற்றார் முன்னம் கேவலமாகப் போய் விடுவோமே, விழுந்தது விழுந்தோம் இனி கருதுவதில் பலனின்று என்று கருதுவர் ஒரு சாரார்; பின்னுஞ் சிலர் இவரது கவரதை யெல்லாம் இப்போது தெரிகின்றது மெத்தவும் மேன்மையாகக் கருதினோமே இவரைவிட்டு இனி நீங்குவதே தகுதியென நீங்குவர் அறிவாளர். அப்படி யறிந்தும் நீங்காத பேதையர்; "ஒருமைச் செயலாற்றும் பேதை யெழுமையுந், தான்புக் கழுந்து மளறு" அதாவது மூடனானவன் இப்பிறப்பிலேயே,

இனிவரும் பிறப்புகளி லனுபவிக்குந் துன்பங்களை யுண்டாக்கிக் கொள்ளுகின்றான் என்பதாக, இவனை நம்பித் தாங்களும் மிக்குணர்ந்தவளாகக் கருதி, பெரியோர்களை யும் கற்றோர்களையும் தூஷணம்பேசி, நாளையென்ன சம்பவிக்குமோ என்பதறியாமற் பேசும் மடத்தடியர் பூவுலகத்திருந்து ஞானேந்திரியங்களை யுடையராகியும், நரகத்தில் இடத்தைச் சம்பாதித்துக்கொள்ளுகின்றனர். நமது ஆசிரியர் போதிக்குங்கால் பார்த்தனையோ? குழந்தைக் கெப்படி வலியபதார்த்தத்தை மெல்லியதாக்கி, பலவித ஆசையான வார்த்தைகளைச் சொல்லி யூட்டுங்கால் அவ்வார்த்தையைக் கேட்டுங் குழவி பதார்த்த மூட்டுங்கரத்தையும் விழுங்கி விடுவது போலத் தாவிவருவ தெப்படியோ அப்படியே இவரது செயலும் இவரிடம் படிப்போருடைய குணமுமிருக்கும். இவருடைய புகழை எவ்வளவு காலம் சொன்னாலும் முடியாது கருதி நாவு திருப்திபெறாது. நான் வெகுநேரம் பேசியிருந்து காலம்போக்கினேன் சேடியும் அழைக்கின்றாள் வாருங்கள் போய் போஜனமுண்ணலாம்.

பின்னுங் கமலாவதி தமதாசிரியரிடத்தில் எல்லா விஷயங் களிலும் சுறுசுறுப்பாகப் பாடங்களை "வாய்ப்பறையாகவும் நாக்கடிப்பாகவு மேலாதொன்றைப் போற்றிக்கேண்மின்" என்பதாகத் தனக்குச் சந்தேகமாகவிருப்பனவற்றைத் திரும்பக் கேட்டுக்கொள்ளாமலும், பாடஞ் சொல்லுவித்த உபாத்தியாயர் தம் மாணவர்களை யெல்லாம் சரிபட நுழைந்ததா வென்ன, எலியொன்று வளைக்குள் செல்லுவதை வெகுகாத்திரமா யதிகநேரமுற்றுப் பார்த்திருந்த மாணவன் தம்பாடத்தைக் கவனியாதவனாய் அவ்வெலியின் வால்மாத்திரம் வளையின் வாய்க்கு வெளியிருப்பதைக் குறிப்பிட்டு, கஷ்டமான பாகமெல்லாம் உள்ளே சுலபமாய் நுழைந்துவிட வால்மாத்திரம் இன்னும் நுழையவில்லை யென்றதைப் போலுமில்லாமல், அதோடு சிலர் குருவையோ திருப்பிக் கேட்பது சொல்லுவதற் கெல்லாம் தலையாட்டிக் கொள்வதேகுரு வடக்கமுள்ளாரெனக் காட்டுமெனக் கருதுவரும் கற்பித்தமட்டும் பிரயாசங்கொண்டு மனனப்படுத்தி சொன்னவற்றை மாத்திரம் திருப்பிச் சொல்லக்கூடியவன், தான் கற்றதை விச்சாரணையாக நியாயஸ்தலத்துக்குக் கொணர்வதில்லாமல், மனக்கூட்டிலே அடைபட வைப்பானும், அற்றைப்போதுகற்றதை அற்றபோதிற் கேட்டாற் சொல்லவறி யாமல் "பழையன கழிதலும் புதியன புகுதலும் காலத்தின் மாண்பே"யென விச்சூத்திரத்தை வேறுவித நாழிகொண்டளந்து அன்று கற்றதை அன்றிரவின் தூக்கத்தில் போக்கடித்துவிட்டு நாளைக்கு வேறுகற்க எண்ணுமவர்களைப் போலுமல்லாமல்,

இன்றறிந்துகொள்ளும் சமயத்தே தனக்குள்ளே எதிர்க்கும் கேள்விகளை, யுடனே கேட்டுத் தெளிவதோடு இராப்போதில் தம்மிருமுது குரவர்தம்மொடும் அவைகளைப்பற்றிப்பேசி அதைப்பற்றி யவர்கள் சொல்வதை யுணர்ந்தும் பின் தன்னறிவாய மரக்கலத்தி லேற்றித் துறைமுகம் பிடிபடும்பரை விச்சாரணையிலே யிருப்பதினால் சகல கலைகளும் தெள்ளிதில் உணர சமர்த்தளாகிப் பெண்களிற்றேர்ந்தெடுத்த நாயகமென விளங்கினாள்.

என்றினும், வழுக்கறச் சொல்லினும் விஷயங்களை யொழுக்கமுறநடத்தல் அல்லது நடக்கல் அரிது என்னும் வாக்கியத்தைத் தலைநாணச்செய்த கமலாவதியின் சாமர்த்தியத்தைப் புகழ யாவரு மீடற்றவர்களெனச் சகலராலுங் கொண்டாடப் பெற்றாள். இவளது சாதுரியத்தைக் கொண்டாட வறியாத ஏழைமதியர், இவளுக்குத் தெய்வபத்தியும் அதிகமா யிருப்பதினால், இது இவளுக்கு அருட்கல்வி யென்றே சொல்லினர். அதற்கு மாறாகச் சிலர், “சித்திரமுங் கைப்பழக்கம் செந்தமிழும் நாப்பழக்கம் வைத்ததொரு கல்வி மனப்பழக்கம்” என்றனர். சிலர், தெய்வப்பெண்தான் இவ்வரச னில்லந்தேடி யுதித்தனளோ என்றனர். சிலர், இவ்வரசன் முற்பிறப்பில் கடனைக் கொடாமலிறந்திட்டிருப்பானதைத் தீர்த்துக்கொண்டு போம் பொருட்டே யிவளிவணுதித்து அவ்வரசற்கு இம்மாட்டுஞ் சிலவேற்படுத்திப் பெற்றுக் கொள்ளுகின்றனள் என்ன தங்கடங்கட் கிசைந்த மதியளவிற் கேற்றவாறாய்ப்பிதற்றித்துதித்துப் பேசினர்.

கமலாவதிக்கு வயதும் ஒவ்வொன்றா யதிகப்பட பாக்களவிற் பருத்திருந்த ஸ்தனபீடங்கள் அழகிய சிறிய சிமிழைப்போன்ற வளவினதாயிடங் கோலியபின், கண்கள் இரண்டும், அதைத் தரிசித்த மாத்திரத்தில் கண்கள் கொண்ட சந்தோஷமானது முகத்தை வஜிகரப்படுத்தியது. முகப்பிரகாஸ மானது பார்ப்பவர்கட்கு, மார்பையிடமாக்கி வளரவந்த தங்கொடிச் செடிகளானது அங்கிடந்தராமையால் திரும்பவும் வளைந்து முகத்தின் வழியாய் வெளியாகி முகத்திலேயே கொடிகள் படர்ந்திருக்கிறதாகவும் மார்பை யிடமாக்கவந்தது வும் இடந்தராமையால் திரும்பிச்சென்றதுமான செடிகள் வளைவே மார்பிடத்தை மேடாக வடுப்படுத்தியதெனக் கருதப்பட்டது.

(இன்னும் வரும்)

பா.மு. ரங்கோன்.

1906, ஜூன், பக். 189–192.

மதுவிலக்கு

மதுவிலக்கென்பது சற்றேறக்குறைய அனேக ஸ்ரீமான்களறிந்த விஷயமே. லாகிரிதரும் வஸ்துக்களாகிய – கள்ளு, சாராயம், பீர், பிராண்தி, உஸ்கி, ஜின் இவை போன்ற சிலாக்கியம் பெற்ற சம்பொயின், ரம் என்பவைகளுடன் கஞ்சா, மதத், பங், அபீம், பூரணாதிலேகியம் இன்னமும் – வெறிக்கும்படியான எத்தகையானதும் – பற்றறநீக்க முயல்வதே, குணசீலராகும், துளசிதாசர் ஒருசாபத்தினால் – காம இச்சையில் சிக்கி எவ்விதமாய்த் தன் மனைவி மமதாதேவியினால் காமம் நீங்கி பரிசுத்தனா னாரோ) அம்மேறை இச்சொற்ப புல்லறிவன். புகலுமதை – பழைய பாட்டியாராகிய ஔவை புகன்றமட்டும் நன்மை கடைப்பிடி என்பதாக முற்றிலும் எவரொருவர் ஷெ வஸ்துக்களை வெறுப்பரோ அவரே எத்தியாதி சிலாக்கியங்கட்கு மன்னாதிமன்னராம், ஷெ லாகிரி வஸ்துக்கள் பஞ்ச பாதகங்களுக்கும் முக்கிய ஜீவாதார நீரூற்று என்பது என் முழு நோக்கம். கொலை, களவு, விபசாரம், காமம், வெகுளி யாவற்றிற்கும் இவைகளே வாயில். மேற்கண்ட வஸ்துகள் உட்கொள்ளவாயில் வைக்கும்போது எதை நினைக்கிறானோ அது திட்டமாய் முடியும். அஃதாவது கள்ளோ யல்லது சாராயமோ வாயில் வைக்கும்போது இன்று சூதாட வேண்டும் என்றோ அல்லது பலானவன் மகா துரோகி அவனைப் பழுக்கப் பார்க்க வேணுமென்றோ அல்லது இன்னவள் மகாசவுந்திரவதியவளை

இன்று காத்திருந்து மோகித்து முடிக்க வேணுமென்றோ அல்லது இன்னவன் பொருளுடைய ஸ்ரீமான் அவனைக் கன்னமிடவேணு மென்ப தாகவோ நினைத்து அதன்படியே செய்யத்துணிகிறா னாகையாலிது எல்லாபொல்லாங்குகளுக்கும் சிறந்த ஆபரணமே என்று முக்காலும் சத்தியமாய்ச் செப்புவோம். இதை யனுசரியாத ஒரு புல்லறிவன் மேற்காட்டிய எவ்விஷயத் திற்கும் இடம் கொடுக்கமாட்டான் என்பது திண்ணம். கடவுள் எந்த மார்க்கத்திலும் இந்த (மதுவை) உட்கொள்ள – திருவுளம்பற்றவில்லை. இது நானும் இன்னும் எத்தகையர்கள் இப்படிக் குடிகெட்டுப் போகின்றதும் இன்னம் எத்தனை விதமாய் எந்தப் பத்திரிகையிலும் எத்தனைபுஸ்தகங்களில் பேசினாலும் அவன் கெட்டான் குடிகாரன் எனக்கு இரண்டு திரான் போடு என்பார்களே தவிர மற்றபடி விடார் விடார் இது முக்காலம் சத்தியம். இதற்கு இராஜாதி ராஜனும் மன்னாதிமன்னனுமாகிய நமது மாக்ஷிமை தங்கி (7ஆவது எட்வர்ட்) சக்கரவர்த்தி யவர்கள், இந்த ஏழை இந்தியரின்பால் பக்ஷம் பாராட்டினாப்போல் abkary என்னுமோர் சாராய இலாக்கா ஒன்றைப் பற்றற நிறுத்தி இன்னம் அனந்தங்கோடி யிலாக்காக்களில் வேண்டிய வருமானத்தை யபிவிருத்திசெய்து கொள்ளக்கூடும். அப்காரி முற்றிலு மகன்ற உடனே, யேழை எளியவர்களின் குடிக்ஷேமமும் முன்னுக்கு புஷ்களமாகிக் கீர்த்திப் பெற்ற இராஜாதிராஜன் மேன்மேலும் தழைத்தோங்குவார் இகபரசுகங் கிடைக்கும்.

(இன்னும் வரும்)

பெப்ரவரி, 1906 பக். 116. உரிகம் வேங்கை

மதுபானனுக்குக் கிடைக்கும் பிரதிபலன்

கள்ளுசாராயம் மதுபானம் லாகிரி யிவையாவும் செய்யும் வெறியனைக் கண்டமாத்திரத்தில் சிறியோர்முதல் பெரியோர்களனைவராலும் அவமதிக்கப்படுகிறான். எத்தகைய ஐஸ்வரியவானாகிலும் சரி, கல்வியில் தேர்ந்த கல்வி நிபுணரத்னமானாலும் சரி வயதில் வயோதிகரானா லும் எவ்விதமான அந்தஸ்த்துக்குரிய மரியாதிகளையும் போக்கடித்துக் கொள்ளுகிறான்.

கேவல கீழ்மக்களானாலும் நீச்சர்களானாலும் கல்வி பயக்காத காட்டுமிராண்டிகளானாலும் யாவரும், இவனா குடியன், என நிந்திக்கப்படுகிறான். இத்தியாதி வைபவங்கட்கும் இதோர் பெரும் ஸ்தூலமாய் நீச்ச நிலமைக்குக்

கொண்டுவரக்கூடிய ஓர் பேரலகைக் கொப்பான இக்கொடிய வஸ்துவை என்னவென்று நினைக்ககூடும்? ஒருநாள் முழுவதும், பாரியசுமை சுமக்கும் மிருகத்தைப் போன்ற கஷ்டவாளி தலைமீது கஷ்டப்பட்டவனுக்குத் தேகாரோக்கியத்திற்கும் இளைப்பாறுதலுக்கும் மாலைப்பொழுதில், ஆயாசந்தீர 4½ திரான் சாராயம் சாப்பிட்டால் தன்சரீரமறந்து அயர்ந்து நித்திரைசெய்யக்கூடும். அடுத்தநாள் அதிகாலையில் மறுபடி ஏதாப்பிரகாரம் தன்னுடைய தொழிலைச் செய்யக்கூடு மென்பார். சிலர் என்திரேகம் வாதநோய் குடைச்சல் சொற்பமல்ல நிமிஷமுதல் ஆறுதலில்லாத கடூரநோயுக்கு ஷெ சொன்ன மதுவில்லாவிட்டால் என்ஜீவன் ஒருநாள் தரித்திறாது என்பாரும், கை கால் இன்னம் ஏதோ ஊனமாயிருப்பதும் என் அலுவல் எப்போதும், நெருப்பிலிருக்கிறதினால் அது கொஞ்சம் இல்லாவிட்டால் என்னாலாகாது என்றும், நான் குடிகாரனல்ல யார் தன்மானம் பிறர்மானமென் றுணராமல் பழுக்கக் குடிக்கிறானோ, அவன்தான் குடிக்காரன், நான் என்சாப்பாட்டு நேரத்தில் மாத்திரம் அளவு பிரமாணமாய்ச் சாப்பிடுகிறேன். அது என் சொந்தப் பணமல்ல, என் தொழிலில் வரும்படியான லஞ்சம் அல்லது ஆதாயமான அந்தப் பணம் வைத்துப் பத்திரபடுத்தக் கூடாது. ஓர் வியர்த்தமாய் கிடைத்தது. ஓர் வியர்த்தமாய்ப் பலபேருக்கும் குடியைக்கொடுத்து தர்மிஷ்டி என்று பட்டப்பெயர் யெடுக்க செய்கிறேன் என்பார்கள். இரண்டாவது, ஒரு நல்ல சுபகாரியத்திலோ அல்லது வருஷப்பிறப்பு, தீபாவளி இத்தகையான விசேஷித்த திருநாட்களில் எப்படி சந்தோஷம் கொண்டாடுவது? ஆவியில்லாதவன், பாவியென்றும் குடியாத வீடுவிடியா தென்றும் பற்பல கெளரவமாகத் தாங்களே தற்புகழ்ச்சியாய்ப் பேசிக்கொள்ளுவதும், குடிகாரர் தன்னைவிடக் கொஞ்சம் அதாவது, தான்கள்ளானால் ஒருமூர்ச்சியில் 5–புட்டி கை சோராமல் சாப்பிடக்கூடியவர், சாராயம் இதைவிடலாகிரி அது ஒரே மூர்ச்சியில் புட்டியை வாயைவிட் டெடுக்காமல் சாப்பிடபட்டவர், இதைவிட இரண்டு மடங்கு நாணயமாய்ச் சாப்பிடக்கூடியவரைக் கண்டால், தன் மனம் குதூகலமாய் அவரை வேண்டிய விதமாய்ப் புகழ்வார். ஒருவன், குடிவெறி செய்யாதவன், தானும் தன் சமுசாரப் பிள்ளைகளும் பசித்தீவினையால் மடிந்தாலும் குடியன், குடிகுடிக்க அழைப்பான். அவன், குடிவேண்டாம், குடிக்குக் கொடுக்கும் காசைக்கேட்டால், கொடான். ஆனால் அவனைப் பலவிதமாய் யேமாற்றி உச்சிமுதல் உள்ளங்கால் வரையில் சாராயத்தை ஊற்றிப் பிராணாபாயமும் போலீஸ் வசமும் இன்னம்

அனந்த விஷயங்களுக்கும் ஆளாக்கத் துணிவான் கையில் காசுகொடுக்கமாட்டான். இதோடு தனமட்டில் சதா என்னாளும் சுகவீனனாய் வியாதிக்கு மூலகாரணனாகி விடுகிறான்.

இன்னும்வரும்.

மார்ச், ஏப்ரல், 1906, *பக். 142–143.* F.C.T.

மதுபானனுக்குக் கிடைக்கும் பிரதிபலன் (143ஆம் பக்கத் தொடர்ச்சி.)

தான் கெடுவதுடன் மைந்தர் மனையாட்டியையும் கெடுத்துவிடுகிறான். குழந்தையுமதிக்க இடமில்லாது நேரிடுகிறது. பணச்செலவுக்கு முதலாளியாகவு மிருக்கிறான். இவன் துர்க்காரியத்தினால் ஈனஸ்திதிக்குவந்த இவனது பெண்டுபிள்ளைகளைக் கண்ட நல்லார் அல்லது சற்குணத்தார் அக்குடியனைத் தக்கவிதமாய்த் தருவித்து வேண்டிய சொற்சாதுரியமாய், பொன்னைப்போல் குடியினால் இக்கெதி யிதுவரையில் அனுபவித்தாய் இனிமேல் குடிக்க வேண்டாம் என்று புத்திசொல்லும்போது:– பார்ப்பவர், கேட்பவர் யாவரும் அதிசயப்படும்படியாய் வெகுபுத்திசாலியைப் போல் தலைகுனிந்து அமைந்து இனியொருக்காலம் மதுவைக் கினவிலும், நினைக்க மாட்டேன் என்று எவ்விதமான பிரமாணிக்கத்தையும் செய்து சகலரும் மெச்சவும் ஆனந்திக்கவும் அந்நேரத்தில் மாத்திரம் நடித்து மறுக்ஷணத்திலேயே சகலத்தையும் பற்றறமறந்து குலைகுளிர முழுகிக் குடித்து வெறித்துத் திரிவான். தாய்தந்தை சகோதிரர் சகோதரி இன ஜனப் பந்துக்களுக்கும், பெரியோர்களுக்கும் விரோதியாகிறான். மதியிழந்து பேதையாய் உடுக்க வஸ்திரமும் உண்ண ஆகாரமுமின்றி இருக்கவிடமுமின்றி எந்த மூலையிலும் நிற்க நிழலற்றுத் தெருவில் நின்று தியங்குவான். கடைசியாய் உலகத்தி லவனைப் போல குடியருக்கன்றி மற்றயாவருக்கும் பொல்லாதவனாகுவதன்றித் சாக்ஷாத்பகவனுக்கும் கொடியசண்டளனாகி தன்னாத்துமாவையும் கெடுத்து நரகதண்டனைக்காளாகிவிடுகிறான்.

(இன்னும் வரும்.)

மே, 1906, பக். 168. எப்.சி.டி.

மாக்ஷிமைத்தங்கிய 'பூலோகவியாச'னெனும் பத்திரிகாசிரியரே தாங்கள் தயை பாலித்து யானெழுதுஞ் சில விஷயங்களை, ஷெ வியாசனிற் பிரசுரிக்க வெகுவிநயமாய் வேண்டுகிறேன்.

சில காலமாய், இப்பூலோகவியாசனில், "மதுவிலக்கு என்னுந் தலைப்பிட்டு மதுபானஞ்செய்வதாலுண்டாகுஞ் சீர்கேட்டை மென்மேலாய்க் கூறி எவரையு மெள்ளளவேனு நிந்தியாமலுஞ் சுட்டிக் காட்டாமலும் பொதுப்படப் பேசி, கள் முதலானவற்றைப் பருகுவது தகாது தகாதெனப் பன்முறையும் லோகோபகாரமாய் ஓரன்பர் பேசி வருவது தெள்ளெனத் தெரிந்ததே. இதனை வியாசனின் வாயிலாய் வாசித்தறிந்தவன்பாள ரனைவருக்குந் தெரிந்திருப்பதுமன்றி ஷ மதுபானஞ் செய்வதுகிஞ்சிற்றேனும் யோக்கியதை யல்லவென்றும், மதுவே அக்கிரமத்திற்கு ஆதாரமாகவும் போந்த பொருளாகவு மிருப்பதென ஒத்துக்கொள்வா ரநேகர். தவிர இதனை யொருமட்டாய் விலக்கியும், ஷ அன்பரெடுத்துக் கொண்ட பிரையாசைக்காகவும் இதே வியாசனில் சிலர் வந்தனோபசாரமும் வரைந்துள்ளார். எனவே இக்கொடிய வஸ்துவை நிராகரித்து நீக்கினோரநேகரா யிருக்கலாமெனத் தடையில்லை. இங்ஙனமிருக்க இதிலுங்கேடானதும், அருவருக்கத்தக்கதும் கண்டவர் கேட்டவரெல்லாம் சீயென வெறுத்து, அம்மம்மா! இவனா? இவன் நாற்றமே யுதவாது இவனோடு உறவாடுவதைவிட மூதேவியின் வாகனத்தோ டுறவாடலாமே, இவன் சங்கதியே காதில் விழ வேண்டாம், வேண்டாமெனப் பலருமஞ்ச கலகத்திற்கேதுவாகக் கட்டுச்சோற்றுப் பூனையைப் போ லாங்காங்குத் திரிந்து உற்றவரையுறவாடிக் கெடுக்க வேண்டாம், ஊரோடுங் குண்டணியாய்த் திரியவேண்டாமென தலையிற்தேங்கா யுடைத்த மேறையெழுதிவைத்த பாட்டியின் சொல்லைப் பற்றறமறந்து ஓயாமற் புறம்பேசிக் குண்டுணியாய்த் திரிந்துழல்பவரையுங் குறித்துச் சிலர், எழுதிவந்தும் கற்பாறையின் மீது விதைத்த விதையைப் போன்று விழலாய்ப்போக காண்கிறோமொழிய, கலியுக நாரதரான இவர்கள் புரிந்துவரும் நாசத்தொழிலை விடுத்து நலத்தை நாடினாரில்லையே. இனியேனுமிவ்விதக் குணத்தை விடுத்து அன்பு முதலான திவ்விய பூஷணங்களைப் பூண்டு பஹிரங்கமாய், யான் குணப்பட்டேன் முற்றும் விட்டேன் புனிதனானேன் என்பதாய் மேற்படி, மதுவிலக்கு எனு' சித்தாந்த மெ'ழுதுமன்பர்க்கு வந்தனமளித்த மேறை—இக்கலியுக நாரதருந் தமக்காகச் சிரத்தை யெடுத்துக் கொள்ளு மன்பர்களுக்கு வந்தனோபசாரமெழுதி நலத்தை நாட பகவனருட் புரிவாராக –

அக்டோபர் 1905. பக். 24 நீலகிரிவேங்கை.

மஹா

*பரி நிருவாணம்
+மஹா பரி நிருப்பாணங்

எங்குநோக்கினும் எக்காலத்திலும் சாந்தமும் ஈகையும் அன்பும் இயற்கையாயுள்ளதே அதன் தருமமாகும் இந்த மூன்று பாவனைகளை ரூபிப்பதற்கு உபமேயங்கிடையா. நிருவாண மென்பது சகலருக்கும் பொதுவாகவும் ஒரே நிலையுள்ளனவாகவு மிருக்கின்றது. ஒருவன்நிருவாணம் எத்தன்மைத்து என வுசாவுவானாகில் இத்தன்மைத்து என ரூபிக்கப் பாங்கின்மையால் மௌனமேயதற்கு மாறுத்தரமாம். ஏனெனில் ஒப்பு உவமையற்றதே அதன் உள்ள சுபாவம். ஆனால் கூடியவரையில் விளக்குவோம்.

நிருவாண விளக்கம்

காமலோக, ரூபலோக அரூபலோகமென்னும் காரணகாரியங்கள் ஏதுக்குத் தக்க நிகழ்ச்சியாதலால் உபமேயமின்றி சூட்டிற்குக் குளிர்ச்சியும், இருட்டிற்கு வெளிச்சமும் வியாதிக்கு ஔடதமும், துக்கத்திற்கு சுகமும் மாறுபட விளங்குவதுபோல் உலகப்பற்றுதலுக்குப் பிறப்பும், உலகப்பற்றற்றலுக்கு நிருவாணமுமாகையால் அவற்றைச் சாந்தம் ஈகை அன்பெனும் மூன்றின் பெருக்க விளக்கத்தால் உணர வேண்டும்.

இவ்வகை உணர்ச்சியில் அநித்தியத்திற்கு நித்தியம் முன்னிலையாவது போல் அநித்திய துக்கத்திற்கு நித்தியசுகம் இருத்தல் வேண்டும். அநித்திய சுகத்தை யறிய வேண்டியவர்கள் புத்தாகமத்தைக்கொண்டு விசாரித்தலே ஒளிதரும். அவ்வகை விசாரியாது தங்கள் மனம்போனவாறு நிருவாணத்தை விசாரிப்பவர்கள் இருளில் நின்றுதவிப்பார்கள். அப்படி தங்கள் மனம்போனபோக்கில் நுழையாமல் புத்தாகம நீதிநெறியில் நின்று பஞ்சஸ்கந்தம் நிகார மற்றபடியால் நிர்விகாரியென்றும், பிறப்பு மூப்பு மரணமெனுமூன்று மற்ற படியால் சதாகாலம் அல்லது சதாசிவமென்றும், சகலதுக்கங்களும் நிவாரண முற்றடியால் உலகசிரேஷ்டமென்றும், சூனியமில்லாமல் அசூன்யமானபடி யால் ஒவ்வொருவருந்தங்கள் சோம்பலையகற்றி நிருவாண நிலையையடைய முயற்சிக்க வேண்டியது அவசியமாம்.

நிருவாணமென்பது யாது?

சகல உலகத்திலும் ஆசாபாசப் பின்னலெனுங் கயிற்றால் கட்டப்பட்ட நிலைக்கு வாணம் என்றுபெயர். ஆசாபாசக் கயிற்றை முற்றிலும் அறுத்த நிலைக்கு நிருவாணமென்று பெயர்.

பிராக்கிருத பாஷையாகும் பாலியிலுள்ள பிடகத்தின் நிப்பாண சூத்திரத்திய மேற்கோள்.

"யோசோ சப்பசங்கார
சமத்தோ சப்புபதிபட்டினி
சக்கோ தன் அக்கயோ
விறாஹோ நிராதோ நிப்பாணங்"

சிரேஷ்டதருமத்தினால் சகல பிறப்பின் காரணங்களையும் தவிர்த்தலே நிருவாணம். மாறிமாறிப் பிறக்கும் பிறப்பை அறுக்கும் தருமமே நிருவாணம். காம ஆசையின் உபத்திரவம் எந்ததர்மத்தால் விலகுகின்றதோ அந்தத் தருமமே நிருவாணம். நூற்றெட்டு வகையாகும். ரூப ஆசைகள் எந்தத் தருமத்தினால் நசிகின்றதோ அந்த நிலையே நிருவாணம். பஞ்சபுலன்களால் பற்றும்காமியத்தை எந்தத் தருமத்தால் பற்றறுக்கப்படுகின்றதோ அந்தத் தருமமே நிருவாணம். சமுசாரமென்னும் வீட்டில் கிலேசமென்னும் பூட்டிட்டிருப்பதை உடைக்கக்கூடிய தருமம் எதுவோ அதுவே நிருவாண மென்னப்படும்.

நிருவாண இலட்சணம்

இராஹதுவேஷ மோஹமென்னும் குலேச அக்கினியைத் தணித்துச் சாந்தமுற்று சமுசார சாகரத்தைக் கடந்து நிற்பதே நிருவாணத்தின் முதல் இலட்சணம்.

குலேசங்களாகும் அக்கினியில் பொரிந்துகொண்டிருக்கும் வாதையைத் தணிக்கும் குளிர்ந்த நிலையாகிய தண்மையே நிருவாணத்தின் இரண்டாம் இலட்சணம்.

நிருவாணத்தின் கிருத்தியம்

சாந்தநிலையே எக்காலத்தும் மாறாமலும் மற்றொன்றில் சேர்க்காமலும் நிற்பதே நிருவாணத்தின் கிருத்தியமாம்.

அக்டோபர் 1905, பக். 11–12. *க.அ. பட்டாபிராமன்.*

அல்லாசாமி பண்டிகையும் அல்லாத துலுக்கரும்

செல்வமுடைத்தான இவ்விந்துதேசம் துலுக்கராஜாக்களாலும் தமிழ் ராஜாக்களாலும் ஆளப்பட்டு இப்போது ஆங்கிலேய ராஜாக்களாலும் ஆளப்பட்டிருப்பது யாவருமறிந்ததே. ஷை பண்டிகை துலுக்க அரசாக்ஷியில் துடுக்காகவும் வெகுமுடுக்காகவும் ஜனசங்கதிக்கு இடுக்காகவும், மும்முரப் பட்டு நடந்திருக்குமல்லவா? தமிழ் ராஜாக்கள் காலத்திலும் அவ்வாறே நடந்திருக்கலாமென் றெண்ணுவார் சிலர். கொஞ்சம் குறைந்திருக்கு மென்பார் சிலர். ஆனால் நமதாங்கிலேய வரசாட்சியிலேயா நாளுக்குநாள் நகருதுங் காணம் மானாய் என்றபடி வெகுவாகவே மட்டிட்டுப் போனது என்பது யார்தான் சொல்லார்? அம்மம்மா! இவ்வளவு அடக்கிவைத்தும் (அல்லாத துலுக்கர்) அதாவது துலுக்கரல்லாத இந்துக் களுக்குப் புலிவேஷம் முதலானது போட போலீசார் லைசென்சு கொடுக்காது நிறுத்தியும் பல இந்துக்கள் துலுக்கநாமதேயத்தைக்கொண்டே அல்லா நிறுத்தவும் வேஷம் போடவும் லைசென்சு பெறுகிறார்கள் அந்தோ! பரிதாபம். இந்துசமயத்தினரின் எந்தத் தெய்வங்களையும் தொழாதவர்களும், தங்கள் மசூதிப்பக்கம் இந்துமத உற்சவங்களை விமரிசையாய்க் கொண்டுவரவொட்டாமல் தடுக்கிறவர்களும், நாம் கிழக்கு நோக்கிக் கும்பிட்டால் நமக்கு எதிரிடையாக மேற்குநோக்கிக் கும்பிடுகிறவர்களும் இந்துக்களின் ஒவ்வொரு காரியங்களுக்கும் நேர்விரோதமா யிருக்கின்றவர்களுமாகிய துலுக்கரின் பண்டிகையைக் கொண்டாடுவதி லென்ன பயனென்பார் சிலர். துலுக்கரிலும் கற்றுணர்ந்த பெரும்பாலார் இத்தகைய அனாச்சாரங் களுக்குப் பிரவேசிக்கா திருக்கின்றார்க ளென்பார் சிலர். இப்பண்டிகை பெருங்கலகத்திற்கும் அடிதடிலுக்கும் காரண முள்ள தென்பார் சிலர். எப்படி யெனில், பலவிதமான வேஷங்களைப் பூண்டு எல்லோரிடத்திலும் துட்டுதண்டி

லாகிரிவஸ்துக்களையருந்திக் கெருவத்தோடு மூர்க்கமுங் கொள்ளுவதே, இச்சென்னையில் இந்துக்கள் தவிர துலுக்கரே கொண்டாடினால் இவ்வளவு பெருங்கோஷ்ட மிருக்குமா யென்பார் காண்பவர். இந்துக்களுக்கிருக்கும் பற்பலவிதமான பண்டிகை உற்சவம் தர்மவிஷய முதலிய காரியாதிகளுக்குத் திரவியம் செலவிடாது, இந்தப் பண்டிகைக்குச் செலவிடுவது ஏனென்பார் சிலர், அல்லாவைத் தூக்கிக்கொண்டு போகும் போதே மருள்வந்து விடுகிறதே அவ்வற்புதத்திற்காகச் செல விடுகிறார்களென்பார் சிலர்; சாமானியமாக அல்லாவைத் தூக்கிக்கொண்டு போகிறவர்கள் மீது சாமிவந்து உதகரிப்பது போல குதிரையின்மீது வரும்படியானவர்களுக்கும் வினோத மான கூண்டின்மீது உட்கார்ந்து பிடித்துக்கொண்டு வருபவர்களுக்கும் சாமிவரக்காணோமே என்பார் சிலர்; வீண்மமதை கொள்பவர்க்கே வருமென்பார் சிலர்; நல்ல இசுலாமான்கள் இவ்விதஞ் செய்யமாட்டார் என்பார் பலர். நமது கனம்பொருந்திய கவர்ன்மென்டார் வீண்வஸ்தாதுகளை யும் மார்பைநெளித்துக்கொண்டு நடக்கின்ற கலிப்பாக்களை யும் கும்பலிலடிக்கும் வம்புக்காரர்களையும், கல்லாலடிக்கும் சில்லார்களையும், ஓட்டாலடிக்கும் பாட்டாக்கள் காரரை யும், புட்டியாலடிக்கும் துட்டர்களையும் எவ்வளவு அடக்கிவைத்தும் அவிசாரி என்று ஆனைமேல் வரலாம் திருடியென்று தெருவில் வரலாமா என்னும் பழமொழியைக் கவனியாது திருட்டுத்தொழிலேயே குடிகொண்டு திரியும் கள்ளர்களையடைக்கும் ஜெயிலிலடைத்தும் பலவிதமான வேஷங்களைப் போட்டும் சவாலெடுத்துத் திரிவார் என்பார் சிலர், ஒருவன் சவாலடித்தால் மற்றவர் தீன் என்று சொல்லு முன்னமே வௌவால்போல ஓடுங்கல்லும் பறக்குமென்பார் கண்டவர்கள். புலிவேஷத்தோடு எலிவேஷமென்ன? பாம்புவேஷமென்ன? வைத்தியவேஷமென்ன? கரிவேஷ மென்ன? சாமியார்வேஷமென்ன? மீசையைச் சிரைத்து பெண்பிள்ளைகள் வேஷமென்ன? பண்டார வேஷமென்ன? வெட்டியார வேஷமென்ன? முனிசிபல் வேலைக்காரர் இஞ்சினியர் இன்னும் முதலிய பற்பல வேஷங்களென்ன என்று நகைப்பார்களநேகர் ஐயகோ? இவர்கள் வேஷம்போட்டாலும் இவர்கள் மட்டில்லாது துட்டுக்காகக் கடைக்காரர்களிடத்தில் செய்யும் சண்டைகளெத்தனை? மற்றும் தெரிந்தவர்கள் வீட்டுக்குள் நுழைந்ததும் அவர்கள் மனங்கோணாது கொடுக்கும் தொகையைத் தங்களுக்குப் போதாதென்று வற்புறுத்தி யதிகமாய் வாங்குகின்றார்களே யென்பார் பலர். எத்தனைபேருக்குதான் கொடுப்போமென்று துக்கிப்பார்க்கு யாதுசெய்யலாமென்பார் பலர், இவ்வடிவாங்கிய துட்டுக்களால்

குடித்து மானமின்றி யாட்டமாடிச் செல்வாரைப் பார்க்க வீட்டுப்பெண்களைக் கூட்டமாக்கி மேட்டிமையாகச் செல்லும் தாட்டிகருக் கென்கொல்லுவோ மென்பார் பலர். இத்தகைய வேடிக்கைகளைப் பார்க்க பத்திரிகை நடத்துவோர் சென்றால் இதுவிஷயங்களைப்பற்றித் தாங்களாவது பத்திரிகையி லெழுதப்படாதா வென்பார் சிலர். என்ன எழுதினாலும் செய்வதைச் செய்தே தீருவார்கள் என்பார் சிலர். ஐயே அப்படியல்ல நாளுக்குநாள் கவர்ன்மென்ட் உத்தரவினால் ஒடுங்கியதுபோல் இதுபோன்ற பத்திரிகைகளைப் படிக்கிறவர்களும் அவர்களை நேசிக்கிறவர்களும் இத்தகைய துற்கருமங்களினின்று நீங்கிக்கொள்வார்கள் ஆகையால் பத்திரிகைகளை வாங்கி வாசிப்பது உத்தமமென்பார் சிலர். என்னவாசித்தாலும் ஜென்மத்தில் பிறந்ததை விடமாட்டர்க ளென்பார் சிலர், இவர்கள் என்னவிடா விட்டாலும் கெர்வத்தைப் பாராட்டினாலும் பொட்டெனக் கட்டிக் கைப்பூட்டிட்டுக் கொட்டணங்கொடுப்பார் அரசாட்சியார் என்பது கொண்டு நல்லன்பர்கள் இத்துர்விஷயத்தில் பிரவேசிக்க மாட்டார் களென்பார் பலராதலால் அன்பர்களீண்டுங் கவனிப்பாராக.

மார்ச், ஏப்ரல், 1906, பக். 140–142

சில தினங்களுக்கு முன் ஓர் கிறிஸ்தவ ஜெபக்கூட்டத் திற்குப் போக நேரிட்டது. அது இறந்துபோன ஒரு நண்பரின் ஞாபகார்த்தமாக வைக்கப்பட்டது. அதில் கிறிஸ்தவ வழக்கப்படி ஜெபமுதலியவைகளோடு ஓர் பிரசங்கமும் நடந்தது. அப்போது கிறிஸ்துவ போதகர் ஒருவர் எழுந்து இறந்துபோனவரது விஷயங் களைப் பேசிக்கொண்டே வரும்போது இந்து சமயத்தைக் கேவலமாகப் பேச ஆரம்பித்தார். மற்றமதத்தைப்பற்றிச் சிந்தித்துப் பேசுவது அச்சந்தர்ப்பத்திற்கு ஏற்றதாக அவர் மதத்திற்குப் புறத்தவனாகிய எனக்குச் சமாதானமாகத் தோற்ற வில்லை. இது அவர்களுக்கும் மற்ற கிறிஸ்தவ நண்பருக்கும் எப்படியோ? அவர் அதிகமாகப் பேசிவந்தும் நான் முக்யமாய்க் கவனித்தது இரண்டே. முதலாவது மாயையை அகற்ற வேண்டுமென்ற மாணிக்கவாசகர் முதலியோர் பெண்ணை யுடைய சிவனை வணங்குவதால் என்னபயன்? கிறிஸ்துபோன்ற பெண்ணில்லாத வரையல்லோ வணங்கவேண்டு மென்றார். இதற்கு ஆதாரமாக "பொய்யெலா மெய்யென்று..." என்னும் பாடலைக் காட்டினர். மாணிக்கவாசகர் பெண்ணையுடைய சிவனை வணங்கினது உண்மையே. வணங்கினதால் இவர் நினைக்கிறபடி பயனில்லாமற் போகவில்லை. இதனை அப்பாடல் முழுவதும் படித்துச் சரியானபடி அர்த்தம்

செய்தால் நன்குவிளங்கும். அம்மாணிக்க வாசகரே ஷை தையலிடங்கொண்ட சிவன் தனக்குப் பெண்ணாசை யறுத்தாரெனச் சொல்லியிருக்கிறார். ஆகவே பெண்ணை வுடையவன் பெண்ணாசையை மற்றவர்களிடத்திருந்து அறுக்கமாட்டானென்று சொல்லிய இக்கிறிஸ்தவர் சொல்லுக்கு விரோதமாக ஷை கடவுள் அறுத்திருக்கிறதாக அப்பாடல் கர்த்தாவே ஒப்புக்கொண்டிருக்கிறா ரென்றால், பெண்ணையுடைய அக்கடவுளின் செய்கை வியக்கத்தக்கதும் கொண்டாடத் தக்கதுமா யிருக்கிறது. இந்து மதத்தை நழுவ விட்டுக் கிறிஸ்தவமதத்தைப் பற்றவேண்டுமென்பதற்குக் காரணமாகக் கூறிய அவர் சொல்லே இந்து மதத்தை விடாமலும் கிறிஸ்தவ மதத்தை ஏறெடுத்துப் பார்க்காதிருப்பதற்குந் தகுந்த காரணமாயிருந்ததை நேயர்களே கவனிப்பார்கள். பெண்ணையுடையத்தா யிருத்தலேகுற்றமாகுமோ ஒரு மனிதன் தான் 40 – வயதாகும்வரையில் ஏசுவைப்போல் மனைவியில்லாதும் பெண்களோடுஞ் சேராமலுமிருந்து ஜீவனை விட்டால் அவன்புனிதனாவானோ? அவன் கடவுளாவானோ? இல்லையே மற்றவிஷயங்களின் குற்றங்க ளிருக்கக் கூடுமல்லவோ? மனைவியை வைத்திருத்தல் தப்பாகுமோ அப்படி யிருக்கின் எல்லா மதஸ்தரும் விவாகத்தை ஒப்புக்கொள்ளுகிறார்களே, ஆம் இது மனிதர்க்குத்தான் தக்கது. சுவாமிக்கும் மனைவி தகுமோ எனக் கேள்விவரும் இக்கேள்விக்கு முன்பதாக அப்பெண்ணின் இலட்சண மறிய வேண்டுமே அப்படி யறியாது பேசுவது என்னவோ? சைவ வைணவ மதங்களில் பெண்ணை எங்கே வைத்திருக்கிறதாகச் சொல்லப்பட்டிருக்கிறது? பாதி சரீரமாகவல்லோ பெண் அமைந்திருக்கிறது. பெண்ணைவிட்டு சுவாமி வேறோ. அப்படி யெங்கும் சொல்லவில்லையே. விரிந்தமனமானது குவிதற் கேதுவாகத்தான் பெரியோர்கள் சுவாமியின் சத்தியையே ஓர்பெண்ணாகக் கற்பித்து நாமரூபங்கள் ஏற்படுத்தினர். மனங் குவிந்து குவிந்து அற்றபோது மேல் நாமரூபங்களா யுள்ளவைகளெல்லாம் அற்று தான் தாயைக் காண்கின்றான். இஃதல்லவோ முத்தி. அப்படியே மாணிக்கவாசகரும் “பொய்யிலா மெய்யென்று...” என்னும் பாடலையும் பிறகு அவரே நாமரூபங்க ளற்றோய்...” என்று பாடியதையும் பார்த்தால் முரண்படுவதாகத் தோற்றவில்லையா? ஆனால் முரணாகுமோ? முதல்பாடல் பாடியபோது இருந்த அவரது நிலையையும் இரண்டாவதைப் பாடியபோது இருந்த அவரது நிலையை யும் கவனிக்கவேண்டாமோ. விரிக்கிற்பெருகும். அன்பர் கவனிப்பார்கள். சத்தியில்லாச் சிவமென்றால் செத்தது போன்றது எனப் பொருள்படவில்லையா? ஆகவே சத்தி சிவந்தான்

வேண்டும் அதற்குத்தான் மாயை யறுக்கும் சத்தியுண்டு. இச்சத்தியையே பெரியோர்கள் ஜீவகாருண்யத்தை முன்னிட்டுப் பெண்ணாக உருவகப்படுத்தி யிருக்கின்றனர். காரணம் குடும்பசகிதமா யுள்ளவனுக்குத் தான் அதிக இரக்க மிருக்கும் என்னும் மனிதரின் நம்பிக்கை, குடும்பசகிதமாக எம்போலியருக்குத் தோற்றும் கடவுளை உறுதிபட்டு அவன் தாள்வணங்க அக்கடவுள் தனது சத்தியால் இவனது மனத்தை ஒடுக்கி, உண்மையை யுணர்த்தி யருள்புரிவான். உண்மையுணர மற்றவை நாம் சொல்லவேண்டியதில்லை. இரண்டாவதாக ஷெ கிறிஸ்தவர் இந்து நூல்களில் கூறும் பிறப்பு பொய்யென்றும், மனிதன் இறந்து விட்டவுடன் மறுபடியும் பிறக்கிறதில்லையென்றும் சொன்னார். பிறப்பு இல்லை என்று யாதொரு நியாயமுங் காட்டாமல் சொல்லிவிட்டால் போதுமா? இவர் சொற்படி மனிதன் இறந்தபிறகு கதியென்ன? நாம் பார்க்கிறபடி தேகம் மண்ணோடு மண்ணாய்ப் போய் விடுகின்றது. ஆத்மா எங்கேயோ இருப்பதாகவும் நியாயத்தீர்ப்பு நாளில் எல்லாம் சுவாமியண்டை வருகிற தெனவும் இவர்கள் சொல்லுகிறார்கள். வந்து நல்வினை தீவினைக்குத் தக்கபடி மோட்சம் நரகமடைகிறதெனச் சொல்லுகிறார்கள். நரககஷ்டத்தைப் பார்ப்போம். நரகத்தில் கஷ்டப்படுகிற தென்றால் எது கஷ்டப்படுகிறது? ஆத்மா தேகமில்லாது கஷ்ட மனுபவிக்குமா? தேகத்தோடுதான் என்றால் பூமியில் ஆத்மா எந்தத் தேகத்தோடு கூடி தீவினைசெய்ததோ அந்தத் தேகம் மண்ணாய்விடப் பார்த்தோம். வேறு தேகத்தோடு ஆத்மா அனுபவிக்கிறதென்றால் ஒரு தேகத்தோடு தீவினை செய்ய இன்னொரு தேகம் கஷ்டமனுபவிப்பானேன்? என்ன கருணை யின்மை, அதே தேகந்தான் உயிர்த்தெழுந்ததென்றால் கடவுள் அந்தத் தேகத்தை மண்ணாகப் போகச்செய்யாமல் அப்படியே தேகத்தோடு மேலே எடுத்துக் கொள்ளக் கூடாதா? அப்படியு மில்லையே பின்னும் தேகம் இல்லாமல் ஆத்மா நரகத்தில் கஷ்டம் அனுபவிக்கிற தென்றால, ஆத்மா ஆவியாயுள்ள தாயிற்றே. ஆவியாகவே கஷ்ட நஷ்டங்களை அனுபவிக்க முடியுமா? ஆம் என்றால் நியாய விரோதமல்லவா? அனுபவமு மாகுமா? ஆத்மா ஆவி அல்ல பொருள் என்றால் மனிதன் உயிரோடிருக்கும்போது எந்த இடத்தில் என்ன உருவத்தோடு இருக்கிறது? அன்பர் கவனிப்பார்கள். பிறப்பு இல்லை யென்று சொல்லும் இவர், உலகத்தில் ஒருவன் உயர்ந்த அந்தஸ்திலும் மற்றொருவன் தாழ்ந்த அந்தஸ்திலுமிருக்கக் காரணம் என்னமோ? கடவுள் இஷ்டம் என்றால் கடவுள் கருணைந்தியாவாரோ? கவனிக்கவும். விரிக்கிற் பெருகுமென அஞ்சினோம்; மேல் நாட்டாரும் கீழ் நாட்டார் இவர்களில்

மகாதேர்ந்தவர்களெல்லாம் எல்லா மதத்திலும் உண்மையுண்டு. புறமத தூஷணம் வேண்டாம் வேண்டாம் என ஒரே அளவாய்க் கூச்சல்போட வில்லையா? பிறர்வருந்தும்படி, பேச்சினாலும் மற்றவைகளினாலும் நடந்துகொள்ள வேண்டு மென்பதுதானோ கிறிஸ்துவின் போதனை? அல்லவே. குற்றத்தைக் கண்டிக்க வேண்டுமென இவர்கள் சொல்லுவார்களானால், இது குற்றம் அது குற்றம் என்று நியாய பொருத்தமாகவும் அனுபவப் பொருத்தமாகவும் காட்டினா லல்லோ அங்கீகரிக்கப்படும்? அதுவு மில்லையே. தங்கள் மதத்தைச் சிலாகிக்க பிறமதங்களை அநியாயமாய்த் தூஷிப்பானேன்?

இந்து.

"கிறிஸ்தவர்கள் இந்துக்களை அஞ்ஞானிகளெனக் கூறுவது ஞாயமா?

மக்களின் அறிவாற்றலுக் கிணங்கப் பல்வேறு வகைத்தாய் நடைபெறும் மதங்களுள் கிறிஸ்துவமும் ஒன்றாமென்பது கற்றவர்க ளியாவராலும் அறியப்பட்ட தொன்றாம். உலகியல்பு, உயிரிலக்கணம், இறைவன் றன்மை, பந்தசொரூபம், மோக்ஷநிலையென்பவற்றுள் ஒன்றனியல்பேனும் யுக்திக்கிணங்கக்கூறாது, வெறுங்கதை களையே குருட்டுத்தனமாய்க்கூறும் மதங்களுள் கிறிஸ்துவ மதமுமொன்றாமென்பது அம்மதத்தினது சத்தியவேதமென்று கூறும் பைபிளென்னும் புத்தகத்தைச் சிறிதூன் றிப்படித்தாற் செவ்வனே விளங்கும். இங்ஙனமாக, அவர்கள் தாங்கள் ஒளியில் இருப்பதாகவும் ஏனையோர் இருட்டிலிருப்பதாகவும் மனப்பால் குடித்து, பிறமதத்தினரை அதிலும் இந்து மதத்தினரை அஞ்ஞானிகளென்றும் அவர்கள் அநுசரித்துவரும் மதத்தை அஞ்ஞான மதமென்றும் கூறிவருகிறார்கள். இங்ஙனம் அவர்கள் கூறிவருவது யுக்தமா, அன்றி அயுக்தமாவென்பதைச் சற்றுக் கவனிப்பாம். அஃதாவது கிறிஸ்தவ மதஸ்தர்கள் ஞான அஞ்ஞானங்களின் இலக்ஷணத்தையறிந்து தங்களை ஞானிகளென்றும் இந்து மதத்தினரை அஞ்ஞானிகளென்றும் கூறுகிறார்களா, அங்ஙனமின்றிக் கூறுகிறார்களா என்பது. அறிந்தே கூறுகின்றார்களெனின்: ஞானாஞ்ஞானமென்பவை பொருளா, குணமா அன்றித்தொழிலா? பொருளெனின், அவை கருத்துப்பொருளா? காட்சிப்பொருளா? இயற்கைப்பொருளா? செயற்கைப்பொருளா? விகாரப்பொருளா? நிர்விகாரப் பொருளா? காரணப்பொருளா? காரியப்பொருளா? பேதகாரணகாரியப் பொருளா? அபேதகாரண காரியப் பொருளா? விபரீதப்பொருளா? யதார்த்தப்பொருளா?

வாய்ச்சிபார்த்தப்பொருளா? லட்சியார்த்தப் பொருளா? சாத்திரப்பொருளா? அசாத்தியப்பொருளா? குணமெனின், இயற்கைக்குணமா? செயற்கைக்குணமா? தொழிலெனின் விதிவினையா? மறைவினையா? குணந்தொழிலெனின், எந்த முதலின் குணந்தொழிலெனப்படும்? உயிரினிகுணந் தொழிலா? அன்றி உடலின் குணந்தொழிலா? கடவுளின் உயிரின்குணந்தொழிலா? அன்றி உடலின் குணந்தொழிலா? கடவுளுக்கு உடலுண்டோ வெனின், யாத்திராகமம் 32ஆம் அதிகாரம், 16ஆம் வசனத்தில் "அந்தப் பலகைகள் தேவனால் செய்யப்பட்டதாயும், அவைகளிலே பதிந்த எழுத்து தேவனாலெழுதப்பட்ட எழுத்துமாயு மிருந்தது" என்றிருக்கிறபடியால் பலகையைச் செய்தற்கும் அதன்மீது எழுதுவதற்கும் கைகளின் தொழில் முயற்சிவேண்டியதா யிருக்கிறது. இதனால் கடவுளுக்குக் கைகளிருந்திருக்க வேண்டியதாயும் கைகளிருப்பதனால், கால் முதலியவைக ளிருந்திருக்கவேண்டியதாயும் கைகள் முதலிய அவயவங்களாகிய சினைகளிருக்குங் காலத்திலவைகளை யெல்லாமுடைய அவயவியாகிய முதலென்னுமுடலிருந்திருக்கவேண்டியதாயுஞ் சித்திக்கிறது. பின்னும்மேற்படி ஆகமம் முப்பத்திமூன்றாம் அதிகாரம், இருபத்திரண்டாம் வசனத்தில், "என்மகிமை கடந்துபோகும்போது நான் உன்னை அந்தக்கல்மலையின் வெடிப்பிலேவைத்து நான் கடந்துபோகு மட்டும் என்கரத்தி னால் உன்னை மூடுவேன்" என்றும் 23ஆம் வசனத்தில் "பின்பு என் கரத்தை எடுப்பேன்; அப்போது என் பின்பக்கத்தைக் காண்பாய்; என்முகமோ காணப்படாது என்றார்" என்றும் இருக்கிறதே. இதனாலும் கை, பின்பக்கம், முகம் முதலான அவயவங்க ளிருப்பதாக வேற்பட்டு அதுகாரணமாக அவயவங்களுக்கு முதலாகிய உடலிருக்க வேண்டுமென்றும் ஏற்படுகிறது. எஞ்ஞான்றுட லிருக்கிறதோ அஞ்ஞான்றே உடலுக்கு வேறாக உயிரிருக்க வேண்டுமாகையால் கடவுளது உயிரின் குணந்தொழிலா அன்றி உடலின் குணந்தொழிலா வெனக் கேட்டதொக்கும்.

கடவுளுக்குரிய இவ்வுடலானது நித்தியமெனப்படுமா? அன்றி ஓர் காலத்துத் தோன்றியதெனப்படுமா? நித்தியமெனின் கடவுள் அரூபி என்பதற்குமாறாகிறது. ஓர்காலத்துத் தோன்றியதெனின் அங்ஙனம் தோன்றிய உடலுக்குக் காரணமியாதெனப்படும்?

அன்றியும் ஞானாஞ்ஞான மென்பவை பரத்திற்குப் பின்னமா, அன்றி அபின்னமா? ஜீவனுக்குப் பின்னமா, அன்றி, அபின்னமா?

உலகு, உயிர், கடவுளென்னு முப்பொருளுஞ் சத்தென்றுகூறி வருகிறார்களே இவை நித்திய சத்தெனப்படுமா அன்றிக் கற்பித சத்தெனப்படுமா? இவற்றிற்கு இலக்கணமும் உதாரணமுமென்ன?

மேற்படி திரிபதார்த்தத்துள் வியாபகப் பொருளுஞ் சத்தென்றுகூறி வருகிறார்களே இவை நித்திய சத்தெனப்படுமா அன்றிக் கற்பித சத்தெனப்படுமா? இவற்றிற்கு இலக்கணமும் உதாரணமுமென்ன?

மேற்படி திரிபதார்த்தத்துள் வியாபகப் பொருளெவை? வியாப்பியப் பொருளெவை? வியாபக வியாப்பியங்களுக்கு இலக்கணமும் உதாரணமுமெவை?

கடவுள் வியாபகமா யிருக்கின்றதெனவும் அதில் ஜீவர்களும் உலகும் மோட்சமும் நரகமும் வியாப்பியமாய் இருக்கின்ற தெனவும் கூறிவருவதால், இச்சீவராதி நான்கு வகுப்பும் கடவுளில் சத்தாயிருக்கின்றனவா? அசத்தாயிருக்கின்றனவா? அன்றிச் சத்சத்துக்கு வேறாயிருக்கின்றனவா? சத்தாயிருக்கின்றன வெனின் பரத்திற்கு அன்னியமாயிச் சத்தாயிருக்கின்றனவா? அன்றி அன்னியமாய்ச் சத்தாயிருக்கின்றனவா? அன்னிய மாய்ச் சத்தாவிருக்கின்றனவெனின் ஓர் சத்துள்ள விடத்தில் மற்றோர்சத்து இராதென்னும் நியமமிருத்தலின் கடமுள்ளவிடத்திற் படமும், படமுள்ள விடத்திற்கடமும் இல்லாவாறு கடவுளுள்ள விடத்தில் ஜீவராதி நான்குவகுப்பும், ஜீவராதி நான்குவகுப்புள்ள விடத்தில் கடவுளுமில்லாமல், கடவுளின் வியாபக லக்ஷணத்திற்குத்தோஷம் வாய்த்து அதுகாரணமாகக்கடவுள் ஓரிடத்திலிருக்கும் அவ்வியாபகக் கண்டப்பொருளாய் முடியுமன்றோ? முடிவதாற்குற்ற மென்னையெனின், கண்டப்பொருளாய் நிகழும் கடமானது கற்பனையாயும் சடமாயுந் துக்கமாயுமிருக்குமாறு கடவுளும் கற்பனையாயும் சடமாயும் துக்கமாயு முடியுமே. இதனால் கடவுளுண்டெனக்கூறும் கிறிஸ்தவமதக்கொள்கை பொய்ப்பட்டுக் கடவுளில்லை யென்னும் நாஸ்திகமதத்தின ராக வேண்டுமே. அன்றியும் அனன்னியமாய்ச் சத்தா யிருக்கின்றனவெனின் கடவுளே ஜீவராதி நான்குவகுப்பா யிருக்கிறதாகப் பெறப்பட்டுச் சீவனுக்குரிய அஞ்ஞான சந்தேக விபரீத முதலானவைகளும் உலகுக்குரிய சடத்துவமும் கடவுளுக்குரியவைகளாகி, கடவுளே அஞ்ஞான சந்தேக விபரீதசடத்துவ முதலியவைகளோடு கூடியதாக முடிகிறது. இது விந்தையினும் விந்தை! எது சடமாயிருக்கிறதோ அது கடபடம் போல் அசத்தாயும் துக்கமாயு மிருக்கவேண்டு

மென்பது நியமமிருத்தலின், இதுகாரணமாகக் கடவுள் அசத்தாய், அஃதாவது பொய்யாய் முடியும். இதனாலுமி கிறிஸ்தவர்கள் நாஸ்திகராக வேண்டியதாய்ச் சித்திக்கின்றதே. இங்ஙனம் தங்களை நாஸ்திகராக்கிக்கொள்ளும் பொருட்டா கடவுளுக்கு அன்னியமாகவும் அனன்னியமாகவும் சீவராதி நான்கு வகுப்பும், சத்தாயிருக்கின்றனவென கூறிவருகிறது?

(இன்னும் வரும்.)

மே, 1906, பக். 169–173 வேதாந்தி

தெய்வாலயம்

கோளிற் பொறியிற் குணமிலவே யெண்குணத்தான்
றாளை வணங்காத் தலை.

சீர்வாய்ந்த தண்கடலாற் சூழப்பட்டிராநின்ற விவ்வகிலத்தையும், அதன்கண்ணடங்கி யிராநின்ற சர்வஜீவ கோடிகளையும், தாவர வர்க்கமுதலானவைகளையும் படைத்துக் காத்தாளுஞ் சர்வவியாபக பரஞ்சோதி யொருவருளாரென்பது ஏற்கெனவே யாவருமறிந்த சத்தியமென்பதற்குக் கிஞ்சித்து மையமின்று. அப்பரம நாதனருளால் யாமடைந்தனுபவிக்கும் பாக்கியம், சிலாக்கியம், யோக்கியம், வாக்கியம் முதலானவைகட் கெண்ணில்லை.

இவ்வளவு வரைகடந்த கருணை வாரிதியாகிய கர்த்தனையாம் எக்கணமும் மறவாமலும், வேறுகவலைகளை மனதில் வைக்காமலும், வணங்கி நன்றி யறிந்த நமஸ்காரம் சமர்ப்பிக்க வேண்டிய தத்யாவசியமென நன்னூல்களாகிய பன்னூல்கள் முறையிடுகின்றன வல்லவா? ஆனமையால் நம்மாற்கூடிய மட்டும் ஈஸ்வர தியானத்துட னிருத்தல் வேண்டும். அஷ்டகுணபிரானையிஷ்டமுடன் நிஷ்டைக்கொண்டு அனுஷ்டிக்க வேண்டிய முறைமையுடன் பஜித்தல், நம்மின் வாசஸ்தானங்களில் கூடாதகாரியமென்பது வெளிச்சமே. இதனை யோர்ந்தன்றோ "கோயிலில்லாவூரிற் குடியிருக்கவேண்டா" மென்று ஔவை முறையிடுகின்றனள். அதாவது யாம் கோயிலென்னு மொருபொது இடத்துச்சென்று ஒருமனதுடன் யாவரு மேகோபித்துச் செபித்தல் முறைமை யெனக் கரதலா மலகம்போற் றோன்றுகிறதன்றோ?

கோயிலுக்குச் சென்றுதானா பஜித்தல் வேண்டும். "எவ்வுயிரும் பராபரன்சந் நிதியதாகும் இலங்குமுயி ருடலனைத்து மீசன் கோயில்" என்றபடி யப்பரமநாதனை நம்மனதின்

கண்ணிறுத்திப் பூசித்தற்கூடாதாவெனத் தங்களினறியாமையி னாலும் சந்தேகத்தினாலும் சிலர் வினாவ முன்வரினும் வருவர். அன்னோருக் கீண்டொருவாறு சமாதானஞ் செப்புவாம். என்னையெனின், யாமிப்பூவின்கண் கிரகஸ்தராயிருக்கு மந்தஸ்தால் நாம் ஒருவீட்டின்கண் குடியிருக்கின்றோம். அவ்வீடு என்கிற பதம் ஒன்றாயிருப்பினும் அவ்வீட்டினுட் பல அறைகளேற்படுத்தப்பட்டு ஒவ்வொரு அறையும் வெவ்வேறு விடயங்கட்காக உபயோகப்பட்டு வருகின்றது. அவையாவன:– சமயல் அறையென்றும், படுக்கை யறையென்றும், பலசரக்கு அறையென்றும், நேசர்கட்குரிய அறையென்றும், சிறுவர்கட்குரிய அறையென்றும், பெரியவர்க்குரிய அறையென்றும் கூறப்பட்டு ஒவ்வொரு அறைகளும் தக்கடிபயுபயோகிக்கப்பட்டு வருகின்றது. இன்னம் நம் நாட்டைச் சுற்றிப் பார்க்குமிடத்து ஒவ்வொரு அலுவல் நடத்துவதற்கும் வெவ்வேறு சாலைக ளேற்படுத்தப்பட்டு மிருக்கின்றன. அவையாவன:– நியாயஸ்தலம், கலாசாலை, பணிசாலை முதலியன.

இங்ஙன மொவ்வோரிடத்திற்கும் பிரத்தியேகமான சாலைகளிருக்க, தெய்வாலயமென்னு மொருசாலை யிருத்தலத்தி யாவசிமே. ஆனமையால் போலி துறவிகட்போல் முரட்டாட்டஞ் செய்யாது தெய்வாலய தரிசனஞ் செய்துய்வோமாக.

தெய்வாலய தரிசனஞ் செய்வதற்குப் பெரும்பாலும் ஒவ்வொரு சமயத்தாராலும் நாளும் நேரமுங் குறிக்கப்பட் டிருப்பினும் நமக்குச் சவகாசம் கிடைத்த நேரத்தெல்லாம் ஆலயஞ்சென்று பஜிக்கலாம். அங்ஙனஞ்சென்று பஜித்து வருங்காலத்து அவன் அனுசரிக்கவேண்டிய முறைமையாதி களைக் குறைவற முடித்தல் வேண்டும். அப்படிக்கின்றி ஆங்குவந்திருக்கும் ஆண் பெண்ணிருவர்களின் கோலத்தை யும் அலங்காரத்தையும் பார்த்து மகிழ்ச்சி யடைவதுடன் தீயவெண்ணங்களும் மேலிட்டுக்கொள்ளுதல் விவேகமென்று

“கையொன்றுசெய்ய விழியொன்றுநாடக் கருத்தொன்றெண்ணப்
பொய்யொன்று வஞ்சகநாவொன்று பேசப்புலால்கமழு
மெய்யொன்றுசாரச் செவியொன்று கேட்க...........”

என்ப, தெய்வாலயத்துக்குப் போகுங் காலங்களில் வீண் ஆடம்பரங்களுடன் போவதும், மற்றவ ரெவ்விதமான ஆடையாதிகளணிந்து வந்தனரென்றுஞ் சிந்தித்து தங்கட்கோலத்தையும் னுன்னோர் கோலத்தையுமொத்துப் பார்த்துப் பெருமை கொள்ளுதலுஞ் சிறப்புடைத்தன்று.

பெரும்பாலும் பெண்மணிகள் தெய்வாலயங்கட்கு வரும்போது கல், கல் என்றொலிக்கும் சதங்கை முதலான

காலணிகளையும் கல கலவென்று சப்திக்கும் வளையல் முதலானவைகளையு மணிந்துகொண்டும், சல்லாதுணியுடுத்து, சேய்மைக் கண்ணும் வீசும்படியான பரிமளவர்க்கங்களுடன் வருவதும் தூற்றற்பாலதே. என்னையெனின், அம்மாதர்கள் இவ்விதமான அரவத்துடனும் ஆடம்பரத்துடனும் ஆலயத்துள் நுழையுங்காலத்து அவணிருக்கும் சங்கத்தினரின் தியானத்துக்குப் பங்கம் நேரிடுவதுடன் வந்தவர்களைக் குறிப்பிட்டுப் பார்க்கவும் நேரிடுகின்றது. அதனால் ஆடவர்கட்கும் மங்கையர்கட்கும் மனமாறுதலு முண்டாகின்றது? நம்மின் சுகபோகங்களைக் காட்டுவதற்குத் தெய்வாலயந்தானா இடம்? மீண்டுந் தெய்வாலயத்துக்குள் வந்து அவன் அனுசரிக்கவேண்டிய முக்கிய கருமங்களை முற்றும் மறந்து, வந்திருக்கும் மற்ற மாதர்களின் உடை, யணிமுதலானவைகளைப் பார்த்து அருகிலிருப்பவருடன் மதிப்புக்கூறுவதும், அதற்குமேல் தங்கள் அருகிலிருப்பவருடன் மதிப்புக்கூறுவதும், அதற்குமேல் தங்கள் அபிப்பிராயங்களைச் செப்புவதுமாயிருந்தது, அசைபோடும் ஆடுமாடுகளைப்போல் வெற்றிலைப்பாக்கு மென்றுகொண்டு காலம் போக்குவதுமா யிருக்கின்றனர். இன்னோர் உருத்திராக்ஷப் பூனைகட்போல் பெரிய செபபுத்தகமும், நீண்ட செபமணிமாலையும் கையில்கொண்டு வரும்போது மகாதப சிரேட்ட மணிகட்போற் காணப்படுகின்றனர். ஆனாலின்னோர் தம் நடத்தை யவ்வளவுக்கும் மாறுபாடா யிருப்பது விவேகமற்ற தன்றோ?

பெண்மணிகளின் நடத்தைதா னிவ்வளவென்றாலோ ஆண்பிள்ளைகளின் செயலைச் சற்றாராய்ந்து பார்ப்போமாக:–

இவர்களிற் பெரும்பான்மையோர் தங்கள் வேடங்களைக் காண்பிப்பார்கள் வேண்டியே கோவிலுக்கு வருகின்றனரன்றி யுண்மையில் பக்தியின் குறிப் பின்னோரிடத்துக் கிஞ்சித்து மில்லை யென்பது இனிஸ்பஷ்டமாய்த் தெரியவரும். இவர்கள் கோயிலுக்குப் போவோமென்று வீட்டைவிட்டுப் புறப்படும் போது தங்கட் சிந்தனையாதெனில், இன்றையதினம் இன்னார், இன்னார் வந்திருக்கக் கண்டு ஆநந்திப்போமா? நாமணிந் திருக்கும் நவீன உடைகளை யெல்லோரும் பார்க்கட்டும், சென்றவாரம் அவன் அணிந்து வந்ததற்கு மேலாக நானிந்தவார மணிந்திருக்கின்றேன் என்று வீண்பெருமையுடன் வருகின்றனர். இதுமட்டுந் தங்கள் அறிவின்மையை நிறுத்திவிடாது கோயிலுக்கு வந்தகாலத்தும் அவன் அடக்கமென்பது சிறிதுமில்லாமல்,

"காக்க பொருளா வடக்கத்தை யாக்க
மதனினூ உங்கில்லை யுயிர்க்கு"

என்பதை உணராது மகா பிரபுவைப்போல் மீசையின்மேல் ஒருகையும், இடுப்பின்மேல் மற்றொருகையும் வைத்திருப்பதுடன் ஆங்கு அனுட்டிக்க வேண்டியவைகளை யசட்டைசெய்து இருகால் விலங்கைப்போலு மிருக்கின்றனர். தெய்வாலயங்களில் நடக்கும் விடயங்கள் இவ்வளவுதானா? இல்லை. விசேடமான வுற்சவகாலங்களில் நடக்கும் ஒழுங்கீனங்களுக்கும் எண்ணில்லை. அவற்றுள் ஈண்டு சிலதெடுத்துரைப்பாம்.

ஆடவர்களும் மங்கையர்களும் அலங்காரத் துணிமணிகளணிந்து பரிமளாதியுடன் வருவது இயல்பே. ஆனாலன்னோர் அவ்வாறு வருவதைப் பார்க்கிலுந் தங்களிருதயமாகிய மலருக்கு வேண்டிய அலங்காரங்களையும் பரிமளங்களையும் பூர்த்திசெய்து கொண்டுவரின் புகழற்பாலதே. (இருதயமலருக்கு வேண்டிய அலங்காரம் யாதென வறிந்து கொள்ள சிலர் விரும்புவர் போலும். அதாவது பொறாமை, காமம், பொய், வஞ்சனை, சினம் என்னும் அசுத்தங்களைச் சீலம் என்னும் நீரினாற்போக்கி, சான்றாண்மை, தன்னைப்போ லனைவரையும் நேசித்தல், விவேகம் என்னுமிவைகளால் அலங்கரித்துக் கொள்ளுதலே.) இப்படிக்கின்றி உற்சவகாலத்தில் துற்சவகாசம் மேற்கொண்டு இரதம் வலம் வரும்போது அவ்விரத்தின்கண் வீற்றிருக்கும் பரஞ்சோதியைக்கண்டு வந்திக்காதவராயும், தங்கட் கண்ணையுங் கருத்தையும் ஞானவிடயங்கட்குச் செல்லவொட்டாமலும் நாற்புறமுஞ் சுற்றி நோக்கிக்கொண்டு ஈனநடத்தைகட் குள்ளாகின்றனர். அந்தோ! தெய்வாலயதரிசனமென்பதும் உற்சவகாலத்து அநுட்டானங்க ளென்பது மிவைதானா?

அருகிலிருக்குந் தெய்வாலயங்களின் உற்சவ வைபவ காலங்களின் நடத்தைகள் தானிவ்வளவென்றாலோ, தூரதேயங் களில் நடக்கும் உற்சவகாலங்களில் நம்மனோர் செய்யுந் துர்நடத்தை கட்களவு முண்டோ? இவர்கள் மகாதபசிகட்போ லும், சன்மார்க்கர்போலும், பக்திமான்கட்போலும் தங்களைத் தாங்களே மதித்துக்கொண்டு, கையில் பணமில்லாத காலத்தும், மகா துணிவுடன் கடன்வாங்கிக்கொண்டு, புத்திர பௌத்திர, களத்திராதிகளுடன் மகா ஆடம்பரமாய்ப் புறப்பட்டுச் செல்கின்றனர். ஐயோ! இன்னோர் இவ்வளவு பிரயாசை யுடன் தூரதேய உற்சவங் காணப்போயும் தங்கள் மதிக்குறை சற்றேனுங் குறையாமல், வந்தவிஷயத்தை மறந்தாற்போல் தங்கள் சொந்த விஷயத்தையே கருதியாநந்த சல்லாபத்துடன் உண்பதுங் குடிப்பதுமாய் நாளைச் செலவிடுகின்றனர். இவர்கள் முக்கியமாய்த் தெய்வாலயத்தைக் கருதிச் சென்றவரல்லர்போலும். ஆனால் பதார்த்த வகைகளையும்

தீர்த்தப் பிரசாதங்களையும் (மதுபானம்) சங்கீத கூட்டங்களை யும் நேயர்களின் ஆட்டங்களையும் வயல்களின் வேட்டைகளை யும் மனதில் நாடிப் போகிறவர்களெனச் சொல்லத் தடையுமுண்டோ? ஆ! ஆ!! போலிபக்திமான்களே நும்மின் விவேகத்தை யிவண் தூக்கிப்பாரும். "குளிக்கப்போய்ச் சேற்றைப் பூசிக்கொள்வதைப் போல்" நம்மின் பாவ விமோசனத்தைக் கருதிச் சென்றவிடத்து, மீண்டும் பாவத்தைச் சேர்த்துக்கொள்வது தூற்றற்பாலதே.

"மலர்மிசை யேகினான் மாணடிச் சேர்ந்தார்
நிலமிசை நீடுவாழ்வார்"

என்னுந் திருவாக்கை மனதிறுத்தி, அன்பர் தம் இருதய கமலமாகிய மலரின்கண் வீற்றிருக்கும் நித்யாநந்த வருட்பெருஞ் சோதியாகிய நம் அத்தனின் திருமலர் சரண்டு வியைக்கணமும் மறவாது தக்கவிதமாய் வந்தித்து வருவோமாகில், நாமடையும் பாக்கியத்திற்கும் யோக்கியத்திற்கும் சிலாக்கியத்திற்கு மளவுமுண்டோ? இல்லை! இல்லை!! குணமது கைவிடே லென்பதைப்போல் பக்தியென்னும் நற்குணத்தால் விளையும் பலனைக்கருதி யதன்வழி நாடி யுய்வோமாக. சுபம்! சுபம்!! சுபம்!!!

1906, பிப்ரவரி, பக். 109–112 த. தாமஸ்.

ஓர் வேதாந்தியின் மதிமயக்கு

'சத்தியவேதம் மெய்ஞ்ஞானப்போதம்' என்பது அதைத் தனக்குவாய்ந்த விவேகிகளின் கருத்து. மதிதெருட்டுங் கிறிஸ்து மார்க்க சத்தியவேத நூலையும், அதின் சித்தாந்த பாடியங்களையும், செவ்வனே படித்துணராத ஓர் வேதாந்தி கடந்த மேமீ 21–ந்தேதி வெளியான "பூலோகவியாச"னில், "கிறிஸ்தவர்கள் இந்துக்களை அஞ்ஞானிகளெனக் கூறுவது ஞாயமா?" என மகுடம் வைத்ததன்கீழ் மதிமயக்குற்றுளறிய நியாயமில்லா பலவாக்கியக்குவியலைக்கண்டு, (இவர்) எழுதிய விஷயங்கள்யாவையும் சற்றுப் பரியாலோசித்துப் பார்க்கின், தாமெடுத்த நோக்கத்திற் கவைதக்கவாறின்றே! கிறிஸ்தவர்கள் இந்துக்களை அஞ்ஞானிகளெனக் கூறுவது யாதினாலென்பதை இவர் இன்னுந் தெரிந்து கொள்ள வில்லை. தமக்கு அதைத் தெரிந்துகொள்ள வேண்டுமென்கிற அபிலாசை யிருக்கின், கற்றறிந்த கிறிஸ்தவர்பால் கேட்டுத் தெளியலாமே! அங்ஙனமின்றி, தமது குருட்டு யுக்திக் கிணங்கிப் பிறரை மருட்டவந்தது பேதமையன்றோ! கிறிஸ்தவர்கள் இந்துக்களை அஞ்ஞானிகளெனக் கூறுவது நியாயமாவென்று

சாவியவர் அதற்கு நியாயஞ் சொல்ல வேண்டும். கிறிஸ்தவர்கள் சொல்லுகிறபடி, இந்துக்கள் அஞ்ஞானிகளல்ல வென்பதை நியாயங்காட்டி மறுக்க வேண்டும். இவ்விருவிதத்திறமையும் இவரிடத்தி லின்மையால், ஒன்றைவிட்டு வேறொன்றைப் பற்றிப் பிடிக்கும் கிருமிபோல், தானெடுத்த விஷயத்தை மெல்லென நழுகவிட்டு – "உலகியல்பு, உயிரிலக்கணம், இறைவன்றன்மை, பந்தசொரூபம், மோக்ஷநிலை யென்பவற்றுள் ஒன்றனியல்பேனும் யுக்திக்கிணங்கக்கூறாது, வெறுங் கதைகளையே குருட்டுத்தனமாய்க் கூறும் மதங்களுள் கிறிஸ்துவ மதமு மொன்றா மென்பது அம்மதத்தினது சத்தியவேதமென்றுகூறும் பைபிளென்னும் புத்தகத்தைச் சிறிதூன்றிப் படித்தாற் செவ்வனேவிளங்கும்" என, பைபிளைக் கெட்டியாகப் பிடித்துக்கொண்டார்.

இவர் நியாயத்தைச் சற்றுவிசாரிப்பாம். 'மதங்களுள்' என்றதால், நம், பரதகண்டமாகிய இந்தியாவில், பல மதங்கள் உள்ளனவாக வேற்படுகின்றன. படவே, அப்பலமதங்களுக்குள் இவர் எம்மதத்திற் கட்டுப்பட்டவர்? அற்றேல், அம்மதங் களுக்கு வேறுபட்டவரா? ஆமெனில், இவர் அனுசரிக்கும் மதம் குருடுநீங்கிய மதமாயிருக்க வேண்டும். அதுவே இந்துமத மெனின், 'இந்து' என்பவன் யாவன்? அவன் போதித்ததென்னை? இந்துமத பௌராணிகர் குருடு எக்காலத்தில் யாரால் நீங்கிற்று?

தம்மை 'வேதாந்தி' யெனக் குறிப்பாற்காட்டிக் கைச்சாத்திட்டெழுதிய நண்பர், வேதத்தின்முடிவை நன்குணர்ந்தவ ரென்பது தெற்றென விளங்கும். வேத அறிவு இவரில் இலங்குவதால், இவரை வேதாந்த போதகரென்றே சொல்லலாம்! இருக்கு, சாமம், யதர்வணம், யஜுர் இந்நான்கு வேதங்களையும் இவர் வாசித்திருப்பதால், உலகியல்பு, உயிரிலக்கணம், இறைவன்றன்மை, பந்தசொரூபம், மோக்ஷநிலை இத்யாதி விஷயங்கள் அவ்வேதங்களில் யுக்திக்கிசையக் கூறியிருக்கின்றனவா? அங்ஙனமிருக்குமேயானால், தயைகூர்ந்து இன்னின்ன விதமாய்ச் சொல்லப்பட்டிருக்கிற தென்பதைத் தொகுத்து வகுத்துக்காட்டுதல் கடனாம். அங்ஙனம் காட்டும் போது அவைகள் எவ்வளவு தூரம் யுக்திக் கிசையுமோ, இசையாதோ வென்பதைப் பின்னர் அறிந்துகொள்ளலாம்.

கிறிஸ்து மார்க்கம் உலகியல்பு முதலிய வைந்து விஷயங்களை யுக்திக்கிணங்கக் கூறவில்லையென்றும், வெறுங்கதைகளைக் குருட்டுத் தனமாய்க் கூறுகிற தென்றும், பைபிளைச் சிறிதூன்றிப் படித்தால் விளங்குமெனச் சொல்ல வந்தார். இப்படிச் சொல்ல வந்தவர் உலகியல்பு முதலிய

ஐந்தின் இலக்கணங்களை முந்தி, விளங்க நாட்டினாரில்லை. கிறிஸ்துமார்க்கங் கூறும் உலகம், உயிர், இறைவன், பந்தம், மோக்ஷநிலை முதலிய இலக்கணங்கள் எப்படி யுக்திக்கிணங்க வில்லை யென்பதை நியாயஞ் சொல்லிக் காட்டினாரில்லை. இங்ஙனமாக ஒன்றை நிலைநாட்டவும் வேறொன்றைமறுக்க வும் வல்லமை யற்றவர் கண்மூடித்தனமாய் சத்தியவேத மெய்ந்நூலாகிய பைபிளை அதின் சரித்திர உண்மைக்கு மாறாய்க் குருட்டுத்தனமாய்க் கூறும் வெறுங்கதைக ளென்றது திராக்ஷ பழக்குலையைக் கண்டு அது தனக்கெட்டாமையால், சீச்சீ, நீ, புளிப்புள்ள வஸ்துவன்றோ என்ற சம்புவின் செய்கையை யொக்குமன்றா 'பைபிளைச் சிறிதூன்றிப் படித்தால் விளங்கு' மென்றார். பைபிள் படிப்பினை சாமாயமன்று. அதில் உதகரிக்கப்பட்டுள்ள பொருள்கள் ஆழியின்கண் கிடக்கும் மணிகள் போலாம். இப்பரிசினைப் பெற்ற அவ்வரியநூல் இவருக்கும் அதையூன்றி வாசிப்பவருக்கும் குருட்டுக் கதைகளை விளக்குமென்பதை யெவ்விதங்கண்டு பிடித்தார்? "ஒருகுறி கேட்போ னிருகாற்கேட்பின் பெருக நூலிற் பிழைபாடிலனே – முக்காற் கேட்பின் முறையறிந்துரைக்கும்" என்ற நன்னூலார் வாக்கின்படி, தக்க ஆசாரியனை யடுத்து ஒருநூலை மும்முறை பாடங்கேட்பவனுக்கே அந்நூலின் கருத்து விளங்குமென்ப தால், இவர் எத்தனை தடவை யாரை ஆசிரியனாய்க் கொண்டு பைபிளைப் படித்தனரோ தெரிந்திலேம். அங்ஙனம் படித்திருப்பரேல், இவர் குருட்டுக் கதைகளென மயங்கிய லமயத்து இவரது மயக்கொழிந் திருக்குமே! காமாலை கண்ணனுக்குக் கதிரொளி மஞ்சளாய்த் தோற்றுவதைப் போன்று பைபிளின் பல பாகங்களிற் சொல்லப்பட்டுள்ள உண்மை சரித்திரங்கள் இவர் புந்திக்குக் குருடாய், நீசமாய், துவேஷமாய்க் காணப்பட்டமை இவர் மந்தமதியின் மதிமயக்கேயன்றி வேறல்ல.

'குருட்டுத்தனமாய்க் கூறும் மதங்களுள் கிறிஸ்துவ மதமு மொன்றாம்' என்றார். இதனால் இவர் உலகின்கண் ணுளவாகிய பல மதங்களையும் நன்காராய்ந்தவராகக் காணப்படுகின்றார். தன்னாராச்சியை விருதாகக் கொண்டு வெளிவருவதில் தம்பி சண்டை பிரசண்டனே! சொல்லுவ தெளிது சொல்லிய வண்ணம் செய்வதரிது. கண் குருடானாலும் நித்திரைக்குக் குறைவில்லை யென்பதற் கொக்க, குருட்டுத்தனமாய்க் கூறும் மதங்களிலிருந்து கிறிஸ்து மதத்தை மட்டும் பொறுக்கி யெடுத்து 'ஒன்று' என்று கணக்கிட்டார். கிறிஸ்துமதம் நீங்கலாக, ஏனைய குருட்டு மதங்களின் மொத்தத் தொகையிவ்வளவென்றும்

அவைகளில் ஒவ்வொரு மதத்தின் பெயர் தனித்தனி இன்னினை தென்பதை யெழுதி, பிறகு, இன்னினை தன்மையால் அம்மதங்கள் குருடாகி தவிக்கின்றன வென்பதை விவரித்துக் காட்டாமல் விட்டுவிட்டார். அந்தோ! பரிதாபம்! பரிதாபம்.

பாம்புக்கு மருந்துகேட்க தேளுக்கு மந்திரித்ததுபோல, எமது வேதாந்த அன்பர் எடுத்த விஷயத்தைப் பேசி முடிவு கட்டாமல் விட்டுவிட்டார். ஆயினும், வெவ்வேறு வழிகளில் நுழைந்து தமது சக்தியின்மையை மறைக்கும்படி, கூத்தாடுங்காலா கோலத்தை யிங்கெடுத்துக் காட்டுகின்றேம். 'ஞானம்' என்றால் இன்னப்பொருள், 'அஞ்ஞானம்' என்றால் இன்னப்பொரு ளென்பதைச் சுருக்கமாய் எழுதிவிடலாம். இங்ஙனஞ்செய்வ தற்குப் பதிலாய் 'ஞானாஞ்ஞான' மென்ற பதங்களின் பேரில், அவை, – பொருளா, குணமா, தொழிலா, கருத்துப்பொருளா, காட்சிப்பொருளா இயற்கைப் பொருளா, செயற்கைப்பொருளா, விகாரப்பொருளா, நிர்விகாரப்பொருளா, என இன்னும் பலவித பொருத்தமில்லாக் கேள்விகளைக் கேட்டுவிட்டார். இக்கேள்விகள் இவருக்கே தெரியாத தடுமாற்றக் கேள்விகளாகவு மிருக்கலாம்! ஞானாஞ்ஞானம் இப்படிப்பட்டதென்று சொல்வதற்கு இத்தனைக் கேள்விகளா கேட்க வேண்டும்? இஃது அறுக்கமாட்டாத வீரனுக்கு ஐம்பத்தெட்டு அரிவாள் என்பதை யொக்குமன்றோ!

கடவுளுக்குக் கைகால்க ளிருப்பதாகவும் அதனால் உடலிருக்க வேண்டுமென, மோசேமுனிவர் எழுதிய பஞ்சாகமத்தி லொன்றாகிய யாத்திராகமத்தை யுதாரணமாகக் காட்டினர். இதற்குந் தாமெடுத்த விஷயமாகிய 'இந்துக்களை அஞ்ஞானிகளென்பது ஞாயமா?' என்பதற்கும் யாது சம்பந்தம்? ஒன்றுமில்லையே! எட்டுணையேனும் ஒன்றுக்கொன்று பொருத்தமில்லாமற் பேசுவதில் இவர் சமர்த்தரே! இனி, கடவுளை விட்டுத் திரிபதார்த்தங்களை யெடுத்துக்கொண்டார், வியாபக வியாப்பிய சம்பந்தமாய்ச் சில கேள்விகள் கேட்க வந்தனர். திரிபதார்த்த விலக்ஷணம் செவ்வனே தெரிந்தவர் போல் ஜாலங்காட்டித்தாமோர் நாஸ்திகனாயிருப்பதைக் கிஞ்சிற்றேனும் உணாந்துகொள்ளாமல், ஈசன்உண்டென்று சொல்லும் ஆஸ்திகராகிய கிறிஸ்தவர்களைக் கடவுளே இல்லையென்று சொல்லுகிற நாஸ்திகராக்க முயன்றனர். ஆ! ஆ! இவர் மதிமயக்கே மதிமயக்கு!!

ஜூன், 1906, பக். 201–203. ஞானாதிக்கண்.

௨

வேலுமயிலுந்துணை தணிகை முருகன் வேலாயுதப்பத்து

விருத்தம்

1. திருவம ரலரோற் கன்று தெய்வதக் குடிலை மாற்ற
மருளிய தணிகைச் செவே ளங்கையிற் பொலிந்து வானோர்
இருந்தவ முனிவர் சித்த ரியக்கரை யேவல் கொண்ட
கருதிசொல் வெற்றி வேலைத் துதிப்பதென் மனக்கு வேலை.

2. மகமதி முன்னா வந்த வானவர்க் கூறு நாடி
தகவொறுத் திடுக்க ணேசெய் தானவ னினத்தை யன்று
பகவிரித் துறுதி நல்கும் பார்புகழ் தணிகைச் செவ்வேல்
துகளறுங் கொற்ற வேலைத் துதிப்பதென் மனக்கு வேலை.

3. ஆதர வின்றி யன்றங் காதரத் தொடுநெஞ் சின்பான்
மேதகு மன்பி னின்று விமலவோ முருக வென்று
மாதராட் கருள நேர்ந்த வள்ளிலாந் தணிகைச் செவ்வேள்
சோதிநீள் கதிரின்வேலைத் துதிப்பதென் மனக்கு வேலை.

4. சிந்தனை புரியுங் கீரன் செயலற மாய மொன்று
விந்தையி னியற்றும் பூத வியனுரத் தோடு குன்றை
தந்தவோ ரிமைப்பிற் போழ்ந்து தணிகைவேள் கரத்தி லங்குஞ்
சுந்தர வீர வேலைத் துதிப்பதென் மனக்கு வேலை.

5. ஐங்கரக் களிற்றை யொற்றை யாகிய கரத்த தாக
வங்குறக் காட்டி வள்ளி யன்னையை மணந்து நின்ற
கொங்கிவர் மலர்ப்பூம் பொய்கை கோலஞ்செய் தணிகை மேய
துங்கவன் சத்தி வேலைத் துதிப்பதென் மனக்கு வேலை.

6. வலம்படச் சுழன்று நிற்கும் வரிவடி வினிமை சான்ற
நலம்படு மொழியை யற்றை நாள்குறு முனிக்கு நல்குங்
குலம்படு குரவன்வானோர் குலந்தொழுந் தணிகை வேள்கைத்
துலங்கிடுந் தங்க வேலைத் துதிப்பதென் மனக்கு வேலை.

7. ஏமுற வந்த ...த்தோர்க்[1] கிடுக்கண்செய் தீர லைக்குண்
மாமர வுருப்பு ணர்ந்தோன் மார்பகம் பகப்பி ளந்து
தாமமார் கொற்ற மேய தணிகைவேள் கரத்தி லங்குந்
தோமறும் வடிவின் வேலைத் துதிப்பதென் மனக்கு வேலை

8. ஆதரத் தடைகு நர்க்கிங் சுகத்திருட் படலங் கீறி
மேதகுங் கல்வி முன்னாம் வீடுபே றளிக்குங் காவிப்
போதுகண் மூன்று போதும் போதுசெய் தணிகை வேள்என்
தோதக மறுக்கும் வேலைத் துதிப்பதென் மனக்கு வேலை.

---

1. ஒரு எழுத்து தெளிவற்று இருக்கிறது.

9. வீரவேல் தீர வேனல் வெற்றி வேல் கொற்ற வேலா
தாரவேல் தாரின் வேலைச் சத்திவேல் முத்தி வேலை
வாரவே லரக்கர் வேலை வாட்டிய தணிகை வேலைச்
சூரசிங் கார வேலைத் துதிப்பதென் மனக்கு வேலை.

10. மேலையூ ழிரிக்கும் வேலை விமலைதந் தருளும் வேலை
மாலைபோற் செக்கர் வேலை வான்றுய ரகற்றும் வேலைக்
காலன்வந் துற்ற வேலை காத்தருள் தணிகை வேலை
வேலையைத் திரிக்கும் வேலை விழைவதென் மனக்கு வேலை.

பெப்ரவரி, 1906 பக். 114–115. *கா. நமச்சிவாயன்.*

இந்துதேயப் பெண்கள்

உலகசாஸ்திரப்படி பூமியானது இரண்டு பாகமாகப் பிரிக்கப்பட்டிருக்கிறது. இரண்டு பாகத்தினும் ஐந்து கண்டங்களுள்ளன. அவைகள் ஆசியா கண்டம், ஐரோப்பா கண்டம், அமரிக்கா கண்டம், ஆப்ரிக்கா கண்டம், ஆஸ்றிரேலி கண்டம் என அழைக்கப்பட்டு வருகின்றது. ஒவ்வொரு கண்டங்களும் அநேகதேயங்களை ஆபரணமாகப் பெற்றுள்ளது. நாம் வசிக்கும் கண்டத்திற்கு ஆசியா கண்டமென்று பெயர். இக்கண்டத்தில் பற்பல தேசங்களிருப்பினும் மேம்பாடும் நாகரிகமும் அநுகூலமுமான பற்பல நன்மைகளும் ராஜவிசுவாசமும் நிரம்பப்பெற்ற தேயம் இவ்விந்து தேயமேயாம். இத்தேயம் இமயமலையை வடஎல்லையாக வும் மற்றமூன்று பக்கங்களும் ஜலத்தால் சூழப்பட்டதாகவுமுளது. இந்நாடு செழுமையுள்ள நாடென்பதற் கையமில்லை. ஆகையால்தான் பலதேயத்தரசர்கள் இதன்மீது கண்ணோக்கமா யிருக்கிறார்கள். இத்தகைய சுவர்ணமான நமது தேயத்தில் ஜாதிபேத மொன்றுதான் தளர்ச்சியுண்டாக்குகிறது. அற்றேல் இந்நாடு இப்போதும் தமிழரசாட்சியின் கீழிருக்குமென்பத தற்கையமில்லை. நந்தேயத்துப் பெண்கள் பிரம்ம, க்ஷத்திரிய, வைசிய, சூத்திரரென்னும் நால்வகை சாதியாருள் ஒவ்வொரு ஜாதிப் பெண்களும் தத்தம் ஜாதிபுருடர்களுக்குப் பெரும்பாலும் அடிமைகளாக விருக்கிறார்கள். துலுக்கர் அரசாண்ட காலத்துக்கு முன்னால் பெண்கள்

பஹிரங்கமாகப் போகவும் வரவும் சுதந்தரம் பாராட்டி வந்தார்கள். ஆதியில் சங்கமிருந்த காலத்து அச்சங்கத்தில் பெண்பால்களும் அங்கங்களாக விருந்துள்ளார். இதனால் ஆதியில் பெண்பிள்ளைகளும் படித்தவர்களாயிருந்தார்கள் என்பது ஏற்படுகின்றது. மூதாட்டியாகிய ஔவையாரும் போந்த சாட்சியாம். பின்னர் துலுக்கர் அரசாட்சியில் தங்கள் பெண்டுகளை அந்தப் புரப்படுத்தி யேனைய பெண்டுகளை அக்கிரமஞ்செய்து வந்தமையால் மராட்டி யரசு புத்திரஜாதியார் தங்கள் பெண்டுகளையும் அந்தப்புரப் படுத்தினார்கள். இவ் வழக்கத்தை மற்றஜாதியாரும் கையாடத் தலைப்பட்டார்கள். தலைப்படவே பெண்டுகளுடைய சுதந்தரம் நாளாவர்த்தியில் அடங்கிப் பெண்கள் கூட்டிலிட்ட புலியைப் போலானார்கள். ஓர் ஊரிலிருந்து மற்றோரூருக்குப் போதல் அரிது. அப்படி போவதாயின் வண்டிக்கு நாலு பக்கத்திலுந்திரைகள் போட்டு பெண்டுகளைக் கொண்டுபோவார்கள். இப்பெண்கள் நினைத்துக்கொள்வது "ஐயோ, நாம் என்ன பாவம்செய்தோமோ, புருஷர்களைப்போல் பல ஊர்களையும் தேசங்களையும் அவற்றிலுள்ள பலகாட்சிகளையும் பார்க்கக் கொடுத்து வைக்கவில்லையே, நமக்கு என்ன ஆஸ்திபாஸ்தி நிலநீர் ஆடையாபாரணமிருந்தும் இன்னும் பலவித சம்பத்துகளிருந்தும் இப்பேர்ப்பட்ட நிர்ப்பாக்கியமான நிலையிலிருக்கின்றோமே என்று பலவாறு பிரலாபிப்பார்கள். இவ்வழக்கம் நெடுநாளாய் நடந்தேறிவர கடைசியாக வெள்ளைக்கார அரசாட்சி வந்த பின்னிட்டு அவர்கள் பெண்கள் புருஷருடன் பகிரங்கமாய் வண்டியில் உல்லாசமாய்ச் சவாரிசெய்து உலாவுவதைக் கண்டும் இன்னும் புருஷருக்கு மேம்பாடான சுதந்தரம் வெள்ளைக்கார ஸ்திரீகள் அனுபவிப்பதைக் கண்ணாரக் கண்ட இந்துக்கள் கொஞ்சங் கொஞ்சமாய் முன்வழக்கத்தைக் கழித்து இப்போது தங்கள் பெண்களைப் பாடசாலைக்கு அனுப்பிக் கல்விகற்பிக்கத் துணிந்தார்கள். இத்துணிவு சுமார் முப்பது வருஷகாலமாய் நடந்தேறி வருகின்றது. இப்போது இருப்புப் பாதைகளில் பிரயாணமும் செய்கின்றார்கள். ஆகிலும் வெள்ளைக்கார ஸ்திரீகளுக்கு இருக்கும் சுதந்தர மில்லை. இதுவும் நாளாவர்த்தியில் கைவல்லியப் படுமென்று நினைக்கிறோம். இன்னும் சிலர் பழய வழக்கத்தை அனுசரித்துத் தங்கள் பெண்களைப் பாடசாலைகளுக்கு அனுப்பாமல், என்ன, என் பெண் படித்து பி.எ.எப்.எ – பாஸ் பண்ணி சம்பாதிக்கப்போகிறது? என்னமாயிருந்தாலும் கரித்துணியும் சட்டியுமாய்த் தானே இருக்க வேண்டும், இதற்கு அத்தனை ராங்கி என்ன போவென்கிறார்கள். சிலர் எழுத்தறகற்பினும் பெண்புத்தி பின்புத்திதானே யென்கிறார்கள். கல்வி கற்றால்

உலகவியாபாரமும் குடும்ப வியாபாரமும் பதிலட்சணமும் அறிந்து புத்திசாலித்தனமாய் இவ்வுலகத்திலிருக்கும் பரியந்தம் சந்தோஷமாய் காலங்கழிக்கலாமல்லவா? மேற்கூறிய பெரும்பேற்றை யடையும் பொருட்டுப் பெண்களுக்குப் பிள்ளைபோலவே கல்விகற்பிக்கத் தொடங்கும் நல்லறிவாளர் பத்தியைப் புல்லறிவாளர் கெடுக்கப் புகுகின்றனர். இவர்கள் செய்யும் ஆற்றலை மாற்றுதலவசியமாம்.

இக்காலத் திவ்வாறிருக்கின்றிமையால் பல நாள் முன்பாகப் பெண் சிசுவதைகள் சில இடங்களில் நடந்தேறிவந்தன. வடஇந்தியாவில் அநேக நாடுகளில் பெண்வங்கிஷம் அற்றுப்போயிருந்தது. காரணம் பெண்பிள்ளைகள் பிறப்பது குடும்பத்திற்குத் துன்பமென்றெண்ணிப் பெற்றோர் வெறுப்புற்று அவைகளை மிகுதியாய் நாசம் பண்ணினார்கள். இவ்வறிவீனச் செய்கையால் அநேக நாடுகளில் பெண்வங்கிஷம் அற்றுப்போயிருந்தது. உலகத்தில் எங்கே பார்த்தாலும், ஐந்தாறு வயதாகும் போது ஆண்களைவிடப் பெண்களே அதிகமாயிருக்கிறார்கள் என்பது எல்லாருக்கும் பரபோதமான சத்தியம். இது தெய்வநியமிப்பு. ஆகையால் எங்கேயாவது பெண்கள் குறைந்திருக்கக் கண்டால், அங்கே பெண்பாலுக்குச் சேதம் வருவித்திருக்க வேண்டும் என்று நிதானிக்கலாம். பெண்களை விவாகம் செய்துகொடுப்பதில் நேரிடும் செலவு அதிகமானபடியால், தந்தைகள் அப்படி கஷ்டப்படுவதைத் தவிர்க்க இக்கொடிய கிரியை நிறைவேற்றிவந்தார்கள். இத்தீய செய்கை இப்போது ஏறக்குறைய ஒழிந்து போயிற்று.

இதுவுந் தவிர வேறு வகையான சிசுவதையும் வியாபித் திருந்தது. அது என்னவென்றால் உபத்திரவ காலத்தில் தெய்வத்திற்குப் பிள்ளைகளை நேர்ச்சை செய்து, காடுகளிலோ பரிசுத்த நதியோரங்களிலோ அவைகளை எறிந்து, இப்படி மார்க்க விஷயமாகப் பிள்ளைகளைக் கொன்று வந்தார்கள். எத்தனையோ ஆயிரக்கணக்கான மாதர்கள் தங்கள் அருமைப் பிள்ளைகளைக் குரூரமான கொலைக்குச் சொல்லிமுடியாத வியாகுலத்தோடு ஒப்புவித்தார்கள். இந்தக் குரூர வழக்கத்தால் இந்தியாவில் விளைந்த நிர்ப்பந்தத்தை யார் விபரித்துக் காட்டக்கூடும்? இங்லீஷ் துரைத்தனத்தார் இத்தீமைகளை நிறுத்தி ஒழித்தது சுகிர்தமே.

இதைப்போன்ற இன்னொரு நிஷ்டூரமும் நிறுத்த லானது. அதாவது உடன்கட்டை யேறுதல். முற்காலத்தில் இந்துக்கள் இறந்துபோனவனுடைய மனைவியைக் கொன்றுபோடுவது மாத்திரமல்ல, அவளை மகாகொடூர வதை செய்து கொன்றார்கள். எப்படியென்றால் அவளை ஜீவனோடே தன்

பார்த்தாவின் பிரேதத்தோடு வைத்துத் தகனித்தார்கள். இதுவும் கொலைபாதகங்களில் ஒன்றுதான். அறிவின்மையால் இவைகள் நடந்தன.

இந்தியாவின் ஸ்திரீகள் தற்காலத்திலும் அநேக தீமைகளை அனுபவித்துக் கஷ்டப்படுகிறார்கள். அவைகளை எல்லாம் சீக்கிரம் நிவிர்த்திக்க வேண்டியது அத்தியந்த அவசரம். அவைகளில் ஒன்று விதவைகள் படுகிற கஷ்டம். விதவைகளை நிர்ப்பந்தமாய் நடத்துகிற விஷயம் யாவருக்கும் நன்றாய்த் தெரியும். ஆகையால் அதைப்பற்றி இங்கே விவரிக்கத் தேவை யில்லை. இத்தேசத்தார் அவர்களைக் குணக்கேடாயும் குரூரமாயும் நடத்துகிறார்கள். இப்படிச் செய்கிறதற்குப் பதிலாக, புருஷனை இழந்து கிலேசப்பட்டுத், துக்கசாகரத்தில் மூழ்கியிருக்கும் ஸ்திரீகளை எவ்வளவோ அருமையாயும் உருக்கமாயும் நடத்தி, நாகரிகம் பெற்ற தேசத்தார் செய்து வருகிறபடி விதவைகள் புனர்விவாகம் புரிய உற்சாகப்படுத்தி, அவர்களுக்கு உதவி செய்ய வேண்டியது. இப்போது இந்தியாவில் பல இடங்களில் செல்வாக் குள்ள இந்துக்களில் சிலர் புனிர்விவாகம் நடத்தி வருகிறார்கள். ஆயினும் அவ்வளவாய் இதை அங்கீகரிக்கவில்லை.

தங்கள் பிள்ளைகளைப் பாலியத்தில்தானே கலியாணம் பண்ணிவைத்தல் மற்றொருதீமை. இதுவே முன்சொன்ன தீமைக்கு முக்கிய காரணம். பாலிய வயதில் கலியாணம் செய்த பிள்ளை இறந்துபோனால், பெண்ணை விதவையாகவே ஜீவகாலம் முழுதும் நடத்துகிறார்கள். இதனால் விபச்சாரம் உண்டாகிறது. பாலிய விவாகத்தால் பெலனற்றவளாயும் தகுந்த புத்தியும் அநுபோக சத்தியும் இல்லாதவளாயுமிருப்பார்கள். சிறு வயதில் பிள்ளை பெறப் பக்குவம் அற்றிருப்பாள். பிள்ளைப் பெற்றாலும் தேக சௌக்கியம் அதினால் குன்றிப்போகும். அவளும் பேதையாயிருக்கிறபடியால், வீட்டுக் காரியம் நடத்தும் திராணி குறைந்திருப்பாள். ஆகவே மாமியாரின் விசாரணைக்குக் கீழ்வைக்கப்பட்டு, அவளிடத்திலிருந்து பட்சக்கேடும் குரூரமும் ஒடுக்கமும் அனுபவிக்கிறாள். எப்படிப் பார்த்தாலும், பாலியத்தில் விவாகஞ் செய்தல் தீமையும், இந்தியாவுக்கு ஓர் இலச்சையான காரியமுமாய் இருக்கிறது. புத்தியுள்ள சிலர் இவ்வழக்கத்தை அழிக்கப் பிரயாசைப்படுகிறார்கள். பெண் சிசுவதையையும் உடன்கட்டையேறுதலையும் மகா சிறுபிள்ளைவிவாகத்தைத் தடுத்து, புனர் விவாகத்தை உற்சாகப்படுத்தி ஸ்தாபிக்கப் பரிசிரமப்படுகிறார்கள் சிலர். ஆகையால் இனி வருகிற சந்ததியார இப்போதிருக்கிறவர்களைவிட அநேக சிலாக்கிய

பாக்கியங்கள் அநுபவிப்பார்கள் என்று நிதானிக்கலாம். பெண்கள் படிப்பதினால் கெடுதியுண்டாகும் என சிலர் தப்பெண்ணெம் வகித்திருக்கிறார்கள். இத்தகையாளருக்கு எவ்வள வெடுத்துரைத்தும் மனந்திரும்பினார்களில்லை. நற்குலப் பெண்கள் எவ்வளவு படித்தாலும் அடக்கமாகவும், முன்னோர் கூறிய நாணம், மடம், அச்சம், பயிர்ப்பு என்னும் நாற்குணங்கள் வசிக்கப் பெற்றவர்களாயிருப்பார்கள். சில துட்ட ஸ்திரீகள் அதிக கொஞ்சம் படித்துக்கொண்டதினால் கர்வித்துச் செய்யத்தகாத காரியங்களிற் பிரவேசிக்கிறார்கள். கல்விகற்ற பெண்களை மணம்புரியும் மணவாளர் பாக்கியவான்களெனக் கொண்டாலும், சில அயோக்கிய ஸ்திரீகளால் வெறுப்படைகிறார்கள். என்றால் சற்சங்கத்தின் வார்த்தைகளையும் நல்ல புத்தகங்களையும் பத்திரிகைகளை யும் படிப்பதினால் ஸ்திரீகள் உத்தமிகளாய் நடப்பார்கள் என்பதற்கையமில்லை. இதரதேசத்து ஸ்திரீகளைப்போல் நம்நாட்டு ஸ்திரீகளையும் கல்வியிலும் மற்றும் கைத்தொழிலிலும் முன்னுக்குக் கொண்டுவருவது கடனேயாம்.

1905 நவம்பர், பக். 40–42 பத்–ர்.

❍ ❍ ❍

பெண்களுக்குக் கல்வி

அன்னத்தினால் பசியும், பானத்தினால் தாகமும், நித்திரையினால் அலுப்பும் தீருமென்பதை அனைவரும் ஒப்புக் கொள்வோம். உண்டு குடித்துறங்குவதால் பசியும் தாகமும் சிரமமும் வளருமென்றால், ஒருவரும் ஒப்போமல்லவா? ஒரே காரணத்தினின்றும், ஒன்றுக்கொன்று நேர்விரோதமான இரண்டு காரியங்கள் விளையுமெனின், அதை நம்புவது வெகுகடினமாயிருக்கும். ஆயினும் இது புதுமையல்ல. நம்முடைய சுகதுக்கங்களுக்குரிய காரணங்கள் பலவுளவெனினும், நன்றாய் ஆராய்ந்து பார்க்கும்பொழுது, அவற்றில் பெண்களே தலை காரணமாய் விளங்கும். அன்னையாய்ப் பெற்றெடுத்து, அன்புடன் வளர்த்துக்காத்துப், பெண்டிரா யின்பந்தத்து, பெட்டியாய்ப் பொருளைச் சேர்த்து, அடியளா யுபசரித்து, அறுசுவை யன்னமிட்டு, மந்திரியாய்ப் புத்திசொல்லி, மஹிமையை ஓங்கச் செய்து, தோழியாய்த் தொல்லை தீர்த்துத் துணைவியாயுயிரைக் காத்து, மக்களாய் மனமகிழ்ந்து மனிதருக் குதவிசெய்யும் பெண்களே பேதப்பட்டால், பெருமையைக் கொன்றுவிட்டுக் குடிகளைக் கெடுத்துவிட்டுக், கொலைபாதகம் விளைத்து, நண்பரைப் பகைவராக்கி,

நல்லறமெல்லாங்கொன்று, பொருளெலாம் பறக்கச் செய்து, பெண்மையை விலைக்குவிற்று, உடல்தனைப் பளுவாயாக்கி, உண்டியை விஷமாய்ச் செய்து, அறம் பொருளின்ப மென்னும், அனைத்தையும் வெறுக்கச் செய்வாள், என்னுமிவ்வுண்மைதனை யறியாரும் உலகிலுண்டோ ? மனிதர் வாழ்க்கைக்குப் பொன்னும் பெண்ணே. அவர் மனதுக்குப் புண்ணும் பெண்ணே. ஆகாயத்தையளாவிய விருக்ஷத்தையும், அதன் இலை பூ கனி முதலிய வனத்தையும், கடவுளானவர் ஒரு சிறிய விதையில் அமைத்தாற்போல், இக்கருத்துகளையெல்லாம் வெகுமாட்சிமை தாங்கிய திருவள்ளுவ நாயனார் இரண்டு குறளிலடக்கி,

1. "மனைத்தக்க மாண்புடைய ளாகித்தற் கொண்டான்
   வளத்தக்காள் வாழ்க்கைத் துணை."

2. "மனைமாட்சி யில்லாள்க ணில்லாயன் வாழ்க்கை
   யெனைமாட்சித் தாயினு மில்"

என்று அருளிச் செய்தனர். இதன் கருத்தென்னவெனில், இல்லறத்துக்கு இசைந்த நற்குண நற்செய்கைகளை யறிந்து நாடித்தன் கணவனது வரவு செலவுகளை நன்றாய்ச் சீர்தூக்கி நடத்தவல்ல மனைவியே வாழ்க்கைக்குத் துணை யாவாளென்பதும், அளவற்ற பொருளும் பேரும் பிரதிஷ்டையும் பெற்றிருந்தும், மேற்கண்ட தன்மையுடைய மனைவிமாத்திர மில்லாவிடின், ஒருவன் சுகமும் சிறப்பும் புகழுமற்றவ னாவானென்பதுமேயாம். இக்குறளின் கருத்தைத் தீர விசாரிக்குங்கால், பொருளைச் சம்மதிப்ப தொன்றுமாத்திரம் கணவனுக்குத் தொழிலென்றும், அதைச் சம்மதித்தபிறகு முறையறிந்து செலவுசெய்தலும், தகையைறிந்து விருத்திச் செய்தலும் இன்னுமுள்ள பலதொழில்களும் மனைவியைப் பொறுத்ததென்றும், இவ்வாறு உலகவாழ்க்கைக்குரிய தொழில்களெல்லாம் ஆண்பெண்களுக்குப் பகுத்தளிக்கப் பட்டிருக்கிறதென்றும், ஆண்தொழில்கள் கடினமுள்ளவை யாயினும், பெண்தொழில்கள் அவற்றிலும் கடினமானவை யென்றும் விளங்கும். தகுந்தகலத்தையும், கருவியையுங்கொண்டு பொருள்படைத்த லென்றுக்கே, இயற்கைச் செயற்கையறிவுகள் இன்றியமையாக் கருவியெனக் கருதி, அவ்வறிவு நிமித்தம் நமது பொருளில் பெரும்பாகத்தைச் செலவழிப்போமாயின், இல்லறமின்னதென்றும், அதில் ஆத்மவிஷயத்திலும் கணவன், மக்கள், நண்பர், சுற்றத்தார், உலகத்தார், கடவுள் முதலானவர்கள் விஷயத்திலும் தனக்கரிய அறன்களும் கடமைகளும் இப்படிப் பட்டவையென்றும், அதற்கியைந்தபடிச் செலவழித்துப் பொருள்காக்கும் வழி இத்தன்மையதென்றும், இப்பொழுது சுகத்தையும் புகழையும் இனி நித்தியபதவியையும் ஆநந்தத்தையும்

அளிக்கத்தக்க நல்லொழுக்க மின்னதென்றும், தேர்ந்தறிந்தும், தானும் சுகமடைந்து, தன்னையண்டிய கணவன், மக்கள் முதலியவர்களுக்கும், சுகத்தை விளைக்கப் பெண்களுக்குக் கல்வியே வேண்டியதில்லை என்பது யுக்திக்காவது, பிரமாணத்துக்காவது, அடுத்திருக்குமாவென்பதைச் சற்று விசாரிப்போம்.

பெண்களைக் கற்பிப்பதனா லடையத்தக்க ஒப்பற்ற பயன்களிற் சிறிதை இச்சிந்தாந்தத்துக்கு இயைந்த வரையில் விரித்துரைப்பதற்குமுன், இவ்விஷயத்தில் நம்மவரில் சிலர் செய்யும் ஆக்ஷேபங்களை எழுதி அவற்றிற்குச் சமாதானங் களைச் சொல்வோம். வெகுகாலந் தொட்டுவந்த பழக்கத்தின் வாசனையைக் கைவிட மாட்டாத சிலர், முதலில் பெண்களைக் கற்பித்தல் சம்பிரதாய விரோதமென்றும், இரண்டாவது அது அனாவசியக மென்றும், மூன்றாவது அது சாத்திர விரோதமென்றும், நான்காவது அதனால் பெண்களின் ஒழுக்கம் கோணிப்போ மென்றும், இன்னும் பல பழுதான ஆக்ஷேபங்களைச் செய்வார்களென்பதை எல்லோரு மறிவோம். இனியவற்றிற்கு முறையே எங்கள் சக்திக்கியைந்த வரையில் சமாதான முரைப்போம்.

இப்பவுமிச் சென்னைமா நகரத்தில் 20 வருடகாலமாக பாலிகா பாடசாலைகளைச் சிலகனவான் பொருள் அமோகமாகச் சிலவுசெய்து ஸ்தாபித்திருக்கின்றார்கள். அதனால் பெண் குழந்தைகள் வாசித்து நாகரீகத்தையடைந்து வருகின்றதை நாம் பிரத்தியட்சமாக விப்போது காண்கின்றோம். பெண் கல்விவிருத்திக்காக அனேக மாதாந்திரப் பத்திரிகைகள் ஏற்பட்டிருக்கின்றது. அவை வருமாறு: – சென்னை பெண்மதிபோதினி, சென்னை விவேக சிந்தாமணி, மாதர் போதினி, மாதர் மித்திரி, சுகுணபோதினி, மாதர் நீதி, பெண்மதிமாலை, பெண்கல்வி, நல்ல தாய், நல்ல தங்கை, இன்னும்பல பத்திரிகைகளும் இப்பொழுது நடைபெற்று வருகின்றது. இதனை முக்கியமாய்ச் சில கனவான்கள் அன்புகொண்டு பெண்கல்வியை விருத்திக்குக் கொண்டு வருவார்களேயானால் நமது இந்துதேசத்தில் நல்ல நாகரீகமும் கைத்தொழில்களும் விருத்தியாகு மென்பதற்குச் சந்தேகமில்லை.

1905 நவம்பர், பக். *44–45*. வி.வே.கி. நாராயணசாமி பிள்ளை.

ஜாதிகள்

இந்துக்களுடைய கற்பனைகளின்படி பிராமணர், சத்திரியர், வைசியர், சூத்திரர் என நான்குபிரிவினைகள் உடைத்தாயிருந்தன. ஆனால் நாளளவில் அநேக பிரிவினைகளாகவும் உட்பிரிவுகளாகவும் பெருகியிருக்கின்றன. பிராமணரில் மாத்திரம் 42 பிரிவுகளுண்டு. அவையாவன:–பாரதகண்டம் வட இந்துஸ்தானியென்றும், தென் இந்துஸ்தானியென்றும் இரண்டு கண்டங்களாகப் பிரிக்கப்பட்டிருக்கின்றன. இமயமலை முதல் நருமதை நதிவரைக்கும் வட இந்துஸ்தானியென்றும், நருமதை முதல் கன்னியாகுமரி இலங்கை யுட்பட தென் இந்துஸ்தானியென்றும் பெயர். வட இந்துஸ்தானியில் வசிக்கிற பிராமணருக்குப் பஞ்சகவுடாளென்றும், தென் இந்துஸ்தானியில் வசிக்கும் பிராமணருக்குப் பஞ்சதிராவிடாளென்றும் பெயர். இவ்விரண்டு பிரிவுகளில் முளைத்த மூன்று உட்பிரிவினைகளுண்டு. அஃதாவன அத்வைதம், விசிஷ்டாத்வைதம், துவைதம்.

இதில் அத்வைதம் ஸ்மார்த்தமென்றுஞ் சொல்லப்படுகிறது. இது பிராமணரில் மற்ற சாதிகளைவிட மேன்மையெனக் கருதப்படுகிறது. இது ஸ்தாபிதமாய் சுமார் 4977–ஷூமாகிறது. விசிஷ்டாத்வைதம் வைஷ்ணவ சமயமென்று பெயர். இது ஸ்தாபிதமாய் சுமார் 878–ஷூமாகிறது. த்வைதம் மாத்வபிராமணரென்று பெயர். இது ஸ்தாபிதமாய் சுமார் 691– ஷூமாகின்றது.

இந்த மூன்று பிரிவுகளில் – 42 – உட்பிரிவுக ளுண்டாயிருக் கின்றன: – ஸ்மார்த்த பிராமணர், வடகலை, திராவிடர், திராவிடவடமர், திராவிடசோளதேசர், திராவிடதேசர், அர்ச்சகாசாரர், ஆரியரதார், மதிமர், காணியர், முகாணியர், சாவியர், பரதமசாங்கியர், தெலுங்கர், தெலுங்கானியம், வெல நாட்டிவாரு, முறிகிநாட்டிவாரு, நியோகி, ஆராத்தியர், தேசஸ்தன், கருநடாகன், வேபாரி, நம்பூரி, திராவட வைஷ்ணவாள், ஆந்திர திராவிடவைஷ்ணவாள், கோவிந்தபிராமணர், மச்சதேசஸ்தாள், இந்துஸ்தானி, சைனர், சூயன், வடமன், சாங்கேதி, குஜராதி, நம்பியார், திரிபுண்ணிகாள், சூபத்தம் பியார். காத்தியாயனார், பாந்தியாயனார், ஆரியர், பதிதாள்லிங்கிகள், கானோஜி. இப்பிரிவுகளில் பேதமான வழக்கங்களும் சமயாசார சடங்குகளுமுண்டு.

சாமவேத புருஷசூக்தத்திலும், புராணங்களிலும் பிரமாவினுடைய வாயிலிருந்து பிராமணரும், புஜத்திலிருந்து சத்திரியரும், துடையிலிருந்து வைசியரும், பாதங்களிலிருந்து சூத்திரரும் வந்தார்களென்று சொல்லப்படுகின்றது. இது நான்கு சாதிகளுக்குள் உயர்வு தாழ்வு அந்தஸ்து காட்ட வேண்டி ஓட்டலங்கார உவமையாய்க் கற்பிக்கப்பட்டிருக்கின்றது. புராணங்களில் பிரஹமாவானவர் ஆண்பிள்ளைகளைச் சிருஷ்டித்த காலத்தில் தானே அவர்கட்கொவ்வொரு பெண்களையுஞ் சிருஷ்டித்தாரென்று சொல்லியிருக்கின்றது. பாகவதத்தில் பிரஹமாவானவர் சிருஷ்டிகாலத்தில் தம்மையே இரண்டுகூறுகளாக்கி வலதுபாகத்தை ஆணாகவும் இடதுபாகத்தைப் பெண்ணாகவும் செய்து ஆணுக்கு சுவயம்பு என்றும் பெண்ணுக்கு சதுரூபாவென்றும் பெயர்களிட்டார். இவ்விருவரால் அநேக குழந்தைகளுண்டாகி அவர்களில், பிராமணர், சத்திரியர், வைசியர், சூத்திரரென நான்கு வருணங்களாக வகுக்கப்பட்டனவென்று தெரிகிறது. இந்து புத்தகங்களை நன்றாய் வாசித்துணர்ந்த எல்லோருக்கும் இச்சாதி ஏற்பாடு முழுதும் பிராமணருடைய தந்திரங்களென்று தோற்றாமற் போகாது. பிராமணருடைய வல்லமைகளை உயர்த்திக் காட்டும்படியான அவர்களுடைய கணிதத்தையே மேன்மைப் படுத்தும்படியான, நம்பத் தகுதியற்ற விஸ்தார மான கட்டுக்கதைகள் எழுதப்பட்டிருக்கின்றன. அவையாவன:– சத்தியயுகங்களில் பிராமணர்களுடைய வாய்களிலிருந்து அக்கினி புறப்பட்டது –

ஒரு பிராமணன் சமுத்திரத்தை விழுங்கிவிட்டான் – பிராமணனிட்ட சாபம் நீங்க மாட்டாது. அரவனென்கிற

பிராமணன் வாயிலிருந்து புறப்பட்ட அக்கினியானது ஆயு என்பவன் வமிசத்தையெல்லாம் அழித்துவிட்டது.

(மஹாபாரதம்)

கபிலர் என்கிற பிராமணன் வாயிலிருந்து புறப்பட்ட அக்கினியானது சகரனுடைய புத்திரர்களாகிய அறுபதினாயிரம் நபர்களைப் பஸ்பமாக்கிவிட்டது. (மஹாபாரதம்)

ஜன்னு என்கிற பிராமணன், கங்கையானது சுவர்க்கத்திலிருந்து இறங்கிவரும்போது அதைக் குடித்துவிட்டார். (இராமாயணம்)

அகஸ்திய ரென்கிற பிராமணன் சமுத்திரத்தை அதிலுள்ள பொருள்களோடு விழுங்கிவிட்டார். (மஹாபாரதம்)

தூர்வாசர் என்கிற பிராமணன் தன்னால் செய்யப்படுகிற ஒரு சமயாசாரசடங்கை முடிக்க வேண்டி ஓர் பகற்பொழுதை நீடிக்கச் செய்தான். (மஹாபாரதம்)

பிருகு என்கிற பிராமணன் ஒரு தருணத்தில் பிரம்மா, விஷ்ணு, சிவன், இவர்களிடம் போயிருந்தபோது பிரம்மாவையும் சிவனையும் அபவாதமொழிகளால் தூஷித்தான். அவன் காலால் விஷ்ணுவின் மார்பிலுதைத்தான். (பத்மபுராணம்)

தொடர்ந்துவரும்.

டிசம்பர் 1905, பக். 60–62. சி.ம.இ. மூர்த்தி.

(62ஆம் பக்கத் தொடர்ச்சி)

ஒரு கூட்டமாயிருந்த சித்திரகுள்ளரான பிராமணர் ஒரு புது இந்திரனைச் சிருட்டித்துவிட்டார்கள் (மகாபாரதம்).

தூர்வாசன் – என்கிற ஒரு பிராமணனால், லகுஷன் என்கிற இராசன் சுவர்க்கத்திலிருந்து துரத்தப்பட்டுப் பாம்பாய் விட்டான். (மகாபாரதம்.)

வசிஷ்டன் – என்கிற பிராமணன் சௌதசன் என்கிற இராஜனை இராக்கதனாகச் சபித்துவிட்டான். (விஷ்ணு – நாரதிய புராணம்.)

மாண்டவ்வியன் – என்கிற பிராமணன் இயமனைப் பார்த்து ஐந்து வயதிற்கு உட்பட்ட குழந்தைகளை, எப்படிப் பட்ட பாவசெய்கைகளைக் குறித்தும் நரகத்துக்குள்ளாக்க வொண்ணாதென்று கட்டளையிட்டான். (மகாபாரதம்.)

தூர்வாசன் – சாபத்தால் சுவர்க்கநாடாரில் ஒருவனாகிய வசு என்பவன் இராஜாளியாய் விட்டான். (மார்க்கண்டேய புராணம்.)

சபரி – என்கிற ஒரு பிராமணன் நூறுசரீரமெடுத்து ஒரு இராசாவினுடைய நூறுபெண்களைத் தனித்தனி மணஞ்செய்து நூறுவருஷம் அவர்களோடு தனித்தனிக் கூடிவாழ்ந்தான். (நரசிங்கபுராணம்.)

இருஷிய சிருங்கு அல்லது கலைக்கோட்டு மகாமுனி என்கிற பிராமணன் உரோமபாதன் என்கிற இராசாவினாட்டில், பன்னிரண்டு வருஷம் மழையில்லாதிருந்த காலத்தில் மழைபெய்வித்தான். (இராமாயணம்.)

விசுவாமித்திரர் என்கிற பிராமணர் திரிசங்கு என்னும் இராசனுக்காக அவன் சுவர்க்கத்துக்கு ஏறிப்போகாமலும் பூலோகத்திற் கிறங்கி வராமலும் இந்த நாழிகைவரைக்கும் அந்தரத்தில் தானே இருக்கும்படி நிறுத்திவிட்டான். (இராமாயணம், மகாபாரதம்.)

திருது – முதலாகிய பிராமணர் சிவன் தங்கள் மனைவிகளைக் கற்பழித்த நிமித்தம் சிவனுக்குப் புருஷத்துவமில்லாமற்போகச் சபித்துவிட்டார்கள். (ஸ்கந்தபுராணம்.)

பிராமணன் படித்தவனானாலும் படியாதவனானாலும் தனக்குச் சமமென்று கிருஷ்ணன் ஒத்துக்கொள்கிறார். (மகாபாரதம்.)

முன்னமே ஒரு பிராமணனுக்குத் தானஞ்செய்திருந்த ஓர் பசுவைப் பிசகாய் மற்றொரு பிராமணனுக்குத் தானஞ்செய்த நிரகு – என்கிற இராசாவை, ஒரு பிராமணன் சபித்ததினால் அந்த ராசா பல்லியாய் விட்டான். (மகாபாரதம்.)

இவ்வித தந்திரோபாயங்கள் செய்துவரும் பிராமணருக்கு விஸ்தாரமாகிய விக்கிரகாராதனைகளில் பிராமணருக்குச் செலுத்தப்படுகிற காணிக்கை வருமானங்கள். ஒரு சக்கிரவர்த்திக்கு வருகிற அரசிறை வருமானத்தைவிட அதிகமாயிருக்கின்றது. ஒரு சூத்திரன் பூணூல் தரித்துக் கொள்வானாகில் அவனுக்குக் கடினமான அபராதம் விதிக்கவேண்டும். அவன் ஒரு பிராமணனுக்கு அடிக்கடி இடைஞ்சல் செய்வானாகில் அவனுக்கு மரணதண்டனை விதிக்க வேண்டும். ஒரு சூத்திரன் பிராமணனுடைய மனைவியோடு சோரகுற்றஞ் செய்வானாகில் அச்சூத்திரனுடைய மானியையறுத்து மழுவாய்க்காய்ந்த ஒரு பெரிய

இருப்புத்தகட்டின்மீது அவன் இறந்து பஸ்பமாகிறவரை யில் பிணைத்துவைத்திருக்க வேண்டியது. ஒரு பிராமணன் சூத்திரனுடைய சொத்தைத் திருடுவானாகில் அந்தப் பிராமணனுக்கு அபராத மாத்திரம் விதிக்க வேண்டும்; ஆனால் சூத்திரன் ஒரு பிராமணனுடைய சொத்தைத் திருடுவானாகில் அப்படிப்பட்ட சூத்திரனைத் தீயினால் சுட்டெரிக்க வேணும். சூத்திரன் பிராமணனுடைய சமுக்காளத்தின்மீது உட்காருவானாகில் அந்த சூத்திரனுடைய குசத்தில் காய்ந்த இரும்பின் வசியை யேற்றிச் சூட்டுகோலால் சூடி இராச்சியத்தை விட்டுத் துரத்திவிட வேண்டும். ஒரு சூத்திரன் கர்வத்தினால் பிராமணன்பேரில் எச்சலுமிழ்ந்தால், அவனுடைய உதடு களை அறுத்துப் போட வேண்டியது. சூத்திரன் பிராமணனை அடித்தால் அவன் கரங்களைத் துண்டிக்க வேண்டியது.

ஒரு எளிய சூத்திரனுடைய செலவிலும் அவன் நஷ்டத்தை அடைவதாயிருந்தாலும் பிராமணன் முக்கியமான சுதந்தரங்களை அனுபவிக்கலாம். எல்லா நீதிவிசாரணையிலும் சூத்திரனைவிட அளவிலாப் பிரயோஜனத்தைப் பிராமணன் அடைய வேண்டும்.

ஒருவன் அசந்தர்ப்பமாய் பிராமணனுடைய ஒரு துளி உதிரத்தைத் தரையில் சிதறச்செய்வானாகில் அந்தத் துளியில், தூசியின் அணுக்கள் எத்தனை ஒட்டுமோ அத்தனை தேவவருஷங்கள் வரைக்கும் அவன் நரகவேதனை யடைவான்.

சூத்திரன் ஒருவன் எதிரில்வரும் பிராமணனைத் தகுந்தமரியாதைசெய்து வரவழைக்காவிடில் அச்சூத்திரன் மறுபிறப்பில் மரமாய்ப் பிறப்பான்.

ஒரு சூத்திரன் பிராமணனைக் கோபமான பார்வை யோடு பார்ப்பானாகில் அவன் விழிகளை யமன் பிடுங்கிப் போடுவான். *(தொடர்ந்து வரும்.)*

ஜனவரி, 1906, பக். 89–90. சி.ம.இ. மூர்த்தி.

ஜாதிகள்
(90ஆம் பக்கத் தொடர்ச்சி)

ஒரு சூத்திரன் நற்கதியடைய வேண்டுமெனக் கோருவானாகில், பிராமணருக்கு ஊழியஞ்செய்து அவர்களால் விடப்பட்ட எச்சிலை உண்டால் அவனுடைய சரீரம் சகலபாவங்களி லிருந்தும் நீங்கிப் பரிசுத்தப்படுவான்.

பூர்வத்தில் ஒரு பிராமணனுடைய சரீரத்தைத் தொட்டுப் பிரமாணம் செய்கிறதுண்டு, இப்பொழுதும் அப்படி செய்து நம்பிக்கை செய்து வருகிறார்கள்.

இந்து சமய சகல சடங்குகளும் இயற்றப்பட வேண்டியது பிராமணர்மட்டுக்குமேயாம். சூத்திரருக்குக் கிடையாது. ஒருபிராமணனுக்குத் தானங் கொடுப்பது அளவிலா சுகிர்தமுண்டென்று சாஸ்திரங்களில் கூறியிருக்கிறது. இக்காலத்தில் பிராமணனுக்குப் போஜனம் செய்விப்பது இந்துக்களில் மஹாபெரிய சுகிர்தகாரியமென வெண்ணப் பட்டிருக்கின்றது, இந்துக்களின் சகலவைபவங்களிலும், பிராமணருக்குத் தானமளிக்கப்படுகிறது. ஒரு எளியவன் இரண்டு மூன்று பிராமணருக்கு விருந்தளிக்கிறான். ஒரு பணக்காரன் நூறுபேருக்குச் சமாராதனை செய்கிறான். எல்லாத் திருவிழாக் களிலும் விவாகமுதலாகியவைகளிலும் செய்ய வேண்டிய பெரியகாரிய மென்னவெனில்—

பிராமணருக்கு விருந்தளிப்பதும், தட்சணைகள் கொடுத்தனுப்புவதேயாம். ஒரு சூத்திரன் தான் எடுத்த காரியத்தில் சித்திபெற வேண்டுமென்று கோருவானாகில் ஓர் சுகிர்தமான காரியம் செய்ய வேண்டும். அஃதாவது இரண்டு மூன்று பிராமணாளுக்கு விருந்தளிக்கவேண்டும். ஒருவன் விசேஷமாய் பிராமணருக்கு விருந்தளித்துக்கொண்டு வருவானாகில் அவனைப்பார்த்து அண்டை அயலார் ஆ, ஆ! நீயே பாக்கியவான்! இத்தனை பிராமணருக்கு விருந்தளிக்கக் கூடுமானவனா யிருக்கின்றா யென்கிறார்கள். ஒரு பொறாமைக்காரன் சிலவேளை யவனைப்பார்த்துத் தூஷிக்கிறது எப்படி என்றால், அவனுக்கு வெகு பணமிருக்கிறது. ஆனால் ஒருகாசளவில் செலவழிக்க மனம் வருகிறதில்லை, பிராமணருக்கு போஜனம் கொடுப்பதில்லை, அவர்கள் பாதபூஜை செய்கிறதுமில்லை யென்பதேயாம். மரணகாலத்தில் பிராமணருக்குப் பூதானம், கோதானம், கிரிஹதானம் அளித்தால், அளித்தவன் செய்த பாபங்களெல்லாம் நிவாரணமாகி மறு உலகத்தில் அழியாத பேரின்ப வாழ்வைப் பெறலாமென சாஸ்திரங்களில் எடுத்துச் சொல்லப்பட்டிருக்கின்றது.

ஒரு பிராமணனுடைய கால்விரல்கள் தோய்ந்த ஜலத்தைப் பானம்செய்தால் மஹா சுகிர்தமென்று யோசிக்கப்படுகிறது.

சிலர் இலட்சம் பிராஹமணாளுடைய பாத தூசு சேர்க்கப் பிரையாசைப் படுகிறார்கள். அதெப்படியெனில் ஒரு பெரிய பிராஹ்மண சமாராதனை ஆகிற வீட்டுவாயற்படிக்கு முன்பாக ஒரு வஸ்திரத்தைப் பரப்பிவைக்கிறது, அதன்மேல்

பிராஹமணர் நடந்துபோனபின்பு அவர்கள் பாதங்கள்பட்டு உதிர்ந்த தூசுகளை உதறி எடுத்துவைத்துக்கொள்கிறது. இந்தப் பாதரேணுக்களை உட்கொண்டபேர் அற்புதமான சுகமடைவதாக நம்பப்படுகிறது. பரிதாபம்.

(தொடர்ச்சி.)

மே, 1906, பக். 163–164. *சி.ம.இ. மூர்த்தி.*

ஜாதிகள்
(163ஆம் பக்கத் தொடர்ச்சி)

இவ்வண்ணமாக அவர்களுடைய நடத்தைகளும் கட்டுக்கதைகளும் அவர்களுடைய சுயாதிகாரக் கொடுமைகளை ஸ்தாபிக்கின்றன.

சத்திரியனாகிய காதிராஜா புத்திரனான விசுவாமித்திரன் சிம்மாசனாதிபதியாகிச் சத்தியத்தை நிலைநிறுத்தி நீதிசெலுத்திக் கொண்டு குடிகளைத் தந்தைபோல் இரட்சித்து வருவதில் பெருங்கீர்த்தி யடைந்தான். ஒருநாள் அவனது படைவீரரோடு வேட்டைக்குப்போய் இரண்டொருமாதம் வேட்டையிலிருந்து தனது நகரத்திற்குத் திரும்பிவரும்போது வசிஷ்டர் வசிக்கின்ற வனத்துட்சென்றான். வெய்யிலில் விடாய்த்து வந்து அந்த முனியினுடைய குடிசையில் உட்கார்ந்தான். அந்த முனிவர் அப்படிப்பட்ட யுத்தராணுவக் கூட்டத்தைப் பார்த்துப் பயந்து அந்த அளவிறந்த சேனைகளுக்கு விருந்தளிக்க வேணுமென்று பிரமித்தார். இராஜா தவிர பத்தாயிரம் படைவீரர் இருந்தார்கள். கடைசியில் வசிஷ்டரானவர், தமக்கு பிரமா கொடுத்திருந்த பசுவைநோக்கி ஸ்தலப் பிரார்த்தனைசெய்தார். அது உடனே வந்து இராஜனுக்கும் அவருடைய படைவீரருக்கும் சம்பிரமமாக வேண்டியவை யாவும் பராமரித்தது. அவர்களெல்லாம் உண்டபின்பு அந்திப்பொழுதாயிற்று. அரசனுடைய மந்திரிகள் அரசனுக்குச் சொன்னதாவது ஒருவனாந்திரத்தில் பனை ஓலைகள் போட்ட ஒரு குடிசையிலிருக்கிற இந்த முனிவர் இவ்வண்ணமான உணவளிக்க இவருக்கு எப்படி சக்தியுண்டாயிற்றென்றார்கள். அரசன் சொன்னது ஆ! அவர் ஒரு பிராமணன் அவர் ஒரு முனிசிரேஷ்டர், அவராலாகாததொன்றுண்டா? அவரிஷ்டத்தின்படி ஒன்றை சிருஷ்டிக்கவும் அழிக்கவும் வல்லவரென்றார்.

ஆகிலும் அவனுடைய மந்திரிகள் இந்த முனிவருக்கு இப்படிப்பட்ட விருந்தளிக்க யாதொரு முகாந்திரமிருக்க வேண்டுமென்று தங்களுக்குள்ள அநுமானத்தைத் தெரிவித்தார்கள்.

கடைசியில் அரசன் போய்ப் பாருங்கள் என்று விடை கொடுத்தான். அவர்கள்போய் ஒருபசுதவிர வேறொன்றுங் காணவில்லை. அது வெகு நேத்தியான பசுவாயிருந்தது. அவர்கள் அந்தப் பசுவை அம்முனிவரிட மிருந்து பெறுதற்கு வகைதேடும்படி அரசனைவினவ, அரசன் கூடாதென்று தடுத்தும் கடைசியில் அவர்களுடைய போதனைக் கிணங்கி னான். அவர்கள் அம்முனியிடத்திற்கேகி அரசன் பேரால் நீர் உமது பசுவைத் தந்தால் அதற்குப்பதில் ஓராயிரம் கறவைப் பசுமாடுகளைத் தருகிறோமென்று சொன்னார்கள். அந்த முனிசிரேஷ்டர் சொன்னதாவது இந்தப்பசு பிரமாவினுடைய சொத்தாகையால் கொடுக்கக் கூடாது என்றார். பதினாயிரம் பசுக்கள் தருகிறோம் அதோடு ஆயிரம் கிராமமும் கொடுக்கிறோமென்றார்கள். அவர் அதையும் தடுத்துவிட்டார். வேண்டுமானால் பசுக்கள் கிராமங்களுடன் ஆயிரம் கனிதரும் விருட்சங்களும் தருகிறோமென்றார்கள். அதற்கும் அம்முனி சிரேஷ்டர் இணங்கவில்லை. கடைசியில் அரசன் தனது இராச்சியத்தில் பாதிராச்சியம் தருகிறேனென்றான். அதற்கும் இணங்கவில்லை. அதன்மேல் அரசனுக்குக் கோபமுண்டாகித் தனது சேனைகளைப்பார்த்து அந்தப்பசுவைப் பலாத்கார மாய்ப் பிடித்துக் கட்டிக்கொண்டு வரும்படி உத்திரவு செய்தான். அவர்களந்தப்படியே பசுவைக்கட்ட போனார்கள். பசுவானது முனிசிரேஷ்டருடைய விருந்தினருக்கு வேண்டியவை களைப் பராமரிப்பதில் போதுமானவைகளைச் சரபரா செய்யாத குற்றம் உண்டாயிருப்பதாக அந்த முனிசிரேஷ்டர் நினைத்துத் தன்னை அரசனுக்குக் கொடுத்துவிட்டதாய் நினைத்துக்கொண்டு அதைக்குறித்து அவரிடஞ்சென்று கேட்போமென்று தீர்மானித்தது. ஆகையால் எல்லா கயிறுகளையும் அறுத்து உதறிப்போட்டுத் தன்னைக் கட்டவந்த பேர்களையுங் கொன்றுபோட்டு முனிவரிடஞ் சென்று என்னை நீர் கொடுத்துவிட்டீராவென்று வினவ, நான் கொடுக்க வில்லையென்று அவர் விடைபகர, பசு ஆனால் அரசனே என்னைப் பலாத்காரமாய்க் கட்டிவர உத்தரவளித்தமை யால் அரசனோடு யுத்தஞ்செய்ய வேண்டியதென்றும் இராணுவங்களைத் தான் கொண்டுவந்து கொடுப்பதாகவும் முனிசிரேஷ்டருக்குச் சொல்லிற்று. ஆகிலும் அரசனுடைய இராணுவ பசுவினால் உண்டாக்கிய யுத்தவீரர்களை யெல்லாம் அழித்துவிட்டது. அதனால் பசுவானது பிரமாவிடத்திற்குப் போய் அரசனுடைய இராணுவ முனிசிரேஷ்டரை எதிர்த்து உத்தஞ்செய்யத் தலைப்பட்டது. ஆனால் அம்முனிவர் தமது கரத்தில் பிடித்திருந்த பிரம தண்டாயுத வல்லமையால் எதிர்த்து வந்தபேரை யெல்லாம் தாக்கினார். அந்த பிரம

தண்டமானது எல்லா அஸ்திரங்களையும் பிடித்து அவர்கள் மீதே பிரயோகித்தது. முனிசிரேஷ்டரானவர் அரசனுடைய இராணுவத்தை எதிர்த்து முறியடித்துச் சிலரைக்கொன்று மற்றவரை ஓடிப்போகச் செய்தார். அதன்மேல் விஸ்வாமித்திரனாகிய அரசன் யோசித்து முனிசிரேஷ்டருடைய வல்லமைகளை அத்தியந்தமாய் வியப்புற்று அந்த முனிசிரேஷ்டரை வெல்ல வேண்டுமென்றெண்ணித் தவஞ்செய்ய வேகினன். வெகுகாலம் கடுந்தபசுகள் செய்தபின்பு, பிரமாவானவர் பிரசன்னமாகி உனக்கென்ன வேண்டுமெனக் கேட்டார். அதற்கு அரசன் எல்லாமனிதரையும் எளிதில் வணங்கச்செய்யும்படியான பிரமா அஸ்திரம் என்கிற யுத்தாயுதம் வேண்டுமெனக் கேட்டார். பிரமாவானவர் இந்தப் பிரமாஸ்திரந் தவிர மற்ற இதர அஸ்திரங்களெல்லாம் தந்தனர். இவ்வளவோடு அவ்வரசன் சென்று முனியோடு யுத்தஞ்செய்தனன். ஆனால் வெற்றிபெறவில்லை, மறுபடியும் இராஜன்போய்ப் கடூர தவசுசெய்தான். பிரம்மா பிரசன்னமாய் உனக்கு என்ன வேணுமென்று கேட்டார். அரசன் பிரமாஸ்திரம் வேணுமென்றான். கடைசியாக பிரமாஸ்திரத்தை அவனுக்கு அளித்தார். இந்த அஸ்திரத்தை எடுத்துக்கொண்டு விசுவாமித்திரன் முனிசிரேஷ்டரிடத்திற்குவந்து அவர் சந்தியாவந்தனத்துக்குப்போகிற சமயத்தில் சண்டைக்கு வாருமென்று அழைத்தான். முனியானவர் சந்தியாவந்தனம் செய்கிறவரைக்கும் காத்திருவென்றார். இதற்கு இராஜன் சம்மதிக்கவில்லை. அதனால் முனியானவர் தமது பிரமதண்டத்தை நிலத்தில் நாட்டிவிட்டு சந்தியாவந்தனத்திற்கேகினார். இராஜன் யுத்தஞ்செய்யத் தலைப்பட்டான். இராஜனுடைய பிரம்மாஸ்திரமும் முனியினுடைய பிரமதண்டமும் பயங்கரமான யுத்தஞ்செய்ததுகள். ஆனால் முனியினுடைய பிரம்மதண்டமே வெற்றிபெற்றது. இதனால் விஸ்வாமித்திரன் மிகவும் முறியடிக்கப்பட்டு ஆச்சரியமடைந்து இத்தனை தபசுகளும் பத்தாயிரம்படைவீரர் இருந்தும் இச்சிறிய பிராமணனை வெற்றிபெறச் சக்தியில்லாமற் போனதில மற்ற எல்லாபிரயத்தனங்களும் வீணென்றும் சகலமும் பிராம்மணருடைய ஆதீனமே என்றும் யோசித்துத் தான் பிராமணனாக வேணுமென்று தீர்மானித்து இதற்காக பிரம்மாவைநோக்கி கடுந்தவசுசெய்தான். அப்போது பிரம்மாவந்து என்ன வேணுமென்று கேட்டார் அதற்கு அரசன்தான் பிராமணனாக வேணுமென்று பிரார்த்தித்தான். அப்போது பிரம்மாவானவர் அவனுக்குச் சொன்னதாவது பிராமணர்கள் உலகத்திற்கு மகத்துவமுள்ள ஆசாரிகளாக இருக்கிறார்கள். பிராமணன் ஆகிறது அத்தனை

எளிதல்லவென்றும் இதைவிட வேறெயேதாகிலும் கேட்டுக் கொள்ளுமென்று ஆக்கியாபித்தனர். இந்த வரம் எனக்கு நீர் கொடுக்காவிடில் நான் மறுபடியும் தபசுக்குப் போகிறேன் என்று அரசன் பதிலுரைத்துவிட்டு மறுபடியும் அகோர தபசுசெய்தான். நாலுதிக்கிலும் அக்கினியை வளர்த்திக்கொண்டு உக்கிரமான வெய்யிலில் நின்றும் குளிர்காலத்தில் ஜலத்தில் நின்றும், மழைகாலத்தில் மழையிலிருந்தும் இன்னம் ஆயிரம் வருஷங்கள் ஆகாரமில்லாமல் தபசு செய்தான். பிரம்மாவானவர் அவருடைய தபோபலத்தால் மறுபடியும் வந்து உனக்கென்ன வேணுமென்று கேட்டார். அரசன் மறுபடியும் முன்போலவே பிராமணனாக வேணுமென்று வினவ அந்த வரம் கொடுக்க மாட்டேனென்று போய்விட்டார்.

(இன்னும்வரும்.)

ஜூன், 1906, பக். 195–198.   சி.ம.இரா.மூ.

தேக அப்பியாசம்

நமது தேசத்துச் சிறுவர்கள் இக்காலத்தில் விளையாட்டிலுங்கூட விருப்பமற்றுப் படிப்பி லேயே மிகுந்த ஆசையுற்று அதி ஜாக்கிரதை யாய்ப் படித்து பரிக்ஷையில் தேறுவதிலேயெ மனம்வைத்திருப்பதைப் பார்க்க அதிக துக்கமும் அதிக சந்தோஷமும் உண்டாகிறது. எங்ஙனமெனில், கல்வித் தேற்சிலேயே மனம் வைத்திருப்பதைப் பார்க்கச் சந்தோஷமும் தேகத்தை வலுவுறச் செய்யும்பொருட்டுத் தேகப்பயிற்சிசெய்ய மனம் கொள்ளாதிருப்பதை நோக்க அதிதுக்கமும் உண்டாகிறது.

முற்காலத்தில் கிரேக்கர்கள் படிப்பைக் கொஞ்சமேனும் பாராட்டாமல் தேகப் பயிற்சி லேயே மிக்கதோர் முயற்சிசெய்து வந்தனர். இக்காலத்திலோ நமது பிள்ளைகள் தேகத்தைக் கொஞ்சமேனும் பாராட்டாமல் சதாகாலமும் தங்கள் மனதுக்கு வேலையிட்டுக்கொண்டு வருகிறார்கள். இவ்விரு பக்ஷங்களையும் நாம் உபேக்ஷை செய்து புத்திக்குத்தக்க வேலையைப் புத்திக்குக்கொடுத்தும், தேகத்துக்குத் தகுந்த வேலையைத் தேகத்துக்குக் கொடுத்தும் வரல்வேண்டும்.

தேகப்பயிற்சிலேயே மனதைச் செலுத்தித் தேகத்தை வலுவுறச் செய்து மனதைச் சீர்திருத்தாவிடில், அகங்கார மமகாரங்கள் செழித்தோங்கிமனை இன்பத்தையும் அமைதியை யும் போக்குவதன்றி எண்ணிறந்த தீங்குகளுக்கு

நம்மை யாளாக்கிவிடு மென்பதற்குச் சிறிதும் ஐயமில்லை. அன்றியும், தேகத்தைச் சிறிதேனும் பாராட்டாமல் எப்போதும் படிப்பிலே நம்மனதைச் செலுத்திவரின் நமது புத்தியானது மிக்கதோர் இளைப்படைந்து ஓய்ந்துவிடும். அவ்வண்ணம் ஓய்ந்து விடுவதினால் ஒருக்கால் புத்திகலங்கிச் சித்தப்பிரமைவந்து நேரிடினும் நேரிடும். இச்சூக்ஷ்மத்தை யறியாத தாய் தந்தையர்கள் அதிசீக்கிரத்தில் தங்கள் பிள்ளைகள் கல்வியென்னும் அபிப்பிராயத்துடன் அரைக்கணமேனும் அவர்களை விளையாட்டிலும் கூடவிடாமல், எந்நேரமும் படித்தவராயும், புத்தகம் பிடித்த கையுமாயிருக்க, நிர்ப்பந்திப்பதை நாம் பலமுறையும் கண்டிருக்கிறோம். இதுமுழுமட மையினாலே தானென்பதற்குச் சிறிதும் சந்தேகமில்லை. ஏனெனில், சுவரைச் சுத்தமாக வைத்துக்கொண்டுதானே சித்திரம் எழுதல் வேண்டும்; சுவர்சுத்தமா யில்லாமல் எழுதக்கூடுமோ? அங்ஙனமே நமதுதேகம் நல்ல ஸ்திதியி லிருந்தால்தான் புத்தியும் நல்லஸ்திதியிலிருக்கும் இல்லாவிடில் புத்தியும் வலுவுளதா யிராது. சாஸ்திரத்தின் பிரகாரம் சாதாரணமாய் வலுவான தேகமுடையவனே வலுவான புத்தியையு முடைத்தா யிருக்கிறான். இதற்குத் திருஷ்டாந்தம், கொஞ்சகாலத்துக்குமுன் இங்கிலாந்து தேசத்துக்கு முதன்மந்திரியாயும், பார்லிமெந்து மெம்பராயு மிருந்த டப்ளியூ இ. கிளாஸ்டன் என்னும் பிரபுவே. புத்தியில் அவருக்கு நிகர் ஒருவரு மில்லை, தேகவலுவிலும் அப்படியே.

முற்கூறியவாறு புத்தியைமிகவும் உபயோகப் படுத்தித் தேகத்தைச் சிறிதேனும் பாராட்டாத பக்ஷத்தில், புத்திகலங்கிப் பைத்தியம் வாராவிடினும், எண்ணிறந்த வேறு தீங்குகளுண்டா கின்றன. எங்ஙனமெனில், சிறுவயதிலேயே புத்தியை மிகவும் உபயோகப்படுத்தித் தேகத்தை அசட்டை பண்ணி வருவதால் ஒருவனுக்கு வயதுவரும்போது தேகவலுவும் மனோவலுவும் குன்றிச் சந்ததியின்றி, பூரண ஆயுசுகுன்றிச் சிறுவயதிலேயே துர்மரணத்துக் குள்ளாகிறான்... அங்ஙனமின்றி, பிழைத்திருந்து சந்ததி யிருக்குமேயாகில் அக்குழந்தையும் பலஹீனத்தை யடைந்து உலகத்தின் கண்ணுள்ள சகலபிணிகளுக்கும்ஓர் இருப்பிட மாகி ஒருக்கால், அவைகளுக்கு இரையாய்விடினும் ஆய்விடும். இதனால் இம்மையில் தாய் தந்தையர்களுக்குச் சிந்தையையும் துக்கத்தையும் கொடுத்து மறுமையிலும் அவர்களைப் புத் என்னும் நரகத்திற்கு ஆளாக்கிவிடுகின்றது. ஆகையால் நாம்படிப்பைக் கவனிப்பதோடு கூடத் தேக அனுகூலத்தையும் புஷ்டியையும் பாராட்டி வரவேண்டும். அங்ஙனம் செய்வதற்கு நற்போஜனம், நித்திரை, தேகப் பயிற்சி இம்மூன்றும் ஆவசியகம்.

தேகவலுவுக்கு போஜனமும் நித்திரையும் ஆவசியகமான தென்பது யாவர்க்கும் தெரிந்த விஷயமாதலால் அவைகளைப் பற்றி யிங்குசொல்வது அவசியகமில்லை. ஆனால் தேகப் பயிற்சியைப் பற்றி அவ்வளவு நம்மவருக்குத் தெரியாத தாலும், தேகப்பயிற்சி செய்வதினால் பலம்குறைந்து விடுமென்றும்அனேகர் தங்கள் புதல்வர்க்குப் போதித்துவரப் பலமுறையும் நாம் கேட்டிருப்பதாலும், அதின் உபயோகங்கள் எவையென்று சற்று யோசிப்போம்.

1–வது ஜீரண சக்தியுண்டாக்குகிறது. நாம் உட்கொள்ளும் போஜனத்தைச் சுத்த இரத்தமாய்மாற்றித் தேகத்துக்கு ஒத்தாசையா யிருக்கின்றது. இது அத்தியந்த ஆவசியகமென் பதை யெளிதில் கண்டு கொள்ளலாம். ஓர் எளிய குடியானவனது பிள்ளை அடிக்கடி கஷ்டமான வேலையைச் செய்து தேகத்தை உபயோகப்படுத்திக் கொண்டுவருதலால், எந்தக் கடினமான வஸ்துவை யுட்கொண்ட போதிலும், அதிசீக்கிரத்தில் அது ஜீரணத்துக்கு வருகிறது. மற்றோர்செல்வன் குமாரன் ஒருவன், சிறிது அதிகமாய்ப் போஜனம் உட்கொண்டால் அது ஜீரணத்துக்கு வாராது அதிக தொந்தரவு கொடுத்துப் பிணிக்கு அவனை ஆளாக்கிவிடுகிறது. ஆகையால் தேகப்பயிற்சி ஜீரணசக்தியை யுண்டாக்குகிறதென்பது விசிதமாகின்றது.

2–வது வேர்வை முதலான அசுத்த நீரை வெளிப்படுத்து கிறது; தேகத்துக்கு அசௌக்கியத்தை யுண்டாக்குவது அசுத்த நீராதலால், வேர்வை விடாவிடில், நமைச்சல் சிரங்கு முதலான நோய்கள் நம்மைப் பீடிக்கும்.

3–வது தேகத்தினுறுப்புகளைப் பருக்கச் செய்து வலுவாக்கு கின்றது. 4–வது தேகவலுவின் மூலமாய் மனோவலுவும் புத்திவலுவும் கொடுக்கின்றது இங்ஙனம், பலவிதத்திலும் தேகசௌக்கியத்தையும் தேகவலுவையும் அதினால் மனோவலுவையும் கொடுக்கும் ஆகையால் தேக அப்பியாசம் (எக்ஸசைஸ்) அவசியம் வேண்டும். யாம் இவ்வாறு எழுதவந்ததை முன்னிட்டுச்சிறுவர்கள் பள்ளிக்கூடத்திற்குப் போகாமல் சிலம்பை வித்தைப் பழகும் (கொடி) முதலான யிடங்களுக்குச் சென்று பழகி மாரை நெளித்துக்கொண்டு கௌரதையாய் நடந்து வீண் சண்டைக்குத் தொடைதட்டித் திரியவேண்டு மென்பதாகக் கொள்ளப்படாது. அவ்வாறு இப்போது செய்தால் போலீசாரால் பிடிக்கப்பட்டுத் திருடரை யடைக்கும் காராக்கிரகமான ஜெயிலுக்குள்ளாவார்கள். அதன்றியும் தங்கள் குலத்துக்கு ஹீனமுண்டாகும். அவ்வாறு செய்யாது தேகவலுவைக்கருதி, சாண்டோ எக்ஸசைஸ் முதலிய பல

பயிற்சி செய்து வருதல் உத்தமமாம். தேகாப்பியாசத்தாலல்லவா சாண்டோதுரை உலகப் பிரசித்தரானார். பீமன் முதலிய பராக்கிரமசாலிக ளிருந்தாரென்பதற் கையமில்லையல்லவா? ஆண்பிள்ளைக்குத் தான் எழுதினீர், பெண்பாலார்களுக்கு அவசியமில்லையா என்பார்க்கும் சமாதானமாகச் சிறிது சுருக்கிச் சொல்லுவாம். ஸ்திரீகளுக்குந் தேகபலமிருத்த லவசியம். அவர்கள் வீட்டு வேலையைச் செவ்வெனே செய்து கஷ்டப்படுவதே தேகாப் பியசத்துக்குப் போதுமானதா யிருக்கிறது. சில பணக்காரர் வீட்டுச்சிறுமிகள் பிரசவகாலத்திலும் மற்றும் நேரத்தில் அவஸ்தைப்படுவதும் நோயுறுவதும் போந்த சாக்ஷியாம். கஷ்டப்படும் நாட்டுக்கூலி ஜனங்களுக்கு அவ்வித கஷ்டங்களில்லா திருப்பதே நன்குணர்த்துகின்றது. தேகபலமற்ற பிரபுக்கள் வீட்டுப்பெண்கள் தங்கள் புருஷர்களுக்கு இலௌகீக இன்பத்தில் தகுந்தபடி யில்லாதவர்களாயிருப்பதினால் அவர்களின் தலைவர்கள் வேசியரை யாசித்துக் காசு வீசி நாசமாகி யேசப்பட்டுத் தூசிக்கொப்பாகிறார்கள். காலஞ்சென்ற நமது மகாராணியம்மாளைப் பார்க்கிலும் ஸ்ரீமாட்டி யாராவதுண்டா? இல்லையே அந்தம்மாள் தன் வாழ்நாட்களில் செய்துவந்த வீட்டுவேலைகளைச் சரித்திரப் பூர்வமாகத் தெரிந்திருப்பாம். ஆதலால் ஸ்ரீகளுக்கும் தேகஅப்பியாசம் அவசியம் என்பதே.

பெப்ரவரி, 1906 பக். 116-119.   ப-ர்.

தானம்

இலௌகீகமாகவும் வைதீகமாகவும் அடிக்கடி தானஞ்செய்ய வேண்டியது இன்றியமையாததா யிருக்கின்றது. தானத்தில் பிரதிப் பிரயோசனத்தை வேண்டாமல் கொடுக்குந் தானமே சிறப்புடையது. தானமாவது எல்லா ஆன்மாக்களுக்கும் சந்தோஷத்தைக் கொடுப்பதாயும் சத்துருக்களை யொழிப்பதாயும் சத்துருக்களை மித்திரராக்குவதாயு மிருக்கிறது. தானம் சத்பாத்திரத்திலேயே கொடுக்க வேண்டும். அதிலும் மனக்களிப்போடு தர வேண்டும். தானத்துக்கேற்ற பொருள் கையிலிருந்தும் சமயம் நேரிட்டபோதும் சத்பாத்திரம் வாய்த்த காலத்தும் கொடுப்பது நன்றென்றுணர்ந்தும் கொடாத உலோபிகள் நரகத்தையடைவார்கள். ஜன்மாந்திரத் தில் நாஸ்தி நாஸ்தி என்று சொல்லி வழக்கப்பட்டவன், இந்த ஜன்மத்தில் கொடு கொடு என்று சொல்லத்தக்க வறுமையாளனாய்ப் பிறக்கின்றான். ஆதலால் ஒவ்வொருவரும் உலோபத்துவமின்றித் தானஞ் செய்ய வேண்டுவது அத்தியாவசியகமென விளங்கு கின்றது. தானத்திற்கு யோக்கியமாவார், நல்ல அநுஷ்டானம், தவம், ஞானம் இவற்றினையுடைய பெரியோராம். முடவன், குருடன், செவிடன், ஊமை, வியாதியஸ்தன் இவர்கள் தானமின்றி எப்போதும் அன்னபானாதிகளால் உபசரிக்கப் படுவர். தானத்தைப் பெற்றுக்கொள்ளுதற்குத் தக்க யோக்கியர் சமீபத்திலிருக்கவும் அவரைவிட்டு யோக்கியரல்லாதாரைத் தேடிக்கொடுப்பது தகுதி யன்று. கொடுத்தும் பயனில்லாமற்போம். தானம்

சிறிதாயினும் பெரிதாயினும் சிரத்தையோடு செய்தல் வேண்டும். அன்றி தானத்தைப் பெற்றுக்கொள்பவரிடத்து விசுவாசமு மிருக்க வேண்டும். மதுபானம், சூது முதலியவற்றிற்காவது, ஒருவனது கோபத்திற்காவது, தாக்ஷணியத்திற்காவது, துன்பத்தினின்றும் தப்புவதிற்காவது கொடுத்தல் தானமாகாது. கொடுப்பவன், வாங்குபவன், சிரத்தை, தருமத்தோடு கூடியபொருள், தகுந்தகாலம், தகுந்த தேசம் இவை யாறும் தானத்திற்கு அங்கங்களாம். அவற்றில் (1) பாபமில்லாமை, நோயில்லாமை, தருமசிந்தை, காரணமின்றிக் கொடுக்கவிருப்பம், சுத்தமான மனநிலை, பழிக்கப்படாத ஜீவனம் இவ்வாறு முடையானே கொடுப்பவனிற் சிறந்தவன். (2) தாய் தந்தை குரு இவர்களால் திருத்தப்பட்டுக் குற்றமற்ற நடையோடும் தயவோடும் கூடியவனும் இந்திரிய ஜயமுள்ளவனுமே தானத்தைப் பெற்றுக்கொள்ளத் தக்க பாத்திரனெனப் படுவான். (3) தேகசுத்தி, சித்தசுத்தி, யாசிப்போரைக் கண்டு சந்தோஷித்தல், அவர்களை ஆதரித்தல், பிரியவசனங்களால் உபசரித்தல், அசூயை யற்றிருத்தல் இவை தானத்திற்குரிய சிரத்தையாம், (4) தருமமான தன்சீலத்திற்கு விரோதமின்றித் தன் பிரயத்தனத்தினால் தேடிய பொருள் அற்பமாயினும் பெரிதாயினும் அதுதானத்திற்குத் தக்க பொருளாம். (5) எந்தக் காலத்தில் எந்தப் பொருள் கிடைப்பதரிதோ அந்தக் காலத்தில் அந்தப் பொருள் கொடுக்கஅது தகுந்தகாலமாகும். (6) எந்தத் தேசத்தில் எந்தப் பொருள் கிடைப்பதரிதோ அந்தத் தேசத்தில் அந்தப் பொருள் கொடுக்க அது தகுந்த தேசமாகும்.

தானம் அற்பமாயினும் அது சில ஏதுக்களால் அதிக மாவதும் அதிக தானமே சில ஏதுக்களால் அற்பமாவதுமுண்டு. அவஸ்தை, தேசம், காலம், யாசிப்பவன், கொடுப்பவன் இவற்றினுடைய குணத்தினால் தானமாவது துஷ்பலம், நிஷ்பலம், ஹீனம், துல்லியம், விபுலம், அக்ஷயம் என்கிற ஆறு விபாகங்களைப் பெறுகின்றது. அவற்றில் திருடன், கொலைஞன் முதலானவர்க்குக் கொடுத்த தானம் கெட்ட பலனைத் தரும்; இது துஷ்பல விபாகம், பெரிய தானமாயினும் சிரத்தையில்லாமற் கொடுத்தால் அது பலனைத் தராது; இது நிஷ்பலவிபாகம். பிறருக்குத் துன்பஞ்செய்வதாகக் கொடுத்த தானம் பெரிதாயினுந் தாழ்மையடையும்; இது ஈனவிபாகம். தானம், சாஸ்திரங்கள் விதித்தபடியே செய்வதாயினும் அது மனங்கலங்கிக் கொடுக்கப்பட்டால் அதற்குத் தக்க பலனைத் தரும், அதிக பலனைத் தராது; இது துல்லிய விபாகம். முன் சொன்ன ஆறு அங்கங்களோடு செய்ததானம் விசேஷபலனைத் தரும்; இதுவிபுலவிபாகம். தயவோடு கொடுத்த தானம்

அக்ஷயபலனைத் தரும்; இது அக்ஷய விபாகம். தானமானது பின்னும் ஆஜஸ்ரிகம், காமியம், திவ்யம், நைமித்திகம் என்னும் நான்கு பிரகாரங்களை யுடையது. எப்போதும் ஸ்திரமா யிருக்கிற தானம் ஆஜஸ்ரிகம்; அஃதாவது தண்ணீர்ப் பந்தல், தோப்பு, ஏரி, குளம் இவற்றையுண்டாக்குவது தனது மக்களுக்காகவும் ஒருவனை ஜெயிப்பதற்காகவும் ஐஸ்வரியத்தி னிமித்தமாக வும் ஸ்திரீகள் பொருட்டாகவும் கொடுப்பது காமியம். யக்கியஞ்செய்து கொடுப்பது திவ்யம். இன்னகாலத்தில் இன்னகிரியையில் இதன்பொருட்டுக் கொடுப்பது என்று காலம்கிரியை பலன் இவற்றை அபேக்ஷித்துக் கொடுப்பது நைமித்திகம்.

இது கொடுத்தால் ஆன்மாக்களுக்கு இன்பத்தைக் கொடுக்கும் என்கிற விவேகத்துடன் பிரதியுபகாரம் வேண்டாமல் நல்லதேசத்தில் நல்ல காலத்தில் சத்பாத்திரத்தில் செய்த தானம் சாத்துவீகமென்றும், பிரதி பிரயோஜனத்தை யும் தானபலனையும் விரும்பி மனங்கலங்கிச் செய்த தானம் இராஜசமென்றும், தகாததேசத்தில் தகாதகாலத்தில் தகாதபாத்திரத்தில் அசுத்தமான பொருளைக் கொடுப்பது தாமசமென்றும் பகவத்கீதையில் ஸ்ரீகண்ணபிரான் அருளிச்செய்திருக்கின்றனர். ஆகையால் கல்வி அறிவு ஒழுக்கம் தேவதாபத்தியிவற்றினைப் பெற்ற உத்தம அதிகாரிகள் சாத்துவீகமான தானத்தையே செய்யவேண்டியது. தானங்கள் உத்தமதானமென்றும், மத்திமதானமென்றும், அதமதான மென்றும் மூன்றுவகைப்படும். அவற்றில் அன்னதானம், வித்தியாதானம், கன்னிகாதானம், வஸ்திரதானம், கோதானம், பூதானம், சொர்ணதானம், அசுவதானம், சுஜதானம் ஆகிய இவைகள் உத்தமதானம். மனை, அவிழ்த முதலானவைகள் கொடுப்பது மத்திமதானம். பாதரக்ஷை, வாகனம், குடை, பாத்திரங்கள், ஆசனம், விளக்குகள், விறகு, பழவகை முதலியவை கொடுப்பது அதமதானம். இம்மூவகைத் தானங்களுள் சிலகாலத்தில் சிலதேசத்தில் ஒன்று மற்றொன்றாகவும் மாறும். ஆதலால் எந்தெந்தக் காலத்தில் எது எது அவசியமும் நன்மையும் பயக்கத்தக்கதாயிருக்கின்றதோ அந்தந்தக் காலத்தில் அதை விவேகிகள் அறிந்து செய்யக்கடவர். மற்றைய தானங்களைப் பார்க்கிலும் அன்னதானம் விசேஷமாயினும் அவ்வன்னத்தைத் தாமே என்றும் தேடிக்கொள்ளவும், தம்மை யடுத்தவர்க்குக் கொடுக்கவும், அறம் பொருள் இன்பம் வீடு என இந்நாற்பேற்றையும் அளிக்கவும் முக்கியகாரணமான வித்தியாதானமொன்றே இக்காலத்துக்குமாத்திரமன்று. எக்காலத்துக்கும் எத்தேசத்துக்கும் அத்தியாவசியத்தினும்

அத்தியாவசியமாம் என்று நாமுரையாமலே கற்றோரும் மற்றோரு மறிந்திருக்கின்றனராகலின் அது விஷயத்தைப் பற்றி நாம் விசேஷமா யுரைக்க வேண்டியதில்லை. காலத்துக்கேற்ற வாறும் சாஸ்திரத்திற்கு விரோதமில்லாமலும் உலோபத்துவ ரின்றித் தானங்கள் செய்துவருவார்களேயானால் ஆரியர்கள் யாவரும் இகலோகத்தில் க்ஷேமப்பட்டுப் பரலோகத்தில் பரமபதம்பெற்றுச் சுகமாய் வாழ்வார்களென்பதி லையமில்லை. ஒருவன் செய்த நல்லகருமம், தானம்தான். கற்ற கல்வி இவற்றைத் தானே புகழ்ந்து கூறுவனாயின் அவை யழிந்துபோம். தன்னைத் தானே புகழ்ந்துகொண்டால் ஒளிமழுங்கிவிடுகின்றது. செய்தபின் விசனப்பட்டாலும் விபத்தையடைகின்றான் இது ஸ்மிருதிகளின் கருத்து.

அக்டோபர் 1905, பக். 18–20. உபகாரப்பிரியர்

தருமம்

பெரியோர்களால் சொல்லப்பட்ட தருமம் அர்த்தம், காமங்களுள் அர்த்த காமங்கள் இம்மைப் பயனேயன்றித் தருமம்போல் இம்மை மறுமை வீடு என்னும் மூன்றினையும் கொடாமையால் அர்த்த காமங்களைப் பார்க்கிலுந் தருமம் வலிமை யுடைத்தென்பதாம். ஆதலால் ஆன்மாக்களுக்குத் தருமத்தைப் பார்க்கிலும் மேற்பட்டதொரு செல்வம் வேறில்லை. நமது சரீரம் இளமை அழகு செல்வம் வீடு வாசல் தோட்டம் துரவுநகை பிள்ளை பெண்டு சுற்றம் முதலியவற்றில் எதுவும் நமக்குச் சொந்தமாவதில்லை. ஆதலால் அவை நம்முடன் வாரா. நாம் செய்யும் புண்ணிய பாவங்களே நமக்குச் சொந்தமானவை. ஆதலால் அவை நம்முடன்வரும். நம்முடன் வரும் அவ்விரண்டில் தருமஞ் செய்தலாலுண்டாகும் புண்ணியம் நன்மையைக் கொடுத்தலால் அதையே செய்ய வேண்டும்; அதருமத்தா லுண்டாகும் பாவம் தீமையைப் பயத்தலால் அதைச் செய்யாமல் ஒழிக்க வேண்டும். நாமிப்போது இளமைப்பருவம் உடையோம். ஆகலின் தருமஞ் செய்தற்குக் காலம் இதுவன்று. இறக்குங்காலமாகிய முதுமைப் பருவத்தில் செய்வோம் என நினையாது நாடோறுஞ் செய்தல் வேண்டும். இக்கணத்தி லிருக்கும் சரீரம் இனிவருங்கணத்தில் இருப்பது நிச்சயமன்று, ஆகலின் நிலையில்லாச் சரீரம் நிலையுடையதாயிருக்கும்போதே அழிவில்லாமல் என்றும் நிலையாயுள்ள தருமத்தை யொரு தலையாய்ச் செய்ய வேண்டும். இதுபற்றியே “பேசாவண்ணம் நாவை யுள்ளே யடக்கி, விக்குள் மேலெழுதற்கு முன்னமே மேட்சத்திற்கே துவான தருமத்தைச் செய்யத்தகும்” என்னும்

பொருளைக் கொடுக்கும். "நாச்செற்று விக்குள் மேல் வாராமுன் நல்வினை, மேற்சென்று செய்யப் படும்" என நாயனாரும் உரைத்தனர்.

தருமங்களில் விதிவிலக்குகளை யுணர்ந்து விலக்கப்பட்ட பொய், கொலை, களவு, வியபிசாரம், பொறாமை, கடுஞ்சொல், வஞ்சக முதலிய தீமைகளை யொழித்து, சட்ததியம், தயை, பொறுமை, சாந்தம், இன்சொல், வைராக்கிய முதலிய நன்மைகளைக் கைக்கொண்டு செய்வதே சிறந்த தருமமாம். மனத்தின் கண் தீயகுணங்கள் என்னும் அழுக்கில்லாமல் சுத்தமாயிருத்தலே சிறந்த தருமமெனவும், அஃதொழித்த சொல்லும் வேடமும் தருமமல்லவெனவும் அறிவிற் சிறந்த முதியோர் கூறியிருக்கின்றனர். தரும வழியே நடந்து அதனால் வரும் சுகமே சுகமாம். அதனை யொழித்து அதரும வழியே நடந்து அதனால்வரும் சுகம் சுகமன்று. விட்டிற் பூச்சி விளக்கினிடத்தில் விழும்போது அதற்கு அப்போது சுகமாய்த் தோற்றினும் பின் விழுந்து துன்புற்றுப் பிராணனை யிழக்கின்றது. விஷயங் கலந்த தேன் அருந்தும்போது இனிமையா யிருக்கினும் பின் அருந்தினவனைக் கொல்லுகின்றது. ஆதலால் ஆரம்பத்திலுண்டாகுஞ் சுகத்தைப் பாராமல் பின்பும் சுகங் கொடுக்குமா கொடாதா வென்று பார்த்து, பின் சுகங் கொடுக்குமானால் அதையே செய்தல் வேண்டும். தருமத்தின் பயன் இப்படிப்பட்டதென்று வேதாகம ஸ்மிருதி புராணாதிகளைக் கொண்டு அறிவிக்கவேண்டுவதில்லை. பல்லக்குச் சுமப்பவனிடத்திலும் ஏறிச் செல்லுபவனிடத்திலுமே பிரத்தியட்சமாய்க் காணலாம். ஏறிச் செல்பவன் சென்மாந்திரங் களில் தருமஞ்செய்தான் என்பதையும், சுமப்பவன் தருமஞ் செய்யவில்லை யென்பதையுங் காட்டுகின்றது. தருமமாவது மனோதருமம் வாக்குத் தருமம் காயதருமமென மூவகைப்படும். அவற்றில் மனோகருமமாவது சத்தியம், ஜீவகாருணியம், பொறுமை, நடுநிலைமை முதலியன. வாக்குத் தருமமாவது உண்மைபேசுதல், இனியவைகூறல், புறங்கூறாமை, கோட்சொல்லாமை, கடவுளைத் தோத்திரஞ் செய்தல், மந்திரங்களைச் செபித்தல் முதலியன. சரீரதருமமாவது துன்பஞ்செய்யாமை, உபகாரஞ் செய்தல், ஈகை, பெரியாரைப் பணிதல், தவம், ஈசனைத் தொழுதல் முதலியனவாம். இந்தத் திரிகரணங்களாலும் எப்போதும் தருமஞ் செய்ய வேண்டும். எந்தெந்தச் சமயத்தில் எந்தெந்தக் காரணத்தால் எந்தெந்தவித மான தருமஞ்செய்ய நேரிடுகின்றதோ, அந்தந்தச் சமயத்தில் அந்தந்தக் காரணத்தால் அந்தந்த விதமான தருமஞ் செய்ய வேண்டும். பொருள் ஒன்றையே கொடுக்க வேண்டுமென்றால்

அது எப்போதும் எல்லாருக்குமே சாத்தியப்படாது. திரிகரணங் களாலுஞ் செய்யுந் தருமம் எப்போதுஞ் சாத்தியமாகும். தருமமாவது காமியம் என்றும் நிஷ்காமியம் என்று மிருவகைப் படும். காமியமாவது சொர்க்காதிபதவிகளைக் கருதிச் செய்தல்; நிஷ்காமியமாவது ஆன்மஞானத்தினிமித்தம் பயனைக்கருதாது செய்தல். இது காரணமாகத்தான் நம்மவர் யாருக்காவது ஒன்றைக் கொடுக்கும்போது கிருஷ்ணார்ப்பணம் என்றும் சிவார்ப்பணம் என்றுஞ் சொல்லுகின்றனர். தருமமாவது ஒவ்வொரு காலத்தில் ஒவ்வொன்று சிறப்பாயும் முக்கியமாயும் அதிக பயனுள்ளதாயு மிருக்கும். அப்படியே இக்காலத்தில் சிறப்பாயும் முக்கியமாயும் அதிக பயனுள்ளதாயு மிருக்குந் தருமங்களாவன: தேசாபிமானமுடையவர்களாய்ப் பிராணனைத் துரும்பாய் நினைத்து ஜனங்களுடைய க்ஷேமத்திற்காக அதிலும், பார்க்கப் பரிதாபப்படத்தக்க (உண்டும் உண்ணாமலும் காலங்கழிக்கும்) மிகு ஏழை ஜனங்களின் சுகத்திற்காக வுழைத்துப் பாடுபடுதலும், அது விஷயமாகப் பிரசங்கஞ் செய்தலும், புத்தகம் பத்திரிகை லகுலேகம் இவற்றைப் பிரசுரஞ் செய்தலும், செய்வித்தலும், சபைகளையுண்டாக்க லும், மதாபிமானத்தால் ஆரியமதத்தை அபிவிருத்திசெய்து ஆரியமதத்தைத் தாக்கவரும் கிறிஸ்து முதலிய பாஹிபமதங்களை நியாயநெறியே நின்று கண்டனை செய்தலும், நிலையில்லாச் சிற்றின்பத்தி னிமித்தம் புறமதங்களுக்கு விவேகமின்றிச் சென்று பதிதராவோர்க்குப் புறமதங்களின் குற்றங்களை யெடுத்துக் கூறிச் சற்புத்தி புகன்று தடுத்தலும், அதனிமித்தம் தமக்கு மிகுதியுள்ள பொருள் காலம் புத்தி யிவற்றைத் தருமமாகச் செலவிடுதலும், ஏழைச்சனங்களுக்குக் கல்விச் சாலை வைத்துக் கல்விகற்பித்து மதசித்தாந்தங்களைப் போதித்தலும் முதலியனவாம்.

ஆன்மாக்களுக்கு இம்மை மறுமையிலும் உறுதி பயப்பிப்பது தருமம்; தருமத்தாலுண்டாவது ஈஸ்வரபத்தியைப் பற்றிச் சொல்வது மதம்; மதங்கள் பலவற்றினுள்ளும் அவரவர் புத்தி சரீர தாரதம்மியங்களை அநுசரித்துப் பல பிரகாரமாகச் சொல்லுவது இந்துமதம்; அதிலும் மதங்களெல்லாவற்றினுள்ளும் சிறந்ததும் பூர்வீகமானதும் யுக்தி அநுபவங்கட்கொத்தது மானது ஷெ இந்து மதமேயாம். இப்படிப்பட்ட மதத்தை நெடுங்காலமாய் அநுசரித்து நற்கதி அடைந்துவரும் இந்துக்களுக்குத் துர்ப்போதனை செய்து அதிலும் வயிற்றின் பிழைப்புக்காகப் படிக்கப்போன சுயமத சித்தாந்தமறியாச் சிறுபிள்ளைகளை யேமாற்றி நியாயமில்லாத தம்மதத்திற் சேர்ப்பது மிகு அநியாயமாதலால் அம்மதத்தில் இந்துக்கள் போகாதவாறு தடுத்தல் செய்வது இக்காலத்துக்கு மிகச் சிறந்த

தருமமாம். இதை யொவ்வொரு இந்துபரோபகாரிகளும் கவனித்துச் செய்தல் வேண்டும். நம்மவர் தருமஞ்செய்யாமற் போகவில்லை. அத்தருமங்களெல்லாவற்றுள்ளும் இது சிறந்த தருமமாகலின் அதைக் கடைப்பிடித்துச் செய்ய வேண்டும். இவ்விஷயத்தை வெகுபேர் கவனியாமல் வேறு தருமங்கள் செய்கின்றார்கள். நமது மதமே போய்விடுமானால் பின்பு மதவிஷயமான தருமங்கள் எப்படிச் செய்யக்கூடும்? நமது மதத்தை நிலைப்படுத்திக்கொண்ட பிறகன்றோ மற்றைய தருமங்கள் செய்ய வேண்டும்!

"ஒல்லும் வகையால் அறவினை யோவாதே
செல்லும்வா யெல்லாஞ் செயல்." (குறள்.)

நவம்பர், 1905, பக். 37—39.   உபகாரப்பிரியன்

இலஞ்சம் வாங்குதல்

பரிதானம்: – இந்நாட்டில் ஒரு அடாதகுற்றம் விர்த்தியாகி வருவதை நாம் நாள்தோறும் பார்க்கப் பார்க்க, கேட்கக் கேட்க மனம் பதைக்கின்றது. அஃதி யாதெனில், இலஞ்சம் அல்லது பரிதானம் என்ற கைக்கூலி வாங்குதலேயாம். இக்குற்றஞ் சொற்ப சம்பளம் வாங்குவோரிடத்தில் மாத்திரமல்ல நூற்றுக்கணக்காய்ச் சம்பளம் பெறுவோரிடத்திலும் நடந்து வருகிறதென்பதை அறியாதவர் யார்? இலஞ்சம் அல்லது பரிதானம் என்பது அடைந்திருக்கும் மரியாதையான நாமம் வருமானமென்பதாம். ஒரு சிநேகிதன் அல்லது இனத்தான் தன் சிநேகிதனை அல்லது இனத்தானை நெடுநாட்சென்று காணில், முந்த அவன் சுகத்தையும் அவனைச் சேர்ந்தோர் சுகத்தையும் விசாரித்து, பிறகு அவன் உத்தியோகத்தை யும் பெறுஞ் சம்பளத்தையுங் கேட்டு, இதைச் சேர்ந்தாப்போல வேறொரு விநோதமான கேள்வி போடுவார். நமது நண்பர் தவறாது சொல்வாரென நம்பலாம், அதென்னவெனில், “உமக்கு வருமான மேதேனுமுண்டா” அல்லது “உமக்கு மாதாந்தம் எவ்வளவு வருமானம் வரும்” என்பதுதானே. இது மிகவும் வெட்கத்தையுண்டாக்குங் கேள்வியன்றோ. – எமது துரைத்தனத்தார் இத்தேசத்தில் நடக்கும் ஒவ்வொரு குற்றத்திற்கும் தண்டனை விதித்திருப்பது போல இக்குற்றத்திற்கும் விதித்திருக்கின்றன ரென்பதுமெய்யே. ஆகிலும் இது விஷயத்தில் செய்யப்பட்டிருக்கும் ஏற்பாடு பரிதானம் வாங்கு வதை நிறுத்துவதாயிராமல் நாளொருவண்ணம்

விர்த்திப் பிக்கிறதாயிருக்கிறதென்று தோன்றுகிறது. எப்படி யென்றால், இவ்வேற்பாட்டின்படிப் பரிதானம் வாங்கு கிறவனும் தண்டிக்கப்படுகிறான். அப்படியே கொடுக்கிறவனும் தண்டிக்கப்படுகிறான். பரிதானங்கொடுப்பவன் தானும் தண்டனைக்குள்ளாகாதபடிக்கு, தான்செய்த இக்குற்றத்தை வெளியிடானென்கிற நம்பிக்கையினாலேயே அநேக உத்தியோகஸ்தர் பயமின்றி, இக்கொடிய தீவினையைச் செய்து ஞாயத்தைப் புரட்டத் துணிகின்றாரென்பது வாஸ்தவம். பெரும்பாலும் பரிதானம் பலவந்தமாய் வாங்கப்படுகிறதால், இது கொள்ளைக்குச் சமானமென்னலாம். ஆகையால் கொள்ளையடித்தவனைத் தண்டிக்கிறதுமன்றி, கொள்ளை கொடுத்தவனையும் தண்டிப்பது ஞாயமா? "கோழியுங் கொடுத்துக் குரலுமிழக்க வேண்டுமா?" ஒருவன் தான் லஞ்சங்கட்டியும் தான் நினைத்த காரியம் கைகூடாதேபோனால் "உப்புக்கண்டம் பறிகொடுத்த பார்ப்பினிபோல" வாயை மூடிக்கொண்டிருக்க வேண்டியதாகவிருக்கிறது. நமது துரைத்தனத்தார் பரிதானம் வாங்குவோர்களை மாத்திரம் தண்டிப்பதென்று இன்று நிரூபிப்பார்களாகில் ஒன்றில் பரிதானம் வாங்குதலே அற்றுப்போம்; அல்லது பரிதானம் வாங்குவோர்களெல்லாம் வெளிக்குக் கொண்டுவரப் படுவார்கள். இப்படிச் செய்யத் தாமதிப்பார்களாகில் அநியாயம் மிகுத்து துரைத்தனங்குலைந்து தேசமழிவதற்கிடமாகும். ஒரு தேசத்தில் லஞ்சம்வாங்குகிறவர்களுக்குங் கடுந்தண்டனை விதிக்கப்பட்டது. அது யாதெனில் லஞ்சம் வாங்கினானென்று ஒருவனைப் பற்றித் திருஷ்டாந்தமாய் ரூபிக்கப்பட்டபின் அவன் தோலையுரித்து நியாயாதிபதி உட்காரும் ஆசனத்தின் கீழ் அதைத் தைத்துவிடுவார்கள். அதிபதி அதிலுட்காரும்போது, நியாயத்தைப் புரட்ட நீயும் லஞ்சம் வாங்குவாயானால் முன் அப்படிச் செய்தவனுக்குக் கிடைத்த தண்டனையே உனக்கும் கிடைக்கும் என்று எச்சரிக்கப் படுவானாம்.

வலியினாலி லஞ்சங் கொண் மாந்தா் பாற்சென்று
மெலியவா் வழக்கினை விளம்பல் வாடிய
வெலிகண் மார்ச் சாலத்தினிடத்து மாக்கள்வெம்
புலியிடத்தினுஞ் சரண் புகுத லொக்குமே.

ஆசையால் வாங்கிடு மவனை யீந்தவா்
கேசமா மதிப்பரக் கீணன் சென்னி தம்
மாசன மாக்குவரடிமை நானெனச்
சாசனமாவா்க் கவன்றந்த தென்னவே.

பசியினாலெளியனோர் பகலிரப்பினும்
அசியுறு மெங்கணு மாக்கமுள்ளவா்

நிசிபகல் பலரிட நிதமுமேற் குன்ற
வசை யினைச் சொல்லவோர் வாயும் போதுமோ.

பெற்றவன் கைப்பொருள் பிள்ளைக் கேயலான்
மற்றவர்க்கிலை யெனன் மனுவி னீதியாங்
குற்றமே விடநிதி கோடிபேர் கையிற்
பற்று வோனவர்க் கெலாம் பாலன்போலுமே.

டிசம்பர் 1905, பக். 59–60. *வி.வே.கி. நாராயணசாமி பிள்ளை.*

தர்பார்

வெகுகாலத்துக்கு முந்தி அரசர் தங்களிஷ்டப் பிரகாரம் நடந்துகொள்ளும் காலத்தில் ஓர் நவாப்பு இருந்தார். அவர் பெருத்த ஸ்ரீமானாக வும் விசாலமான தன்னுடைய இராஜியத்தை வெகு புத்திசாலித்தனமாகவும் ஆண்டு வந்தார். ஒருநாள் நவாப்பு தன்னுடைய அரண்மனை யின் சிங்காரத்தோட்டத்திற்குள் உல்லாசமாக உலவிவரும்போது, அத்தோட்டத்தின் ஓர் மூலையில் ஓர் தோட்டக்காரன் சரீரத்தின்மேல் ஆடையில்லாமல் கௌபீனத்துடன் பெருக்கிக் கொண்டிருக்க அவனைக் கண்டு தான் எந்நாளும் அப்படி ஆடையில்லாமலிருக்கும் ஆள்களைக் கண்டிலாதவ ராகையால், கடுங்கோபம்கொண்டு "அடே! மடையா அவ்விடம் என்ன செய்கிறாய்? நீ யார்?" என்று வினவ, அதற்கு அந்தத் தோட்டக் காரன் "ஆண்டவரே யான் தங்களுடைய தோட்டக்காரன். தங்களுடைய தோட்டத்தைச் சுத்தம் செய்கிறேன்" என்றான். அதற்கு நவாப்பு, "ஏன் நீ போதுமான ஆடையில்லாமலிருக்கிறாய்" என்றார் – அதற்கவன் அடியேனுக்குத் தாங்கள் கொடுக்கும் மாதச்சம்பளம் ரூபாய் ஆறு. அது எனக்குப் போதாதபடியால் இம்மாதிரி யிருக்கிறேன்" என்றான். அது எப்படி போதாது விவரித்து சொல்வாயென, தாங்கள் கொடுக்கும் ஆறு ரூபாயில் யான் ஒருரூபாய் கடனாகக் கொடுத்து வைக்கிறேன், ஒரு ரூபாய் தண்ணியில் போடுகி றேன், ஒரு ரூபாய் நான் வாங்கிய கடனுக்காகக்

கொடுக்கிறேன், ஒருரூபாய் என்னுடைய பகையாளிக்குக் கொடுக்கிறேன், மீதி ரூபாய் இரண்டை யான் என்னுடைய சொந்தச்செலவு செய்துகொள்ளுகிறேன். ஆதலால் எனக்கு ஆடைகள் வாங்கப் பணமில்லை என்றான் – அதைக் கேட்டதும் நவாப்புக்கு அதின் பொருள் விளங்காமல் மெத்தக் கலவரப் பட்டு அவனையே அதின்பொருளைச் சொல்லக் கேட்டுத் தெரிந்துகொண்டு உடனே அவனுக்கு 100–விராகனும் சில ஆடைகளும் கொடுத்து இம்மாதிரியாக நடந்ததை யாருடனும் சொல்லாமலிருக்கும்படிக் கட்டளையிட்டு, அப்படி சொன்னால் அவனுடைய சிரசை வெட்டிவிடும்படி உத்தரவு செய்வதாய்ச் சொல்லி சந்தோஷத்துடன் அரண்மனை சேர்ந்தார். மறுநாள் கொலுமண்டபத்தில் வீற்றிருக்கும்போது, தன்னுடைய பிரதான மந்திரியை அழைத்து, எனக்கு ஒரு சந்தேக விஷயத்தை விளங்க செய்விக்க வேணும். அந்தச் சந்தேகம் நிவர்த்தியாகா விட்டால் என் மனதுக்கு சம்மதியிராது. ஆதலால் நீ அதை ஒரு வாரத்தில் செய்விக்க வேணும். அப்படி செய்யாவிடில் உன்னுடைய சிரசைச் சேதிக்கும்படி செய்வேன். அந்தச் சந்தேகமாவது:– "ஒரு ரூபாய் கடனாகவும், ஒரு ரூபாய் தண்ணியிலும், ஒரு ரூபாய் கடன் வாங்கியதற்காகவும், ஒரு ரூபாய் சத்துருக்கும், இரண்டு ரூபாய் தனக்கும்" என்றால் அதின் பொருள் என்ன என்றார். அதைக்கேட்ட மந்திரி தனக்கு ஒன்றும் தோன்றாமல், அப்படியே எட்டுநாளையில் தங்களுக்குப் பிரதிசொல்லுகிறேனென வாக்களித்து வீடு போய்ச் சேர்ந்து மெத்த சிந்தாகிராந்தனாக விருந்தான்'. அதைக் கண்ட மந்திரி மனைவி தன்னுடைய புருஷனிடம்போய்க் காரணம் விசாரிக்க, அவன் அதை வெளிவிடாமல் சிலநாள் கழித்தான். இப்படி மந்திரி அன்னபனாதிக ளில்லாமல் மெத்தவிசனத்தால் வருந்துவதை அவன் மனைவி சகியாமல் அவனைப் பலாத்காரஞ் செய்து தாம் விசனமாயிருக்கும் காரணம் சொன்னால் நான் அதை நிவர்த்திசெய்வே னென்றாள். பிறகு மந்திரிக்குக் கொஞ்சம் தைரியம் வந்து, எழுந்து ஸ்நாநம்செய்து, போஜனம் முதலானதுகள் முடிந்தபிறகு தன் மனைவியிடம் தனக்கும் நவாப்புக்கும் நேர்ந்த விஷயங் களைச் சொன்னான். பிறகு அவள் அதை நான்யோசித்துச் சொல்லுகிறேன் என்றாள் – இது யிப்படி யிருக்க, அந்தத் தோட்டக்காரன் தான் கொண்டுபோன ரூபாய்களினால் தன் மனைவியுடனும் நேசருடனும் சந்தோஷமாக மதுபானங்கள் முதலான விஷயங்களில் சிலவழித்துக்கொண்டு சந்தோஷத்தில் தன்னுடைய மனைவியிடம் தனக்கும் நவாப்புக்கும் நேர்ந்த விஷயங்களைச் சொன்னான். அவள் பெண் பிள்ளையாகை யால் அரண்மனையில் அந்தப்புரத்தில் சேடியர்களுக்கு

நேசமானவளாதலால் மந்திரிவீட்டு அந்தப்புரச் சேடியுடன் தன் கணவனுக்கும் நவாப்புக்கும் நடந்த சவிஸ்தாரங்களைச் சொன்னாள்.

அந்தச் சேடி அதை மந்திரிபாரியாளுக்குத் தெரிவிக்க, அம்மாது அந்தத் தோட்டக்காரியை அழைப்பித்து அதினுடைய பொருளைச் சொல்லக்கேட்டு அதை மந்திரிக்குத் தெரிவித்தாள். மந்திரி தன்னுடைய பிரதிக்கினைப்படி எட்டாம் நாள் நவாப்பு கொலுமேடைக்குப் போனார். போனதும் நவாப்பினுடைய வுத்திரவுக்குப் பதில்சொல்ல சித்தமாக விருக்கின்றாயா என்று கேழ்க, சித்தமாயிருப்பதாகச் சொல்லி, “ஒரு ரூபாய் கடனாகக் கொடுக்கிறேன்” என்றது நான் என்மகனுக்குக் கொடுக்கிறேன் என்னும் பொருள். அதாவது அவன் பெரியவ னான பிறகு நான் கொடுத்ததைவிட நூறு பங்கு அதிகம் எனக்குத் திருப்பிக் கொடுப்பான். “ஒரு ரூபாய் தண்ணியில் போடுகிறேன்” என்றது நான் என் மகளுக்காகக் கொடுக்கிறேன். அதாவது அவள் வயதுக்கு வந்தபிறகு வேறொருவனுடைய பிள்ளைக்கு மனைவியாகி என்னைவிட்டுப் பிரிந்துவிடு கிறாள். அந்த ரூபாய் மறுபடியும் திரும்பிவராது.” ஒரு ரூபாய் நான்வாங்கின கடனுக்காகக் கொடுக்கிறேன். அதாவது என் தகப்பனுக்குக் கொடுக்கிறேன், அவர் என்னைச் சிறுபோது எனக்குப் பணம்கொடுத்து என்னை ஆள் ஆக்கினவர் ஆதலால் அவருடைய கடனைத் தீர்க்கத்தான் ஒரு ரூபாய். என்பகையாளிக்கென்றால், அதாவது பெண்க்ஷாதிக்கு என்று மந்திரி சொல்லிக்கொண்டிருக்கும்போதே, நவாப்புக்குக் கோபம்வந்து, இந்த சமாசாரம் அந்தத் தோட்டக்காரன் மந்திரிக்குச் சொல்லியிருக்க வேணும் என்று நினைத்து உடனே அவனை வரவழைக்கச் செய்து அவனை நடந்ததைக்கேழ்க பெண்சாதியால் இது வெளிப்பட்டதென்று செல்லி, நான் முந்தியே பெண்சாதி பகையாளி என்று சொல்ல வில்லையா? இப்போது என்னுடைய தலைபோகும் புராணம் என் மனைவிதானே என்று சொல்ல நவாப்பு நகைத்து எல்லோரை யும் போகும்படி உத்திரவு அளித்தார். ஆகையால் நமது வியாசனைக் களிப்புடன் படிக்கும்.

அன்பர்களே! நாம் உயிர்வழங்கி இல்லறத்தாரா யிருக்கும் காலத்தில் செல்வர்க்கழகு செழுங்கிளை தாங்குதல் என்றபடி, நமது சம்பாத்தியத்தில் பிள்ளைக்குக் கொடுப்பது பின்னிட்டு பிரயோசனத்தைத் தருமென்றும், பெண்களுக்குக் கொடுப்பது அபிப்பிரயோஜனத்தைத் தரும் என்றும், தகப்பனாருக்குக் கொடுப்பது கடமையென்றும், அவிவேக மனையாளுக்குக் கொடுப்பது தீமையைத்

தருமென்றும் நன்கு விளக்குகிறது. எனினும் இச்செய்கை பண்டைக்காலத்து ஞானமாகக் காணப்படினும் இக்காலத்தில், பெற்றோரைவருத்தும் ஆண்பிள்ளைகளுக்கும், அன்னவரைக் கனம்பண்ணும் பெண்பிள்ளைகளுக்கும் வருத்தமுண்டு பண்ணு மென்பது விளங்குகிறதல்லவா?

டிசம்பர் 1905, பக். 62–64. தி. அன்னபூரணியம்மாள்.

பெற்றோரைப் பேணல்

மகன்றந்தைக் காற்று முதவி யிவன்றந்தை
யென் னோற்றான் கொல்லென்னுஞ் சொல்.

சர்வஜீவ தயாபர சாகரமாயிரானின்ற நம்முன்னூர் கேள்வனின் குன்றாக் காருண்ணியத்தின் விளைவென ஜனித்தயாம், இம்மத்திய உலகத்தினிடை, இருபொருளாகிய ஆவியுங் காயமும் ஒன்றாய்க்கூடி வாழுமளவும், சாத்திர விதிப்படி பூர்த்தி செய்ய வேண்டிய முறைமைகளுக் கெண்ணில்லை. அங்ஙனம் அம்முறைப்படி நடந்துகொள்வோமாகில், அவற்றாலெய்யுந் தகைமைக் களவில்லையென்பதும் வெளிச்சமே.

இம்மகிதலத்தில் நம்மைப் பிறப்பித்தவர் சர்வேஸ்வரனென் பதை யாவருமெளிதில் அறிந்துள்ளார். எனினும் ஒவ்வொ சிருட்டிகட்கும், கர்த்தமூர்வு கருவியுமாகிய இருபொருளு மத்தியாவசிய மென்பதையும் யாமறிந் துள்ளோம். ஆகையால் நம்மனோரின் சிருட்டியினிமித்தம் ஆதியாய் நின்ற கர்த்தாவும், கருவியும் யாவை என்பதை முன்னர் ஆலோசிப்பாம்,

ஈண்டு கர்த்தன், நிரூமலனாகிய கடவுளென்பதும், கருவி தாய் தந்தைய ரென்பதும் ஸ்பஷ்டமே. ஆகலின் நம்மின் உற்பவத்திற்கு ஆதி மூலமாய் நின்ற அன்னோரை (கடவுள், தாய் தந்தையர்) யிடையறாது வந்தித்தல் பேரறிவாம். இவற்றுள் கடவுளைப் போற்றி வழிபடுத லனைவர்க்கும் சகஜமே. நிற்க, நாம் உடலுடன் கூடிவாழ மிச்சனனத்தில் கர்த்தாவாகிய கடவுள் நம்மறிவுக்கு எளிதாய்த் தோன்றாமல், கருவியாய் நின்ற, தாய் தந்தையர் மாத்திரமே யெளிதிற்றோன்றி யிருக்கின்றமையாலும், அன்னோர் நமக்குக் கருவியாய் நின்ற காரணத்தி னிமித்தம் நம்மை யாதரித்து வந்தமையாலும் அன்னோரை யெவற்றிற்கும் மேம்பட்டதாகக் கொண்டு போற்றல் வேண்டுமென்பதும், துரை. இதனை யோர்ந்தன்றோ தாயென்னுங் காரணப்பெயரை யணிந்த ஒளவை பிராட்டியும். "அன்னையும் பிதாவும் முன்னறி தெய்வ" மென்றும் மீண்டும் "தந்தைதாய்ப் பேண்" என்னுங் கூறியுள்ளார்.

தாய் தந்தையரைப் போற்றி வழிபடுதல் இன்னவை யென்றும் இவ்வாறென்று முணராத பாமரர்கள், தாய் தந்தையர்களின் முதிர்வயதில் கொஞ்சம் சாதம் போட்டு விட்டால் மிக்கதென்று கருதி, யவ்வாறு பூர்த்திசெய்து வருவதால், தாங்கள் பெற்றோர்க்குப் புரிய வேண்டிய கடமைகள் யாவும் முற்றுப் பெற்றதென மதித்துக்கொள் கின்றனர். ஆ! ஆ!! இது பேதமையன்றோ? ஆண்மகவைப் பெற எண்ணிலாத் தவமிழைத்த பெற்றோர்க்குச் செய்ய வேண்டிய பிரதியுபகாரமும் நன்றியறிதலும் இம்மட்டுந்தானா? மீளவும் அன்னோர் தம் தவப்பயனால் நம்மைப் பெற்றதுடன் நம்மனோர்க்கு எத்துணையேனும் பிணி, பசி முதலானவை யின்றித் தங்களா லியன்ற மட்டும் நம்மைப் பாதுகாத்து வந்ததுடன், உலகாசார விதிகளைக் கல்வியின் வாயிலாக வூட்டி வளர்த்தும் அவ்வச்சமயங்களில் நம்மின் சேமலா பங்களைக் கோரியாலய தரிசன முதலானவைகளைக் குறைவற நிறைவேற்றி நம்மை யிந்நிலை யென்னும் நன்னிலையிலும் அமர்த்தி வைத்துளாரன்றோ? இவை யாவையுஞ் சற்றாராய்ந்து சிந்தித்து

"செய்யாமற் செய்த வுதவிக் குவை யகமும்
வானகமு மாற்ற லரிது."

என்பதற்கேற்க ஒரு கணமேனும் அத்தாய் தந்தையரைப் பராமுகஞ் செய்யாது எவற்றிற்கும் மேலாகக்கொண்டு, அன்னோர் அடியே நம்முடியென வந்தித்து அவர்தம் நெஞ்சகத் துக்கிஞ்சித்தும் சஞ்சலந் தோன்றவிடாது, எவ்விடயத்திலும் அவர்கட்குக் களிப்பூட்டிப் பாதுகாத்து அன்னோர் அன்புகூர்ந்து அளிக்கும் ஆசி பெற்றுய்த்தலே யுசிதமாம்.

வைத்தவ ருளமு வப்ப மலர்நிழல் கனியீ யாத
வத்தருத் தன்னை வெட்டி யழலிடு மாபோ லீன்று
கைத்தலத் தேந்திக் காத்த காதற்றாய் பிதாவை யோம்பாப்
பித்தரை யத்தன் கொன்று பெருநர கழற்சேர்ப் பானே

பெற்றோர்க்குத் தங்கள் புத்ரமணிகளே பிற்காலத்துச் செல்வ மென்பதும் அச்செல்வத்துக்குச் சுயாதீனமுள்ளோர் அத்தாய் தந்தைய ரென்பதையும் முன்னிட்டன்றோ? "செல்வன்" என்னுங் காரணப் பெயரையும் மகனுக்குச் சூட்டப்பட்டுளது.

பெற்றோரைப் பேணாத புத்ரமணிகள் எத்துணைதான் கல்வியிலுஞ் செல்வத்திலும் சிறந்து சகலவித சன்மார்க்கங் களைக் குறைவறக் கடைப்பிடித்து நடப்பினும் அவையாவும் நீர்மே லெழுத்து போல் நிலைபெறாது மறைந்து போவதுடன், அன்னோரின் சாபத்துக்காளாக்கியும் வைக்குமென்பதற்கைய முளதோ?

ஈன்ற தாயினை யீன்றெடுத் திருபுயத் தணைக்கும்
ஆன்ற தந்தையை யரந்தை செய்தகன்று போயடவி
தோன்றி மாதவந் தொடங்கினோ ரிவர்களைத்தொல்லை
மூன்றுதேவரு முனிவுற நிரயமுற் றிழிவார்.

"தந்தை சொல்மிக்க மந்திர மில்லை", "தாய்சொற் றுறந்தால் வாசக மில்லை" என்னும் பண்டை மொழிக்கிணங்க அன்னோரின் சமயோசித நற்போதனைகளைச் சிரமேற்கொண்டு நம்மைக் கண்டவர் யாரும் நற்குமரரென்று ஆமோதித்துக் கூறவும், அதன் வாயிலாக,

"ஈன்ற பொழுதிற் பெரிதுவக்குந் தன்மகனைச்
சான்றோ னெனக் கேட்டதாய்."

என்னும் நாயனார் மொழியைச் சுயாதீனங் கொள்ளவும் வேண்டிய நற்கிரியையாதிகளைத் தக்க முறைமையுடன் பூர்த்திச் செய்து வருதலே நற்புதல்வர்களி னியல்பாம். இங்ஙனமின்றி அப்பெற்றோர்கள் முதிர்வயதால் மெய்தளர்ந்து வாடியகாலத்து, தங்களின் வறுமை முதலானவையினால் சற்றுச்சினந்து பேசின் அதைப் பிரமாதமாக வெண்ணி அவர்கள் மேல்வெகுண்டு கூறப்படாதவைகளைக் கூறியன்னோர் மனதை யெரியச் செய்து, சற்றெனும் விவேகமின்றிப் புடைத்து, இல்லத்து நாடவிடாது புறந்தள்ளுதல் சான்றன்று. ஈன்றெடுத்த பெற்றோரையாம் சேர்க்காவிடின் மற்று அவர்க்குத் துணைவே றுளதோ?

ஈன்றவர் நம்மாலுற்ற வெண்ணரு மிடர்கட்கான்ற
மூன்றுலகமு மொப்பாமோ மூப்பினா விளைப்பாலன்னால்
கான்றவன் சொற்கள் கன்னல் கான்றவன் பாகெனக்கொன்
டூன்றுகோ லென்னதாங்கி யூழியஞ் செய்யாய் நெஞ்சே.

என்பதற்கிணங்க, அன்னோர் நம்மைப்பெற்று வளர்ப்பதற்காகக் கொண்டகஷ்ட நஷ்டமுதலானவைகளை முன்னிட்டு அவர் தம் கடுஞ்சொற்களையுஞ் கற்கண்டென மதித்து, அவர்களாற் சேகரித்து வைக்கப்பட்ட செல்வங்கட் கெவ்வளவு சுயாதீனமுடன் நியாயவாதஞ் செய்யத் துணிகின்றோமோ யவ்வாறு அன்னோரைப் பரிபாலித்துப் போற்றல் வேண்டும். காந்தை, மைத்துனர், மாமி முதலானோரின் சகவாசத்தாலும் துற்போதனைகளாலும் நம்பெற்றோரை மறக்கலாகாதன்றோ? காந்தை, குசமரர், மித்திரர், தமர் முதலானோரோடு சகல செல்வங்களை யிழக்கினும், தக்க முயற்சியால் வேறுபெறக் கூடும். மேலும் ஒன்றுக்கதிகமாகவு மடையலாம். ஆனால் பெற்றோரை யிழப்பின் வேறு பெற்றோரை வனத்திடை யிருந்து தவமியற்றினும் பெறுதற் கரியதாகும். இங்ஙனம் பெறுதற்கரிய பெற்றோரைத்தினே தினே பேணலத்யாவசியமே,

மனையவள் வீயின் வேறோர் மனைவியைக் கொளலாம்பெற்ற
தனையரா தியரிறப்பிற் றனித்தனி பெறலாம் பின்னும்
புனைபொரு ணிங்கின்மற்றோர் பொருளையும் பெறலாமத்த
னனையிறந் திடின்வேறத்த னனைவரு வாரோ நெஞ்சே.

நம்மாலானமட்டும் பெற்றோரைப் பாதுகாக்காது வஞ்சனை புரிவோமாகில் வாழையடி வாழை யென்னம் ஆன்றோர் உரைப்படி நம் குமரர்களால் நாமும் பின்னர் வஞ்சிக்கப் படுவோ மென்றுரைப்பதற்கும் ஐயமுளதோ? இதனை நிரூபிப்பான் இவணொரு சிறிய கதையைத் தீட்டுவாம்.

சர்வபோகமும் நிறைந்து கீர்த்திப் பெற்றிராநின்ற தென்னாட்டிடை ஓர் சிற்றூரில் விருத்தாப்பியமான தந்தை யொருவர் தன் தனையனா லாதரிக்கப் பெற்று வந்தார். அதத்தனுசன் "உள்ள மெரிய உதடுபழுஞ் சொரிய"வென்பதைப் போல் ஊர்மெச்சுவதற்காகத் தன் பிதாவை யாதரித்து வந்தாரேயன்றி யுண்மையில் பற்றுற்றவராயிருந்தனரன்று. இவ்வத்தனுக்கு மூன்றாங் காலே செங்கோலாகவும், தெருத்திண்ணையே பீடமாகவுந் தந்து, தகுந்த ஆடையின்றி வாடையில் மெலிந்து கோடையில் மெய்வுலர்ந்து வருந்தவும் விட்டு, ஓட்டைப் பாத்திரத்தி லன்னமிட்டுவந்தனர். இவ்விருத்த ரான தாதை தன் எளிய நிலைமையை முறையிட்டுரைக்க வேறொருவரையுங் காணாது தன்னுள் வாடி யிருந்தனர். இங்ஙனம் நிறைவேறிவரும் நாளில் தன் சுதனுக்குக் கான்முளையாக வுதித்ததன் பௌத்திரனின் வாயிலாக வேனுஞ் சற்று சுகமுறலாமெனக் கருதியப் பேரனையருகே யழைத்து, ஆசைக்கரிய அன்புவார்த்தைகட்கூறி, பிள்ளாய்! உன்னையுன் தந்தையிஞ்ஞான்று எங்ஙனம் போற்றி வளர்க்கின்றனரோ அங்ஙன்மே யானும் என் புத்திரனாகிய உன் தந்தையை வளர்த்து வந்தனன். ஆனால் அவையாவை யும் மறந்தாற்போல வென்னை யிவ்வறுமையில் வைத்து ஓட்டைப் பாத்திரத்தில் சாதமிட்டுண்ண வைத்திருக்கின்றார்; இதிலிருந்து மீளும் விதமெங்ஙனோ வறிகிலேனென்று முறையிட்டுக்கொண்டு, ஒரு சிறியதந்திர யுக்தியுளது, அதனை நிறைவேற்றின் சேமமுண்டென் றுரைத்தனர். இதனைக் கேட்ட அப்பேரனும் மனம் வாடினவனாய் அவ்யுக்தியாதென்று வினவ முன்றாதை கூறலாயினர்.

இன்றிரவு போசன வேளையில் யானென் ஓட்டைப் பாத்திரத்தைச் சாதத்துக்காகக் கொண்டுவந்து கொடுக்கும் போது அப்பாத்திரத்தை யசாக்கிரதையாய்ப் பிடித்தாற்போல் கீழேவிட்டு விடுகின்றேன். அப்படி விட்டவுடன் அவ்வோட்டைப்

பாத்திர முடைந்து போகுமன்றோ? அத்தருணத்தில் நீ யென்னை நோக்கி "ஓய் தாதா! நீர் ஏன் அவ் வோட்டைப் பாத்திரத்தை யுடைத்துவிட்டீர்? அதைப் பின்னர், என் தந்தைக்கு, அவரும்மை நடத்தும் முறைபடியானவருக்குக் கொடுத்து நடத்துவிக்கலா மென்றுன்னி யிருந்தேனேயென்று சொல்லிமுறையிட்டு, என்மேற் சினந்தாற்போல் பேசின் அதனாலெனக்கு நன்மை விளையுமென்றனர்.

இதனை மிக்க ஆர்வத்துடன் கேட்டிருந்த வப்பௌத்திரனு மதன் கருத்தை யுணர்ந்தவனாக அங்ஙனே யாகுகவென நன்வாக்களித்தனன். ஷசம்மதத்துக் கிணங்க, ராத்திரிப் போழ்தில் இவ்விருத்தர் தன் ஓட்டைப் பாத்திரத்தைக் கரங்கொண்டு சாதம்பெற வீட்டினுட் செல்ல பாத்திரத்தில் அன்னமிடதன்மருகிகை நீட்ட வித்தாதை யப்பாத்திரத்தைக் கைநழுவவிட்டு வாளாயிருந்தனன். அப்பாத்திரமும் கீழே விழுந்த கணத்தில் சுக்கலாகப் போய்விட்டது. உடனே யதனைக் காரணமாகப் பார்த்திருந்த பேரன் தன் பாட்டனை நோக்கிச் சற்று வெகுண்டவனாய் "ஓய் தாதா! என்ன நீர் அப்பாத்திரத்தைச் சுக்கலாக்கி விட்டீர்? அதனை நுமக்குப் பின்னர் என்னப்பனுக்குத் தன் விருத்தாப்பிய காலத்தளிக்கலா மென் றோர்ந்திருந்தனன்; என்னெண்ணம் மாறிவிட்டதே" யெனக் கூவினன். இதனை நோக்கி யிருந்த மைந்தனின் மனந்திடுக்கிட்டு "வாழையடி வாழையோ" வென வுள் நினைந்து "முற்பகற் செய்யின் பிற்பகல் விளையு" மாப்போல் தன் குற்றந் தன்னையே பின்னர் கெடுக்குமெனத் தேர்ந்து அன்றைய நாளிலிருந்து தன் தாதையின் தேகவியோக மளவுந் தக்க விதமா யுபசரித்து, பின்னர் செய்ய வேண்டியவை யாவற்றையுஞ் சரிவர முடித்துத் தூற்றினோர் யாவரும் போற்றும் வண்ணமாய் நடந்துகொண்டனர்.

மேல் வரைந்துள்ள சரிதையை யுணர்ந்தேனும் பிள்ளைகடம்பெற்றோரைச் சாலமேம்பாடுட னாதரித்து வருவரென்ப தெமது துணிபு. மீண்டும் யாம் நம்மின்பெற்றோர்க் கெத்துணைத்தான் பேருபகாரஞ் செய்யினு மவர் நமக்குக் காலத்துக் கிசைந்தவாறு புரிந்த சிறிய நன்றிக்குமிணையிராது. இதனை நோக்கியே

'ஈன்றுவளர்த்த தாய்தந்தைக் கெவரேகைம்மா றியற்றிடுவார்
ஆன்றமதலை நூறுவயதளவு மடிமைத் திறம்பூண்டு
மூன்று புவனத்துள்ள பொருண்முற்று மளித்துமுறைமுறையே
ஏன்றுவழிபா டியற்றிடினு மொருநாள்வளர்த்தற் கியையாதே.

என்றும் ஆன்றோர் கூறியுளார்.

இதனை மெய்ப்பிக்க ஈண்டு ஒரு சிறிய காதையைக் கூறவாம்.

செந்தமிழ் நாட்டின்கண் ஒருகிராமத்தில் இருசுடர் போன்ற புருடனும் பாரியுமில் வாழ்க்கையை நடத்திவரும் நாளில் தக்க பருவத்தில ஒரு மகவையேனும் பெறாது மனம்நைந்து அளவிறந்த தவமியற்றி வந்தனர். கடைசியாக கணவனுக்குச் சதுரிருபானாண்டு (80) வயதும், காந்தைக்குத் திரியிருபானாண்டு (60) வயதுமான காலத்து இன்னோர் தவமே யுருக்கொண்டாற்போல ஒரு ஆண்மகவை யீன்றனர். அவர்க் கான்முளையை நாளொரு மேனியும் பொழுதொரு வண்ணமுமாய்ப் பாதுகாத்தும்,

> தந்தைமகற் காற்றுநன்றி யவையத்து
> முந்தி யிருப்பச் செயல்.

என்னும் செந்நாப் புலவரின் மொழிப்படி சர்வகலையூட்டி யாதரித்து வந்தனர். இதுகாறும் புத்திரனுக்கு இருபானாண்டா யிற்று. அப்போது தந்தைக்கு நூறாண்டும் தாய்க்கு எண்பதாண்டும் வயதாயிற்று. இங்ஙனம் நிறைவேறி வருங்காலத்துப் பெற்றோர்க்குக் காசி முதலிய திருப்பதிகளின் தரிசனங்காண ஆர்வமொன் றுள்ளத்தி லுதிக்கலாயிற்று; அதனைத் தம்மின் தவச்செல்வனிடஞ் செப்ப, வப்புத் திரமணியு மங்ஙனே யாகுகவெனப் பிரயாணத்துக்கு நாட்குறித்துவைத்து, இதற்கு முன்னதாக வேண்டியவை யாவையுஞ் சேகரஞ்செய்து கொண்டு பிரயாணத்துக்குச் சித்தமாயினன், பெற்றோரும் உடன்பட்டனர். சின்னூற்றாண்டுக்கு முன்னர் இருப்புப்பாதை முதலானவை யில்லாதிருந்தமையால் இரண்டு கூடைகள் கட்டிய காவடி யொன்று கொணர்ந்து ஒரு கூடையில் பெற்றோரையுட்காரவைத்து மற்றொருகூடையில் பிரயாணத்துக்கு வேண்டிய ஆற்றுணா முதலியவைகளை வைத்து காவடியைத் தன்தோண்மேற்சுமந்து சென்றனன். அங்ஙனஞ் செல்லு மார்க்கங்களில் மலை, மேடு, முட்பாதை முதலியவைகளைக் கடக்க வேண்டி யிருந்ததா லாங்காங்கு காவடியைச் சற்றிரக்கிவைத்திளைப்பாறி மறுபடியுங் காவடியைச் சுமந்துகொண்டு செல்வானாயினன். மீண்டும் துட்டவிலங்கினங்களால் வரும் பிராணாவஸ்தைகளுக்குந் தப்பித்துக்கொண்டு கடைசியாகத் தரிசிக்க வேண்டிய சேத்திரங் களைக் கண்குளிரக்கண்டு தோத்தரித் தகமகிழ்ந்த பின்னர் தம்மில்லுக்குத் திரும்பிவந்தனர். புத்திரன் பெற்றோருக்குச் செய்யவேண்டிய பேருபகாரத்தைப் பூர்த்திசெய்து விட்டேனென தன்னுள் நினைந்து அவர்களிருவரின் கஞ்சதாட்குச் சரண்புரிந்து கூறுவானாயினன்.

என்னரிய தாய்தந்தையரே! நும்மின் தவப்பயனாக வுதித்த யானுமக்குச் செய்ய வேண்டிய பிரதியுபகாரமனைத்தும் இவ்யாத்திரியைப் பூர்த்தி செய்வித்ததால் நிறைவேறிற்றென சிந்திக்கின்றனன். ஆனால் தங்கள் திருவுளமெங்ஙனோ வறிகிலே னென்றனன். இதனைக் கேட்ட தாய் மறுமொழியாக என்னரிய மகனே! நீ எங்கள் யாத்திரையி னிமித்த மநந்தங் கஷ்டங்களைச் சமாதானத்துடன் சகித்திருக்கலாம் எனினும், யானுமக்குச் செய்த உபகாரத்தை யொத்திட்டுப் பார்க்குமளவில் ஒரு விரனொடிக்கேனு மிணையிராதென்றனள். இதைக்கேட்ட புத்திரன் மனம்வாடியிருக்க அவனைத் தேற்றி, யத்தாய் மீண்டுஞ் சொல்வாளாயினள். என் புத்ரமணியே! யாம் யாத்திரைக்குப் போய்த் திரும்பினதெல்லாம் சுமார் மூன்றுமாதக் காலத்துக்குள் முடிந்திருக்கலாம்; இம் மூன்று மாதத்திற்கு ளெம்மை நீ சுமந்து போகும்போது எத்தனையோ விடங்களில் கூடையுடன் கீழே வைத்துவிட்டு இளைப்பாறி யிருக்கலாம். ஆனால் யானுன்னைப் பத்து மாதம் என்கருவிற் றாங்கியிருந்த காலத்து எவ்விடயத்திலாவ துன்னைக் கீழேவிட் டிளைப்பாறி யிருப்பேனோ இல்லையல்லவா; ஆனதாற்றான் உன் கஷ்டத்தைச் சொற்பமாகக் கூறினனென்றனள்.

நேயர்காள்! யாம் பெற்றோர்க்குச் செய்ய வேண்டிய பிரதியுபகாரங்களுக் களவில்லை. யாதலால் அன்னோரைச் சதாபூசித்து நம்மாலியன் றமட்டு முபசரித்து அன்னோரின் ஆசிபெறுவதுடன் உலகத்தவரும் போற்றும்படியான சீர்த்திப்பெற் றுய்வோமாக. சுபம்.

1906 ஜனவரி, பக். 82–86 த. தாமஸ்.

தற்புகழ்ச்சி குறள்

பணியுமா மென்றும் பெருமை சிறுமை
யணியுமாந் தன்னை வியந்து.

சீர்மலிந்த சப்த சமுத்திரங்களாற் சூழப்பட்டிரா நின்ற விவ்வகண்ட பூவுலகின்கண் வாழும் பஞ்ச அறிவினராகிய யாம் ஞானம் – அஞ்ஞான மென்றும், இதம் – அகிதமென்றும், பெருமை – சிறுமை யென்றும், வாய்மை – பொய்மையென்றும், சன்மார்க்கம் – துன்மார்க்கமென்றும் கண்டு தெளிவான்வேண்டி சகலகலைகளை உருட்டித் திரட்டி உட்கொண்டு ஏப்பம் விடுவதனால் யாதுபயன்? "கற்க கசடற கற்பவை கற்றவி, னிற்க வதற்குத் தக" என்பதற்கு மாறாகக்கற்றும் அதன்வழி கிஞ்சித்தேனு மனுசரியா திருப்பது மகாபேதைமையே.

இப்பேதைமையானது பற்பல நடத்தையுடன் வெவ்வேறு நாமங்களையுங் கொண்டிருப்பது ஸ்பஷ்டமே. யெனினும் அவற்றுள் முக்கியமான தொன்றை மாத்திரம் இவண் விளக்கிக்கூறுவாம்:– அதாவது 'தற்புகழ்ச்சி' (ஏனையோரால் சிறப்பித்துப் பேச இடமில்லாத காலத்தில் ஒருவன் தன்னைத்தானே வியந்து கூறுதலாம்.) தங்களைத்தாமே புகழ்ந்து கூறும் தன்மையுடைய இம்மூடசிகாமணிகளின் தாத்பரிய மென்னவோ? ஒருகால் தாங்கள் புகழ்ச்சிக்கு ஏதுவான விஷயம் யாதொன்றுஞ் செய்யாதிருப்பத னால் ஏனையோர் தம்மைப் புகழ்ந்து கூறக் காரணமில்லையெனத் தெரிந்து, மயிலைக்கண்டு

நடித்த வான்கோழியைப்போல் தாங்களும் புகழ்ச்சிக் குரியவரெனப் பிறர் பழிக்கும் பொருட்டுத் தங்களைத் தாங்களே புகழ்ந்து கூறுகின்றார் போலும். இன்னோர் எவ்வளவுதான் தற்புகழ்ச்சியைக் கருதி யிருப்பினும் சுயபுகழ்ச்சிக்குரியவராகா ரென்பது திண்ணம்.

தன்னை வியப்பிப்பான் றற்புகழ்த நீச்சுடர்
நன்னீர் சொரிந்து வளர்த்தற்றாற் - றன்னை
வியவாமை யன்றே வியப்பாவ தின்ப
நயவானை யன்றே நலம்.

மோராம்பண்டிகைக் காலத்துப் பணம்பறிக்கும் பொருட்டுப் புலிவேடம், கரடிவேடம் பூண்டுவருபவர்கள் சதுர்கால் விலங்குகளாகியபுலிக்கும் கரடிக்கும் இணையாவரா? அங்ஙனமே ஊராரை வஞ்சிக்கும் பொருட்டுத் தற்புகழ்ச்சியை நாடும் உலோபிகள், சன்மார்க்கர்களாகிய பிரபுக்களின் ஐமாவுக்கேனு (கால்) மிணையாவரா? இல்லை.

தற்புகழ்ச்சியை நாடும் துற்சனர்களை யாமெப் பெயரிட்டு விளிப்பதோ தெரிகிலேம். எனினும் "தன்னைத்தான் புகழுவோரும், தன்குலமே பெரிதெனவெ தான் சொல்வோரும் – மற்றும் – அறிவிலாக் கசடராமே" என்னும் நீதி வாக்கியத்தி னாதாரமாக அன்னோரைக் கசடரென்றும், மீண்டும் கள்ளரென்றும், வஞ்சகரென்றும் வரைந்துரைக்க எம்மிறகு கூசவில்லை. இங்ஙனந் தற்புகழ்ச்சியையே நாடியிருக்கும் பேதை மக்களுக்குப் பிறருடைய கீர்த்தி முதலானவைகளைக் கேட்டகாலத்துப் பொறாமைகொள்வரென்பதற்கு ஆக்ஷேபணையுமுண்டோ? இன்னோர்பால் அன்பு, வாய்மை, பெருமை, சினமின்மை, அறநெறி, பிறர் க்ஷேமத்தைக் கோருதல், அடக்கமுதலான நற்குணங்களுமிரா. ஆனாலின்னோர்பால் வீண்பெருமை, வியர்த்தமான செலவு, பிறரை வஞ்சித்தல், பேராசை முதலான துர்க்கிருத்தியங்கள் அபரிமிதமா யிருக்குமென்பதற் காட்சேபணையுமுண்டோ?

கடுக்கெனச் சொல்வற்றாங் கண்ணோட்ட மின்றா
மிடுக்கண் பிறர்மாட் டுவக்கு - மடுத்தடுத்து
வேக முடைத்தாம் விறன்மலை நன்னாட
வேகுமா மெள்ளுமாங் கீழ்.

ஒருகால் இன்னோர் தற்புகழ்ச்சி யென்னும் பதத்தை முன்னுக்குக்கொண்டு வர வேண்டுமென்னு மவாவினிமித்தம் இவ்வாறு செய்யத் துணிகின்றார் போலும். இன்னோர்க்கு யாம் போதிக்கும் போதனைக ளனைத்தும் –

பன்றிக்கூழ்ப் பத்தரிற் றேமா வடித்தற்றா
னன்றறியா மாந்தர்க் கறத்தா றுரைக்குங்காற்

அச்சுப் பண்பாட்டில் ஆதி திராவிடர் அறிவு மரபு ௸ 237 ௸

குன்றின்மேற் கொட்டுந் தறிபோற் றலைதகர்ந்து
சென்றிசையா வாகுஞ் செவிக்கு.

என்பன போலிராமல் கல்மேலெழுத்துபோல் அன்னார் இருதயத்திற் பதித்து சன்மார்க்கத்தை யனுசரித்துத் 'தற்புகழ்ச்சி' என்பதை இக்கணமே மறந்து, நற்புகழ்ச்சியடையும் மார்க்கத்தை யனுசரித்து நடப்பரென விரும்புகின்றனம்.

சுபம்! சுபம்!! சுபம்!!!

மார்ச், ஏப்ரல், 1906, பக். 139–140. *த. தாமஸ்.*

சீர்திருத்தம் அவசியமா?

சீர்திருத்தமென்றாலும் நாகரிகமென்றாலும் ஒன்றே. இது நம்மவர்களுக்கு அவசியமா என்று விசாரிப்போம். இது மெத்த அவசியமானதென்று யார்தான் ஒத்துக்கொள்ள மாட்டார்கள்? ஓர் தேசமாவது, சாதியாவது ஓர்சங்கமாவது, நாகரிகமடைய விரும்பினால் அவர்களே இம்மையில் சீரும் செம்மையும் புகழும், மறுமையில் பேரின்சுகமும் பெற்று வாழ்வார்கள். "பழையன கழிதலும் புதியன புகுதலும் வழுவலகாலவகையினானே" என்ற பவணந்திமுனிவர் மொழிப்படி பழைய ஆசாரங்களைத் தவிர்த்தும் புதிய வழக்கங்களை அனுசரித்தும் வருதலும் நியாயமேயாம். என்னில் பண்டையகால வழக்கங்கள்நேகமிருந்தன. அவற்றுள் பெரும்பாலும் நன்மையானவைகளே யாயினும் சிற்சில காரியாதிகளால் தள்ளத்தகுந்தனவா யிருந்ததுபற்றிப் பின்காலத்துள்ள அறிஞர்கள் அவைகளை நிராகரித்தார்கள். அவ்வாறு நிராகரித்தது ஒருபோதும் குற்றமாகக் காணப்படாது. இதை முயற்சிக்குக்கொண்டு வர வேண்டுமென நினைக்கிற நல்லவர்கள் உலக சரித்திரத்தை வாசித்தால் பண்டைய தற்காலத்துமுள்ள சீர்திருத்தவிஷயங்கள் உள்ளங்கை நெல்லிக்கனி போல விளங்கும். அதுவிளங்க சிலதைமாத்திரம் கூறுவாம். தற்காலம் உலகத்தின் பெரும்பாகங்களை ஆளும் ஆங்கிலேயர்கள் ஆதியிலே சீர்திருத்தமில்லாது எல்லாவிஷயங்களுக்கும் அநாகரீகிகளாயிருந்தார்களென்பதும் சிலவகுப்பார் மனிதர்களையே தின்னும் பழக்கத்திலிருந்தார்க ளென்றும், சிலஜாதியார் உடுப்பும் சுவர்ணையு மில்லாதிருந்தார்க ளென்றும், இந்தியாவிலும் உடன்கட்டை ஏறுதல் முதலிய பற்பல அநாசாரப் பழக்கங்களுடைத்தா யிருந்தார்களென்றும் சரித்திரங்கள் சமுத்திரம்போன்று ஆரவாரிக்கிறது. உலக சரித்திரங்களைப் படித்த அன்பர்கள் மதத்துவேஷம்பாராட்ட

மாட்டார்கள். தங்கள் கச்சியே பெரிதென சாதித்து நிந்தைக்காளாக மாட்டார்கள்.

நடைநொடி பாவனைகளில் அவ்வாறு மாறுதலடைந்து சீர்திருத்தம் பெற்றுள்ளார் அநேக ஆயிரம்பேர்கள். இவர்கள் உண்பன உடுப்பன முதலிய விஷயங்களில் மாறுதலடைந்தார்களே யல்லாது, தங்களுக்கு வேண்டிய அதிமுக்கியமானவைகளில் ஒருபோதும் மாறுதலடையவேயில்லை. நல்லவிதமான மாறுதலடைந்து நடைபெறுவ துண்மையானால் முதலாவது இந்து தேசத்தார்களுக்கு ஒற்றுமையென்ப திருக்க வேண்டும். இந்த ஒற்றுமையின்மையால் இந்தியா நாளுக்குநாள் தாழ்வடைகிறது. அவ்வாறு தாழ்வடையாதிருக்க இந்தியர்கள் ஜாதிபேதமென்னும் பெரும் அழுக்குமூட்டையை அவிழ்த்து உதற வேண்டியது. இந்தியர்கள் ஒரே குடும்பத்தவர்களென்றும் ஆதியிலே பெரிசியதேசத்தி லிருந்து இந்தியாவில் குடியேறிய பிராமணர்களால் அந்தக் காலத்தரசரை மயக்கஞ் செய்து ஜாதிபேதமுண்டாக்கி அநாகரிகத் தத்துவத்திற்கு வழியுண்டாக்கி வைத்தார்கள். இப்பார்ப்பாருடைய மொழிகளால் மயங்கி அரசர்களும் அநாகரிகமான வழிகளில் நடந்து ஜாதிவித்தியாசங் காட்டிவந்தார்கள். அதற்குத் திருஷ்டாந்திரமாக மநுசக்ரவர்த்தியார் எழுதிய தர்மசாத்திரத்தின்படி நடக்க வேண்டியதா யிருக்க தற்காலம் யார் அதன்படி நடக்கிறார்கள்? ஒருவருமில்லையே. மற்ற வகுப்பார் நடக்கா விட்டாலும் தங்களை உயர்ந்தோர்களென்று சொல்லிக்கொள்ளும் பாப்பார்களுக்கு உரிமையாகிய ஓதல், ஓதுவித்தல், ஈதல், இரத்தல், யாகஞ்செய்தல், யாகஞ்செய்வித்தல் ஆகிய ஆறு தொழில்களை யன்றி வேறு எத்தொழிலையும் செய்யப்படாது என்னும் கட்டளையிருக்க அதன்படி நடக்கிறார்களா? அந்தோபாபம் புலையனும் செய்ய அஞ்சும்படியான தொழில்களை அவ்வகுப்பார் யோக்கிதையின்றிச் செய்கிறார்களே. இவ்வாறு செய்துவரும் ஏனையோரிடத்தில் அபூதகற்பனைகாட்டி ஜாதிபேதம் பாராட்டுகிறது பரிதாபம். இத்தகையான ஜாதிபேதங்களை யொழித்து ஒற்றுமையிலும் தேகாபிமானமானவொற்றுமைப்பாராட்டி வருவார்களானால் இந்தியாசுக மடைந்து நமக்கும் நாளுக்குநாள் சீர்திருத்தம் அதிகரிக்கும். ஒற்றுமை யில்லாவிட்டால் சீர்திருத்தம் ஓங்காது. வேற்றுமை யென்னும் களையானது ஒற்றுமை யென்னும் பயிரையழித்துவிடாது காத்தலத்தி யாவசியம். இவ்வாறு சீர்திருத்த மவசியமானதாகையால் மதபேதங்களையும் நாளுக்குநாள் ஒழிக்க வேண்டியது நன்குணர்ந்தவர்களும் சற்சங்கத்தைச் சேர்ந்தவர்களும் ஒருபோதும் மதத்துவேஷம் செய்ய மாட்டார்கள். சாமானியர்தான் மதங்களைத்

தூஷிப்பார்கள். இந்தியர்களாகிய யாம் ஒவ்வொருவரும் மதத்துவேஷமின்றித் தேசாபிமான முடைத்து ஒற்றுமையாய் வாழ்வோமேயானால் இந்தியா வேற்று அரசரால் ஆளப்படுமா? ஆகாதே. இவ்வாறு வேறு அரசர்களால் ஆளப்படுவது நன்மைக்கு ஓர்வித பாதையாயிருந்தாலும் அதாவது ஆங்கிலேய அரசாட்சியில் நம்மவர்களுக்குப் பெரும்பாலும் நன்மையே யிருந்தாலும் தேசாபிமானத்திற்குச் சற்றுமுரண்பட்ட தாகவே யிருக்கிறது என்பது விஷயவுணர்ச்சியுள்ளாருக்கு விளங்கும். ஆகையால் யாம் சதா ஒற்றுமையுள்ளவர்களா யிருக்க வேண்டும். அவ்வாறிருந்தால் சீர்திருத்தம் தானே உண்டாகும். சீர்திருத்தமில்லாத தேசமும் கடியும் குடும்பமும் சங்கங்களும் ஓர்போதும் பிரகாசியாது. எந்த மனுஷன் சீர்திருத்தத்தைத் தேடமாட்டான்? எந்தக் குழந்தை சீர்திருத்த மாகும் நாகரீகத்தை இந்தக் காலத்தில் பாராட்டாது? மேற்சொன்னபடி, உண்பன உடுப்பனவைகளில் மாறுபாடு காட்டிச் சீர்திருத்தத்தை வளர்ப்பதுபோல் அநாச்சார வழக்கங்களைத் தள்ளி ஆச்சாரங்களைக் கைப்பற்றி யாவும் இந்தியர்களென்னும் ஒற்றுமையைப் பெரிதுவந்து வீணாக மேலுக்கு மாத்திரம் ஜாதிஜாதியென்று வீதிகடோறும் ஓதிப் பீதிப்பட்டு ஆநாதியாகாமல் நீதியாக மேதினியில் ஆதிமொழிப்படி நடப்போமாகில் ஒற்றுமையின் பெருக்கத்தால் சீர்திருத்தம் தானேயுண்டாகி நன்மை பயக்கும் என்பதற்கையமென்னையோ? இல்லையே. சீர்திருத்த மாற்றாரையாரும் நாடார். உறவினரும் தங்களுறவினர்களென்று சொல்லிக்கொள்ள மாட்டார்கள். ஆகையால் சீர்திருத்தம் அதிமுக்கியமானதேயாம்.

ஜூன், 1906, பக். 198–199. பத்-ர்.

முப்பிடமிட்ட தங்கம்

முப்பிடமிடுந் தங்கம் என்றால் தற்காலச் சிலவாதிகளை ஊதி ஊதிப் பேதி கண்டு, உள்ளதை யிழந்து கண்பஞ் சடைந்து, யாதும் பிரயோஜனமல்லாது ஏமாறி நிற்கவைக்கும் தங்கமல்ல. சற்று கைவல்லியமாக்கி வைத்துக்கொண்டு அடித்தால் உடைகிறதே என்று விசனிக்கச் செய்யும் தங்கமல்ல. தாய்சேர்த்தால்தான் பிரயோஜனப்படுமென்று சொல்லி விசனிக்க வைக்கும் தங்கமல்ல. தாய்சேர்த்தால்தான் பிரயோஜனப்படாது எனச் சொல்லும் தங்கமல்ல. பொன் வயல்களில் எடுக்கப்படுகிற தங்கமல்ல. பண்டைய காலத்திலும் சிறிது இக்காலத்திலும் பாடும் ஓர்வித பாட்டாகிய தங்கமல்ல என்றால் என்ன தங்கமென்பீரேல் நாக்காகிய தங்கம் என்பாம். நாக்கு என்றால்

ஆட்டு நாக்கு, மாட்டு நாக்கு, மற்றும் மிருகங்களின் நாக்கல்ல. மனித நாக்கைப்பற்றித்தான், பேசப்புகுந்தது. அதற்குத் தங்கமெனப் பங்கமின்றி எங்கும் சொல்லுவாம். எப்படியெனில் நாக்கு என்றால் வசனம் வார்த்தை என்பதாகக்கொண்டு அவ்வார்த்தை வாயிலிருந்து புறப்படுமுன் அதை மூன்றுபுடம் போட வேண்டும். முதலாவது நாம்பேசப்புகும் இவ்வார்த்தை நிஜமா என்னும் ஓர்புடத்தில் போட வேண்டும். அந்தப் புடத்திற்கு நிற்குமானால் சிநேகமா என்ற புடத்தில் போட வேண்டியது. அதற்கும் கருகாதிருந்தால் இது அவசியமா என்னும் புடத்தில் போட வேண்டும். இம்மூன்று புடத்திற்கும் நிற்குவார்த்தையே தங்கம், தங்கமான நாக்கு ஆகையால் "பேசுமுன் யோசி", என்ற பழமொழிப்படி யாவரும் பேசும்போது நாக்கை யடக்கிச் சற்சனமாகப் பேச வேண்டும் அதைக் குறிப்பிக்கத் தான் நாயனாரும்

"யாகாவா ராயினும் நாகாக்க காவாக்கால்
சோகாப்பர் சொல்லிழுக்குப் பட்டு"

என்றார். "வாயுள்ளவனுக்குக் காலம்" என்றும் "அழுதபிள்ளை பால்குடிக்கு" மென்றும் பேசத்தெரிந்தால் பிழைக்கத் தெரியுமென்றும் பழமொழி வழங்கும். ஆகையால் அப்படி பேசினாலும் கடினச்சொற்களை உபயோகப்படுத்தாமல் பேசுவது தான் தங்கம். தீயசொற்களைக் களைந்து தெய்வதுதி செய்வது தான் தங்கம். பொன்னாக்கா யிருப்பது புண்ணாக்கா யிருக்கப்படாது. அவ்வகையான புண்ணாக்குகளிற் சிலதை யுரைப்பாம். முதலாவது பரிகாசநாக்கு அது பளுவானநாக்கு, பிரசந்த காலத்தில் தன்னிலையை மறந்து சிறு காரியங்களுக்கும் முன்னிலையானவரைப் பரிகசிக்கும். தெய்வதூஷணமான வார்த்தைகளை இடைக்கிடை பேசும். நீதிமார்க்கங்களைப் போதித்து சற்சங்கத்தில் நிறுத்திய பெரியவர்களைப் பழிக்கும். எம்மதமும் சம்மதமென் றுணராமல் பிறமத்தூஷணம் செய்து பரிகசிக்கும். தான் திருடினதை மறந்துபோதமே வடிவன்னவந்த வரைத் திருடன் என்று சொல்லும். கல்வி விஷயத்தில் நியாயமான வழியில் இதோபதேசமாய்ப் பேசத் தெரியாது. உருவத்தின் மீது குறைகூறுவான் வேண்டி தான் ராஜாங்கத்தா ரால் மொட்டையடிக்கப்பட்டதை மறந்து சத்விஷயத்தில் ஈடுபட்டவ்வாறுள்ளவர்களைச் சாமானியர்கள் புகழ உளறும் நாக்கு பரிகாச நாக்காம். ஆகையால் பரிகாசப்பேச்சு பாதகப் பேச்சாகும். வேடிக்கைப் பேச்சு வேதனைப் பேச்சாகும் ஆகையால் பரிகாசப் பேச்சுகளை யடக்கி வார்த்தையாடுவதே முப்புடம் போட்டெடுத்த தங்கம். கோள் நாக்கு கொடிய நாக்காம். அந்த நாக்கு சிநேகிதனைச் சிநேகிதனுக்கும், வேலைக் காரனை யெஜமானுக்கும், பிள்ளைகளைப் பெற்றோருக்கும்,

பெண்சாதியைப் புருஷனுக்கும், ஆகவொட்டாமல் செய்கிறது. இந்நாக்கால், உரலுக்கு ஒரு பக்கம் இடி, மத்தளத்திற்கு இரண்டு பக்கமும் இடி என்பது போலும், அதிரசம் திருடிய நாய்க்கு அக்கொரு செருப்படி இங்கொரு செருப்படி என்பது போலும். இங்கு மங்கும் குண்டினித்தனம் செய்து இடிபடும். இவ்வாறு செய்யாத நாக்குத்தான் முப்புடம்போட்ட தங்கம்.

அவதூறு நாக்கு: இந்நாக்கு அருவருப்பான நாக்கு. பழிக்கிற நாக்கைப் பாதியறுத்து அவதூறு நாக்கை அடியோடறுக்க வேண்டு மென்பதாலும், தூற்றுநாக்கே கூற்றுநாக்கு என்பதாலும், பெயரைக் கெடுக்கும் பேய்க்குண நாக்கென்பதாலும், அம்பட்டவேலைசெய்தால் அறைக்காசாவதுண்டு அவதூறு சொன்னால் அணுவாகிலு முண்டோ என்பதாலும், அவ்வவதூறு பேசாத நாக்கே முப்புடம் போட்ட தங்கமாம். நாக்குமேலும் மேலும் அவதூறு, பரிகாசம், கோள்முதலியன செப்பாதிருக்கக் கடவுள் கண்ணுக்கு ஒரு மூடிவைத்து நாக்குக்கு இரண்டு மூடி வைத்திருக்கிறார். கண்களையும் காதுகளையும் இரட்டையாகப் படைத்து நாக்கை ஒற்றையாகப் படைத்திருக்கிறார். அப்படி யிருந்தும் கவனியாது மேற்கூறிய குறைகளைப் பேசும் நாக்குகள் மேக்குக் கட்டைகளென்றும், கவனித்துப்பேசும் நாக்குகள் தங்கமென்றும் சொல்ல வேண்டும். “தீயினாற் சுட்டபுண் உள்ளாறு மாறாதே நாவினாற் சுட்டவடு என்று” திருவள்ளுவர் சொன்னது கவனித்து விதமறிந்து பேசுவதும், ஆளையறிந்து பேசுவதும், காரிய மறிந்துபேசுவதும், அவை யறிந்து பேசுவதும், கருத்தறிந்து பேசுவதும், அன்பு நிறைந்து பேசுவதும், அருள்மொழியாய்ப் பேசுவதும். தீவிரமாய்ப் பேசாது இருமுறை கேட்டு ஒருமுறை பேசுவதும், கண்டிப்பதிலும் கருணையுடன் பேசுவதும், எச்சரிப்பதில் பட்சமாய்ப் பேசுவதும், புண்ணை ஆற்ற மருந்து போடவேண்டி யிருக்க, புண்ணில் கோலிடுவது போல் பேசாது இதமாகப் பேசுவதும், முப்புடம் போட்டெடுத்த தங்கமென்பார்கள் பெரியோர்கள். ஆதலின், அத்தகைய நாக்கு நன்குபாராட்டிப் பலராலும் மெச்சப்படும், இம்மையில் புகழையும் மறுமையில் சுகத்தையும் கொடுக்கக் கூடியது இதோபதேசமான வார்த்தையாகிய நாக்கேயாகை யால் அந்நாக்கை முப்புடம் போட்டுபயோகித்தல் நலம்.

மே, 1906, பக். 175–177.

இன்னமுமா?

இன்னமுமா ஞானம் அஞ்ஞானத்திக்குப் பயந்து மூலையிற்பதுங்கிக் கைகட்டித் தண்டஞ்சமர்ப்பிக்க வேண்டும்?

இன்னமுமா கல்வி ஞானசூனியரைக்கண்டு பயந்து பாதாளத்தி லழுந்திக் கிடக்க வேண்டும்? இன்னமுமா நல்லோர் துன்மார்க்கருடைய கூட்டத்தினின்று வேறுபடாமலிருக்க வேண்டும்? இன்னமுமா பிள்ளைகள் தம்பெற்றோரை வருத்தப்படுத்தித் துரத்திவிட்டு மனையாளுக்குப் பணிவிடை செய்து காலங்கடத்த வேண்டும்? இன்னமுமா கலகப்பிரியர் தமது துற்குணத்தினின்று விலகிச் சற்சங்க சாவகாசத்தையும் ஒற்றுமைக் குணத்தையுங் கைநழுவ விட வேண்டும்? இன்னமுமா மதுபானப்பிரியர் தமது செல்வத்தை யிழந்து தரித்திரத்தை விலைக்கு வாங்கும் வியாபாரத்தை நடத்த வேண்டும்? இன்னமுமா நன்மைக்கும் தீமைக்குமுள்ள வித்தியாசத்தை நாம் தெரிந்துகொள்ளாதிருக்க வேண்டும்? இன்னமுமா கடவுளுடைய நினைவு நம்மைத் தட்டியெழுப்பாமலிருக்க வேண்டும்? இன்னமுமா இவன் ஜாதியிலுயர்ந்தவன், இவன் தாழ்ந்தவனென்னும் பேதம் வளர்ச்சியடைய வேண்டும்? இன்னமுமா பெண்கள் தமது கல்விச் சாமர்த்தியத்தை யுலகில் விகஜிதப் படுத்தாமல் அடுப்பூதி வறுமையடைய வேண்டும்? இன்னமுமா நமது இந்தியா சுயமுயற்சியற்று தரையோடு தரையாக வேண்டும்? இன்னமுமா நமது இந்தியா மேனாட்டுணர்ச்சியையே எதிர்நோக்கி யிருக்க வேண்டும்? இன்னமுமா நம்மை நாம் தேற்றிக்கொள்ளும் வழிகளில் முட்களைப் பரப்ப வேண்டும்? இன்னமுமா பழைய ஆசாரங்களைச் சீர்தூக்கி அதில் மேம்பாடுள்ளவைகளைப் பின்பற்றி யனாச்சாரமாகவுள்ளவைகளை விலக்காதிருக்க வேண்டும்? இன்னமுமா இவன் கல்விவந்தன், இவன் படாடோபக்காரன் எனப் பகுத்தறியாது ளறித்திரிய வேண்டும்? இன்னமுமா சாதுக்களையிகழுந் துன்மார்க்கத்தினின்று நீங்காதிருக்க வேண்டும்? இன்னமுமா ஒருவரையொருவர் மேற்கொள்ள தூடணப்பத்திரிகைகளைப் பிரசுரித்து மானத்தைவிடுத்து அவமானத்தை யாபரணமாகத் தொடுத்துக் கொள்ள வேண்டும்? இன்னமுமா குண்டுணிகள் தமது குணத்தை மேலுமேலும் விர்த்திக்குக் கொண்டுவர வேண்டும்? இன்னமுமா மதச்சண்டைக்காரர் தமது தூடணமூட்டைகளை யிறக்கிவிட்டுச் சன்மார்க்க நிழலில் இளைப்பாறாதிருக்க வேண்டும்? இன்னமுமா உலகின்பகட்டு வேடங்களிற் றலையிட்டு ஞானாந்தத்தை யிழக்க வேண்டும்? இன்னமுமா நமது பத்திரிகாபிமானிகளிற் சிற்சிலர் இரண்டாவது வருடச்சந்தாவையுஞ் செலுத்தத் தாமதப்பட்டிருக்க வேண்டும்?

அக்டோபர் 1905, ப. 20. S.V. மாணிக்கன்

இந்திய உழவர்களின் வறுமையும் பொறுமையும்

இவ்வருடம் பெப்ரவரி மாதமே பஞ்சக்குறிகள் தோன்றி அது நாளுக்கு நாள் பலப்பட்டு அநேக உழவர்களை ஊரைவிட்டோட்டியது. இதனால் சிலர் சிங்கப்பூர், நெட்டால் முதலிய பிரதேசங்களுக்குப் பிரயாணமாயினர். சிலர் கூலிக்கூடையைத் தலைமேற் சுமந்துகொண்டனர். சிலர் கப்பரை யொன்றேந்தியிரக்கத் துணிந்துகொண்டனர். அதிலுஞ் சரியான ஆகாரமற்றுச் சிலர் எமபுரஞ் சென்றனர். இவர்களுக்கு இப்பஞ்சத்தால் எவ்வளவோ கஷ்டங்கள் நேர்ந்திருக்கலாம்; என்றாலுமிவர்கள் வாய்மையையும் பொறுமையையுமிழந்தவர்களல்ல. ஆனால் நமது கவர்னர்ஜனரலாயிருந்த லார்ட்கர்ஜன் சொன்னதுபோல பொய் முதலிய கிருத்தியங்களை யிவர்கள் கைப்பற்றி யிருப்பார்களேயானால் இதுமட்டும் ஒருவாறாக ஜீவனத்தை நடத்தியே யிருப்பார்கள். இவர்கள் அரிச்சந்திரன்கதை நன்குணர்ந்தவர்கள். ஆனபடியால்தான் தாம் வசித்திருந்த பதியை யிழந்தனர். பாலருடன் பசிநோயால் வருந்தினர் தமக்கிருந்த சொத்துக்களை யெல்லா மிழந்தனர். இனிவருவதாகிய மோக்ஷசாம் பிரதாயத்தையே பெரிதெனமதித்துத் தங்கள் உண்மையை யிழக்காதிருந்தனர்.

நமது கவர்னர் ஜனரலாக வந்த லார்ட்கர்ஜ னுடைய ராஜிநாமாவை இப்போது கவனிப்போமா னால், இந்தியர்கள் வறுமையிலும் வாய்மையையே

நோன்பெனக் கருதுகிறவர்கள், இவர்களைப் பொய்யர்களெனப் பிரசங்கித்து விட்டுமீள இவர்களுடைய தேசத்திலே தாமிருப்பது தகாதெனுங் கருத்தே காரணகாரிய அணிபாகநிற்கும். ஜர்மனி, ருஷியா, பிராஞ்சு முதலிய எந்தத் தேசத்திலேனு மிப்பேர்ப்பட்ட பஞ்சந்தோன்றி யிருக்குமானால் அந்தத் தேசத்துப் பிரபுக்களுடைய செல்வங்களையெல்லாங் கொள்ளையடித்து ஊர் முழுதும் பெரியகூச்சலை யுண்டாக்குவார்களென்பது திண்ணம். ருஷியாவிலுள்ள உழவர்களிப்படி யெத்தனையோ முறைகளிற் செய்திருக்கிறதாகத் தெரியவருகிறது. ஆனால் நமதிந்திய உழவர்களோ தலைவிதியையே தம்விதியாகக் கொண்டவர்கள். ஆகையினால்தான் மானமிழந்து, நாணிழந்து இரக்கத் துணிந்துகொண்டனர்.

இவ்விதமாக இந்தியர்களின் வாய்மையையும் பொறுமையையும் லார்ட்கர்ஜனுக்குக் காட்டவேண்டி சோதித்த தெய்வமே யிப்போது இம்மாதம் 5 ந்தேதி முதற்கொண்டு மழையை யனுப்பியது போலும். இம்மழை சென்னை ராஜதானியின் பலபாகங்களிற் பரவியிருக்கிறதாகத் தெரியவருகிறது. என்றாலும் இம்மழையே யுழவர்களுக்கு ஆகாரமாகவுதவாது. பிச்சையெடுத்தும் கூலியெடுத்தும் வயிற்றை வளர்த்துக்கொண்டிருக்கும் உழவர்களுக்கிப்போது ஏர் முதலானதுகளை நடத்த மாடு வேண்டும். விதைக்கும் விரை வேண்டும். தேகத்தில் பலம் வேண்டும். ஆகையால் நமது இந்துதேயத்துப் பிரபுக்களிவர்களைக் கண்ணோக்கிப் பார்க்க வேண்டும். இவர்கள் கடைதேறும் வழியைத் தேட வேண்டும். மழைபெய்த உடனே உழவர்களுக்கு ஆகாரங்கிடைத்து விடாது. உழவர்கள் தமது ஆடுமாடுகளைச் செடியிற்கட்டி வைத்துவிட்டு இரக்கத் துணிந்தவர்களல்ல; அல்லது தமக்கிருந்த எல்லாவற்றையும் விற்றுப் பொன்னாகமாற்றிப் பெரியகட்டி யாக உருக்கிவார்த்துக் கௌபீனத்தில் முடிந்துகொண்டு இரக்கத் துணிந்தவர்களல்ல. எல்லாவற்றையும் விற்றுச் சுட்டுத் தின்றுவிட்டு ஓடுங்கையுமாகப் புறப்பட்டவர்களாகவே யிருக்கிறார்கள். ஆகவே இப்போது மழைபெய்தவுடனே பயிர்வேலையைத் தொடங்குவதற்கு அவர்களிடத்தில் என்ன சௌகரியங்களுண்டு? ஒன்றுமேயிராதென்பது தெரிந்த விஷயம். இந்தச்சமயத்தில் ரெவினியூ உத்தியோகத்தர்கள் மழைபெய்யவே பஞ்சம் நீங்கிவிட்டதாக ரிப்போர்டுகள் எழுதப்படாது. அப்படி யெழுதும் ரிப்போர்டுகள் பலவிதத்திலுங் கண்டிக்கப்படத்தக்கதா யிருக்கும். ஆகவே இப்போது வறுமையை யடைந்திருக்குஞ் சமுசாரிகளைக் கடைத்தேற்றும் வழிகளை யிவர்கள் தேடுவார்களென வேண்டுகின்றனம்.

இவர்கள் இப்போது சமுசாரிகளைக் கவனியாதிருப்பார்களே யானால் பெய்தமழையை இவர்கள் கொடுமையாகிய காய்ச்சலுக்கே சரிப்படுத்திக் கொள்ளவேண்டி வருமேயன்றி நாட்டுக்கு மற்றொரு க்ஷேமமும் வராது.

இந்த மழையினால் நாடு செழித்துவிட்டதாகக் கருதி கவர்ன்மெண்டார் பலவரிகளாலுங் குடிகளை யிம்சிக்காதிருக்க வேண்டுகிறோம். இந்த மழையினால் க்ஷேமமுண்டாகலா மெனக் கருதிய வுழவர்கள் எப்படியாவது தமது தொழிலை நடத்த வேண்டுமென முயற்சிப்பார்கள். இதற்கு நமதிந்திய பிரபுக்கள் கொஞ்சம் உதவிபுரிவது அவர்களுடைய பெருங்கருணைக்குங் கீர்த்திக்கும் மதிப்பாயிருக்கும். இந்தச் சமயத்தில் உழவர்களை வரிமுதலானதுகளால் வருத்தாம லிருப்பது நமது இங்கிலீஷ் ராஜரீகத்திற்குத் தருமமாயிருக்கும். சிலபேதையர் நம்மை நிந்திக்கத் துணிவதுபோல நாம் கவர்ன்மெண்டாரையும் ரெவினியூ உத்தியோகஸ்தர்களையும் பழிக்கத் துணியவில்லை. இவர்கள் நமக்கு எத்தனையோ வழிகளில் பலமுறையும் நன்மையே செய்தவர்கள். ஆகையினால்தான் இக்காலத்தும் இவ்விஷயத்திலும் நமக்கு வேண்டிய நன்மைகளை நாம் இவர்களிடத்திற் கேட்டுப் பெற்றுக் கொள்ளக் கடமைப்பட்டோம். காருண்ய கவர்ன்மென்டார் நீதி நம்மைக் கைசோரவிடாது காப்பாற்றுமாக.

அக்டோபர் 1905, பக். 21–22. பத்திராதிபர்

பிராணிகளும் சங்கீதமும்

ஜீவசிருஷ்டிகளில் சகல பிராணிகளையும் மகிழச்செய்து உற்சாகப்படுத்தி அவைகளின் மனத்தை வசியப்படுத்துவது சங்கீதமே. ஸ்ரீ கிருஷ்ண பகவானது வேணுகானத்தாலும் ஆனாய நாளனாரது பஞ்சாக்ஷர கானத்தாலும் அத்திமுதல் எறும்பீறாகவுள்ள சகல ஜீவராசிகளும் ஆநந்தபரவசமடைந்து சிறிதும் அசைவின்றி ஸ்தம்பிதமாய் நின்றனவென்பது யாவரும் அறிந்த விஷயம். ஒருகால் இவை புராணவிஷயங்களென்று இக்காலத் தவர்களிற் சிலர் அசட்டை செய்யலாம். அப்படிப்பட்டவரும், நம்நாட்டிலில்லாமற்போக வில்லை. அவர்களுக்கு இதன் உண்மையைச் சிறிதுவிளக்கிக் காட்டுவோம். மானிடரைப் போலவே மற்றைப் பிராணிகளுஞ் சங்கீத ஆனந்தத்தை அனுபவிக்கின்றன என்பதற்குப் பலதிருஷ்டாந்தங்களுண்டு. ஜீவசிருஷ்டிகளில் மானுடனுக்கு அடுத்த நிலைமையிலுள்ளது மிருகம். மிருகங்களிலெல்லாம் பெரியது யானை. அவ்யானை சங்கீதத்துக்கு வசப்பட்டு ஆநந்தம் அனுபவிப்பதை பர்மா, சீயம் முதலிய கீழ்நாடுகளிற் காணலாம். அத்தேசங்களில் யானைகளை வாத்தியகோஷத்துக்குத் தக்கவாயாகும் வண்ணம்பழக்கியிருக்கிறார்கள்.

அவை அவ்வாத்திய கோஷங்களைக் கேட்டு ஆநந்தத்தாண்டவ மாடுவதைப் பார்க்க வியப்பாகவிருக்கும். குதிரை, மாடு, ஒட்டகை, மான், கரடி, குரங்கு, புலி முதலிய மிருகங்களுக்கும்

சங்கீதஞானமுண்டு. குதிரைப் பட்டாளம் யுத்தத்துக்குச் செல்லுங்கால் எக்காள முதலிய யுத்தவாத்தியங்களின் கம்பீர ஓசையைக் கேட்டு உற்சாகமடைந்து வேகமாய்ச் செல்லுவது மன்றி இரணகளங்களில் அவ்வாத்திய கோஷங்களைக் கேட்டு மனமகிழ்வதைப் பட்டாளங்களில் அநுபவமுள்ளவரெவரும் அறிவார்கள். மாடுகளை மந்தை மந்தையாய் மலைமேல் மேய்ச்சலுக்கு ஓட்டிக்கொண்டுபோகும் கோபாலர்கள் புல்லாங்குழல் வாசித்துக்கொண்டே முன்சொல்ல அவர்கள்பின்னே அம்மாடுகள் அத்தீங்குரலைக் கேட்டு ஆநந்தித்துச் சிறிதும் களைப்புத் தோன்றாமல் மலைமேல் ஏறுவதின் அழகையும் அவ்வாறே சூரியாஸ்தமனத்துக்குமுன் அவைகள் நானாவித மணிச்சத்தங்களுடன் இறங்கும் அழகையும் இன்றும் மலைப் பிரதேசங்களில் நாம் பார்த்து மகிழலாம்.

பார வண்டிகளிழுத்துச் செல்லும் மாடுகளுக்குச் சிறிதும் தேகச்சிரமம் தோன்றாவண்ணம் வண்டிக்காரரர் உத்சாகத்துடன் பாடும் இனியதென்பாங்குப் பாட்டைக் கேட்டு ஆநந்தத்துடனும் ஊக்கத்துடனும் அம்மாடுகள் செல்வதை யறியாதவருமுளரோ? சிறிதும் புல்பூண்டற்ற மணல்வனாந்தரங்களில் நெடுநாள் அன்னபனாதிகளின்றிப் பிரயாணஞ்செல்லும் ஒட்டகைகள் அராபியர்களின் இனிய பாடல்களைச் செவிசாய்த்துக் களிப்புடன் கேட்டுச் செல்லுவது உலகப்பிரசித்தம். வனத்தில் வேடர்களாகட்டும் மணியோசையைக் கேட்டு மதிமயங்கிக் கிட்டிச் சென்று அன்னவர் வசப்படும் மான்களும் கானத்துக்குக் கட்டுப்படு கின்றன. புலி முதலிய துஷ்டமிருகங்களும் வாத்தியங்களுக்கு வசீகரமாய் சகலதுர்க்குணங்களும் நீங்கி நாய்போற் சாதுவாய் நடிக்கின்றன வென்பதை மிருகக்காட்சிச் சாலையிற் பழகுவோர் கூறியிருக்கின்றனர். கரடிக்காரரர் கையில் உடுக்குவைத்து அடித்துக்கொண்டு அக்கரடியை ஆட்டிவைப்பதையும், அவ்வுடுக்கோசையின் இனிமைக்குத் தக்கபடி அக்கரடி நடித்துக் காட்டுவதையும் நாம் பலமுறை பார்த்திருக்கின்றோம். குரங்குகள் பாட்டுக்கேட்டு மகிழ்ந்து சிரக்கம்பஞ் செய்வதை நாம் தெருவில் பார்த்தவண்ணமா யிருக்கின்றோம். இவ்விதம் பற்பல மிருகங்கள் சங்கீதஞான முடையன என்பது தெளிவாகின்றது. இனி மிருகங்களுக்கடுத்த நிலைமையிலிராநின்ற பறவையினத்தைப் பற்றி ஆராய்வோம். மிருகங்கள் சங்கீதத்தைக் கேட்பதால் மட்டும் ஆநந்தமடைகின்றனவேயொழிய, தாம்பாடிப் பிறரைக் களிப்பித்ததாக நாம் பார்த்தோமென்றாவது கேட்டோ மென்றாவது சொல்ல முடியாது. பறவையினங்களோ

இவ்வாறின்றித் தாம் பிறர் பாடக்கேட்டு மகிழ்வதல்லாமல் தாமும் இனிய குரலுடன் பாடி மற்றைப் பிராணிகளுக்கும் பரமாநந்தத்தை யுண்டு பண்ணுகின்றன. பெரும்பறவைகளைப் பார்க்கிலும் சிறுபறவைகளே அழகாய்ப் பாடுகின்றன. அவைகளின் தொண்டை யமைக்கப்பட்டிருக்கிறவிதம் அற்புதமானது. குயில் பஞ்சம் சுவரத்துடன் இனிமையாய்க் கூவுவதும், வானம்பாடி விடியற்காலம் நிர்மலமான ஆகாயத்தில் மெய்மறந்து பாடுவதும், அன்றில் இணைபிரியாவண்ணந் தன்பேடைக் கூவியழைப்பதுவு மனோகரமா யிருக்கும். மேகமுழக்கத்தைக் கேட்ட மடமயிலும் ஆர்ப்பரித்துத் தன் அழகிய கலாபத்தை விரித்து ஆநந்தக்கூத்தாடுவது அற்புதமாயிருக்கும். ஆற்றங்கரையோரங்களிலுள்ள அழகிய உத்தியானவனங்களிலும், ஓங்கியுயர்ந்து அடர்ந்து வளர்ந்திருக்கின்ற விருக்ஷஜாதிகளோடு கூடியவனங்களிலும் பைம்பொழில்கள் செறிந்த மலைச்சாரல்களிலும் பற்பல வர்ணங்களையுடைய பலஜாதிப்பட்சிகள் இனிமையாய்க் கூவிக்குலாவுவதைக் காண மனோரம்மியமாயிருக்கும். மானுடர் ஆலாபனம் பண்ணும்விதமே சிலபக்ஷிகள் இன்குரலோடு நீடித்த நேரங் கூவுவதைக் கேட்டால் பாடகர்பாடுகிறார்களோவென்று மயங்கும்படியாயிருக்கும். பைங்கிளிகளுங், குருவிகளுங், கூட்டங் கூட்டமாய் மரக்கிளைகளிலுட்கார்ந்துகொண்டு மாலைநேரத்து மஞ்சள் வெய்யலில் குதூகலித்து ஆர்ப்பரிக்கின்றதைக் கேட்கக்கேட்க பிரமாநந்தமாயிருக்கும். மைனாப்பறவை பாடுவதும் பலருமறிந்த விஷயம். இளைஞர் அதன்பாட்டைக் கேட்டு ஆநந்திக்கவே அதனைக் கூட்டிலடைத்து வைத்துக்கொண்டு வளர்ப்பார்கள். நம்நாட்டுக் கவிஞர்கள் அணைமா அல்லது கேகயப்புள்ளென்ற ஒரு பறவையைப் பற்றிப் புகழ்ந்துபாடி யிருக்கின்றனர். அதனையே கிஞ்சுகப்புள்ளென்றே கூறுவோம். ஜீவசிருஷ்டி யில் இப்பறவை போன்ற நுட்பமான செவியை யுடையது வேறொன்றுமில்லை. மலையின் உன்னத பிரதேசங்களிலுட்கார்ந்து நல்வீணைதடவி நல்ல பண்களை வாசிக்குங்கால் இக்கிஞ்சுகம்பறந்த வண்ணமே ஸ்தம்பித்துக் கேட்டு ஆநந்தித்துக்கொண்டிருக்கும்.

அக்டோபர் 1905, பக். 15–16. வி.வே.கி. நாராயணசாமி பிள்ளை

மனோன்மணி
முதல் அத்தியாயம் –
காரிருட்கானம்

பிறர் வாழ்வைப் பொறாது, புறங் கூரித்திரியும் அற்பர் மனமென இருண்டதோர் ஆரண்யத்தில், திவ்ய தேஜஸோடு விளங்கும் இளவல் ஒருவன், அவதிவயத்தனாய் அலைந்து திரிந்தனன். பொழுது சாயங்காலமாயிற்று. செவ்வானத்தின் சிறப்பினைச் சிந்திக்க அவற்கு அவகாசமில்லை. மலைக்காட்சி, மலையருவிக்காட்சி, மலர்க்காட்சி, மலர்க்கொடிக்காட்சி முதலிய இயற்கையின் அருங்காட்சிகளை, யவன் கண்ணிருந்துங் காணா தொழிந்தான். ஆயினும், வனவிலங்குகளின் உறுமல் குமுறலும் அவன் சிந்தையை யசைத்ததின்று. இரவி மறைந்தபின், ஆண்டு ஆட்சியெய்திய காரிருட் கூட்டமும் அவனது மனசைக் கலக்கியதில்லை. தீரமே உருவெடுத்துப் போந்ததெனத் தோன்றும் நங்குமரன் அறியாதொழிந்தது அஞ்சுதல் என்பதொன்றே. மற்று: அவனைத் துன்புறுத்தியதியாதுகொல்? அஃதியாதென் றுணர்ந்து கோடற்கு அவன் றன் தனிமொழிகளுள் சிலவார்த்தைகள் அறிகுறியாய்த் தோன்றின.

ஒவ்வோர் சமயம் “ஹே! பரமசிவா! ஈதுன்னருளோ” வென்பான். ஸ்ரீராமபிரானை யொத்தாரும் பிதுர்வாக்ய பரிபாலனஞ் செய்வான் நாட்டைவிட்டுக் காட்டையடைந்தனரன்றே! யான் சொற்பிரயோசனங்கருதி தந்தை சொற்றட்டி நடத்தல்நேரிதோ என்பான். எனை யீன்றாளை

யேங்கவிட்டு, யான் தேசசஞ்சாரஞ் செய்யப்புக்கதழகி தழகிது. எனாது தக்கஹ்ருதயம் இன்னும் பிளந்தொழிந்ததின்று. புல்லறிவாளன் என்னையும் பொருட்படுத்தி லீலாவதி ஆரிய! அன்ப! கணாள! என்றழைத்தனளே எனப்பல கூறி நெடி துயிர்ப்பான். மிகவியர்ப்பான். ஒரேவழிதன்னைத் தானேவிளித்து, ஹே! க்ஷத்திரியாதமா! குலாந்தகா மானிடப்பதரே! இருமுது குரவர்தம் நெஞ்சம் சுட்டபாதகா நின்சென்மம் பாழ்த்தது! நின்னறிவும்பட்டது! நின்வாழ்வுவெந்தது. நிரயம் வாய்பிளந்து நின்வரவை எதிர்பாரா நின்றது, அச்சோ அந்தோ! அம்மம்ம! கொடுமை! கொடுமை! என்று இன்னணம் கோபித்துக் கூறுவான்.

மீண்டும் "ஈசா! ஜெகதீசா! சர்வேசா! யாவு நின்றிரு விளையாட்டே! யாரே உன் அதிரேக மாயை யறிவார்! நீ ஆட்டுவித்தால் ஆரோருவர் ஆடாதாரே! ஆடுகின்றவனும் ஆடல்கண்டவனும் நீ! ஒன்று நீயில்லை, யன்றி யொன்றில்லை! அகில நாயகனே ஆதியந்த மில்லாதவனே! ஈறிலின்ப மூர்த்தியே! உள்ளூவா றுள்ளத்தூறுமொரு தெள்ளமுதே! ஐந்தவித்தவர்தம் அரும்பெறன் மணியே! ஒப்புயர்வற்ற நற்பொருளே! ஓதியோதி யுணருந்தொறுமுணர்ச்சி யுதவு மொண்சுடரே.

"கடலமுதே தேனேயென் கண்ணே கவலைப்
படமுடியா தென்னைமுகம் பார்நீ பராபரமே!
பாராயோ வென்னைமுகம் பார்த்தொருகா லென்கவலை
தீராயோ வாய்திறந்து செப்பாய் பராபரமே.

ஓயாதோ வென்கவலை யுள்ளே யானந்த வெள்ளம்
பாயாதோ வையா பகராய் பராபரமே?
கன்றினுக்குச் சேதா கனிந்திரங்கல் போலவெனக்
கென்றிரங்கு வாய்கருணை யெந்தாய் பராபரமே.

எண்ணாத வெண்ணமெலா மெண்ணி யெண்ணி யேழைநெஞ்சம்
புண்ணாகச் செய்ததினிப் போதும் பராபரமே
நீங்காத வின்ப நிறைவே யெனையருளித்
தாங்காய் நீ யிந்தத் தருணந் தயாசுரனே."

அம்மையப்பா அபயமபயம். தீனனேற்கு விழித்துணை மருந்தாய் வருக! கண்ணா வருக! முக்கண்ணா வருக! கண்ணே வருக! மணியே வருக! மெய்யே வருக! வாழ்வே வருக! என்றலறுவான்.

பூவுலகிற் போந்ததொரு புத்தமுதே – என்னுயிர் காக்க வந்த இளங்குயிலே – உருக்கைக் காய்ச்சி யூற்றியதுபோல நிழலும் நீரும் இல்லாத அழல் வெங்காட்டிற் போந்தபோதும் என்னையே மறந்தேன்! நின்னைமறக்கிலனே – என்னுடைய கிள்ளையே எனைத்தேடித் திகைப்பாயோ? திங்களே யுன்முகம். தெள்ளமுதே தேனே – சங்கமமேநின்களம். நீலமெனுங்கோல விழித் தை யால்! காந்தளே நின்கரம். கைம்மா தங்கமெனுந்தனத்தாளே.

சிந்திக்கத் தித்திக்குந் தேனே
வேதச் செம்பொருளே - கண்கவலைப்
படமுடியாதையா எனைக்காத்தருள்க!–

என மீண்டும் உரைத்துக் கவன்றான் –

அநாதிமுக்த சித்ருப சதாநந்த சாக்ஷாத்கார சதா சிவ
கிருபையை யுன்னி மன மொழிந்து நின்றான்.

கள்வர் நாற்பதின்மர் ஆண்டுத் திடீரெனக் கோடை யிடியிடித்தன்ன சப்தத்துடன் தோன்றினார். தம்தலைவன் புகழை வாயாரப்பாடினார், ஆடினார். கட்குடித்துக் கண்ணிருண்டு காமுற்று, உடன் வந்த தம்தம் தேவியரோடு கேளீ விலாசம் கண்டார். ஒருத்தியை யடைய மூவர் வழக்கிட்டார். இன்னொருவன், நாளையொருவன், பிற்றை நாளொருவ னாக யிவளை யடைமின் எனத் தலைவன் வழக்குத் தீர்த்தான். அங்கே ஐவர் கதை படித்தோமே, இங்கே மூவர் கதைப் படிக்கலானோம். தலைவன் மாத்திரம் கட்குடிப்பதைத் தவிர்த்து மிதவுணவுண்டு நாற் புறமுஞ் சுற்றிப் பற்றிப் பார்த்து வரும்போது ஒரு வில்வ மரத்தடியில் நம்மிளந் தோன்றலைக் கண்டு பிரமித்து நின்றான்–

அப்போது, பசிநோயாலடைந்த களைப்பால் அயர்ந்து நித்திரைபோன நமதிளஞ் சிங்கம்ஸ்வப்நாவஸ் தையினும் வாய்விட்டு இன்னணம் அரற்றினான்.

அடீ! லீலாவதி! உன் முகமதியின் அமிர்தத்தை யுண்டு யான் உயிர் தரிப்பதெந்நாளோ?

கள்வர் தலைவன் – ஆ! லீலாவதியா! என் கண்மணியா! அந்தோ! என் பெண்மணி யுயிர்த்திருக்கின்றனளா? (தலைவன் குரல் கேட்டலறி யெழுந்த) விடலை – ஆ! கனவா! நனவா! ஐய, நீயிர் யாவர்! லீலாவதியைப் பற்றிக் கவல்கின்றீர். அவளை நீர் அறிவீரோ.

தலைவன்:– நீர் வாரும். பசிப்பிணி நீக்கியபின்னர் பேசுவீர். அஞ்சற்க. யான் உமக்கு நன்மையே செய்வல். நீர் ஓர் அரயன் மகன்போலிருக்கின்றீர் ஆயினும் பிறபட்டுப் பேசுவோம். என்னுடைய பாசறை (*Tent*)க்கு வாரும். (இருவரும் போகின்றனர்)

அக்டோபர் 1905, பக். 13–14. V.M. சுவாமி B.A.

வேல்ஸ் இளவரசர் விஜயம்

“வீழ்க தண்புனல் வேந்தனு மோங்குக” “மன்னா நின்வரப் புயர்க” என்னும் பெரியோர் மொழிப்படி மாரிபெய்யவும், அதனால்

பயிர்க டழையவும், அவையால் வரப்புயரவும் வரப்புயர்ந்தால் குடிகளுயரும் குடிகளுயர்ந்தால்செங் கோலுயரும் என்பது கொண்டு நமது சக்ரவர்த்தியாரும் இளவரசரும் இளவரசியாரும் ஆட்சியும் நீடுவாழ்க கடவுள் கிருபை புரிவாராக.

கடந்த 1850ஆம் வருட முதல் இவ்விந்தியாவைக் கைப்பற்றியாண்டுவந்த நமது மகாராணியார் காலத்தில் இளவரசரா யிருந்ததற்போதிய எட்வர்ட் மகாராஜா அவர்கள் 1875ஆம் வருடம் இந்தியா முழுமையும் சுற்றுப் பிரயாணஞ்செய்து மனங்களித்து தஞ்சுதேயஞ் சென்றனர். நமது ராணியார் மரணத்தின் பின்னர் தாம்சுற்றிவந்த இந்தியாவுக்குச் சக்கிரவர்த்தியானார். அதுபோன்று எட்வர்ட் மகாராஜாவின் அரசாக்ஷிகாலத்தில் அவரது புத்திரரும், வேல்ஸ் மாகாணத்தி னதிபருமாகிய இளவரசர் இந்தியா முழுமையுஞ் சுற்றிப்பார்க்க வந்திருக்கின்றனர். இவர் வந்த இவ்வருடம் 1905, இவர் தந்தை வந்த வருடம் 1875. இவைகளுக் கொன்றுக்கொன்று சரியான இலக்கமாகவும் 30 வருடங்களிடையிலுள்ளனவாகவு மிருப்பது விகஜிதமே. இவ்விளவரசர் தம்பத்தினியாருடன் ரினௌன் என்ற ஊர்ஜித மரக்கலமேறி கடந்த மாதம் 9ஆம் தேதி பம்பாய் சேர்ந்தார்கள். பீரங்கிவெடிகள் சப்தித்தன. இவர்களிறங்கிச்சற்றுத் தங்குவதற்கு அமைத்திருந்ததின் பந்தர் சிறப்பு பகரக்கூடியதல்ல. அநேக ஆயிரஞ்சனங்கள் காலைமுதல் இடைவிடாது கூடிநின்றார்கள். சுதேசமன்னர்களும் லார்ட்கர்சனும் லேடிகர்சனும் ஏனைய பிரபல்யர்களும் ஒருங்குகூடி அழைத்து வந்தனோபசாரப் பத்திரிகை வாசித்தார்கள். சகல மன்னர்களும் சிரமப்பிரகாரம் பேட்டி பெற்றார்கள். மறுநாள் 10உ காலை 10 மணிக்குப் புகைப்பட மெடுக்கப்பட்டார்கள். மாலை 41/2– மணிக்கு இளவரசர் பம்பாய் வீதிகளில் பவனிவந்தார். கனவான்களை யும் மற்றும் பரிவாரங்களையும் கண்டுகளிப்புற்றார். 11உ சனிக்கிழமை இளவரசரும் இளவரசியாரும் தங்களை வந்து கண்ட மன்னர்களைத் திரும்பச் சென்று பார்த்தார்கள். கோலாப்பூர் மகாராஜா முதல் பேட்டி பெற்றார். அவருடைய மாளிகை வெகு உன்னதமாக அலங்கரிக்கப்பட்டிருந்தது. மியூஜிய கட்டடத்திற்காக அஸ்திவாரக்கல் நாட்டினார். அச்சமயம் ஜனங்களின் ஆரவாரங்கள் அளவிட்டுச் சொல்லப் படாது. இந்தியமாதர்கள் பிற்பகலில் நகரமாளிகையில் இளவரசியாருக்கு வந்தனபத்திரம் வாசித்தார்கள். அழகிய சிம்மாதனத்திருத்தி இந்திய மாதர்கள் பலவிதமான ஆலத்தி சுற்றினார்கள். இந்தியசடங்குகள் செய்யப்பட்டபோது இளவரசியார் மிக மனதுவந்தார்கள். இவை திருஷ்டி கழிப்பாம். கபூர்ச்சண்டென்னும் ஒரு பெரிய முத்துவர்த்தகரின்

மனைவியார் ஏராளமான முத்துகளைக் கொண்டு முத்தாலபிடேகஞ் செய்தது மிக்க விந்தையாயிருந்தது. இரவு கவர்ண்மென்ட் அவுஸில் உண்டாட்டுக் கொண்டாட்டம் நடந்தது. ஆதிவாரம் கோவிலுக்குச் சென்று ஒளிந்திருந்தார். திங்கட்கிழமை டாக்குவுக்கு அஸ்திவாரக்கல் நாட்டினார். அன்றிரவு பைக்காலா கிளப்பில் பாலாட்டாம் நிகழ்ந்தபோது பிரசன்னராயிருந்தார்கள். செவ்வாய்க்கிழமை யன்று சில சுதேச மன்னர்களைச் சந்தித்தார். சிலருக்குக் கௌரதா பட்டங்களளித்தார்கள். பிற்பகலில் யானை குகைகளுக்குச் சென்று விருந்துண்டார்கள். ஸர்பிரேஸிஷாமேடா இந்தியர் களுக்குத் தலைமையானவரென அறிந்துகொண்டார்கள். இளவரசியாரின் திருவுருவப்படத்தில் ஆல்பனல்மேடாவின் கையெழுத்து வாங்கப்பட்டது மிகவும் சிலாக்கியத்தைக் காட்டுகிறது. ஜயப்பூர் மகாராஜாவைச் சந்தித்தபோது அவர் தம்முடைய ராஜரீகக்கத்தியை இளவரசரின் பாதத்தில் வைத்துப் பணிந்தார். ஜயப்பூரில் முதல் முதல் புலிவேட்டையாடினார். அவர் சுட்டுக்கொன்ற புலியைக் கண்டு இளவரசியார் பிரமித்தார்கள். ஜயப்பூர்விட்டுப் பிரயாணமாகி பிக்காநீர் போய்ச் சேர்ந்தார்கள். பிக்காநீர் மகாராஜா பலவகைப் படைகளுடன் பிரசன்னமானார். பிக்காநீர் நகரம் ஈட்டிப் படையாராலும் ஒட்டகப் படையாராலும் அணிவகுத்து நிற்க பிரமிக்கத்தகுந்ததாக இருந்தது. இளவரசியாரும் இளவரசரும் லால் கார் மாளிகையில் மகாராஜாவைக் கண்டார்கள். பிக்காநீருக்கு இருபதுமைல் தூரத்திலுள்ள கூஜ்நர்க் குளத்தில் பக்ஷி வேட்டையாடினார் இளவரசர். இவருடன் பிக்காநீர் மகாராஜாவும் வேட்டையாடினார். இளவரசர் 207 பக்ஷிகளையும் மகாராஜா 109 பக்ஷிகளையும் சுட்டார்களாம். இவைகளுடன் ஒரு முயலும் சுடப்பட்டது. பன்றிவேட்டையாடப் பட்டபோது ஓர்பன்றி வெகு உக்கிரமாகப் போர் செய்ததைக் கண்டுகளித்தார். அடுத்த போது இளவரசரும் இளவரசியாரும் லாகோர் போய்ச் சேர்ந்தார்கள். லெப்டினென்ட் கவர்னர், ஐகோர்ட் ஜட்ஜி முதலானவர்கள் எதிர்கொண்டழைத்து வந்தன பத்திரம் வாசித்தார்கள். இளவரசரும் பதில் சொன்னார். இராஜவிருந்து நடந்தேறியது. இலாகோர் பஞ்சாப்பின் தலைநகரம். பாஞ்சால தேசமும் இதுவே. இங்கு வைக்கப்பட்டிருந்த ராணுவப் படைகளைக் கண்டு அகமகிழ்ந்தார்கள். பஞ்சாப்படைகள் பின்தொடர நாலுகுதிரைகள் பூட்டிய வண்டியில் பிரயாணஞ் செய்தார்கள். பல மன்னர்களும் வெகு ஜனத்திரள்களும் கூடப்பட்டிருந்தார்கள். சுதேசமன்னர்களி னிடையே இவர்கள் சென்றபோது தேவேந்திர கொலுவாயிருந்தது.

சகலரும் மரியாதையாய் வணங்கினார்கள் கபர்த்தலா மகாராஜாவினுடைய காலாட்படையார்கள் மிகுந்த கம்பீரத்துடனிருந்தார்கள். பன்னூறு குதிரைகளும் யானைகளும் திரண்டிருந்தன. பாடியாலா மகாராஜா, பாவல் பூர்நவாப், ஜிண்ட் தேனதிபதி, நாபாராஜா, கபர்த்தலாராஜா முதலிய பல மன்னர்கள் பேட்டியானபோது இளவரசர் மிகவும் களித்து அன்பு காட்டினாராம். இமையமலைக்குச் சமீபத்திலுள்ள அரசர்கள் ஒவ்வொருவரும் தங்கள் தங்கள் பரிவாரங்களோடு பேட்டி பெற்றனர்களாம். எச்சிஸன் காலேஜியைப் பார்வை யிட்டார்கள். சுமார் அன்றிரவு 800 பேர்கள் பிரசன்னமா யிருந்தார்கள். பாலாட்டம் நிறைவேறியது.

ஸர்பிண்டன் பிளாடின் மனைவியாருடன் இளவரசரும் சர்சார்லஸ்ராவைசுடன் இளவரசியாரும் கைகோத்தாடி னார்கள் வைகறை மட்டும். இரவு பிஷாவின் நோக்கிப் பிரயாணமானார்கள். ஆங்குள்ள ஜனங்கள் ஆனந்தக்கிளர்ச்சி யுடன் அழைத்து உபசாரஞ் செய்தார்கள். மகாராணியா ரிடத்தும் எட்வர்ட் மகாராஜாவிடத்தும் அன்புவைத்திருக்கும் எல்லைநாட்டு வேந்தர், ஸிட்டி றல்மாகாணத்தார், டர்மாகாணத்தார், மலைநாட்டு வேந்தர் பேட்டி பெற்றார்கள். கவர்ன்மென்ட் அவுஸில் ஒரு தோட்டக்கச்சேரி நடந்தது. பெஷாவர்விட்டு லாண்டி கோட்டால் கோட்டை அதாவது ஆப்கானிஸ்தான் எல்லைக்குச் சென்று பலமலைக் குன்று களைக் கடந்து ஜம்ரூட் கோட்டைக்குத் திரும்பினார்கள். பெஷாவர்விட்டு ராவல் பிண்டி நோக்கிப் பிரயாண மானார்கள். சுமார் 57000 – படைவீரர்களும் சேனாதிபதி யான லார்ட்கிச்சினரும் பிரசன்னமாயிருந்தார்கள். நான்கு சிக்குகளிலும் பல்வகைப்படையாளர் அணிவகுத்திருந்தார்கள். சென்ற வீரர்களின் தொகை 55000 – பேராம். இளவரசர் பார்த்த எவ்வகைப் படைகளிலும் இது ஓர் பெரியபடை. இரண்டாக விடுக்கப்பட்டு தக்கசேனாதிபதிகளால் நடத்தப் பட்டுப் போர்புரிந்த காக்ஷியை இளவரசர் கண்டு மகிழ்ந்தார். வடபாகராஜியச் சேனையில் 30000 – பேர்களும், தென்பாகத்தில் 24250 – பேர்களும் பிரசன்னமா யிருந்து பொய்யுத்தம் நடத்தி னார்கள். இளவரசரும் இளவரசியாருமேறிவந்த டிரேய்ன் ஹாஸான் – ஆப் – டா என்ற விடத்தில் நிறுத்தப்பட்டது. லார்ட்கிச்சினரிவ்விடத்தில் இராஜகுமாரரைச் சந்தித்தார். இருவரும் குதிரைமீதேறிப் போனார்கள் போர்க்களம். லேடிஷாவ்டஸ்பரியும் இளவரசியாரும் பெரிய யானை மீதேறிச் சென்றார்கள். 12 குதிரைப் படையர்களும் 4 பீரங்கிப் படையர்களும் இப்பொய்ச்சண்டை செய்தார்கள். 5வ செவ்வாய்க்கிழமை சண்டை முடிந்ததும் ராவல்பிண்டி நோக்கிப்

பிரயாணமானார்கள். 9௳ ஜம்முவுக்குச் சென்றார்கள். பின்னர் காஷ்மீர் மஹாராஜா இளவரசரின் பேட்டி பெற்றார். 6௳ புதன்கிழமையன்றும் ராவல்பிண்டியில் ஒரு பொய்ச்சண்டை நடந்தது. அமரிக்கா தேசத்துப் படையைச் சேர்ந்த ஜெனரல் மாக் ஆத்தர் முதல் ஆல்வர் ஜோட்பூர் மகாராஜாக்களும் பிரசன்னமாயிருந்தார்கள். 7௳ வியாழக்கிழமை டாஷாலாமா வும் 300 பேருடன் ராவல் பிண்டி சென்று இளவரசரின் பேட்டிபெற்றார். 8௳ வெள்ளிக்கிழமை படைகளையெல்லாம் பார்வையிட்டார். 55000 தலைவர்களும் படைவீரர்களும், 13000 குதிரை வீரர்களும், 282 பீரங்கி வகைகளும், சாமான் சரக்கேற்றிச் செல்லும் 15000 மிருகங்களும் நெருங்கி மொய்த்து ஆர்ப்பரித்து நின்ற காக்ஷிகள் பிரமிக்கத்தகுந்ததே. ராயல் ஹார்ஸ் ஆர்டிலரிப் படையார் கம்பீரமாக முதலணி சென்றார்கள். இந்திய குதிரைப்படை துப்பாக்கி, கத்தி, ஈட்டி, வேல்களும் தாங்கிய குதிரை வீரர்கள் சீக்கியவீரர், ஆங்கிலேயவீரர், ராஜபுத்திரவீரர், மகமதியவீரர், மாப்பிளைவீரர், கூர்க்காவீரர் அணிவகுப்பு துள்ளிக்களித்துச் சென்றன. இந்தியப் படைவீரர்கள் மிகவுந் திடதேகிகள், நல்ல பயிற்சியுடையவர்களென இளவரசர் கண்டுமகிழ்ந்தார். சனிக்கிழமை 9௳ ஜம்முநகரம் போய்ச் சேர்ந்தார்கள். திபேத் சந்நியாசிகள் ஆடிய பேயாட்டத்தைக் கண்டுகளித்தார். ஆதிவாரம் 20000 ஏழைகளுக்கு அன்னமளிக்கப்பட்டது. இளவரசருடன் வந்த பரிவாரங்களுக்குக் கொடுக்கச் சித்தமாகவிருந்த 5000 ரூபாயை ஏழைகளுக்கு அன்னமளிப்ப இளவரசர் உத்தரவளித்தார். 11௳ திங்கட்ழமை அமிருதசரஸில் சேர்ந்தார்கள். தங்கக்கோயிலைப் பார்வையிட்டு அடுத்த நாள் டெல்லிபோய்ச் சேர்ந்தார். அவ்விடமுள்ள பல அற்புதக்காட்சிகளையெல்லாம் பார்த்தார்கள். ஜனவரிமீ 24, 25, 26, 27, 28ஆம் தேதிகளில் சென்னையிலிருப்பார்கள். அப்போது இங்குள்ள பிரபுக்களும் ஏனையோரும் அவருக்காகச் சேர்க்கப்பட்டிருக்கும் திரவியத்திலிருந்து அமோகமான காரியாதிகளைச் செய்து, உல்லாசப்படுத்தி, பிரபுக்கள் வாஸஸ்தானத்தையும் காண்பித்து பிரபுக்களும் பிரசன்னமாவார்கள். அதனால் இளவரசரின் மனம் ஆனந்திக்கும். அதுபோல, இவ்விடத்திலுள்ள ஏழைகளின் சிறுகுடிசைகளையும் ஏழைகளையும் காண்பித்தல் வெகுநன்மையை யுண்டாக்கும். அப்போதுதான், நமது நாட்டின் நிலைமையை நன்குணர்வார். வரி இறைகளைக் குறைக்க எண்ணுவார். அற்றேல் இவருக்குமுன் சிலர் வந்து போனகாலத்து இராஜ திருஷ்டியில் பஞ்சம் தோன்றினதுபோலாகும். இப்போது ஜனங்களை நெருக்கும் பஞ்சமும் அதிகரிக்கும்.

சிலபுட்டஞ் சொரியும் கீழ்மாக்கள் நினைப்ப தென்ன இளவரசருக்கும் இளவரசியாருக்கும் யாதும் டம்பமாகச் செய்யப்படாது என்பது எமது எண்ணமல்ல. பிரபுத்துவங் களைக் காட்டுவதுபோல் ஏழமைத்தனத்தையும் குறிப்பித்து நம்நாட்டிற்கு நன்குபுரிய வேண்டுவதே கடனாகும். இவ்வாறு, நமது இளவரசரும் இளவரசியரும் சென்னையில் பிரசன்னமாகுமுன் நமது பத்திரிகையின் இரண்டாவது 3–வது வருடசந்தா செலுத்தாத அன்பர்கள் தயவுசெய்து அவரது தந்தையாரையாவது, பாட்டியாரையாவது நமதுகையிற் பிரசன்ன மாக்குவார்களென வேண்டுகின்றனம்.

டிசம்பர் 1905, பக். 70–75.

சுவர்ணாம்பாள்

இவளோர் மடந்தைப் பருவப்பெண். இவள் தென்தேசத்தரசனது பிரதமப்புத்திரி. இவள் ஓர்நாள் முல்லைநிலச்சாரலில், பளிக்குபாறை பணித்தலத்து நீல ஆலவட்டம் விரித்தாற்போல தன் கோலக்கலாவங் கொளவிரித்து முளையிளஞாயிற் றிளவெயிலெரிப்ப ஓர் இள மயி லாடுவது கண்டு நின்றாள். அக்கால் புள்ளிமானை வெருட்டிய வேலா யுதத்தைத் தாங்கிய வனாக வெகு துரிதத்திற்போந்த ஓர் அரசகுமாரன் இவளைக் கண்டு, ஓ! இவ ளழகேயழகு!! இவள் தமதுயிர்ப் பாங்கியரின்றி யிவ்விடத்துத் தனியே நிற்குங் காரணமியதோ? நமக்குண்டா யிருக்கும் வேட்கைநோயைத் தணிக்கங்காரணத்தாலோ? அப்படியானால் இவளை என் கண்ணிற்படச் செய்த தெய்வம் வேறெனக்கென்ன செய்யாதிருக்கும்? முன்னொருகாலத்தில் ஸ்ரீகண்ணபிரான் பதினாறாயிரங் கோபிகாஸ்திரீகளிடத்தில் மயக்கங்கொண்டாரே அதை நினைத்து ஸ்ரீலக்ஷுமிதேவி யானவள் தனது நாயகன் தன்னைவிட வேற்றிடங்களில் மனஞ்செலுத்தாவண்ணம், தான்முன்பிருந்த அழகைமாற்றி யின்னும் பெரிய வழகைச் சுமந்து புவியிலவதரித்து இப்படி யாக வந்து நிற்கின்றனளோ! அன்றி வானத்திற் சிறிதுநேரத்திற் றோன்றி மறையும் மின்னலைவென்று சதா பூமியிற் சஞ்சரிக்க வந்த மின்னற்கொழுந்தோ! மற்றுமுள்ள ஸ்திரீகளினழகு பகலில் விளக்கேற்றியதுபோலாகும்படி தெய்வலோகத்தி னின்றும் வந்த மணி விளக்கோ! உடலுருவந்தாங்கிய பச்சைமயிலோ! அன்றி சந்தோஷமிகுந்து சிறுநடைகொண்ட பெட்டையன்னமோ! அடிதுவக்கி உச்சிவரையிலுமுள்ள எல்லாவிடங்களுங் கொஞ்சங்கூட தள்ளுதற்கிடமின்றி யொரேவிதமாயினிப்பையுண்டாக்குஞ் செங்கரும்போ!

மிகுந்தவெயிலைக் கண்டு முகங்கருகாமலும், நரம்புகளைச் சிந்தாமலும், வண்டுகளாற் கோதப்படாமலுமுள்ள தேனிரம்பிய பெரியபூ மாலையோ! தேவர்களிடத்திற் சோர்வடையாமலும், தேய்வுபிறையென்பதே யில்லாமலும், புவியெங்ஙனுஞ் சுற்றித் திரியாமலும், தேகத்துண்முயற்களங்கந்தாங்காமலும், மேகத்தில் மறையாமலுமுள்ள செழுந்திங்களோ! தேடற்கரிய கருநிறந்தவழு மலையவெற்பிற் பிறவாதும், மன்மதனுக் கிசையாததுமான தென்றலோ! தட்டானிட்டவுலைக்கண்புகாததும், காய்ந்து உருகாததும், நிறுக்குந் தராசில் வைக்கப்பெறாததும், உரைக்கல்லிலுறைத்து மாற்றுச் சொல்லப்படாததுமான தங்கமோ! உலகில் பஞ்சதருக்களும் விளைதற்கேதுவான வமிர்தநிலமோ! கம்பீரமுள்ள யாவர்க்கும் அருந்துதற் கிசையாதாயினும் பார்வையிலேயே யினிக்கும்பைந்தேனோ! தேவர்களும் பெரிய தவத்தையுடைய முனிவர்களும் இதுதான் நன்றென்று நாள்தோறுங்கற்றுவந்த கலைஞானமோ! ஜயம்பெற்றமன்மதன் மீதியற்றிய காமநூல் வித்தைக் கடங்காமல் வாதுபுரியும் பஞ்சவர்ணக்கிளியோ! ஆதித்தன் கிரணத்தைக் காணாத அழகிய குமுதமலரோ! அன்றி கங்குலையுந், திங்களையுங் காணாத தாமரையோ! எங்கும் நிலவி மோகத்தை மூட்டும் அரம்பை, திலோர்தமை, மேனகை, ஊர்வசி முதலிய பெண்களுக்குக் குலதெய்வமோ! கற்கண்டையொத்தமொழியும், சிறுநடையும் பழகுமொரு சித்திரப்பாவையெனவந்த மதனரக குளிகையோ! அழகிய தருவினிடத்துப் படராதும், நீண்ட வல்லிமலரையேந்தியதும், மேற்கொடி சுற்றாததுமான கற்பகப் பூங்கொம்போ! வடிவின் மிக்க பெண்களியாவருஞ் ஜனனமானபோது மண்ணுலகைக் காக்கவென வந்த வமிர்தமோ! பெரிய தவத்தையுடைய முனிவர்கள் தமது எண்ணத்தைச் சிறப்பிக்கச் செய்த தவங்களை யெல்லாந் துறத்த வந்த பெருஞ்சூழ்ச்சியோ!

இன்னும் வரும்.

அக்டோபர் 1905, பக். 16–18. குமரவேள்.

சுவர்ணாம்பாள்
(17ஆம் பக்கத் தொடர்ச்சி)

பின்னுமவ்வரசகுமாரன் இவளை உற்றுநோக்கி இவள் உலகில் பெருக்கெடுத்துவந்த பேரின்ப வெள்ளமோ! அன்றி பருகிற்றெவிட்டாத பசுந்தேனோ! ஒருவருக்கும் பூண்பதற் கிசையாத பொன்மாலையோ! அன்றி தூரத்திற் காணும்போதே பரிமளிக்குங் கஸ்தூரியோ! பெரிய உலகத்தில் எவரையுங்

கொல்லாமல் எம்மைப்போன்றார் உயிரைமாத்திரம் வாட்டு கின்ற யமனோ! அன்றி கூவாமற் கொஞ்சுங் குயிலோ! யல்லாமல் எல்லாகலைகளுக்கு மினிய மானோ என இவளது சாயலை வர்ணித்து மீண்டும் இவளடியைப் பார்த்து மலர்மீது நடக்கப் பொருமலோ! அல்லது மதநூலில் அமிர்த நிலையாராயும் இளைஞர்களது வாய்ச்சொல் பட்டோ! மன்மதனது திருமுடிமேல் வைத்தோ! மங்கையர்கள் கையால் வருடப் பெற்றோ! வானோரை வசீகரிக்கச் செம்பஞ்சுத் தீட்டியோ இவளது அடிசிவந்தது; இவள் மதனராஜன் சரித்திரம் நிறைந்த புஸ்தகத்தைத் தாங்கி, ஆதிபிரமனது வாகனமாகிய அன்னத்தின் நடையைத் திருத்திக் காட்டுஞ் சிவந்த கமலத்தாளை யுடைத்திருக்கிறாள். அன்றியும் இளம்பாளை விரியப்பெறாத பசுங்குரும்பை போலும், நன்மையல்லன வற்றைச் செய்யாத முநிவர்கள் செய்யுந்தவங்களை நிறுக்குந் தராசுபோலும், பரடினையுடைய இவளது கணைக்கால், மதராஜனது விருதுகளத்தனையும் ஊதாமறபடிக்குக் காட்சி யிலே காட்டுகின்ற காளம் போலுமிருக்கிறது. கண்களாகிய சேற்கண்டைகளைப் பிடிக்க சூதினால் நிற்கும் வரால் மீன்கள் போலு மிருக்கிறது. மன்மதன் தனது பகைவரிடத்தில் முதுகு காட்டாமல் வெட்சிப்பெரும்படிகட்கும் அம்பறாத் தூணிபோலு மிருக்கிறது. மன்மதனது பெருத்தகணைகளைந்து பின்னிடும்படி இளைஞர்கள் கொண்ட கருத்தை வருத்தவந்தது போலு மிருக்கிறது.

ஸ்ரீ சீதாதேவி தங்கியிருந்த காலத்தில் இலங்காபுரியில் வந்தடர்ந்த தூதர்களை (குரங்குகளை) யெல்லாம் மருட்டு கின்ற குரங்கென்றே இவளது முழங்காலைச் சொல்லலாம். இவளது துடைகள் ஆசையாகிய மோகக் கடலைக் கடத்தற்கு வந்த தெப்பமென்றே சொல்லலாம். இன்னுஞ் சொல்ல வேண்டுமானால் அளவு சொல்லப்படாத இளைஞர்களது இச்சையாகிய மதயானையைக் கட்டி வைக்குங் கம்பமென்றுஞ் சொல்லலாம். அன்றிமையலை நாட்டி ஆடத்தகுந்த நாடகசாலையின் உச்சியிலிருந்தமைக்கப் பட்ட தூண்களென்றுஞ் சொல்லலாம். அன்றி கொம்புகளையுடைய யானையின் துதிக்கையோ! அல்லது மன்மதனது வசந்த மண்டபத்தின் தோரணவாயில் நாட்டப் பெற்ற வாழைகளோ! யான் என்னென்று சொல்வே னென்பான். மீண்டும், மாரனரசொழிய மற்றோர் அரசியலையென்று ஆரமயல் பூட்டும் அரசியலையன்னக்குறியையுடைய இப்பெண்மணியினது இடை உடுக்கை போன்றதும், கைப்பிடியளவே சொல்லக் கூடியதும், வல்லிக்கொடி போன்றதும், வஞ்சிக்கொம்பைப்

போன்றதுமா யிருக்கிறது. கலைமகளிருந்து வளையாடும் நாவையுடைய முதுமொழிப் புலவர்கள் சொல்லும் சொற்பயன்போல இதுதெரியும், தெரியாதென இவளிடை மறைந்தும் மறையாதிருக்கிறது, செழுமை தரும்படியான இல்லற வின்பத்தைத் தீதென்பார் நெஞ்சைச்சுழித்து மாற்றி விடுவதுபோலிருக்கிற திவள் உந்திச்சுழி. இவளது வயிற்று மயிரொழுங்கு ஐயம்பெற்ற மன்மதனது கையில் சதாநீங்காதிருக்குஞ் சிலை நாணோ! செங்கோலோ! அல்லது கொங்கை யென்கிற யானையின் துதிக்கையோ! குங்குமமண மும், அழகும் பொருந்திய இரண்டு கொங்கைகளாகிய தாமரைப்போ தரும்புகளையீன்று யற்புதம் விளைக்கவந்த செழுந்தாமரைத் தண்டோ! மதனுக்குச் செய்யுந் திருநாளில் வெளிவரும் அல்குற்றேரிற் பிணைக்கப்பட்ட வடக்கயிறோ! நீர்க்குமிழிபோன்ற கொங்கைகளிடத்து இளநீரொடு கலந்து பூசியசாந்தும் புழுகும் ஒழுகியதாரையோ! கொங்கைகளாகிய மலைகளிடத்துவசிக்கும்படிபெரியதவத்தைச்செய்தமுனிவர்கள் தமது நெஞ்சை யேற்றுதற்காக அமைக்கப்பட்ட சாரமோ! இவளது இடையைப் பற்றி யின்னும் எண்ணிப் பார்ப்போமா னால் பலகோடி யுவமைகளுக்கு மிசையாதுபோ லிருக்கிறதே யென்பான். இவளது தனங்களுக்குக் குளிர்ச்சிபொருந்திய தாமரை யரும்புகள் யொத்திருக்குமா! ஓஓ அவ்வரும்புகள் இவளது கொங்கைகளைப்போல சதாகளர்ச்சி யுற்றில்லாமல் சூரியனைக் கண்டால் மாத்திரம் அலர்தற் குரியன வாயிருக்குமாதலால் அங்கனஞ்சொல்வது பொருந்தாது. மற்றென்னை யன்போம். சூதாடும் (வட்டு) சூதாட்டத்தில் வைக்குங்காய் என்று சொல்லலாம், அதுவும் பொருந்தாது. எங்ஙனமெனின்? அவ்வாட்டத்தில் அதில் அடிக்கடி வெட்டு வெட்டு என வெட்டுப்படும் விதியை யடைந்திருக்கிறது. அதனால் சக்ரவாகப் பட்சியைச் சரிசொல்லலாம். என்றாலும் அப்பட்சிக்கு மிகுந்தசிற குண்டாயிருந்தலால் அதுவுங் கூடாமையே யாகும். அதனால் ஐயம்பெற்ற மன்மதனது திருமுடி யென்னலாமோ! அப்படி சொல்வோ மானால் இவளது ஸ்தன்யங்கள் சிலவேளைகளிற் குளிர்ச்சி யாகவும், சிலவேளைகளிற் சூடாகவுமிருக்குமே அவ்வித குணங்கள் மதன்முடியி லமைதற் கூடாமை யாகுமே. ஆனால் பெரிதும் பசுமை நிறம்பொருந்திய இளநீர்களென்னலாம்.

இவளது ஸ்தனங்கள் எம்போல்வார் சையோகத்தி லமையுங்கால் புளகாங்கிதங்கொளுங்குண முடைமையாலும் அவ்விதவெழுச்சி இளநீரிடத் தின்மையாலுமெப்படியதைச் சொல்வது? கூடாதே. பின்னையென்ன சொல்லுவோம்!

யாவராலுஞ் செய்தற்கரிதாகிய சீதமணிச் செப்புகளென்போம். ஆனால் தேவர்களுமமுத மெனக்கையேந்துமமிர்தம் இவளது ஸ்தன்யங்கள் உண்டாகும். அச்செப்புகளிலுண்டாவ தெங்ஙனங்கூடும்? கூடாதே. யதனால் சுத்தநதியில் உண்டாகிய அழகிய (புற்புதம்) நீர்க்குமிழி யென்னலாம். ஆனால் அது இவளது தனங்களைப் போல சந்தனமுங்கஸ் தூரியுந்தாங்கி நிலைபெற மாட்டாதே. தாமரை முகையரும்பெனலாம். அதற்கு இவளது தனமுகப்பிலுள்ள கருமைகிடையாதே. பெரிய கும்பங்களெனச் சொல்வோம். சொன்னாலுமக்குப் பங்கள் இவளது தனங்களைப்போல் மாலையணிந்து, சுணங்கு படாப்பெற்றிராதே யல்லது,

(இன்னுந் தொடரும்.)

17ஆம் பக்கத் தொடர்ச்சி) பக். 46–48. குமரவேள் நவம்பர், 1905,

சுவர்ணாம்பாள்
48ஆம் பக்கத் தொடர்ச்சி

இவளது ஸ்தனத்தை கனகமலையென் றுவமிக்கலாம் ஆனால் அம்மலையானது முன்னொருகாலத்தில் ஈஸ்வரனுடைய கைக்குவளைந்ததாக புராணங்கள் கூறுகிறது. அதனால் நாம் அதற்கு ஒப்பிடுவதுங் கூடாமையாயிருக்கிற தென்பான். மற்றென்னை அழகுபொருந்திய பந்துகளிணைந்திருக்கிற தாகச் சொல்வோமா? அப்பந்துகள் மற்ற ஸ்தீரிகள்கைக்கு மடங்கியெழுகின்றமையால் அதற்கு மொப்பிட்டுக் கூறுவது சரியன்று. ஆனால் வாசனை வீசுகின்றபூங்கொத் தென்னலாமா? ஆனால் பெரியதென்றற் காற்றுவீசும்போது அவைகள் சிதறுங்குண முடைத்திருக்கின்றமையா லங்ஙனஞ் சொல்லவுங் கூடாமையாயிருக்கிறது. அல்லது நல்ல பக்குவத்திலே யிருக்கிற மாங்கனிகளென்று கூறுவோம். ஆனால் கிளிகள் கொந்திவிட மீளவும் அக்கனிகள் விருத்தியடையாது அதனால் அங்ஙனஞ்சொல்லவுங் கூடாமையா யிருக்கிறது தகுந்த யானையின் மஸ்தகமென்று சொல்வோம். சொன்னால் அம்மஸ்தகம், பாகனுடைய இம்சைக்கு அடங்கினதாக விருக்கின்றமையின் எப்படி சொல்வது? கூடாது. ஆகையினால் இப்பெண்மணியே முதலிருந்த பூமியிலே தனக்கு நேரின்றிதானே தனக்குச் சரியாகி, ஞானமெல்லாந் தமது சிந்தைக்குடத்திற றாங்கிய மௌனமுனிக் குரும்பையடக்க வில்லேந்திப் புறப்பட்ட மன்மதனுக்கும், அவன் மனைவியாகிய இரதிதேவிக்கும், போட்ட கூடாரம்போலும், மார்பை யிடமாகக்கொண்டு, பூரித்து, இறுமாந்து, விம்மி, முத்துவடங்களாலிறுக்கி,

மென்மேல்வளர்ந்து, மந்திரங்களெழுதிய இரண்டு சக்கரங்களை யிருத்தி அச்சக்கரங்கள் நிற்க கறுப்பாணி நாட்டி கிடைத்தற்கரிய பாளிதலேபபடீர மூலாவுபலாளித மோகனராஜ சம்மேள மனோகர காமவிநோத. விகார வசீகர கோமள சீதளமாகி அரும்பி விரும்பியசைந்து தசைந்து நிறம்பி நெருங்கி நெகிழ்ந்து பரந்து சுணங்கு நிறைந்து சுகந்த கதம்ப மணங்குடி கொண்டு, வயங்கி இணங்கி, பெரிய தவத்தையுடைய முநிவர்கள் சிந்தையானது அடங்கி மடங்கி வருத்தப் பாடெய்தும்படி நெருங்கி, மீளவொருதீது மில்லாத செழுந்தாமரையில் மோதுஞ் சிறுதிவலை போற்பசலைபடர வெண்ணிலாவை வெல்லுமுத்துக்கச்சுப் பொருந்திய கனதனத்தையுடைய இவளை நாம் காணப்பெற்ற பாக்கியமே சிலாக்கியமென்பான், மீண்டும் அவ்விளங்குமரன்; ஆசையினால் துதித்திக்கின்ற காமுகர்மேல் இன்பவேள் தனது அடையாளத்தைச் சாத்து கின்ற முத்திரக்கோல் போலவும், சூத்திரங்கண்டாராயு மொருவரறியாத வமிர்தநிலைக் கோயிலைத் திறக்குந் திறவுகோல் போலவும், பவளமேனியுடைய கொம்புபோலவும் உள்ள இவளது விரலினழகும், தாமரையரும்பைப் பொய்யாக்கி, காந்தள்மலரை வனத்துக்கனுப்பி விட்டு, காமுகர்மேல் கடுங்கோபத்துடன் வீசிப் புடைத்தாலு மிங்கிதத்துமோகம்பூரிக்க முடிதுவக்கித் தாளளவும் ஆகம் பூரிக்கச் செய்யும் இவளது அகங்கையினழகும், யாழினது கோட்டினையொத்துக் கடகமணிந்த இவளது முன்னங் கையினழகும், கொங்கை களாகிய மலைகளில் விளைந்துவளைந்த மூங்கிற்கழை போலும் முள்ள இவளது தோளழகும், பாளைமடலவிழ நாள்செல்லும் பருத்துள்ள இளங்கமுகனைய இவளது கழுத்தினழகும்,வண்டுகளினது கால்கள் பதியாமலும்,சூரியனைக் கண்டால் மாத்திரமன்றி சதாவிகஜிதமாயிருக்குமிவளது தாமரைமுகத்தினழகும், மாட்சிமைதங்கிய பவளமோ? ருத்திரவில்வமோ? மாதளையோ? இந்திரகோபமோ? தூதளையோ? கிஞ்சுகமோ? ஆதொண்டையோ? வண்டினங்கள் தாதளையுஞ் செங்குமுதத் தண்மலரோ? ஏதென்றெவருமுவ மானிக்க விடந்தராத இவளது செம்மையான (உதடு) இதழினழகும், முத்துபோலும், மயிலிறகினடிபோலும், முல்லையரும்புகளின் கொத்துபோலும், தந்தக் குருத்தரும்பி விஸ்தாரஞ்செய்யும் பத்மராகமணியைத் தரம்பிரித்துத் தேய்த்து ஒப்பமிட்டுவைத்த சேர்வைபோலும், இருந்து இருபக்கமும் பூங்காவியேறிய பற்களைக்கண்டு மனமுருகி பூணநகைக்கும் புகழ்கொல்லியம்பாவை நாணநகைக்குமிவளது நகையினழகும், மேலோர் தீட்டிவைத்த சித்திரத்தைச் சிங்காரமோகனக்கூத் தாட்டிவைக்கு மிவளது செஞ்சொலழகும், மண்ணாடர்

விண்ணாடர் வந்தழகு பார்க்கவைத்த கண்ணாடி போன்ற இவளது கபோலத்தினழகும், மற்றும், (இன்னுந்தொடரும்)

ஜனவரி, 1906, பக். 94-95 குமரவேள்.

ஓரற்புத சரித்திரம்

சகல அண்டசராசரங்களி னுள்ளும் புறம்புமொன்றாகி, திரியுலகங்களிலு மவஸ்த்தையற்றதாய் விளங்கும் காரணப்பொருளேதோ; அதனடியைச் சதா வந்தித்துத் தங்களின் வேண்டுகோளின்படி, கிரேதாயுகத்திற்குமுன் யுகமாகிய பூரணயுகத்திலுமாருங் கேட்டிராத ஒரு அற்புத சரித்திரத்தையுணரத்தக்கக் கதையாகச் சொல்லுகிறேன் கேள். இப்பரத கண்டத்தில் காவேரி யாற்றங்கரையி லானந்தப் புரியில் அந்தணர்க் குலத்திலொரு புதல்வன் பிறந்தான். அவன் பெயர் கபடரஞ்சிதன். இவன் எட்டு வயதுவரை பெற்றோரிடமிருந்து, பின் நீலகண்டாபுறம் சேர்ந்து, அங்கு தானே ரூபனென எல்லோருங் கொண்டாடும்படியாக விருந்த ஓர் சிற்ப சாஸ்த்திரியின் மனையில் சேர்ந்து, தன் குச்சியை வளர்த்துக்கொண்டிருந்தான். இவ்வண்ணம் சிலகாலம் நடந்தேறி வருகையில், சாஸ்திரியி னில்லாள் பெற்றோர் மனைக்கேகினாள். அச்சமயத்தில் கபடரஞ்சிதன், இரதிதேவியை இகழும்படியான ரூபத்தைக் கடவுளா லமைக்கப்பெற்ற ஓர் – நளி – நாச்சியைப் பக்குவமாய்க் கூட்டிக்கொண்டு வந்து சாஸ்திரிக்குக் காண்பித்தான். அப்பெண் ரூபத்தைச் சாஸ்திரியார் கண்ட தட்சணமே அது மெள்ள சாஸ்த்திரியின் முடிக்குத் தாவிக் கண்ணை மூடி விட்டது. அதினாலவர் சாவுக்குச் சமமாக மூர்ச்சையடைந்தார். உடனே கபடரஞ்சிதன் அவருடைய களையையாற்றி மூர்ச்சை நீங்கும்படிச் செய்தான். சாஸ்திரி களை நீங்கின உடனே ஜாதி, குலம் இவைகளை யொன்றுங் கவனியாமல் கபடரஞ்சிதனைப் பார்த்து, நீ இப்பாவையரை யென்னுடனிணங்கும் படியாய்ச் செய்தால், இன்று முதலென் மனையில் நடக்கும் சகல காரியா காரியங்களுக்கும் உன்னை யஜமானனாக நேமிப்பேனென்றார்.

இம்மொழி கபடரஞ்சிதன் செவியில் நுழைந்தவுடன் சம்மதித்தவனாய், அப்பெண்ணை முன்னை யேற்பாடு செய்திருந்தமையால் சாஸ்திரியுடன் கூடிக்குலாவும்படியாய்ச் செய்தான். அந்நங்கையரால் கபடரஞ்சிதனுக்கு, சாஸ்த்திரி மனையில் யஜமான் பட்டங் கிடைத்தது. அது யெவ்வாறிருந்த தெனில், நரிக்கதிகாரங் கொடுத்தால் கிடைக் கொரு ஆடுகேட்டவாறு கபடரஞ்சிதன் அம்மனையிலுள்ள சகலரையும்

கடிந்துபேசி, எஜமானுக்கு எல்லா வழியிலும் உபாயத்தைக் காண்பித்து, வீட்டில் பிறந்த பிள்ளைகளுக்கெல்லாம் மேன்மை யாக பல்லோராலுங் கொண்டாடும்படியாக நற்பெயரெடுத்து சாஸ்த்திரிக்கு மேல் சாஸ்த்திரியாக அந்நகரில் விளங்கினான்.

இது இங்ஙனம் நிற்க, வைகுண்டாபுரத்தில் ஜகஜாலன் வீட்டிலொரு பெண்ணு மிரண்டாண் குழந்தைகளும் பிறந்து நாளொருமேனியாய் வளர்க்க அவர்களும் வளர்ந்து வாலிபத்தை யடைந்தனர். ஜகஜாலன் தன் புத்திரியைப் பார்த்து, தம்மகளாகிய, கமலரஞ்சனைக்கு விவாகஞ் செய்ய வேண்டுமெனத் தன் பந்துவர்க்கங்களுடன் சொன்னான். அவர்கள் கைலாச புரத்தில் சுந்திர சாஸ்த்திரி குமாரன் குலசேகர சாஸ்த்திரிக்குக் கொடுத்தால் தம்பதிகள் சுகஜீவியாய் வாழ்வார்களென்று நன்கு மதித்து, சுந்திர சாஸ்திரியைக் கண்டு தங்களுடைய கருத்தைவெளியிட அவரும் சம்மதித்துப் பல்லோரறிய குலசேகர சாஸ்திரிக்கும் கமலரஞ்சனைக்கும் விவாகம் நடந்தேறியது. தம்பதிகள் சிலகாலம் கைலாசபுரத்தில் மனுநீதி வழுவாமல் எல்லாம் நடத்திக்கொண்டு வந்தார்கள். அகஸ்மாத்தாய் கமலரஞ்சனையின் பிதா ஜகஜாலன் வைகுண்டா புரத்தைவிட்டு வைகுண்டம் சேர்ந்ததாய்க் கேள்வியுற்றுடனே அவ்விடம் போனார்கள்.

குலசேகர சாஸ்திரியும் கமலரஞ்சனையும் வைகுண்டாபுரம் சேர்ந்த பின் மாமனாருக்குச் செய்ய வேண்டிய சகல கர்மங்களையுமான்றோருரைப்படி செய்து முடித்து சிலநாளங்கிருந்து தன் குடும்பத்தாரின் துயரங்களை மாற்றி உலகவாழ்க்கையைப் பிடித்து நடக்கும்படியாய்ச் செய்து, மாமியாரை நோக்கி ஓ, அத்தையம்மா! நானுமுன் குமாரத்தி யும், கைலாசபுரம் விட்டுவந்து நெடுநாளானதால், பிதாசுந்தர சாஸ்திரியாரென்னமாயிருக்கிறாரோ யாதொன்றும் தெரியாததினால் நாங்கள் போயவரைப் பார்த்தங்கு சிலநாளிருந்து குடும்ப க்ஷேமங்களைக் கவனித்து மீள இங்கு வருகிறோ மிதனிடையிலுனக்கு ஏதேனும் நேருமாகில், வைகுண்டா புரத்திற்கும் கைலாச புரத்திற்கும் நூறு இருநூறு அல்லது ஆயிரமயிலல்ல, மச்சினன் சோளமுத்தை யனுப்பி வையுங்கள் கோழி கூவு முன்னங்கு சேர்வான். நான் கதிரோன் மறையுமுன்னிங்கு வர மாட்டேனா? ஆனதால் நீ மனதின்கண் ணெவ்வித வியாகூலமும் கொள்ளாமல் விடைதர வேண்டுமென, மாமியார் பாதங்களின் மீது விழுந்து தெண்டம் சமர்ப்பித்தெழுந்து கைகட்டி வாய்பொத்தி வெகு பயபக்திவினையத்துடன் எதிர் நின்றான். இவ்வாறு நிற்கும் மருமகப் பிள்ளையைக் கண்குளிரப் பார்த்து, அகத்தின்

கண்ணடங்கா மகிழ்ச்சிக்கொண்டு, அப்பா! இன்றிருந்து, நாளை போகக்கூடாதோ வென்றாள். அம்மொழியை முடியென சிரமேற் புனைந்து சம்மதித்தவன் போல் அபிநயங்காட்டி யவ்விடம் விட்டகன்றான். உடனே தாயார் ஐயநாங்கி மகள் கமலரஞ்சனையைக் கூப்பிட்டு என்னடியம்மா' உன் கொழுநன், தன்னாட்டிற்குப் போக உத்திரவு கேட்டார்.

நாளை போகலாமென்று சொன்னேன் உன்னபிப்ராய மென்னென்றான். இவ்வாறு தாயார் சொன்ன சொல் கமலரஞ்சனையின் செவியில் நுழைந்தவுடனே பொத்தென்று பூமியின் மீது விழுந்து மரணத்திற்குச் சமமாக மூர்ச்சை யடைந்தாள். ஐயநாங்கி, ஏதோ மோசம் வந்துவிட்ட தென்றுணர்ந்து யாதொன்றையும் செய்ய கை காலிடம் தராததால் "அக்கத்து வீட்டாரே! அண்டை வீட்டாரே, பக்கத்துவீட்டாரே, சந்துவீட்டாரே, பொந்து வீட்டாரே 'வாருங்களடியம்மா,' அக்கா! தங்காய்! ஐயோ! அண்ணா! தம்பி! என்று வாயில் வாயிலடித்துக்கொண்டு மண்ணின் மீது விழுந்து புரண்டு ஓவென்று ஓலமிடவே, ஊரிலுள்ளோ ரெல்லாம் சந்தைக் கூட்டம்போல் ஐயநாங்கி வீட்டில் வந்துசேர்ந்து, கமலரஞ்சனையின் சோபம் தீரும்படியாகச் செய்து, ஐயநாங்கியின் மனதை நிலைநிறுத்தியவரவரிருப்பிடம் போய்ச் சேர்ந்தார்கள். ஐயநாங்கி, அடியம்மாவுனக்கு இந்த மூர்ச்சை வரவேண்டிய காரணம் யாது, நீ பெண்ணாய்ப்பிறந்து 16–வருஷம் இரவும்பகலு மென்னை இடைவிடாதிருந்த காலத்திலில்லையே, புருஷன் மனைக்குப்போய் இரண்டு வருஷகாலமில்லையே அங்குனக்கு எப்போதாவது வந்ததுண்டோ சொல்லென்றாள். கமலரஞ்சனை என்னை யருமையாய்ப் பெற்று வளர்த்ததாயே 'நீ சொன்னபடி யெனக்கிதற்குமு னிப்பேர்பட்ட மூர்ச்சைவந்ததில்லை. ஆனால் நீ, என்னைக் கொண்டவனுடன் கூட்டி அவருடைய மனைக்கனுப்ப சற்றுமாலோசியாமல் நினைத்தாயே அந்த எண்ணமே இந்த மூர்ச்சைக்கு முக்கியமான பீடமாயிருந்த தென்றாள்.

இன்னும் வரும்.

பெப்ரவரி, 1906, பக். 104–106. V.C.M

உ

வேலுமயிலுந்துணை

சென்னைத்திருமயிலையீச்சுரர்

சிங்காரக்கோவை

இது,

சென்னை அடைக்கலபுரத்தின்கண் ஸ்தாபித்துள்ள

ஸ்ரீ கமலவிநாயகர் பஜனைசிற்சபையார்

அபீஷ்டப்படி,

சென்னைபுரி ஆதி இந்து சுஜன பால்ய சைவ திராவிட சபையின்

அக்ராசனாதிபதியும்,

ஸ்ரீ கபாலீஸ்வர வித்வசித்தாந்த சபை ஸ்தாபகரும்,

"பூலோகவியாசன்" பத்திரிகாசிரியருமாகிய

பூஞ்சோலை - முத்துவீர வுபாத்தியாயரவர்களால்

இயற்றி

அன்பர்களின் பேருதவியால்

சென்னை

மஹாலக்ஷுமிவிலாச அச்சுக்கூடத்திற்
பதிப்பிக்கப்பெற்றது.

1906

1906ஹு ஏப்ரல்மீ 6உ ஷை சந்நிதானத்தில் செஞ்சி - சிவலிங்கம் பிள்ளை யவர்களாலும், R. கர்னன் பிள்ளை யவர்களாலும் பாடப்பெற்று நல்லடியாருக்கு விநியோகமானது.

உ

வேலுமயிலுந்துணை

முகவுரை

உலகெங்கணு முலவிச் சுவையமுத மூட்டுங் கலைமகட்குத் தனது நாவை யுறைவிடமாகக் கொடுத்த தீந்தமிழ்ப்புலவர்க ளீசனைத் தியானிக்கும்வண்ண மியற்றும் பன்னூற்கள் பல பெயரானே வெளிவரக்கண்டு மகிழு முலக மிவ்வற்பனே னிசைத்த விச்சிறுநூலையுங் கண்டானந்தமெய்தற்கிடமிராதெனினு மந்நூற்களிடத்துப் பொருளின்றிவரும் தான், ஏ, கொல்லோ, மற்று என்னும் பல அசைமொழிக ளோசையினிமித்தமாவ தெடுத்தாளப் பெறுவதுபோல சாக்ஷாத் பரவேஸ்வரனது திருநாமத்தானே வந்ததுபற்றியேனுமிச் சின்னூலப் பன்னூற்களோடு சேர்க்கப்பெறு மென்பது துணிபு.

இந்நூ லெப்பெயர்க்குறிப்பான் வெளிவந்ததோ வெனின், உலகமாயையாந் தாய்வசப்பட்டு, சாக்ஷாத் பரமேஸ்வரனாந்தலைவன்மேற் காதல்கொண்டு, பிரிவாற்றாளாய்ப் பாடுந்தலைவி தனது மனமாகுந் தோழியை வசப்படுத்தித் தாய்மொழி துறந்து, தலைவன் பதியாந் திருமயிலாபுரிக்கேகி, நாயகன் வைபவங்களைத் தரிசித் தானந்தமெய்தி தனதூடலைத் தணிக்குமாறு வேண்டுதலும், இடையே இலௌகீக விஷயார்த்தமாக நேருஞ் சிற்சில குறிப்புகளுந்தோன்றப் பாடியதென்க.

பல மணிகளை யோரினமாகக் கோர்த்தல்போல அருஞ்செயல்களாகும் பலவித அம்ஸங்களை யழகுபடக்கோர்த்தமையாற் சிங்காரக்கோவை யெனும் பெயரானே இந்நூல் வெளியிடப்பட்டது. சிங்காரம், அழகு, அலங்காரம் என்பன வொருபொருட் கிளவியே. நூற்கணழகு பெறவந்த அருஞ் செயல்களியாதேவெனின் முடிவுரையிற் கண்டுகொள்க.

இங்ஙனம்,
அடியார்க்கடிமை

பூ.மு. உ.

உ

வேலுமயிலுந்துணை

சென்னைத் திருமயிலையீச்சுரர் சிங்காரக்கோவை

காப்பு – வெண்பா.

சாரக்கோ வப்புயத்தான் றண்மயிலை யீச்சுரர்சிங்
காரக்கோ வைத்தமிழைக் காக்கவே – யாரக்கோ
வர்த்தனத்தை யேந்துமொரு மால்மருக னன்பருள்ள
நிர்த்தனத்தா னைத்தா ணினை.

நூல்.

தலைவி தலைவனைக்காணாதிரங்கல்.

எழுசீர் விருத்தம்

உலக நாயக னும்பர்க ணாயக னொருபொழு தெனைப்பிரி யாதிங்
கிலகு நாயக னென்னுயிர் நாயக னிழிகுணத் தவர்களி னின்றும்
விலகு நாயகன் விழியிமை யாதிடு விண்ணவர்ப் பரவிய மயிலைத்
திலக நாயக னினும்வரக் காணேன் றிருவுளச் செயறி யேனே. (1)

இந்திர னயன்மா லெவர்களும் போற்று மேகநா யகனென திடத்தே
வந்திர வினிலோர் சுகமதைத் தந்து மருவிடு நாயகன் புவிமேல்
தந்தியி னூடே வருமொரு மன்னர் சந்ததம் வாழ்திரு மயிலைச்
சுந்திர நாயக னினும்வரக் காணேன் றூயுளச் செயலறி யேனே. (2)

கற்பனை யனைத்துங் கடந்திடு மவர்க்கோர் கருணைசெய் நாயகன் மேரு
வெற்பினை வளைத்துச் சுரர்தமைக் காப்ப மேவிய நாயகன் மாதர்
பொற்புறு நெறியா லளிக்குநல் லறங்கட் பொலிவுற வோங்கிடு மயிலை
விற்பனை நாயக னினும்வரக் காணேன் வியனுளச் செயலறி யேனே. (3)

நேர்வா நிரையு நிரைவர நேரு நேர்நிரை வளர்தரத் தளையுஞ்
சீர்வரப் பாடும் புலவர்க டமக்குத் திகழ்தரு நாயகன் வானிற
கார்வரக் கண்ட மஞ்சைக ளாடுங் கவின்பொழிற் சூழ்திரு மயிலை
யூர்வரு நாயக னினும்வரக் காணே னுயருளச் செயலறி யேனே. (4)

பொன்னினை நிகர்த்த முடியுடைத் தேவர் புகழ்பெறு வெள்ளியங் கிரியி
லுன்னரு ணாடி வந்திடுந் தவத்தோ ருளமுறை நாயகன் மணிகள்
துன்னிய கழைகட் கணுவெடித் தோங்கிச் சொல்லரு மொளிவிடு மயிலை
மன்னிய நாயக னினும்வரக் காணேன் மாணுளச் செயலறி யேனே. (5)

தலைவிதன் குறையைத் தோழியுடன் கூறல்

வேறு விருத்தம்

முடிமேற் பிறையை முடித்தபிரான் முத்தார் மயிலைப் பதியாரை
நடிமே னின்று மாலையிட்ட நாட்கண் டேனந் நாளன்றி
படிமே லின்னுங் காணேனிப் படிசெய் வாரென் றறியேனான்
துடிமேல் விழுசிற் சிடையாயென் றுயரையெ வர்க்குச் சொல்வேனே.

குன்றே பொன்றும் புயத்தழகர் கோமான் மயிலைப் பதியாரை
நன்றே நின்று மாலையிட்ட நாட்கண் டேனந் நாளன்றி
யின்றே யளவுங் காணேன்மற் றிதுசெய் வாரென் றறியேனான்
துன்னுங் கொங்கைச் சகியேயென் றுயரையெ வர்க்குச் சொல்வேனே.

தலங்கா தலித்த மன்னரெலாந் தகையுண் மயிலைப் பதியாரை
நலங்கா தலித்து மாலையிட்ட நாட்கண் டேனந் நாளன்றி
சலங்கா தலித்து நின்றனரோ தரைமேல் வரவுங் காணேனான்
துலங்கா தலித்த சகியேயென் றுயரையெ வர்க்குச் சொல்வேனே

நெடுவேற் காத்தான் றமையளித்த நிமலன் மயிலைப் பதியாரை
நடுவே நின்று மாலையிட்ட நாட்கண் டேனந் நாளன்றி
கடுவே தனைமாற் றிடவரவுங் காணேன் செவ்வள் ளைக்குழையைத்
தொடுவேல் விழிகொட் சகியேயென் றுயரையெ வர்க்குச் சொல்வேனே

வகையாற் சுரும்பு முரற்குழையார் வலஞ்சேர் மயிலைப் பதியாரை
நகையா னின்று மாலையிட்ட நாட்கண் டேனந் நாளன்றி
மிகையா லின்னும் வரக்காணேன் மெய்ச்சோர் வுற்றே வதைகின்றேன்
தொகையார் முத்தி னகையாயென் றுயரையெ வர்க்குச் சொல்வேனே.

தலைவி தன்னெதிர்ப்பட்ட மயில்களை விளித்தல்

வேறு விருத்தம்

நாதம் பயிலின் னிசைமா தரியல்
வாதஞ் செயுமஞ் ஞைகணீர் வாரீர்
காதன் மிககொண் டுமயங் கியயா
னோதுந் தொழிலொன் றுளங்கொள் வீரே. (1)

வெல்லுங் கதிர்மா மணிசூழ் வயலிற்
செல்லு மியன்மஞ் ஞைகணீர் வாரீர்
கொல்லுந் தயர்கொண் டுமயங் கியயான்
சொல்லுந் தொழிலொன் றுளங்கொள் வீரே. (2)

தேறுங் கமுகின் செழுஞ்சோ லையுளே
சேறு மியன்மஞ் ஞைகணீர் வாரீர்
மாறு மனங்கொண் டுமயங் கியயான்
கூறுந் தொழிலொன் றுளங்கொள் வீரே. (3)

உள்ளுந் தொறுமே லூர்வா குமெழிற்
கொள்ளு மியன்மஞ் ஞைகணீர் வாரீ
ரெள்ளும் பழிகொண் டுமயங் கியயான்
விள்ளுந் தொழிலொன் றுளங்கொள் வீரே. (4)

ஒப்பி லுருவு முயர்வுங் குணமுந்
துப்புற் றியன்மஞ் ஞைகணீர் வாரீர்
வெப்ப மயற்கொண் டுமயங் கியயான்
செப்புந் தொழிலொன் றுளங்கொள் வீரே. (5)

தலைவி தலைவனிடத்து மயில்தூது விடுத்தல்.

வேறு விருத்தம்.

கட்டுவார்குழை நங்கைமாரணி காட்டுமாமயி லைப்பதி
யிட்டமேயுற நின்றமாதவ னெந்தனாயகன் சந்நிதி
மட்டுநேர்தரும் வாயிலேகிநன் மஞ்ஞைகாளும தேழையான்
திட்டமாறிய வென்னுள்க்குறை தீர்க்கவோர்மொழி செப்பிரே. (1)

பொன்னுளோங்கியத் தோரணங்கட்பொ லிவுறுமயி லைப்பதி
தன்னிலோங்கிய முக்கணாயகன் சங்கநாயகன் சந்நிதி
மன்னுமுன்னணி வாயிலேகிநன் மஞ்ஞைகாளும தேழையான்
றென்னிழந்திடு மென்னுளக்குறை தீர்க்கவோர்மொழி செப்பிரே. (2)

கஞ்சமெல்லிதழ் மீதிலன்னங்கள் கண்படுமயி லைப்பதி
விஞ்சுமாறொருக் கோயிற்கொண்டவி மலநாயகன் சந்நிதி
மஞ்சமுன்னணி வாயிலேகிநன் மஞ்ஞைகாளும தேழையான்
செஞ்சொலற்றிடு மென்னுளக்குறை தீர்க்கவோர்மொழி செப்பிரே. (3)

அணிகொள்மன்ன ரருந்தவத்தின ரார்ந்தமாமயி லைப்பதி
துணிகொண் டோங்கிய முத்திநாயகன் றூயநாயகன் சந்நிதி
மணிகொண் முன்னணி வாயிலேகிநன் மஞ்ஞைகாளும தேழையான்
திணிகொளாதுழ லென்னுளக்குறை தீர்க்கவோர்மொழி செப்பிரே. (4)

தூயவானவர் வந்தருந்துதி சொல்லுமாமயி லைப்பதி
நேயமுற்றிடு மெந்தநாயக னித்தநாயகன் சந்நிதி
மாயமுன்னணி வாயிலேகிநன் மஞ்ஞைகாளும தேழையான்
றேயமாறிய வென்னுளக்குறை தீர்க்கவோர்மொழி செப்பிரே. (5)

தலைவனைக்காணாத் தலைவி குறத்தியிடங் குறியாராய்தல்

வேறு விருத்தம்

விண்ணிடத்து மலையிடத்தும் விளையாடி மயிலைநகர் விளங்கி யெந்தன்
கண்ணிடத்து முயிரிடத்து மகலாத நாயகனைக் காணே னந்தோ

பண்ணிடத்தின் னிசைபூட்டுங் குறமடவா யென்செய்வன் பாவியேனிப்
பெண்ணிடத்து வருவாரோ வாராரோ குறியாய்ந்து பேசி டாயே. (1)

மனைநோக்கு மாதுலர்தம் முகநோக்கி யன்னமிடு மங்கை யார்நல்
வினைநோக்கி யெழுந்தருளும் பெனானியுறை மயிலைநகர் விமலன்கஞ்சந்
தனைநோக்கக் காணேனா னென்செய்வேன் குறமடவாய் தளரா நின்றே
னெனைநோக்கி வருவாரோ வாராரோ குறியாய்திங் கிசைத்தி டாயே. (2)

வாளையே றுந்தடங்கட் குழுமெழின் மயிலைநகர் வாழ்வுற் றேநற்
காளையே றுந்திடத்து நாயகனின் றேவரவுங் காணு வேனோ
வேளையே மருட்டுமியற் குறமடவா யென்செய்வேன் வினையா ளென்முன்
னாளையே வருவாரோ வாராரோ குறியாய்ந்து நவிற்றி டாயே. (3)

இகம்பார்க்கும் புதுமையெலா மேற்றதிரு மயிலைநக ரிறைவ ராங்கற்
பகம்பார்க்குங் கரத்தழக ரென்னைமறந் தயலிடத்திற் படுத்திட்டாரோ
ஜகம்பார்க்கு மிசைப்பாட்டின் முறையோங்குங் குறமடவாய் தகையா லெந்த
னகம்பார்க்க வருவாரோ வாராரோ குறியாய்ந்திங் கரைந்தி டாயே. (4)

மெச்சுமணிக் கொடியாடுந் திருவீதி மயிலைநகர் மேவுந் தேவர்
கச்சுபுனை முலைமாதர் மயல்வலையிற் பட்டனரோ ககனத் தோரும்
விச்சையுறக் கரம்பார்க்குங் குறமடவா யவர்திறத்தை விளம்பு மென்பா
லிச்சையுற்று வருவாரோ வாராரோ குறியாய்ந்திங் கியம்பி டாயே. (5)

நற்றாய் வருந்தல்

வேறு விருத்தம்

ஐயா வென்பா ளரனே யென்பா ளாவியுஞ் சோர்வுறுவாள்
துய்யா வென்பாள் மாமயி லைப்பதி துரையே வாவென்பாள்
மெய்யா வென்பாள் மன்மதன் கணையான் மெலிவா ளுடலயர்வாய்
பொய்யா மொழியாற் புகழ்சேர் விரதம் புரிவா ளென்மகளே. (1)

அரனே யென்பா ளழகா வென்பா ளாருயிர்க் கோரருட்செய்
வரனே யென்பாள் மாமயி லைப்பதி வாழ்வே வாவென்பாள்
பரனே யென்பாள் விண்ணவ ரேத்தும் பதியே வந்தருட்சங்
கரனே யென்பாள் வேறொன் றினையுங் கருதா ளென்மகளே. (2)

அம்போ ருகவெண் மலர்மீ தனங்க ளமர்செந் தடமெங்கும்
வெம்போர் வாளை யுலவும் மயிலை வேதா வாவென்பாள்
சம்போ சிவசங் கரனே யென்பாள் தனியே யென்மீது
வம்போ தொடுத்தீ ரென்பாள் கற்பின் வடிவா ளென்மகளே. (3)

அருவரு வேயென தாருயிர்க் குயிரா யன்பிங் களித்தோனே
பெருவுரு வேதிரு மாமயி லைப்பதி பெருமான் வாவென்பாள்
திருவுரு வேயென் னரசே யென்பாள் திகழ்கண் ணீர்சொறிவாள்
மருவுரு வடர்செங் குழலும் முடியாள் மதிசே ரென்மகளே. (4)

அச்சுப் பண்பாட்டில் ஆதி திராவிடர் அறிவு மரபு ௸ 271 ௸

சோற்றாசையுமற் றுச்சுக மற்றுச் சோர்வாள் வேறொன்றுந்
தோற்றா தவளாய் மாமயி லைப்பதி தூயா வாவென்பாள்
வேற்றார் முகங்கண் டால்விழி கழித்தே வெங்கோ பக்குறியான்
மாற்றா ரைப்போல் பார்ப்பாள் மயலை மறவாளென்மகளே. (5)

தலைவி தலைவனைக்காண விழைதல்

வேறு விருத்தம்

அணியணி வகுத்த சேனை யனைத்தையு நடத்தி மிக்க
வழகுறுஞ் சோலை யெல்லா மடர்ந்தமா வரசர் பூண்ட
மணியணி கழன்று பூவின் மகட்கணி யாக்குஞ் செய்ய
மயிலைதொன் னகரா ரென்னை மருவிட வலிய வேகிப்
பணியணி புயத்தீர் விண்ணோர் பணியுநற் புகழீர் நான்கு
பழமறை யேத்தி யேத்திப் பாடிடும் பண்பீர் வெல்லுந்
திணியணி யுடைத்தீர் முன்னநந் திரிபுர மெரித்தீ ரெந்தன்
சிறுமொழிக் கிரங்க வென்றுஞ் செப்புவேன் செப்பு வேனே (1)

கலையெனு மமுத மெல்லாங் கனிவுடன் றமது புந்திக்
கலசமே யடைத்த ஞானக் கருணிகர் வந்து தந்த
நிலையினி லிருந்து மண்ணில் நிகரறத் தவங்க ளாற்றி
நீடுறும் புகழ்க ளெல்லாம் நிறுத்திய மயிலைத் தேவர்
அலையுறு மென்மேற் காத லாகிட வலிய வேகி
யமிழ்தினு மினித்த சொல்லா லன்புடன் மேரு வெற்பைச்
சிலையென வளைத்தீர் வேடச் சிறுவனை யளித்தீ ரெந்தன்
கிறுமொழிக் கிரங்க வென்றுஞ் செப்புவேன் செப்பு வேனே. (2)

சங்கிடை யெழுந்த முத்துந் தனிமதக் களிற்றுக் கோட்டிற்
றழைத்தொளி விளைக்கு முத்துஞ் சந்தத நிறைந்து பூவிற்
றுங்கவா னுடுக்கள் போலுந் தோன்றிடு மயிலை யூரிற்
சொல்லருங் கீர்த்தி யெல்லாஞ் சூடிய நிமல னென்னை
தங்கிய காத லோடுந் தழுவிட வலிய வேகித்
தனிமொழி யமுத மூட்டித் தண்கரங் குவித்து நின்று
திங்கள்செஞ் சடையீர் கொன்றைச் செம்மலர் தரிப்பீ ரெந்தன்
சிறுமொழிக் கிரங்க வென்றுஞ் செப்புவேன் செப்பு வேனே. (3)

வாணுதன் மடவா ராடி வந்ததோர் தடத்துண் மூழ்கும்
வன்சிறை யனங்க ளெல்லாம் வடிவினின் மலர்மா தென்னக்
காணுறு மயிலைத் தேவர் கண்டிட வலிய வேகிக்
கனிவுறுஞ் சொல்லா லுள்ளங் கரைந்திட வாழ்த்தி யேத்தி
மாணுறுஞ் செயலீ ரன்பர் மனங்குடி கொள்வீ ரெங்கு
மன்னிய புகழீர் துய்ய மதியினை யணிவீர் தூய்மைச்
சேணுல குடையீர் வஞ்சத் தீவினை யழிப்பீ ரெந்தன்
சிறுமொழிக் கிரங்க வென்றுஞ் செப்புவேன் செப்பு வேனே. (4)

பூங்கமு கனைய கன்னற் புதுநற வொழுக முற்றிப்
புகழ்கணு வெடிப்ப வோசை பூட்டும்வண் டினங்கள் கூடி
தீங்கறப் பாடிப் பாடிச் செழிப்புறு மயிலை நாட்டிற்
றிகழ்தரு மரனா ரென்னைச் சேர்ந்திட வலிய வேகிப்

பாங்குக ளுடையீர் வாழ்த்தும் பண்பினர்க் கருள்வீர் முன்னம்
பாலனைக் காத்தீர் மற்றோர் பாலனைப் புசித்தீர் நாளுந்
தேங்கமழ் மலர்த்தாள் வேண்டுந் திறத்தினர்க் களிப்பீ ரெந்தன்
சிறுமொழிக் கிரங்க வென்றுஞ் செப்புவேன் செப்பு வேனே. (5)

தலைவி சோதிடங்கேட்டல்

வேறு விருத்தம்

அணிதிகழ் செங்கலை யாதிவ ழங்குறு மையா புரிநூ லாரணரே!
பணிதிகழ் புயத்தார் மயிலையி னிடத்தார் பண்புறு சேனா பதித்திலகர்
மணிதிக ழெந்தன் மாளிகை தேடி வருவா ரோவன் றித்தனியே
திணிதிகழ் மனத்தாற் செல்வா ரோவிச் செய்திவி ளங்கச் சொல்வீரே.

பெருமா தவமே யுருக்கொடு வந்தீர் பெரியீர் புரிநூ லாரணரே!
திருமா லயன்முன் றேடிய வடியுந் திருமுடி யந்திக ழெம்பரனார்
மருமா மலர்வா சங்கம் ழெந்தன் மாளிகை தேடி வருவாரோ
வொருமா மயிலைப் பதியார்க் கென்மே லுளந்தா னிலையோ
வுரைப்பீரே.

வழுவா வுரையீர் தவமே வடிவாய் வந்தீர் புரிநூ லாரணரே!
நிழுவாக் கலைமா துறைமா மயிலை நகரா ரென்முன் வருவாரோ
மழுவார் கரத்தா ரென்னா சையினை மறந்தே முற்றுந் துறந்தாரோ
புழுவாய்த் துடித்திங் குழல்வேன் றனக்கோர் புகமுண் டாகப்
புகல்வீரே...

திருத்த முடையீர் ஜயமே வடிவீர் திறஞ்சேர் புரிநூ லாரணரே!
நிருத்தர் மயிலை யார்க்கு மெனக்கு நிகழ்ந்த மேலாந் திருமணத்திற்
பொருத்த மிலையோ வுண்டோ வினிமேற் புகுமோ வவரெந்
தனைக்காண
வருத்த மெனவோ சோதிடம் பார்த்தென் வறுமைக ணீங்கிட
வழுத்தீரே.

கோட்பொய் யறியாச் செயலீர் தூய்மை குடிகொட் புரிநூ லாரணரே!
வாட்பொன்றியசெவ் விழிசேர் மடவார் மன்னும் மயிலைப் பதியார்தந்
தோட்பொன் றிடநான் மயல்கொண் டேனோர் சுகமுங் கண்டே
னிலையெந்த
னாட்போல் லாதோ வெவர்செய் சூதோ நலத்தா லெனக்கு நவில்வீரே.

தலைவி பாங்கியைத் தன்னோடழைத்தல்

வேறு விருத்தம்

அரியானை யென்னாசை யனையானை யருளை
யளிப்பானைக் களிப்பானை யன்பற்ற வெவர்க்குந்
தெரியானை மறைநான்கிற் றிகழ்வானை மயிலைத்
திருவூரி லுறைகின்ற திணியானை தேவர்க்
குரியானை யான்தேடி யுற்றேவற் புரிவே
னூர்வேண்டி பதிவேண்டி யுளவேண்டிற் பெறுவேன்
வரியான விழிகொண்டு வகைமேவுந் தோழி
வழிகண்டு மென்னோடு வருவாயோ தோழி. (1)

அலைநீடி வளர்கின்ற கடலோசை போல
வணிநீடு மறையோர்சொல் லொலிநீடு மயிலை
நிலைநீட வெழுகின்ற நடத்தேவர் தம்மை
நிகரற்ற கிருபாக டாக்ஷித்து வைப்பை
கலைநீட யான்தேடிக் கண்டேவல் புரிவேன்
கதிவேண்டி நிதிவேண்டி கனம்வேண்டிற் பெறுவேன்
சிலைநீடு முருவன்ன நடைகொண்டதோழி
திகைக்காம லென்னோடு நடப்பாயோ தோழி (2)

கார்கண்ட பூச்சோலை யெங்கெங்கு மஞ்ஞை
களித்தாட மாற்றாரைச் சவமாக்கும் வெற்றிப்
போர்கண்ட பார்வேந்தர் புகழ்ந்தாடு மயிலைப்
புரியாரை மட்டற்ற பொறையாரை சடையி
லோர்கண்ட மதியாரை யெழிலாரைக் காண்பே
னிகம்வேண்டி பரம்வேண்டி யெதுவேண்டிற் பெறுவேன்
சீர்கண்ட மொழியோடு செயலோங்குந் தோழி
திறமாக வென்னோடுந் தொடர்வாயோ தோழி. (3)

விதிதங்கு சினையாமை தமதில்ல மலரில்
வியன்கொண்ட சிறைவண்டி னினம்வந்து சேர்ந்து
துதிதங்கு மெழிலோசை யாற்பண்வயங்கித்
துணிவாக மதுவுண்டு புகழ்பாடு மயிலைப்
பதிதங்கு மரனாரை யான்கண்டு கொள்வேன்
பழியோடத் தவம்வேண்டில் வழியோடும் பெறுவேன்
மதிதங்கு மதிசுந்தர மடவாயென் றோழி
மயல்கொண்ட வென்னோடு மிசைவாயோ தோழி. (4)

சுபமேவு மடமாத ரெழுவீதி யெங்குந்
துவசங்க ணிறைந்தாடு மெழிற்காண வருவார்
தபமேவு முனிவோர்கள் தமைக்காண வருவார்
தம்மோடி யான்சென்றுத் தகைமேவு மயிலை
நிபமேவ நின்றாரைக் கண்டேவல் புரிவே
னிலைவேண்டி கலைவேண்டி லலைவின்றிப் பெறுவேன்
நபமேவு முயர்மாதர் புகழ்தாவுந் தோழி
நலியாம லென்னோடுந் துணிவாயோ தோழி. (5)

பாங்கிதன் னோக்கம் பைந்தொடிக் குரைத்தல்

வேறு விருத்தம்

திருவ டார்ந்த பொழிலி டத்து சேர நின்ற கிளிகளுந்
திணிய டார்ந்த மணிய ணித்தி கழ்ந்த கச்சு மாதரும்
மருவ டார்ந்த மொழிக ளாடி மல்லி ழைத்து வந்துவாழ்
மயிலை யண்ணல் மீது மிக்க மைய லுற்ற மங்கையே!
தருவ டார்ந்த மாலை யொன்று தாங்கி டற்கு வழியிலை
தனிமை யென்பி னார மேத டத்த ணிந்த பித்தனார்
உருவ டார்ந்த மலைகு றத்தி யோடி சைந்த வீணரை
யுன்னி யுன்னி வாடி நிற்ற லூர்ப ழிக்க வல்லதே. (1)

கோவ ணத்தை யன்றி வேறு கோடி யில்லை யவனிடங்
கொல்லு நாக மன்றி வேறு குணமளிக்கும் பணியிலை
தாவு மாபி ணங்கள் வெந்த சாம்ப லைத்த ரித்துபின்
சந்து தோறு மன்ன பிச்சை தானெ டுத்து ணுங்குணன்
மேவு மாதர் தங்களின்மி குந்த கற்பு மங்கையே!
மேன்மை நீடு மயிலை யத்தன் மீதில் மையல் வைத்துநீ
யாவி சோர்வு கொள்வை யாகி லார்சி றித்தி டார்கொலோ
வவனி மெச்சு மங்கை யார்க்கு ளான தன்மை யல்லவே (2)

ஊரி லுற்ற மாதர் தந்த முள்ளூ ளேசி றிக்கவோ
வுன்னை யொத்த பெண்க ளேச்சு ரைக்க வோவ னாதியாம்
பேரெ டுத்த மயிலை யத்தன் பின்செ லத்து ணிந்தனை
பேயோ டாடு மன்ன வர்க்குப் பெண்கொ டுப்ப தெவர்கொலோ
நேரி லுற்று காளி யோடு நிர்த்த மாடுங் கூத்தனார்
நினைக்கொ ணாத பிணத்தெ லும்பை நீள்பு யத்த ணிந்தவன்
நீரெ டுத்த முடியி னாரை நீய டுத்த ணைந்திட
நினைத்த லென்ன நேர்மை யோவிந் நிலத்து ளோர்க்கு ணிந்தையே. (3)

தந்தை யில்லை தாயு மில்லை தகையின் மிக்க நேசருந்
தகுதி யான சுற்ற மற்று தான்த னித்து நின்றவன்
கந்தை சுற்றி பிச்சை யோடு கையி லேந்தி யூரெலாங்
காசி றந்து மயிலை வாழ்முக் கண்ணன் மீது மெத்தவுஞ்
சிந்தை வைத்து மைய லுற்று சேர நாடி செல்வையேற்
சீர்வி ளங்கு மோர றத்தி றஞ்செ ழித்த மங்கையே!
நிந்தையான வார்த்தை யாடி நிகழு நங்கை மாரெலாம்
நின்று நின்று பேசி யுந்தன் நிலைமை யைப்ப ழிப்பரே. (4)

தோழிதன்னோக்கைத் தோகை மறுத்தல்

வேறு விருத்தம்

கனியொன்றி ரண்டி லெழுகின்ற சாறு கண்டென் றினித்தமொழியாய்!
அணியாய நிந்தை பழிகார வீண ரரைகின்ற சொல்லை மதியேல்
முனிவோரு வந்து குடிகொண்ட மைலை முதலோனை யடைவ தன்றித்
தனியேயி ருந்து மயலால்வ ருந்தி தரைமேற்ப டுத்தி டேனே. (1)

ஆலம்பொ றுத்த விழியாயெ னாவி யனையாய்சி றுத்த மசியார்
ஞாலம்ப ழித்த வுடலார்வ ழுத்து நயவஞ்ச கத்தை மதியேல்
கோலஞ்சி றந்து வளர்கின்ற மைலை குடிகொண்ட நாத னென்னை
தாலம்ப ழிக்க விடுவாரெ னுஞ்சொல் சரியல்ல வெந்தன் சகியே. (2)

இணைவந்த டார்ந்து மலைபோ லுயர்ந்த விருகொங்கை யேந்து மயிலே!
பணைவந்தி டாத வழிநின்ற வற்பர் பகர்கின்ற சொல்லை மதியேல்
திணைவந்த மைலை யருணேசர் நல்ல செயல் கண்ட சிந்தை யுடையார்
துணைவந்தெ னக்கு ளின்பஞ்சு ரக்க சுகமீந் திருப்ப ரவரே. (3)

அச்சுப் பண்பாட்டில் ஆதி திராவிடர் அறிவு மரபு ௸ 275 ௸

நலமேவி ழைந்து குணமேசி றந்த நடையாய்வி சித்ர வுடையாய்!
வலமேப டைத்து வீணேபி தற்ற வல்லோர்கள் மொழியை மதியேல்
பலமேற்செ றிந்து புகழ்கொண்ட மைலைப் பதியாள ரென்னை மருவி
நிலமே லுயர்ந்த கீர்த்திப்ர தாப நிலைநாட்ட வருவ ரின்றே. (4)

மைதொட்ட கண்ணு மணியிட்ட மார்பு மகிழ்வுற்ற வளமு முடையாய்
பொய்தொட்ட வார்த்தை குடிகொண்ட வீணர் புகல்கின்ற
சொல்லை மதியேல்
தொய்தொட்ட கொங்கை மடவார்கண் மேவி துகளற்ற மைலை
யரனென்
மெய்தொட்ட கையு மகிழுற்ற நெஞ்சும் வேற்றாரை யடைத லரிதே.

தலைவிதன் னிலைமையைத் தானினைந்திரங்கல்

வேறு விருத்தம்

திடம்படிந்த வரமுதவுந் திருமயிலை யரனார்
செம்பருவத் தென்னைமணஞ் செய்ததுதா னறிவேன்
நடம்படிந்து மீளவெனை நாடிவரக் காணேன்
நாட்டிலுறு மென்றுயரை நானெடுத்தெங் குரைப்பேன்
அடம்படிந்த பெண்களெலா மவமதிக்க வானேன்
அன்னைமனஞ் சகியாதென் னாசையெலாம் வெறுத்தாள்
குடம்படிந்து தளும்புகின்ற குறைநீர்போ லானேன்
கோலவய னெழுதியதென் குறைவின்விதி வசமே. (1)

விண்ணுழையுந் தேவரெலா மேவுகின்ற மயிலை
விமலனென்னை மாலையிட்ட வேளைமுகம் பார்த்தேன்
கண்ணுழையு மிடங்களெலாங் காட்சிதரு மவனைக்
காதலித்தேன் மீண்டும்வரக் காணேனென் செய்வேன்
புண்ணுழையும் வேலெனவே பூவிலுள்ள மடவார்
புன்சொலினா லேசுகின்றார் கூசுகின்றே னுடலம்
தண்ணுழையப் பாலளித்த தாயுமனஞ் சலித்தாள்
தலையிலய னெழுதியதென் றன்குறைவின் வசமே. (2)

சீர்படைத்த புகழ்மயிலைத் தேவரவ ரென்னைச்
சேரமணஞ் செய்ததன்றிச் சேர்ந்தறியா ரடஞ்சொற்
பேர்படைத்த பெண்களெலாம் பேசும்பழி யுரையாற்
பித்துருவா னேனவர்கள் சத்துருபோ லானார்
நேர்படைத்த வன்னையெனை நிந்திக்கத் துணிந்தாள்
நெடுஞ்சோலை யுட்பிரித்த கொடுமரம்போ லானேன்
பார்படைத்த வேந்தர்துதீ பரமனையான் பிரியப்
பாவியய னென்றலையிற் பதித்தவிதி வசமே. (3)

தூய்மொழியார் வந்தடையுஞ் சுத்ததிரு மயிலைத்
தொன்னகரா ரென்னைமணஞ் சூடியபின் னன்பால்
வாய்மொழியும் பேசாது வலம்படைத்துப் போனார்
வாழுமட மாதரெனை யேழையெனப் பழித்தார்

சேய்மையுடை யென்னனையுந் தெருவில்வரு வோரைச்
    சேரவர வழைத்தெனது சேதியெலாம் புகல்வாள்
காய்மையுடை யிவ்வூரார் கண்டுசிறித் திட்டார்
    கதித்தவய னென்றலையிற் பதித்தவிதி யெழுத்தே. (4)

சென்னைத் திருமயிலை யீச்சுரர்
    முந்துருளு மயிலைநகர் முன்னவன்வந் தெனது
    முகம்பார்த்து மாலையிட்டே னகம்பார்த்தா ரன்றி
மெத்தைமிசை விளையாடி மேவுமயற் றொடுத்து
    மேலான வின்பந்தர வேலாமற் போனார்
பித்துருவங் கொண்டலையப் பெற்றேனென் செய்வேன்
    பெண்களெலாம் பரிகாசப் பண்பாடத் துணிந்தார்
சத்துருபோ லெனையீன்ற தாயாரும் வைதாள்
    தணித்தவய னென்றலையிற் பிணித்தவிதி யெழுத்தே. (5)

தலைவன் பிரிவுக்குத் தலைவி காரணமாராய்தல்

வேறுவிருத்தம்

சீதமதி மேவுமயி லைத் தலகர் மீதுகுறை செப்பியறி யேன தன்றி
வாதமட வார்தமது நாயகரை நித்தனைசெய்வகையா னிழைத்த றிகிலேன்
நாதமிடு கீதவின் னிசைபாடி திரிகின்ற நங்கையர்க ளுறவு கொள்ளேன்
காதலுறு மென்னையவ ரிங்குதனி யாய்வைத்த காரணம றிந்தி லேனே.

வனமுற்ற மைலைநக ருறைவாரை நித்தமும் வாழ்த்தா திருந்தறிகிலேன்
சினமுற்ற மடமாத ரென்னேர முந்தமது சிந்தைக்கி சைந்த படியே
தனமுற்ற நாயகரை நாடிசெல் கின்றவழி தனைநினைத் தேக விசையாக்
கனமுற்ற வென்னையவ ரிங்குதனி யாயவைத்த காரணம றிந்தி லேனே.

கொடையார்ந்த மைலைநகர் வாசருக் கொருசிறிய கோபமுண்டாக நடவேன்
நடையார்ந்த விலைமாதர் போலுடுத் தித்தங்க நகைபூண்டு வெளியி லுலவேன்
படையோடு வருமன்னர் துதிகூறு மன்னவர்ப் பாதத்தை யன்றி நினையேன்
கடையாக வென்னையவ ரிங்குதனி யாய்வைத்த காரணம றிந்தி லேனே. (3)

வட்டமிட் டுலவுமன் னப்பறவை யெங்கெனும் வாழ்கொண்ட மயிலை நகரார்க்
கிட்டமற் றிட்டவெத் தொழிலுமுற் றறிகிலே னின்பநா யகர்த மக்கோர்

நட்டமுற் றிடவெனப் பலபொரு ளழித்திடும் நங்கையர்த முறவு வேண்டேன்
கட்டமிட்டென்னையவ ரிங்குதனி யாய்வைத்த காரணம றிந்தி லேனே. (4)

நிதியொன்று மைலைநன் னகராள ருக்குரிய நேர்மையெல் லாமி ழைப்பேன்
மதியொன்றி லாதபுன் மடவார்க ளோடுற்று மகிழாடி நிற்க நினையேன்
துதியொன்று கூறுவே னதுவுமத் தகையாளர் தூயடிக் கன்றி யலவே
கதியென்ற வென்னையவ ரிங்குதனி யாய்வைத்த காரணம றிந்தி லேனே. (5)

தலைவி மாரனைப் பழித்தல்

வேறு விருத்தம்

சீர னைத்திரு மாமயி லாவுரிச் செல்வ னைப்பிரிந் தேங்குறு மெந்தனை
மார னேகணை யாற்சுட வெண்ணினை மண்ணி லுன்னைம திப்பவ ரார்கொலோ
வீர முற்றிடு மன்னர்தம் வன்மையால் வெற்றி மேலிட வேண்டிற் றமையொத்த
தீர ரைச்சவ மாக்குவ ரென்னைநீ சீர ழிப்பது மாண்மைத்த னமதோ. (1)

சோலை நீள்தரப் பைங்கிளிச் சந்ததிச் சூழு மாமயி லாபுரி யத்தனை
மாலை சூடிய நாண்முத லின்னமு மருவி டாதும யக்குறு மெந்தனை
கோல மேசெயு மன்மத னேயுந்தன் கொள்கை கண்டிடி லார்மதிப் பார்கள் முற்
காலையுன்னையெ ரித்தமுக் கண்ணனைக் காய்ந்தி டாமலெ னைச்சுட லாண்மையோ. (2)

நன்னெ றித்திற முன்னுளி ருக்குமேல் காடுமாமயி லைப்பதி யாளரை
முன்ன மேசுட்ட வர்க்கெந்தன் மீதினில் மோக மூட்டிய ழைத்துவந் திங்ஙனே
யென்னைச் சுட்டவ ரோடிசை வாக்குவா யிந்ந லச்செய லின்றியிவ் வேழையாள்
தன்னை யேசுடத் தான்புறப் பட்டனை தக்கதோவுன தாண்மைத்த னத்துக்கே. (3)

நம்புமெய்யடி யாருறை மைலைவாழ் நாத னென்னைத் திருமணஞ் செய்தபின்
வம்பெ டுத்தகன் றார்வரு வாரென்று வழியெ லாம்விழி மேவவிட் டுள்ளுளே
வெம்பு மென்னைவெ ருட்டிட வேண்டிநீ வீசு மாமண மேதிக மும்மல

ரம்பெ டுத்துவந் தாய்மத னேயடி யாளை வாட்டுத லார்பழிக்
காகவோ. (4)

கோம ளந்திகழ் பாவையர் வாழ்த்துறுங் கோதி லாமயி லாபுரி
வள்ளலைச்
சேமநீடிட வேண்டித் திருமணஞ் செய்த தன்றிமற் றோர்சுகங்
கண்டிலேன்
வாம மங்கையர் தங்களைக் காய்ந்துயிர் வாட்டி வாட்டிவ
தைக்கும்ப ழியேலாங்
காம னேயுட லெங்குங்கு றிகளாய் காணப்பெற்றனை யேயிது
கர்மமே. (5)

தாய் தன் மகளின் றன்மைக் கிரங்கல்

வேறு விருத்தம்

தாகம றுத்தவ ருய்ந்தாருந் தண்மயி லைப்பதி வந்தார்மேற்
சோகமு டைத்தொரு பொழுதேனுஞ் சோறுண் ணாதிங் கயர்வுற்று
மோகமெ டுத்தே திரிகின்றாள் முகமேற் கண்ணீர் சொறிகின்றாள்
தேகமே டுத்தொன் றியமடவார் சிறிக்கத் தலைபட் டென்மகளே. (1)

பூசைநி றைந்திடு மாமயிலைப் புகழார் வெற்றித் திகழ்வார்மே
லாசைநி றைந்தொரு பொழுதேனு மன்னச் சுவையுங் கொள்ளாளாய்
நேசமுடைத்தோர் வாழ்பெறுமிந் நிலமேற் கண்ணீர் சொரிகின்றாள்
பாசமு டைத்திங் கெழுமடவார் பழிக்கத் தலைபட் டென்மகளே. (2)

வண்ணம டைந்தொளிர் திருமயிலை வாழ்வுற் றருளும் பரனார்மே
லெண்ணம டைந்தொரு பொழுதேனு மின்சுவை யமுது
முண்ணாளாய்
நண்ணும தன்கணை யெய்யவுட னலிந்தே கண்ணீர் சொரிகின்றாள்
பெண்ணம ரியலார் வசைமொழிகட் பேசத் தலைபட்
டென்மகளே. (3)

செய்யவ ளந்திகழ் மைலைநகர் செல்வததேவர் தம்மீது
மையலு டைத்தொரு பொழுதேனு மகிழ்ந்தோ ருணவு முண்ணாளாய்
நையல டைந்தே யுடலெங்கு நதிபோற் கண்ணீர் சொரிகின்றாள்
வெய்யந டத்துப் பெண்கள்பழி விளம்பத் தலைபட் டென்மகளே. (4)

நீதப் பண்ணிசை யெங்கெங்கு நீடிய மயிலைப் பதியார்மேற்
காதலு டைத்தே திரிகின்றாள் கைப்பிடி யமுது முண்ணாளாய்ச்
சீதக் குழலும் முடியாமற் றிரளாய்க் கண்ணீர் சொரிகின்றாள்
வாதப் பருவத் துறுமடவார் வசைக்குத் தலைபட் டென்மகளே. (5)

தாய்சொன் மறுத்துத் தலைவிசாற்றல்

வேறு விருத்தம்

காதன் மங்கைய ரனைவரு மென்மேற் காய்மை யாற்பழி
கூறினு மதியேன்
நீத மாகிய மூவிரு சுவையு நீடு மன்னமுந் தாயிட முண்ணேன்

வேத மோங்குறு மயிலையி னிடத்தே விளங்கு மாதவன்
றண்ணடி மறவேன்
ஆத லாலென தாருயிர் நமனார்க் காகி னும்பய மொன்றடை
யேனே. (1)

மார ணம்பயிற் றீமொழி மடவார் வாய்மொ ழிந்திடு மேச்சினை
மதியேன்
கார ணந்திக ழென்னுயிர்த் தாய்சொற் கற்பித மென்றே கருதியு
ரைப்பேன்
தோர ணந்திகழ் மயிலையி னிடத்தே துலங்கு நாயகன்
றண்ணடிக் கிசைவா
லார ணம்பயி லென்னுயுர் நமனார்க் காகினும்பய மொன்றடை
யேனே. (2)

பவஞ்செய் யேந்திழை யார்களெல்லோரும் பழிச்சொல் கின்றதை
யானினைந் துருகேன்
நவஞ்செய் யன்னை யெனைவெறுத் திடினு நாட்டி லுள்ளோர்
பழிக்கினுங் கலங்கேன்
தவஞ்செய் முனிவோ ருறைதிரு மயிலைத் தலத்து நாயகன்
றண்ணடி மறவேன்
அவஞ்செய் தறியா வென்னுயிர் நமனார்க் காகி னும்பய
மொன்றடை யேனே. (3)

வஞ்ச நெஞ்சுடைத் தேமட வார்கள் வழங்கி டும்பழிச் சொல்லினை
மதியேன்
செஞ்சொ லாலென தன்னைவந் தினிமை சேர்ந்த வன்னந்
தருகினு முண்ணேன்
தஞ்ச மேதரு மயிலைதொன் னகரார் தண்ண ருட்டிருத்
தாளினை மறவேன்
அஞ்ச லற்றவெ னாருயிர் நமனார்க் காகினும்பய மொன்றடை
யேனே. (4)

காய்மை யுற்றிடு மாதர்கள் கூடிக் கழறு மேச்சினைக் கருதியுள்
ளுருகேன்
வாய்மை நீடுமென் னன்னைதந் திடுமோர் வாச மலரையங்
குழையினி லணியேன்
தூய்மை வந்துறு மயிலையி னிடத்தே துலங்கு நாதனின் றூயடிப்
பணிவேன்
ஆய்மை யோட்டுமெ னாருயிர் நமனார்க் காகி னும்பய மொன்றடை
யேனே. (5)

அலைவுறு மதியைத் தலைவி முனிதல்

வேறு விருத்தம்

பேரா ருந்திருவாழ் மயிலாபுரிப் பிஞ்சகனைப்
பரா தேயுழன்று மவர் பக்ஷம றந்துவிடேன்

சீரார் வெண்மதியே யழற் றீக்கொண்டெ னையெரித்தால்
வரா தோவுனக்கும் பழி வந்திடு நீங்குவையே. (1)

திண்ணா ருந்திருவாழ் மயி லாபுரிச் செல்வர்தமை
யெண்ணா திங்குறங்கே னவ ரென்செயி னும்மறவேன்
தணணா ரும்மதியே யழற் றான்கொண்டெ னையெரிததால்
நண்ணா தோவுனக்கும் பழி நண்ணிடு நீங்குவையே. (2)

சொல்லா ருந்திருவாழ் மயி லாபுரித் தூயவனைப்
புல்லா திங்குறங்கே னவர் பொன்மலர்த் தாண்மறவேன்
வல்லா ரும்மதியே யழல் வாய்கொண்டெ னையெரித்தால்
நில்லா தோவுனக்கும் பழி நின்றிடு நீங்குவையே. (3)

மாணா ருந்திருவாழ் மயி லாபுரி மன்னவனைக்
காணா திங்குறங்கே னவர் கஞ்சவ டிமறவேன்
சேணார் வெண்மதியே யழற் சேரவெ னையெரித்தால்
தோணா தோவுனக்கும் பழி தோன்றிடு நீங்குவையே. (4)

பொன்னா ருந்திருவாழ் மயிலாபுரிப் புங்கவனை
யுன்னா திங்குறங்கே னவ ரொண்மலர்த் தாண்மறவேன்
மின்னா ரும்மதியே யழன் மிக்கவெ னையெரித்தால்
மன்னா தோவுனக்கும் பழி மன்னிடு நீங்குவையே. (5)

தலைவி தலைவனைக் காணச்செல்லல்

வேறு விருத்தம்

அந்தச டத்தார் வளந்தரு மயிலை
யண்ணலைக் காணுறச் செல்லுவன் யானே
வந்தந டத்துப் பெண்களெல் லோரும்
வல்லவ ளேயிவ ணல்லவ ளென்று
சிந்தைம கிழ்ந்தே வந்தனை புரிவார்
சீருறு மன்னையு மதிசய மடைவா
ளிந்தவை போகத் தெனையமைத் தவனுக்
கிருகரங் குவித்துத் துதியுரைப் பேனே. (1)

சுத்தத வத்தோர் வந்துறு மயிலைத்
தூயனைக் காணுறச் செல்லுவன் யானே
மெத்தவ ருந்திய பெண்களெல் லோரு
மிக்கவ ளேயிவள் தக்கவ ளென்று
சித்தம கிழ்ந்தே வந்தனை புரிவார்
செம்மைசெய் யன்னையு மதிசய மடைவா
ளித்தகை போகத் தெனையமைத் தவனுக்
கிருகரங் குவித்துத் துதியுரைப் பேனே. (2)

எப்பெருந் தகையு மிலகிய மயிலை
யிறைவனைக் காணுறச் செல்லுவன் யானே
செப்பென வுயருஞ் செம்முலை மடவார்
தீக்குண மொழித்தென் னோக்கினை மதித்துத்

துப்புர வுடனே வந்தனை புரிவார்
துக்கமற் றன்னையு மதிசய மடைவா
ளிப்பெரும் போகத் தெனை யமைத் தவனுக்
கிருகரங் குவித்துத் துதியுரைப் பேனே. (3)

நச்சறு முளத்தா ருறைதிரு மயிலை
நாதனைக் காணுறச் செல்லுவன் யானே
துச்சம றுத்துப் பெண்களெல் லோருந்
தூயவ ளேயிவ ளாயின ளென்று
மெச்சிம கிழ்ந்தே வந்தனை புரிவார்
மேவிடு மன்னையு மதிசய மடைவா
ளிச்சுக போகத் தெனையமைத் தவனுக்
கிருகரங் குவித்துத் துதியுரைப் பேனே. (4)

செவ்வைசெய் யறங்க ளுயர்திரு மயிலைத்
தேவரைக் காணுறச் செல்லுவன் யானே
ஔவியங் கடிந்தே பெண்களெல் லோரு
மல்லல கிற்றிட வல்லவ ளென்றிங்
கொவ்வும னத்தால் வந்தனை பரிவா
ருன்னுமென் னன்னையு மதிசய மடைவா
ளிவ்வகை போகத் தெனையமைத் தவனுக்
கிருகரங் குவித்துத் துதியுரைப் பேனே. (5)

தலைவன் பதியைத் தலைவிகண்டடைதல்

வேறு விருத்தம்

மட்டுறையாப் பொய்கைகளு மாமதிற்சூழ் கோபுரத்தை
விட்டுறையாச் சித்திரங்கள் வேறெங்குங் கண்டிலனே
கட்டுறையென் னாருயிர்க்கோர் காதலன்வாழ் நற்றலமாந்
தெட்டுறையு மாமயிலைத் திருவீதி கண்டேனே. (1)

பேரணியாய்க் கோகிலமும் பேதைமட மாதர்களும்
வீரமதாற பேசுவதை வேறெங்குங் கண்டிலனே
தாரணியி லெனக்கின்பந் தருபவன்வாழ் நற்றலமாஞ்
சீரணியு மாமயிலைத் திருவீதி கண்டேனே. (2)

சோலைகளுஞ் சோலையுளே துள்ளிசைசொற் குயிலினமும்
வேலைபுடை சூழ்புவியுள் வேறெங்குங் கண்டிலனே
கோலமிகு மென்னுயிருட் குலவுவன்வாழ் நற்றலமாஞ்
சீலமிகு மாமயிலைத் திருவீதி கண்டேனே. (3)

பத்தியுட னுத்தமரும் பாவலரும் பண்ணிசைச்சொல்
வித்தையினை யித்தலம்போல் வேறெங்குங் கண்டிலனே
யுத்தமமா யென்னுயிரி னுள்ளவன்வாழ் நற்றலமாஞ்
சித்தர்புகழ் மாமயிலைத் திருவீதி கண்டேனே. (4)

பண்ணுலவுஞ் செவ்விதழின் பாவையர்பற் களைநோக்கி
வெண்ணிலவும் பின்னடைதல் வேறெங்குங் கண்டிலனே

மண்ணிலவு மென்னுயிருண் மலிந்தவன்வாழ் நற்றலமாந்
திண்ணுலவு மாமயிலைத் திருவீதி கண்டேனே. (5)

தலைவி தோழியிடந் தலைவனது திறங்கூறல்

வேறு விருத்தம்

திருவார் கமலத் தடமெங்குஞ் செலார் மயிலைப் பதியிடத்து
திகழா ரருளே திருவுருவாய்ச் சிறக்கும் புகழ்கொள் தேவரவர்
மருவார் கொங்கை மடவார்கள் மனத்தா லேத்திக் களியாட
மணிசேர் கொடியி னரசரெலா மகிழ்கொண் டாட வரும்பவனி
யுருவா ரெனது மனமுவக்க வோடிப் பெரும்பே ரானந்த
வுவரி யிடையே மூழ்கியெழுந் தோங்கு முறையாற் கண்டலது
பெருவாழ் வுடைய சகியேயென் பெற்றா ளுடனோர் மொழியேனும்
பேசேன் மைய லோழியெனான் பிறிதொன் றினையும்
பற்றேனே. (1)

நல்லார் வணங்கும் புகழெல்லா நயத்தா லேற்று மன்னியதொன்
னகரா ரெங்கும் பரவியரு ணாடும் மயிலைத் தேவரவர்
வல்லார் கொங்கை மடவார்கள் வந்தே துதித்துக் களியாட
வாய்மை யுடைய முனிவரெலாம் வணங்கா நிற்ப வரும்பவனி
சொல்லா ரெனது மனமுலவக்கத் துணிவி லோடி யானந்தச்
சுகவா ரிதியுண் மூழ்கியெழுத் துதித்துப் பாடிக் கண்டலது
வில்லார் நெற்றி விழியாயென் விதன மொழியே னெடுந்திரைசூழ்
வேலையு றக்கங் கொண்டாலும் விழிமே லுறக்கங்
கொள்ளேனே. (2)

மன்னும் புலவ ரிசையோங்க மலிந்தெங் கெங்கும் பெருந்திரளாய்
வாழும் பெறுமை நிறைகொண்டு வயங்கு மயிலைத் தேவரவர்
பின்னுஞ் சடையின் பெண்களெலாம் பிரியா திருந்து களியாடப்
பிசகொன் றில்லா மறையோசைப் பெருகிச் சூழ வரும்பவனி
துன்னுந் தவஞ்சே ரென்னெஞ்சந் துணிய வோடி யானந்தச்
சுகவா ரிதியுண் மூழ்கிநலஞ் சுகிக்கப் பாடிக் கண்டலது
மின்னும் பணிசே ரென்றோழி மிகநீண் மையற் றணியேன்விண்
மேகக் குழையார் தம்மோடு மிகையா லொருசொன்
மொழியேனே.

மணிகொண் மாட மாளிகையு மடைப்பள் ளிகளு நிறைந்துவள
மலியும் புகழா லமரரெலா மன்னும் மயிலைத் தேவரவர்
திணிகொண் முலையின் பெண்களெலாஞ் சேரவி ருந்து களியாட
திறஞ்சேர் தவத்து முனிவரெலாஞ் சேவித் தேத்த வரும்பவனி
துணிகொ ளெனது மனமுவக்கத் துணிவா லோடி யானந்தச்
சுகவா ரிதியுண் மூழ்கிவரந் தோன்றப் பாடிக் கண்டலது
பணிகொண் முலையாய் தண்ணீரும் பருகேன் மற்றுஞ்
சுகமெல்லாம்
பாரேன் றுயிலுங் கொள்ளேனற் பாயிற் படுக்கைப் பொருந்தேனே.

திடஞ்சேர் பசிய பொன்போலுந் தேமற் படர்ந்த முலைமடவார்
சேர்த்த மணங்கள் வீதியெலாந் திகழ்மா மயிலைத் தேவரவர்

நடஞ்சே ரியலின் பெண்களெலா நாடிப் பாடிக் களியாட
நலங்கொ ளமரர் பெருங்கூட்ட நயத்தாற் போற்ற வரும்பவனி
மடஞ்சே ரெனது மனமுவக்க மன்னோ வோடி யானந்த
மகிழ்வாங் கடலுண் மூழ்கியெழு மனத்தா லேத்திக் கண்டலது
குடஞ்சேர் முலையாய் மணமலரைக் குழலிற் சூடேன் சிற்றுணவுங்
கொள்ளேன் மயலுந் தணியேனென் குலத்தா ரோடும் பேசேனே.

தலைவனது திருவுலா வியப்பைத் தலைவி தோழியுடன் கூறல்

வேறு விருத்தம்

சீருடையா ராணியுடையார் செஞ்சடைமேற் பிறையுடையார்
திகழுடையார் புகழுடையார் தேவர்மனத் தமர்வுடையார்
பேருடையார் மறைநான்கும் பேசுமருட் டிறமுடையார்
பெருவுடையா ருருவுடையார் பிறங்கியவெண் ணீறுடையார்
வாருடையார் மாமயிலை வாழ்வுடையார் திருப்பவனி
வந்தார்வந் தாரென்றே வாழ்மொழிந்தார் மொழிவதற்குள்
நேருடைநற் சகியேநா னிலைமயங்கித் தவிப்பவெனை
நிற்கவைத்திங் கவர்முன்னே நெஞ்சமது சென்றதுவே. (1)

குணமுடையா ருலகேத்துங் குலமுடையா ரருள்வழங்குங்
கொடையுடையார் நடையுடையார் கொல்புலித்தோன் மேலுடையார்
திணமுடையார் முத்தொழிலாஞ் செயலுடையா ரெல்லாஞ்செய்த
திண்ணுடையார் வெண்ணீற்றுத் திகழுடையார் புகழுடையார்
வணமுடையார் மாமயிலை வாழ்வுடையார் திருப்பவனி
வந்தார்வந் தாரென்றே வாய்மொழிந்தார் மொழிவதற்குள்
மணமுடைசெங் குழலாய்நான் மதியிழந்து தவிப்பவெனை
மயக்கிவைத்திங் கவர்முன்னே மனம்விரைவிற் சென்றதுவே. (2)

குலமுடையா ரருளளிக்குங் குணமுடையார் சதுர்மறையின்
கோவணத்தார் மாவணத்தார் குலவுமெழின் முத்தியெனுந்
தவமுடையா ரெல்லாஞ்செய்த தகையுடையா ரென்னகத்துத்
தழைத்துடையார் நல்வரத்தின் றயையுடையார் மேலான
வலமுடையார் மாமயிலை வாழ்வுடையார் திருப்பவனி
வந்தார்வந் தாரென்றே வாய்மொழிந்தார் மொழிவதற்குள்
கலமுடையென் சகியேயான் கலங்கியுளங் குழையவெனைக்
கைவிட்டிங் கவர்முன்னே கன்மனமுஞ் சென்றதுவே. (3)

விழியுடையா ரெல்லாஞ்செய் விதமுடையா ரருட்சோதி
விளக்கடையார் களக்கமிலார் வேண்டுமவர்க் களித்திடும்பொற்
கிழியுடையார் வெண்மயமாங் கிரியுடையா ரன்பருக்குட்
கேளுடையா ரென்மனதைக் கேதனமாக் கொண்டருளும்
வழியுடையார் மாமயிலை வாழ்வுடையார் திருப்பவனி
வந்தார்வந் தாரென்றே வாய்மொழிந்தார் மொழிவதற்குட்
பழியடையாச் சகியேநான் பரதவித்துக் கலங்கவெனைப்
பற்றறவிட் டவர்முன்னே பாழ்நெஞ்சஞ் சென்றதுவே. (4)

தகையுடையார் வரமளிக்குந் தயவுடையார் கற்பகமாத்
தருவுடையார் பெருவுடையார் தாவியவிண் டலத்தவராந்

தொகையுடையா ரெல்லாஞ்செய்த துணிவுடையார் மறையிசைக்குந்
துதியுடையார் நிதியுடையார் சொல்லருஞ்சீ ரருளுடையார்
வகையுடையார் மாமயிலை வாழ்வுடையார் திருப்பவனி
வந்தார்வந் தாரென்றே வாய்மொழிந்தார் மொழிவதற்குள்
நடையுடைநற் சகியேநா னலமிழந்து தவிப்பவெனை
நழுவவிட்டிங் கவர்முன்னே நாடிமனஞ் சென்றதுவே. (5)

தலைவன் றிருவுலாவைக்கண்ட தலைவி தனக்கு நேர்ந்த இச்சையைக் கூறல்

வேறு விருத்தம்

அரைக்கருங் கீர்த்தி யெல்லா மணிந்தமா மயிலைத் தேவர்
நிரைக்கொளும் பவனி தன்னை நேரிழை யார்க ளோடுங்
குரைக்கொளு முவப்பிற் சென்று குணம்பெறத் தொழுது கண்டே
னுரைக்கரு மிச்சை யேயென் னுருவென நிலைத்திட்டேனே. (1)

மின்னுமெய்த் தவத்தோ ரென்று மேவுமா மயிலைத் தேவர்
மன்னிய பவனி தன்னை மாதர்க ளோடுஞ் சென்று
நன்னலக் குறிப்பாற் கண்டே னமுவிநற றுகிலுஞ் சோர
வுன்னரு மிச்சை யேயென் னுருவென நிலைத்திட்டேனே. (2)

தீங்கறு முளத்தோர் சூழஞ் சிறப்புடை மயிலைத் தேவர்
தாங்கிய பவனி தன்னை தாதிய ரோடுஞ் சென்று
பாங்குடன் கண்டேன் காமம் பற்றிய வேகத் தாலிங்
கோங்கிய விச்சை யேயென் னுருவென நிலைத்திட்டேனே. (3)

தவப்பயன் வேண்டி விண்ணோர் தங்கிய மயிலைத் தேவர்
நவப்புகழ் பவனி தன்னை நங்கைய ரோடுஞ் சென்று
பவப்பழி நீங்கக் கண்டேன் பைங்குழை சோர்ந்த தன்றி
யுவப்புறு மிச்சை யேயென் னுருவென நிலைத்திட்டேனே. (4)

மதித்தபற் புகழார் வந்து மன்னிய மயிலைத் தேவர்
கதித்தசெம் பவனி தன்னைக் காரிகை யாரோ டேகி
விதித்தநன் முறையாற் கண்டேன் வேற்றிட நித்தற் கின்றி
யுதிததோ ரிச்சை யேயென் னுருவென நிலைத்திட்டேனே. (5)

தலைவி தலைவனிடத் தன்னங்களைத் தூதாகச் செல்ல விடுத்தல்

வேறு விருத்தம்

செம்பா லெனவெண் ணிறஞ்சூ ழவெழிற்
றிகழோங் கியநல் லனங்காள் சரணம்
வெம்பா தகமன் மதனுக் கிரத்தால்
வீசுங் கணைபட் டுடல்வா டினன்யா
னெம்பாற் றயைவைத் துவிளங் கியசீ
ரிதஞ்சேர் மயிலைப் பதியா ரிடஞ்சென்

றும்பா லொருகன் னிகையாண் மயல்வைத்
துருகா நின்றா ளெனவோ துமினே. (1)

செந்தா மரைமீ துறைகொண் டுமெழிற்
றிறமோங் கியநல் லனங்காள் சரணம்
வெந்தா மதமன் மதனுக் கிரத்தால்
வீழ்த்துங் கணையா லுடல்வா டினன்யான்
சிந்தாத் தயைவைத் துவளந் திகழுந்
திருமா மயிலைப் பதியா ரிடஞ்சென்
றுந்தா விளைகொண் டொருகன் னிகையா
ளுருகா நின்றா ளெனவோ துமினே. (2)

செம்மைப் பெறுஞ்சோ லையுளே கியவெண்
சிறைகொள் ளனங்காள் சரணஞ் சரணம்
வெம்மைக் குணமன் மதனுக் கிரத்தால்
வீழ்த்துங் கணையா லுடல்வா டினன்யான்
விம்மு மென்பாற் றயைவைத் துயர்வின்
விதங்கொண் மயிலைப் பதியா ரிடஞ்சென்
றும்மே லொருகன் னிகையாண் மயல்வைத்
துருகா நின்றா ளெனவோ துமினே. (3)

துன்னா பரணப் புயமங் கையர்தஞ்
சுகநன் னடைகொள் ளனங்காள் சரண
மொன்னா ரெனமன் மதனுக் கிரத்தா
லுறுத்துங் கணையா லுடல்வா டினன்யா
னென்னா விபிழைத் திடவிங் கிதத்தி
னெழிலார் மயிலைப் பதியா ரிடஞ்சென்
றுன்னா சையினா லொருகன் னிகையா
ளுருகா நின்றா ளெனவோ துமினே. (4)

திண்ணார்ந் தவெழிற் றிருநீ றெனவெண்
சிறைகொள் ளனங்காள் சரணஞ் சரணம்
புண்ணா கிடமன் மதனுக் கிரத்தாற்
புகுத்துங் கணையா லுடல்வா டினன்யான்
தண்ணார்ந் திடுநன் மொழியா லுயருந்
தகைசேர் மயிலைப் பதியா ரிடஞ்சென்
றுண்ணா தொருபெண் ணும்மேல் மயல்வைத்
துருகா நின்றா ளெனவோ துமினே. (5)

தலைவி தோழியிடந் தன் காதலைச் சொல்லி யிரங்கல்

வேறு விருத்தம்

தவமேப டைத்து மணிமந்த்ர மாதி தகையாய ணிந்த வமரா
தங்குற்ற மைலை நகராள ரென்னைச் சதிசெய்த சேதி கண்டிங்
கவமேப டைத்த மடவாரெ லோரு மடமுற்றி கழ்ந்து ரைத்தா
ரலர்தூவி மார னெனைவந்து வாட்டி யதிமோக மாக்கி
வைத்தான்

பவமேயி தென்ன நினையாது திங்கள் பகல்போலே ரிந்து நின்றான்
பாரோர்ந கைக்க வகைதேடி யானும் பன்னாடை நழுவ லுற்றேன்
நவமேவி ளைத்த மடவாயென் றோழி நான்முன்பு செய்த தவமோ
நடுவேது மின்றி யயனென்சி ரத்தி னாட்டிப்ப தித்த விதியோ. (1)

திருவீதி யெங்கு மறையோசை யோடு திகழ்ஞான கலையி னொலியுஞ்
சேர்கின்ற மைலை நகராள ரிங்கு திரும்பாத சேதி கண்டு
வருவீதி மாத ரடம்வைத்தி கழ்ந்து வசையேமொ ழிந்து சென்றார்
வழியற்ற மார னென்மேலெ திர்த்து வளரம்பு மேவ வைத்தா
னொருவீதி சுற்று மதியோனெ ழுந்தெ னுடலைக்க ரித்து நின்றா
னுலகோர்பழிக்கு வகைதேடியானு முடைசோர்வு கொள்ள லுற்றேன்
பெருவீதி மெச்சு நடைகொண்ட தோழி பெற்றோரி ழைத்த தவமோ
பிழையாக முன்ன மயனென்சி ரத்திற் பெரிதாய்ப்ப தித்த விதியோ.

ஏருற்ற சாலை கவிபாடு வோர்க ளிசையுற்ற சாலை யணிக
ளேந்துற்ற மைலை நகராள ரென்னை யெண்ணாத சேதி கண்டு
வாருற்ற கொங்கை மடவாரெ லோரும் வசையாலி கழ்ந்து ரைத்தார்
வடிவுற்ற மாரனென்மேற்ப ருத்த வல்லம்பு மேவ வைத்தான்
நேருற்று வந்து படுபாவி திங்க ணெடுநாழி காய்ந்தெ ரித்தா
னிலத்தோர்ப ழிக்க வகைதேடி யானு நீளாடை சோர நின்றேன்
பாருற்ற கீர்த்தி யணிகின்ற தோழி படிமீதில் யான்செய் தவமோ
பழிகார பாவி யயனென்சி ரத்திற் பலமாய்ப்ப தித்த விதியோ. (3)

நெற்கோரை யீர்க்கு மொருமேதி வாயி னீள்முத்து திர்க்கும் வீதி
நீடுற்ற மைலை நகராள ரென்னை நினையாத சேதி கண்டு
நற்கோக யத்து முகமாத ரேச்சு நவிலத்து ணிந்து கொண்டார்
நமனாக மார னம்பேவி யென்னை நலிகொண்டி ருக்க வைத்தான்
சிற்கோழை யின்றி மதிவந்து வெய்ய தீப்போலெ ரிந்து நின்றான்
தெருவோர்ப ழிக்க வகைதேடி யாணுஞ் செயலற்று வாட லானேன்
வற்கோகிலத்தி னிசைகொண்ட தோழி வழியின்றிச் செய்த தவமோ
வம்புற்று முன்ன மயனென்சி ரத்தில் வாளாய்ப்ப தித்த விதியோ.

மணியேப தித்த தூணொன்று பத்து மவிவாற் சிறந்த மனைகண்
மன்னுற்ற மைலை நகராள ரென்னை மருவாத சேதி கண்டு
பணியே யணிந்த முலைமாத ரேச்சு பகரத்து ணிந்து கொண்டார்
பழிகார மார னனியாய மாக பாழான கணைதொ டுத்தான்
திணியேப டைத்த மதிவந்தெ ரித்துத் தேகத்தை வாட்டி வைத்தான்
சில்லோர்ப ழிக்க வகைதேடி யானுஞ் செங்கூந்த லவிழ நின்றேன்
பிணிவந்தி டாத குலத்தாயென் றோழி பெற்றாளி ழைத்த தவமோ
பேதுற்று முன்ன மயனென்சி ரத்திற் பிழையாய்ப்ப தித்த விதியோ.

தாய் தலைவனை யிகழ்ந்து தலைவியைத் தேற்றல்

வேறு விருத்தம்

பித்தனெனும் பேரெடுத்தார் பேயோடா டித்திரிந்தார் பிகவீ தென்று
பெரியவிடந் தனையுண்டு நீலகண்ட முடையோராய்ப் பிழையெண் ணாமற்
பத்தர்தமக் கிசைந்துபணி செய்திடுவார் பெரும்பாம்பைப் பணியாக் கொண்டார்
பரிவாகப் பூதகணத் தோடுநடித் தார்மதனைப் பஸ்ப மாக்கு
வித்தனரோர் கரியுரியை யணிந்தார்மற் றிது செய்யும் விதத்தான் முன்பு
விளங்கியமண் ணோட்டினைவஞ் சனையாக மறைவாக்கி விரைவிற் சென்று
சித்தமெலாங் கலங்குவர்போ லபிநயித்து வழக்குரைத்தார் தீமை யெண்ணார்
திருமயிலைப் பதியாரை நீவிழைத லென்மகளே சிறப்பி தன்றே. (1)

உதிருக்கு மண்சுமந்தா ரங்கேயுங் குற்றமிழைத் துடம்பு நோக
வறத்தவடிப் பட்டுடலம் வருந்தினா ரதுதானோ வொருவன் முன்னே
குதிரைவிற்ற பணங்களெல்லாங் கொள்ளைகொண்டா ரெவ்வூருங் குடியாக்கொள்ளார்
கொற்புலியும் பாம்புமெச்ச வொருகாலைத் தூக்கிமெள்ளக் குதித்து நின்றா
ரெதிர்த்தமத னைச்சவமாக் கிடப்பயந்து கண்விழித்தா ரிதுவு மன்றி
யெழிலாரு முப்புரத்தை யெரித்திடற்கு வகையொன்று மில்லா தாலே
முதிர்பபோடு நகைபுரிந்தார் சாக்கியர்விட் டெறிந்தகல்லு மோதப் பெற்றார்
முறைமயிலைப் பதியாரை நீவிழைத லென்மகளே மோசந் தானே. (2)

கல்லாலு மடிபட்டா ரடித்தவனை நல்லவனாய்க் கருதிக் கொண்டார்
காலாலு முதைபட்டா ருதைத்தவனைத் தொண்டனெனக் கண்டா ரன்றி
வில்லாலுந் தாக்குண்டார் தாக்கியவன் றனைக்கண்டு வியந்து நின்றார்
விளையாட்டுப் புத்தியினாற் காளியொடு நிருத்தமிட விரும்பி னார்மற்
றெல்லாரும் பரிகாசம் புரிந்திடற்குக் கோவணமே யிடையி லிட்டா
ரெரிந்தபிணச் சாம்பறனை தேகமெலாம் பூசியன்ன மிறந்துண் டெங்கும்
பொல்லாத பேரெடுத்தார் பித்தமடைந் தவர்போலப் போவார் நிற்பார்
புகழ்மயிலைப் பதியாரை நீவிழைத லென்மகளே போத மன்றே. (3)

கருதுவரை வெளிக்கிழுத்தார் காணாக வகைபனைத்துங் காட்டி
வைத்தார்
கனத்தமுடி மேலொருபெண் தனைவைத்துத் திரிந்திடுவார்
கனிவொன் றில்லார்
திருதியென மலைமகளைத் திருமணங்கோண் டடியார்தமைத்
தெருவில்விட்டார்
திருமாலை கழுத்திலிட்டா ரஃதெலும்பென் றறிந்துபலர்
சிரிக்க லானா
ரெருதொன்றைக் கிரயமின்றி வாங்கியுளா ரதுபோனா லென்செய் வாரோ
விதுவுமன்றி முன்னொருநாள் கௌரியிடங் கிழவனென வேகி
பின்ன
ரிருதுடைய குமரனுரு வாய்க்குழவி வடிவாக விருந்தார் மற்றிங்
கெழின்மயிலைப் பதியாரை நிவிழைத லென்மகளே யேச்சுத்
தானே. (4)

ஊரில்லார் பொருளில்லார் பணியில்லா ரணியில்லா ருண்ணு
தற்கோ
ருணவில்லார் குணமில்லார் வணமில்லார் மணமில்லா
ருயர்வ தாகும்
பேரில்லா ருறவில்லா ரெவ்விடத்து முடலெடுத்துப் பிறந்து மில்லார்
பெயரில்லார் நயமில்லார் பயமில்லா ரந்நாளும் பெரிதா
யெண்ணுஞ்
சீரில்லா ரெம்மொழியும் பேசியிலா ரெவ்விடத்துஞ் செல்வார் மற்றுச்
செம்மையிலார் நன்மையிலார் துன்மையிலா ரெத்தகையச்
சிறப்புமில்லார்
நேரில்லா ரிதுதகுதி யென்றாய்ந்து செயுநீதி நெறியு மில்லார்
நெடுமயிலைப் பதியாரை நீவிழைத லென்மகளே நெருக்கந்
தானே. (5)

தலைவி தாய்சொற்கடிந் தெதிர்மறுத்தல்

வேறு விருத்தம்

பண்ணவனார் மனைகடொறும் பலியிறந்தா ரென்னாலுந்
திண்ணமிலா திடுகாட்டிற் றிரிந்தலைந்தா ரென்றாலு
மண்ணலவ ரம்பலத்தி லாடெடுத்தா ரென்றாலுங்
கண்ணுடையார் மயிலையான் காதலதை மறவேனே. (1)

கோதடையார் மண்சுமந்து கூலிபெற்றா ரென்றாலுந்
தீதடையார் மணத்தூது சென்றுழன்றா ரென்றாலும்
வாதடையார் வில்லடியின் வடுக்கொண்டா ரென்றாலு
மேதடையா மயிலையர னிச்சையதை மறவேனே. (2)

ஏருடையார் கழுத்தில்விட மிருக்கவைத்தா ரென்றாலுஞ்
சீருடையார் பாம்பணியே சிறந்தணிந்தா ரென்றாலும்
பாருடையார் நமன்முடிமண் படவுதைத்தா ரென்றாலும்
வாருடையார் மயிலையரன் வாஞ்சையதை மறவேனே. (3)

வாழ்வுடையார் மாடேறி வந்துழன்றா ரென்றாலுந்
தாழ்வடையா ரின்பதுன்பந் தான்வேண்டா ரென்றாலு
மூழ்வையறும் பார்பேய்க ளுடனிருந்தா ரென்றாலுங்
காழ்வடிவார் மயிலையரன் காமமதை மறவேனே. (4)

மான்காத்தா ரென்றாலு மலையிடத்தா ரென்றாலுந்
தேன்கமழுஞ் செங்கொன்றைத் திருமுடியா ரென்றாலும்
வான்கணத்தா ரெனைச்சேர வகையில்லா ரென்றாலுங்
கான்களஞ்சூழ் மயிலையரன் காதலதை மறவேனே. (5)

தலைவி தனதாற்றாவிரகத்தைத் தோழியிடங் கூறல்

வேறு விருத்தம்

முத்தார்மணி யடையாயுயி ரிணையாகுமென் றோழி
முப்பதேமு மில்லார்தவ முனிவோர் துதியரனா
ரெத்தார்புகழ் மயிலாபுரி யிறையோனிட மேவி
யெழிலோங்கிய வையாயெனை யணைவீரெனச் சொல்வேன்
வித்தாரநற் புகழார்வள ரிகத்தார்பரச் சுகத்தார்
விண்ணாடுடை திறத்தாருளங் கனியாதெனை வெறுத்தால்
கொத்தாகய பணிநீடிடும் புயத்தார்மட மின்னார்
குறைகூறிட வருவார்செயும் வகையொன்றறியேனே. (1)

திண்ணார்மொழி யுடையாயுயி ரொப்பாகுமென் றோழி
திருவாழ்சடை முடியாரருட் டிரள்கொண்டநற் றகையார்
பண்ணார்தரு மயிலாபுரி யானாரிட மேவி
பதிநீடிய வையாவெனை யணைவீரெனச் சொல்வேன்
வண்ணாடிடும் புகழாரணி வளத்தார்மகி ழுளத்தார்
வகையோங்கிய திறத்தாருளங் கனியாதெனை வெறுத்தா
லெண்ணாதபற் சுகத்தர்மணி யிடையார்மட மின்னா
ரிகழ்கூறிட வருவார்செயும் வகையொன்றறி யேனே. (2)

திருவாருரை மொழிவாயுயிர்த் துணைகுமென் றோழி
செல்லாதவ ரிடத்தேயொரு செயலாயினும் புரியார்
மருவார்திரு மயிலாபுரி வருவோனிட மேவி
மகிழ்நீடிய புகழீரெனை யணைவீரெனச் சொல்வேன்
பெருவாழ்வினி லுவப்பார்பிணி தவிர்ப்பார்குண முடையார்
பேசாதடந் தொடுத்தேயுளங் கனியாதெனை வெறுத்தா
லொருவாழ்வினு ளுடையாரன நடையார்மட மின்னா
ரொழியாதெனைப் பழிப்பார்செயும் வகையொன்றறி யேனே (3)

குலந்தாவிய புகழாயருங் குணந்தாவுமென் றோழி
கொடைதாவிய நெறியார்துதி கூறச்சுக மருள்வார்
நலந்தாவிய மயிலாபுரி யரனாரிட மேவி
நதிதாவிய சடையீரெனை யணைவீரெனச் சொல்வேன்
வலந்தாவிய புயத்தார்பல வகைதாவிய ஜயத்தார்
வளமாமுகஞ் கிறுத்தேயுளங் கனியாதெனை வெறுத்தால்
தலந்தாவிய பொன்னேயணி யிடையோங்கிய மின்னார்
தகையாலெனைப் பழிப்பார்செயும் வகையொன்றறி யேனே. (4)

நடத்தாலிய லுடையாயமணி நகைசூடிய தோழி
நலத்தர்வளர் புலத்தர்புய வலத்தார்படைக் கலத்தா
ரிடத்தாலுயர் மயிலாபுரி யெழிலோனிட மேவி
யிணைவந்துறு துணைவாவெனை யணைவீரெனச் சொல்வேன்
திடத்தாரரு ளுடைத்தாரணி யுடைத்தார்பணி யுடைத்தார்
தினையெள்ளள வெனினூஉமுளங் கனியாதெனை வெறுத்தாற்
குடத்தாவளி முலையார்நல நிலையார்மட மின்னார்
குறிப்பாலெனைப் பழிப்பார்செயும் வகையொன்றறி யேனே. (5)

தலைவி கிளிகளை விளித்துத் தலைவனிடந் தூதாகவிடுத்தல்

வேறு விருத்தம்

கச்சலக் குழையார் தங்களுக் கினிமை காட்டிடு மொழியுடை கிளிகாள்
கனிவுறுங் குணத்தீர் நெறியற முடைத்தீர் கஞ்சமெல் லிதழ்நற வுண்பீர்
வச்சறு மூன்று கனிகளும் விளைந்து வாகுறு மயிலையம் பதிக்கு
வடிவுடை நீங்கட் சென்றிடி லென்மேல் வாஞ்சையுற் றொருசெயற் புரிவீர்
மிச்சைவந் தறியாத் தவத்தினர் சூழ்ந்து மிகுதிரட் கூடிடுங் குழுவுண்
மின்னிய சடையார் வெண்மதி யுடையார் மேதினி யோர்தொழ வருவார்
விச்சைகொ ளவர்பா லின்மொழி வளத்தால் விளக்குறுந் துதிநலந் திகழ
விரகமுற் றியயா னழைத்தன னென்றும் விளம்புமின் விளம்புமி னிதுவே.

தெண்டிரை புடைசூ முலகினிற் சிறப்பைத் தேடிய நன்மொழி கிளிகாள்
தீங்கறு குணத்தீர் பைஞ்சிறை யுடையீர் தீஞ்சுவைக் கனிகளை யுண்பீர்
வண்டிமிர் சோலை யெங்கெணும் பரந்து வளர்தரு மயிலையம் பதிக்கு
வாழ்வுடை நீங்கட் சென்றிடி லென்மேல் வருத்தமற் றொருசெயற் புரிவீர்
தண்டமி ழிசைகள் பாடிடும் புலவர் தங்கிய மிகுதிரட் குழுவுள்
தகையமர் சடையார் வெள்விடை யுடையார் தாரணி யோர்தொழ வருவா
ரெண்டிசைக் கருளு மவர்பதம் பணிந்திங் கெளியவர் போற்றனி வருந்தி
யிருக்குமென் காம மற்றிட வழைத்தே னென்றுரை வழுத்துமி னிதுவே.

பண்ணியன மதுரச் செம்மொழிமடவார்ப் பயிற்றுநன் மொழியுடைக் கிளிகாள்
பண்புறு குணத்தீர் நண்புறு வலத்தீர் பைங்கனி மதுதனை யுண்பீர்

அச்சுப் பண்பாட்டில் ஆதி திராவிடர் அறிவு மரபு ௸ 291 ௸

புண்ணியஞ் செழித்துக் கொடிபடர்ந் தோங்கிப் புகழ்பெறு மயிலையம் பதிக்கு
பொய்யறு நீங்கட் சென்றிடி லென்மேற் புரைதரு மொருசெயற் புரிவீ
வெண்ணியற் பொடிகள் பூசிய வடியார் விண்ணவர் கூடிய சபையுள்
வெண்மதி முடியார் திண்ணுயர் சடையார் வியன்புவி யேத்திட வருவார்
கண்ணுத லவர்தங் கழலினைத் தொழுது காதல்கொண் டொருசிறு மின்னாள்
கனிவுட னும்மை யழைத்தன ளென்றுங் கழறுமின் கழறுமி னவர்க்கே.

கரும்பினை யொடித்துக் காய்ச்சிய ரசத்திற் காணுறுஞ் சுவைமொழி கிளிகாள்
கனம்பெறுங் குணகதீர் மனநிலை யுடைத்தீர் காவினி லுறுமது வுண்பீர்
வரும்பய னுணர்ந்து நல்வினை யிழைக்கும் வளமுடை மயிலையம் பதிக்கு
வகையுடை நீங்கட் சென்றிடி லென்மேல் வசம்பெறு மொருசெயற் புரிவீர்
விரும்பிய தவத்தோர் நீறணி புயத்தோர் விளங்கிடும் பெருஞ்சபை யிடத்து
வித்தகச் சடையார் பத்தருக் கருள்வார் விண்ணவர்ப் பணிந்திட வருவார்
பெரும்புகழ்க் கருணை செயுமவர் மலர்த்தாள் பிடித்தொரு கன்னிகை யும்மேற்
பிரிக்கரு மயல்வைத் தழைத்தன ளென்றும் பிழையறக் கூறுமி னிதுவே.

நலமலி யளத்தா ரகமெனத் தூய்மை நாட்டிநற் புகழ்கொளுங் கிளிகாள்
நடைநலக் குணத்தீர் தடையறுந் திடத்தீர் நளினசெந் நறவதை யுண்பீர்
பலநலச் சோலை வானுற வோங்கிப் படர்தரு மயிலையம் பதிக்குப்
பண்புடைநீங்கட் சென்றிடி லென்மேற் பாசம்வைத் தொருசெயற் புரிவீர்
தலநலச் சுகங்க ளனைத்தையு மாய்ந்தத் தவத்தினர் வருபெருங் குழுவிற்
றகைபெறுசடையார் தனித்தவெள் விடையார் தரையவ ரேத்திட வருவார்
வலமலி யவர்தஞ் சேவடி யதனை வணங்கிநற் றுதியொடு காம
வளமலி யானிங் கழைத்தன னென்றும் வாகுடன் வழுத்துமி னிதுவே.

தலைவி தலைவனது முற்செயற்றிறங்கூறல்

வேறு விருத்தம்

ஆவித்து ணையென நின்றிடு வான்மயி லாபுரியில்
மேவிச்சு கந்தரு நித்தநி ராமய மீப்புகழான்
காவிக்க ருவிளை நீர்முடி யான்சுரர் காதலுடன்
தாவத்த யையருள் வானெனக் கேமயற் றந்தனனே. (1)

கொல்லுங்க ரியுரிப் போர்த்திடு வானருட் கொண்டடியார்க்
கல்லும்ப கலும எித்திடு வான்மயி லாபுரிவாழ்
வல்லவ னென்னைம ணந்திட வேமண வாளனெனச்
சொல்லிவந் திங்கிருந் தானெனக் கேமயற் றோன்றியதே. (2)

முற்றுந்து றவற மாநிலை கொண்டமு னிவரெலாம்
பற்றும்பு கழ்மயி லாபுரி வாழ்கின்ற பண்ணவனின்
புற்றென்ம னையகத் தேவந்தி ருந்தன னோங்குவித்தை
கற்றவ னென்றறி யேனுப சாரங்கட் காட்டினனே. (3)

தஞ்சங்க லந்தநற் றையலர் வந்துறுந் தண்மயிலைப்
பிஞ்சக னன்பர்பி ணியற வோட்டிடும் பேரருளார்
வஞ்சங்க லந்தமொ ழியொடு வந்தென்வ ளைநழுவ
நெஞ்சைக்க ரைத்தனர் நானதைச் சூதாய்நி னைத்திலனே. (4)

வாசத்த மிழ்வள மோங்கிவ ளந்தரும் வண்மயிலை
யீசர்கங் காந்தி யைச்சடை மீதிலி ருக்கவைத்தென்
பாசமு டைத்தவர் பேலும பிநயம் பண்ணிவந்தார்
நேசமு டனவர் பக்கனின் றேனுடன் நீங்கினரே. (5)

தலைவி தலைவனது திருவுலாவைக்கண்டு மீண்டுங் காணாளாய் அதிசயித்துத் தோழியிடங்கூறல்

வேறு விருத்தம்

வண்டே யிசைக்கும் பூங்குழன் மடவார் வந்தொரு துதிசொலி
வாழ்த்துரைப்பத்
தண்டேன் சிந்தும் பொழிற்சூற் மயிலைத் தலத்தவ ரிங்குவந்
தோரருளைக்
கொண்டே யார்க்கு நல்வர மீயுங் குறிப்பினிற் பவனிவந்
தனர்கொல்லோ
கண்டேன் மறைந்தா ரீதென் னடிநான் கனவோ நனவோ
கண்டதுவே (1)

சொல்லக முடையார் தூய்மையு முடையார் தொழுபவர்க்
கருடருங் கருணையினார்
நல்லக முடையோர் வாழ்திரு மயிலை நற்பதி தனில்வரு நாயகனார்
பல்லணி மேவப் பவனிவந் தனர்கொற் பார்த்தனன் பார்த்தது
மறைந்திட்டார்

கல்லக முலையா யீதென் னடிநான் கனவோ நனவோ
கண்டதுவே. (2)

சொற்பயனுடையார் வெண்மதிசடையார் தூயருணிறைந்திடும்
வலத்தார்கொற்
பற்பல வளமு மோங்கிய மயிலைப் பதியுடை யென்னுயிர்த்
துணைவரவர்
விற்பன வணத்தார் பவனிவந் தனர்கொல் விழைவொடு கண்டனன்
மயலுற்றேன்
கற்பகக் குழையா யீதென் னடிநான் கனவோ நனவோ
கண்டதுவே. (3)

எண்ணிய பலவு முடிவுறக் காட்டி யென்னுயிர்க் குயிரென
வமர்ந்திடுவார்
திண்ணிய நலங்கள் வளர்தரு மயிலைத் தேவரென் றெவர்களுந்
துதிபுரியும்
புண்ணிய வடிவார் பவனிவந் தனர்கொற் புகழ்பெறக் கண்டனன்
றுகிலிழந்தேன்
கண்ணிய மொழியா யீதென் னடிநான் கனவோ நனவோ
கண்டதுவே. (4)

சிலையுறு வணிந்த மென்னடை மடவார் தீந்தமி ழிசையொடு
நடஞ்செயுநன்
னிலையுறு வேத மோதுமந் தணர்க ணீட்செயற் புரியவுஞ்
சுரரெல்லாம்
மலையெனத் திரண்டு வருந்திரு மயிலை மன்னவர் பவனிகண்
டேனிதற்குட்
கலையறி விழந்தே னீதென் னடிநான் கனவோ நனவோ
கண்டதுவே. (5)

தலைவி தோழியைத் தலைவனிடந் தூது செல்லவேண்டுதல்

வேறு விருத்தம்

நம்பும டியவர்க் கன்பருள் வார்திகழ் நதிமதி யைச்சடை மீதணிவார்
வெம்பும னத்தினர்க் கின்பமு ளைத்திட வீடளிப் பார்மயி
லைப்பதியார்
தம்பதத் தாமரை யைத்தொழு தெத்தியென் றன்மைய
னைத்தையுஞ்சொல்லிச் சொலி
யம்புதி ருத்தும்வி ழிமட வாயென தன்பரை யின்றிங்க
ழைத்திடுமே. (1)

பொன்னிற்பொ லிந்தபு யத்தழ கார்சுகப் போகம ளித்திடும்
வித்தகத்தார்
தன்னிற்சி றந்தவ ரில்லையென் றெங்கெணுந் தான்றனி யாகிய
மீப்புகழார்
மன்னும வர்திருப் பாதத்தை யேத்தியென் மையல னைத்தையுஞ்
சொல்லிச்சொலி

யன்னம்ப ழித்தந டையுடை யாயென தன்பரை யின்றிங்க
ழைத்திடுமே. (2)

ஞானஞ்சி றந்தபுகழா ளர்கலை ஞானம ளித்தத்தி கழாளர்
கோலஞ்சி றந்த மணிப்புயத் தாரெழிற் கூடும யிலைப்ப தியாளர்
சீலஞ் சிறந்தவ ளாயவர் சேவடி சேவித்தென் குறையைச்
சொல்லிச்சொலி
யாலஞ் சிறந்தவி தழுடை யாயென தன்பரை யின்றிங்க
ழைத்திடுமே. (3)

வல்ல சுரர்கள்ப ணிந்திட வந்தருள் வண்ணுடை யார்நெற்றிக்
கண்ணுடையார்
தல்லம ணம்வளர் மாமயி லாபுரி நற்பதி யாரொரு கற்பகத்தார்
வெல்லும வரடி யைத்தொழு தேத்தியென் விதம னைத்தையுஞ்
சொல்லிச்சொலி
யல்லல றுக்குமொ ழியுடை யாயென தன்பரை யின்றிங்க
ழைத்திடுமே. (4)

விற்பனந் தந்தமுக் கண்ணுடை யாரெழில் விண்ணுடை யாரரும்
பண்ணுடையார்
பொற்பதந் தந்திடு மீப்புக ழார்சுகப் போதுவ ளர்மயி லாபுரியார்
கற்பகந் தந்தக ரத்தர வர்தமைக் கண்டென்கு றையினைச்
சொல்லிச்சொலி
யற்புதந் தந்தவி யலுடை யாயென தன்பரை யின்றிங்க
ழைத்திடுமே. (5)

பாங்கி தலைவி பெற்றியுரைத்துத் தலைவனை யழைத்தல்

வேறு விருத்தம்

நித்த முந்துணை நீயெனச் சொல்லுவா
ளத்த னேயென தாருயி ரேயென்பாள்
சுத்த னேமயி லாபுரித் தூயனே
சித்த முற்றுத்தி ருவருட் செய்யவே (1)

நின்ம லாதுணை நீயென்ச் சொல்லுவாள்
சின்ம யாவெனைத் தேற்றுவை யேயென்பாள்
நன்மை நீண்மயி லாபுரி நாதனே
வன்ம னங்கரை யாததென் வஞ்சமே. (2)

நிமல னேதுணை நீயெனச் சொல்லுவா
ளமல னேயென தாருயி ரேயென்பாள்
கமலை வாழ்மயி லாபுரி கத்தனே
விமல னேயிவள் வேட்கையை யாற்றவே. (3)

நிற்கு ணாதுணை நீயெனச் சொல்லுவாள்
சறகு ணாசிவ சங்கர னேயென்பாள்
நற்கு ணந்திகழ் மைலையி னாதனே
வற்கு லாவுமிம் மங்கைசயைக் காக்கவே. (4)

நீத னேதுணை நீயெனச் சொல்லுவாள்
நாத னேயெந்த னாகயக னேயென்பாள்
போத னேமயி லாபுரிப் புங்கவ
காதன் மேவுமிக் கன்னியைக் காக்கவே (5)

தலைவனைக்கண்டு தலைவி தனதூடலைத் தணிக்குமாறு வேண்டல்

வேறு விருத்தம்

மல்லோங் கியதிண் புயமன் னவர்சூழ் மாமயிலை
நல்லோங் கிடக்ஷேத் திரங்கொண் டருளுநன் னலத்தீரே!
சொல்லோங் கியவென் றுணைவா வருவீர் சுகந்தருவீர்
வல்லோங் கியமன் மதனே வுமழல் வாடிடவே. (1)

அள்ளிக் கொடுக்குங் கருணையின் வடிவீ ரணிவாளை
துள்ளிக் குதித்தோ டியமாத் தடங்கட் சூழ்மயிலை
விள்ளும் புகழாற் றிருக்ஷேத் திரங்கொள் விதத்தாரே
தெள்ளும் மதிசெய் யழன்மா றவெனைச் சேர்வீரே. (2)

பொய்யா மொழியீர் புகழ்சேர் வலத்தீர் புனைசடையீர்
துய்யா மயிலைப்பதியீ ரெனக்குச் சுகந்தருவீர்
மையார் விழியார் பழித்தார் தாயும் வசைசொன்னா
ளையா வளஞ்சேர் மயிலா புரியி லமர்ந்தவரே. (3)

கண்மூன் றுடையீர் கருணையி னுருவீர் கலையறிவாற்
பண்ணூன் றடியார் தமக்கின் னருட்செய்ப் பரத்துவத்தீர்
விண்ணா டவர்சூழ் மயிலைப் பதியீர் விழைவுறுமிப்
பெண்ணா ளுடன்வந் துறுமா மயலைப் பிணிப்பீரே. (4)

மடியா வாநீ ளயன்மாற் சுரரும் மகிழ்ந்துண்ண
வடியாச் செழுந்தே னுறழ்மா மயிலை வளர்தேவே
கடியை டாவத் தணிநீட் புயத்தீர் கனிவோடிவ்
வடியாட் சொலுமோர் சேயலேற் றுமய லவிப்பீரே. (5)

தலைவிதலைவனது பேரழகைத் தோழியிடங்கூறி மகிழ்தல்

வேறு விருத்தம்

இதழ்விரிம லர்த்தெரிய லேயுகுழற் றோழி
மிதமறத போதனர்கள் மேவிதுதி செய்யுந்
ததமயிலைத் பதித்திலகர் தம்பவனி கண்டேன்
இதயமகி ழவரழகை யார்சொலவல் லாரே. (1)

அல்லலறு முன்னிதசொ லார்ந்திடுமென் றோழி
வல்லசுர ராதியர்வ ணங்கியடி யேத்தப்
புல்லுமயி லைத்திலகர் பூம்பவனி கண்டேன்
தொல்லுலகத் தவரழகைச் சொல்லமுடி யாதே. (2)

கூவியகு யிற்றொனிகு யிற்றுமொழி தோழி
மேவியசிங் காதனவ மைச்சர்துதி செய்ய

வாவுமயி லைத்திலகர் வாழ்பவனி கண்டேன்
யாவுமரு ளவரழகை யார்சொலவல் லாரே. (3)

வீறுபெறு தாமரைவி ளங்குமுகத் தோழி
வாறுபெறு வார்துதிவ ழங்குமிசைப் பண்கள்
கூறுமயி லைத்திலகர் கொட்பவனி கண்டேன்
பேறுபெறு மவரழகைப் பேசுவர்கொல் யாரே. (4)

ஒத்தவிணை மாமலையு யர்ந்தமுலை தோழி
சித்தமுறு மாதவச்சி ரேட்டர்நிலை கொள்ளுஞ்
சத்துமயி லைத்திலகர் தம்பவனி கண்டே
னத்தனவ ராரழகை யார்சொலவல் லாரே. (5)

தலைவி தலைவனை யடைந்ததைக் கண்டதிசயித்து நற்றாய் செவிலியிடங்கூறல்

கலித்துறை

துப்பிதழ்த் தாமரை யம்முகத் தாயெழிற் சூழ் மயிலை
யொப்புர வெய்தி வளர்தர வெள்விடை யூர்ந்துவருஞ்
சப்பிர தீப வணத்தின ரென்மகட் சொல்லியவா
றப்படி யேவந் தருளநின் றாரீ ததிசயமே. (1)

செக்கச் சிவந்த விதழுடை யாயொளி சென்றெங்கெணு
மிக்குப் பரந்துயர் மாமயி லாவுரி மேலவரை
துக்கஞ் சிறந்த மயல்தீர்க்க வென்மகள் தோத்திரித்தா
ளக்கண மேவந் தருளநின் றாரீ ததிசயமே. (2)

மஞ்சிமக் கொங்கை யுடையாயெ னாசை மகளிடத்துப்
பிஞ்சகன் றேவரெல் லாந்தொழு தேத்தும் பெருமையுடன்
பஞ்சிதஞ் சேர்மயி லாபுரி வாழ்கின்ற பண்ணவனா
ரஞ்சர சந்தொடுத் தானந்த முற்ற ததிசயமே. (3)

இன்புற்ற பாலு நறவுங் கலந்த வெழின்மொழியாய்
துன்பற்ற மாமயி லாபுரி வாழருட் சோதியினார்
தென்பற்று வெண்மதி யின்சடை யாரெந்தன் சேயிழைபா
லன்புற்று காமச் சரந்தொடுத் தாரீ ததிசயமே. (4)

கோதகற் செவ்விழி யாய்மயி லைப்பதி கோபுரத்தார்
வாதகஞ் சேரற்ப ரைக்கடி யுந்தகை வண்மையினார்
காதர மற்றிடு மென்மக ளுற்றவெங் காமமதற்
தாதர மாய்வந்து தீர்ப்பநின் றாரீ ததிசயமே. (5)

தலைவி தலைவனிடத்துத் தனக்கு நேர்ந்த வேட்கையை வெளியிடுதல்

கண்ணிகள்

பத்தர்பணி கின்றவருட் பண்ணவரே யென்றுணைவா
சித்தர்புகழ் மாமயிலைத் தேவேம னோகரனே. (1)

இன்பளித்தென் துக்கமெலா மின்றறுத்து நின்றிடற்கோ
ரன்பளிக்கு மாமயிலை யையாம னோகரனே. (2)

காணாத காட்சியெல்லாங் காட்டுமொரு சீர்படைத்த
மாணாரு மாமயிலை மன்னாம னோகரனே. (3)

பெற்றவளு மென்னைப்பழி பேசத்து ணிந்துவிட்டா
ளுற்றதுணை நீமயிலை யூராம னோகரனே. (4)

என்னையொத்த பெண்களெலா மேசிம னம்வெறுத்தார்
பன்னுந்துணை நீமயிலைப் பண்பாம னோகரனே. (5)

மாரன்க ணைதொடுத்து வாட்டிவதைத் திட்டமயற்
றீரச்செய் வாய்மயிலைத் தேவேம னோகரனே. (6)

சீறுமதி வெந்தணலாற் றேகமெங்குஞ் சுட்டவடு
மாறவணைப் பாய்மயிலை வாழ்வேம னோகரனே. (7)

பொல்லாவி ரகமதிற் போந்தவெனக் கன்பளிப்பாய்
நல்லாரு மாமயிலை நாதாம னோகரனே. (8)

உன்னையன்றி யோர்துணையு முற்றறியேன் வந்தருள்வாய்
தென்னைவளஞ் சூழ்மயிலைத் திருவேம னோகரனே. (9)

பேசாத மோனநெறி பேராளர் வாழ்த்துமெழி
லீசாதி ருமயிலை யிறையேம னோகரனே. (10)

முத்தியுல கோர்பணியு முதலேத யாநிதியே
பத்திமிகு மாமயிலைப் பதியேம னோகரனே. (11)

ஆதரமொன் றின்றியுனை யண்டுபவர்க் காதரவே
சோதிநிறை மாமயிலைத் துரையேம னோகரனே (12)

கூசாம னத்தினர்கள் கூறுதுதி யேநிறைந்து
வீசுபுகழ் மாமயிலை வேந்தேம னோகரனே. (13)

சடைமேற்பி றையணிந்த சங்கரனே மெய்த்துணையே
கொடைமேவு மாமயிலைக் கோவேம னோகரனே. (14)

அண்டரெலாம் போற்றுகின்ற வரசேம ணிவிளக்கே
வண்டிசைக்கு மெழின்மயிலை வண்ணாம னோகரனே. (15)

அடியாள்பி ழைபொறுத்திங் காதரிப்ப துன்கடமை
படியோர்பு கழ்மயிலைப் பற்றேம னோகரனே. (16)

தலைவி தலைவனிடத் திங்கிதங்கூறல்

கீர்த்தனம்

இராகம், பிலஹரி. தாளம், உரூபகம்.

பல்லவி

மருவ வாருமே மயிலை யரசே

அநுபல்லவி

பெருமா தவரடி பணிந்திட வரமேதரு கருணைவடிவே

சரணங்கள்

1. காத லோடுமைக் கண்டவெனது மனமகிழ்கொள
பாத கன்மதன் மலர்க்கணையொரு சிறு பொடி பட
கத்தனே யமரர்கள் போற்றிடு நித்தனே பிறைமுடி சூடிய
வித்தகநே யத்து வாழ்வே. (மருவ)

2. ஊருஞ் சுற்றமும் பேரும்பல புகழ்வரினும்
யாரை யுஞ்சிந்தைத் தனிலிருத்திட மனமிசைகிலன்
உற்றோர்க் கருள்புரி யுன்றிரு நற்றாள் வழிபட வந்தனன்
மற்றாதர வற்ற வென்னை. (மருவ)

3. சீத மதியைச் சடையில் முடித்து நதிசு மந்திடு
நீத னேயுனைத் தழுவநினைத்து மனமுவந்தனன்
செய்யா வெனதக மேவிய வையா வரவணி மாலைகொள்
மெய்யாகுறை நைய வென்னை. (மருவ)

4. அன்னை யொத்தநற் றோழியுடனே பலமாதர்க
ளென்னை யேபழிக் கூறினர்க ளதை யெண்ணிலன்
அல்லும் பகலும் நின்றிரு நல்லம் புயமலர்க் கேதுதி
சொல்லூஉமென தல்ல லற (மருவ)

5. விண்ணு மண்ணுமெவ் வுலகு மேத்த வரமருள்தனி
யண்ண லேநெற்றிக் கண்ணின் மணியே யுனைத்தேடிட
வேதா வுந்திரு மாலுடன் வாதா டியவொளிமாமுடி
நாதாவெனை யாத ரிப்ப. (மருவ)

வாழ்த்து

எண்சீர்சந்த விருத்தம்

மறையொரு நான்கு முயர்வொடு நீட
　மண்மிசை நற்றிரு நீறுவி ளங்க
மகிழ்கொடு வேத முரையெழி லாளர்
　மாறறு மாறாது தித்தணி மேவ
குறையொரு போது மார்தலி லாது
　கூறுநெ றிப்படி யேயர சோங்க
குணமணி சிந்த மாதமு மாரி
　குவய மேல்விழ கோதையர் கற்பு
நிறைதவ றாத வாழ்வுது லங்க
　நீடிய நல்லற மெங்குமு லாவ
நிகழ்தரு சாதி பேதமொ டுங்க
　நிலைபெறு 'சிற்சபை' யென்றுமி லங்க
வுறையுறு மோன முனிவர ரேத்து
　கந்தருண் மாமயி லைப்பதி யீச
ரொண்ணரு ளீய விழைத்தவி நூலுக்
　குதவினர் சந்ததம் வாழ்பெற மாதோ.

சுபம்.

முடிவுரை

இந்நூற்க ணழகுபெறவந்த அருஞ்செயல்கள்

தலைவி தலைவனைக்காணா திறங்கல்.
தலைவிதன் குறையைத் தோழியுடன் கூறல்.
தலைவிதன் னெதிர்ப்பட்ட மயில்களை விளித்தல்.
தலைவி தலைவனிடத்து மயில்தூது விடுத்தல்.
தலைவனைக் காணாத் தலைவி குறத்தியிடங் குளியாராய்தல்.
நற்றாய் வருந்தல்.
தலைவி தலைவனைக் காண விழைதல்.
தலைவி சோதிடங்கேட்டல்.
தலைவி பாங்கியைத் தன்னோடழைத்தல்.
பாங்கிதன்னோக்கம் பைந்தொடிக்குறைத்தல்.
தோழிதன் னோக்கைத் தோகைமறுத்தல்.
தலைவி தன்னிலைமையைத் தானினைந்திரங்கல்.
தலைவன் பிரிவுக்குத் தலைவி காரணமாராய்தல்.
தலைவி மாரனைப் பழித்தல்.
தாய் தன்மகளின் றன்மைக்கிரங்கல்.
தாய் சொன்மறுத்துத் தலைவிசாற்றல்.
அலைவுறு மதியைத் தலைவி முனிதல்.
தலைவி தலைவனைக்காணச் செல்லுதல்.
தலைவன் பதியைத் தலைவிகண்டடைதல்.

அச்சுப் பண்பாட்டில் ஆதி திராவிடர் அறிவு மரபு

தலைவி தோழியிடந் தலைவனது திறங்கூறல்.

தலைவனது திருவுலா வியப்பைத் தலைவி தோழியுடன் கூறல்.

தலைவன் திருவுலாக்கண்டதலைவி தனக்கு நேர்ந்த இச்சையைக் கூறல்.

தலைவி தலைவனிடத் தன்னங்களைத் தூதாகச் செல்ல விடுத்தல்.

தலைவி தோழியிடந் தன்காதலைச் சொல்லி யிரங்கல்.

தாய் தலைவனை யிகழ்ந்து தலைவியைத் தேற்றல்.

தலைவி தாய்சொற் கடிந்தெதிர் மறுத்தல்.

தலைவி தனதாற்றாவிரகத்தைத் தோழியிடங்கூறல்.

தலைவி கிளிகளை விளித்துத் தலைவனிடந் தூதாக விடுத்தல்.

தலைவி தலைவன் முற்செயற் றிறங்கூறல்.

தலைவி தலைவனது திருவுலாவைக் கண்டு மீண்டுங்காணாளாய் அதிசயித்துத் தோழியிடங்கூறல்.

தலைவிதோழியைத் தலைவனிடந்தூது செல்லவேண்டுதல்.

பாங்கி தலைவி பெற்றியுரைத்துத் தலைவனை யழைத்தல்.

தலைவனைக் கண்டு தலைவி தனதூடலைத் தணிக்குமாறு வேண்டல்.

தலைவி தலைவனது பேரழகைத் தோழியிடங்கூறி மகிழ்தல்.

தலைவி தலைவனை யடைந்ததைக்கண் டதிசயித்து நற்றாய் செவிலியிடங் கூறல்.

தலைவி தலைவனிடத்துத் தனக்கு நேர்ந்த வேட்கையை வெளியிடுதல்.

தலைவி தலைவனிடத்திங்கிதங்கூறல்.

– 30